AF758541

ഡോ. എം.കെ. ജയനേഷ്

കോറോത്ത് ജനനം. പയ്യന്നൂർ കോളേജിൽ നിന്ന് ബിരുദം. സംസ്കൃത സർവ്വകലാശാലയിൽ നിന്ന് സോഷ്യൽവർക്ക് ബിരുദാനന്തര ബിരുദവും ഗാന്ധിഗ്രാം യൂണിവേഴ്സിറ്റിയിൽ നിന്ന് ഡോക്ടറേറ്റും നേടി. പയ്യന്നൂർ കോറോത്ത് താമസിക്കുന്നു.

പുസ്തകങ്ങൾ: മഴവെള്ളക്കൊയ്ത്ത് (2003), പങ്കാളിത്താധിഷ്ഠിത സുസ്ഥിര വികസനം (2013), ചാവടിപ്പുരയിലെ നന്മമരങ്ങൾ (2015), വെള്ളം പ്രകൃതിയുടെ ആത്മാവ് (2017) *തുളുനാട് - ദേശം ജനത സംസ്കാരം*(2018) മുച്ചിലോട്ടുഭഗവതി (2020), കോറോം സമരചരിത്രം (2021)

ഭാര്യ: രമ്യ പി.വി., മക്കൾ: അഭിനവ്, തന്മയ

വിലാസം: പി.ഒ ചാലക്കോട്, കോറോം, പയ്യന്നൂർ - 670307
ഫോൺ: 8921038131, 8189921997 Email : jayaneshmk@gmail.com

Malayalam Language
Sree Muthappan
Charithravum Ithihyavum
(Devotional)
by
Dr. M.K. Jayanesh

♦

Published in May 2023
by Kairali Books Private Limited
Thalikkavu Road, Kannur.
Ph : 0497-2761200
Email : kairalibooksknr@gmail.com

♦

Cover Design
Prasanth Mangad

♦

Printed at
Papyrus Printers, Kozhikode

11/23-24/Sl.No.1437/200/NS 18.6
ISBN 978-93-93397-25-6

ശ്രീ മുത്തപ്പൻ

ഐതിഹ്യവും ചരിത്രവും

ഡോ. എം.കെ. ജയനേഷ്

കൈരളി ബുക്സ്

ഈ പുസ്തകം പ്രസിദ്ധീകരിക്കാൻ
എനിക്ക് ഊർജ്ജം തന്ന എന്റെ പ്രിയപ്പെട്ട
സച്ചിയേട്ടൻ, മലയാളക്കരയുടെ എന്നും
ഓർക്കുന്ന പ്രിയപ്പെട്ട സംവിധായകൻ
എം. സച്ചിദാനന്ദന് ഏറെ സ്നേഹത്തോടെ
ഞാൻ ഈ പുസ്തകം സമർപ്പിക്കുന്നു.

മുത്തപ്പനെക്കുറിച്ച് പഠിക്കുന്നതിന്
ക്രിയാത്മകനിർദ്ദേശം നൽകിയ പ്രിയപ്പെട്ട
എന്റെ ഗുരുനാഥൻ
വിഷ്ണുനമ്പൂതിരിസാറിന്

ഉള്ളടക്കം

ആമുഖം

മനുഷ്യർ സംസ്കാരത്തിന്റെ സ്രഷ്ടാക്കളു വാഹകരുമാണ്. തലമുറകളിലൂടെ കൈവന്ന സാംസ്കാരികത്തനിമ നിലനിർത്തേണ്ടതും, അതിലുപരി പരിപോഷിപ്പിക്കേണ്ടതും മനുഷ്യരുടെ പരമമായ ധർമ്മമാണ്. ഉത്തര കേരളത്തിൽ പ്രചാരത്തിലുള്ള വീരാരാധനാ മൂർത്തിയാണ്. മുത്തപ്പൻ. പറയൻ ചീനിയാണ് മുത്തപ്പനെന്നും, വയനാട്ടിൽ ജീവിച്ചിരുന്ന ഒരു ആദിവാസി നായകനായിരുന്നുവെന്നും ചില വാചാലുകളിലും മിത്തുകളിലും കാണുന്നു. മുത്തപ്പൻ ശൈവ വൈഷ്ണവ നന്ദികേശ സങ്കല്പമാണെന്ന വാദവും ഉണ്ട്. ഈ വാദം പരമാർത്ഥമാണെന്ന് സമർത്ഥിക്കുന്നത് തെയ്യത്തിലെ ചിഹ്നങ്ങളെ ഉപയോഗിച്ചുകൊണ്ടു തന്നെയാണ്. ചന്ദ്രക്കല ശിവനായും തിരുമുടി വിഷ്ണുവായും പുറത്തെ വരകൾ നന്ദികേശന്റെ എല്ലുകളായും, പള്ളിവേട്ട നായാടിയുടെ കർമ്മമായും, ചുട്ടും കരിച്ചും തിന്നുന്നത് അയ്യങ്കരവീട്ടിലെ കുലമര്യാദാതീത പ്രവൃത്തിയായും സമർത്ഥിക്കുന്നു. ലഭിക്കാവുന്ന ചരിത്രരേഖകളെയും പ്രമാണങ്ങളെയും വസ്തുതകളെയും പഠനവിധേയമാക്കുമ്പോൾ പൊടിക്കളങ്ങളും മടപ്പുരകളും ഉത്തര കേരളത്തിലെ സാമൂഹ്യ ജീവിതത്തെ സ്വാധീനിച്ചിട്ടുണ്ട്. മുത്തപ്പൻ ഏതുകാലത്തും പ്രസക്തമാകുന്നത് മിത്തിന്റെ ശക്തിയും സവിശേഷതയും കൊണ്ടുതന്നെയാണ്. തെയ്യം കലാകാരന്മാരെക്കുറിച്ച് പഠിക്കുന്നതിന്റെ ഭാഗമായി ശേഖരിച്ച വിവരങ്ങളാണ് ഇവിടെ പങ്കുവെയ്ക്കുന്നത്. മലകളായ മലകൾ പിടിച്ചടക്കി അധ:സ്ഥിത ജനതയെ ഉയർത്തിക്കൊണ്ട് വന്ന മുത്തപ്പൻ വേടരുടേയും അടിയാൻ കുലപതിമാരുടേയും ആരാധനമൂർത്തികളിൽ പ്രധാനിയാണ്. മുത്തപ്പനെക്കുറിച്ച് ഇതിൽ പ്രതിപാദിക്കുന്ന പലതും അവിടുത്തെ ആചാര സ്ഥാനികരും, തെയ്യം കലാകാരന്മാരും പകർന്നുതന്ന അറിവുകളാണ്. മുത്തപ്പനെക്കുറിച്ച് പഠിക്കാനുള്ള ശ്രമത്തിന് ആവശ്യമായ ക്രിയാത്മക നിർദ്ദേശങ്ങൾ നൽകിയ കുഞ്ഞിമംഗലത്തെ വൈ.വി കണ്ണൻ മാഷിനും നാരായണ ഹെബ്ബാർസാറിനും നന്ദി രേഖപ്പെടുത്തുന്നു. വൈ.വി കണ്ണൻ മാഷിന്റെ മുത്തപ്പൻ പുരാവൃത്തം, എ.രാജശേഖര പണിക്കരുടെ സാന്ത്വനമായി ശ്രീമുത്തപ്പൻ, ഡോ. പ്രിയദർശൻലാ

ലിന്റെ ശ്രീ മുത്തപ്പൻ പുരാവൃത്തവും ചരിത്രവും എന്നീ പഠന ഗ്രന്ഥങ്ങളും അവലംബമാക്കിക്കൊണ്ടാണ് ഈ രചന നിർവ്വഹിച്ചിട്ടുള്ളത്.

പാടിക്കുറ്റിയമ്മയുടെ ഓമന മകനായി വളർന്ന മുത്തപ്പൻ കുന്നത്തൂർ പാടിയിലെത്തി അവിടെ ഒരു മേടയിൽ, ഒരുവ്യാഴവട്ടം- പന്തീരാണ്ട് കാലം തപസ്സിരുന്നു എന്ന് തോറ്റത്തിൽ പരാമർശമുണ്ട്. മുത്തപ്പന്റെ തോറ്റത്തെക്കുറിച്ചുള്ള പഠനത്തിൽ ഏറ്റവും കൂടുതൽ അറിവു പകർന്നുതരികയും നിർദ്ദേശങ്ങൾ നല്കുകയും ചെയ്ത എം.വി വിഷ്ണു നമ്പൂതിരി മാഷിനെ നന്ദിയോടെ സ്മരിക്കുന്നു. മാഷിന്റെ മുത്തപ്പൻ ദൈവത്തിന്റെ തോറ്റം കളിക്കപ്പാട്ട്, അയ്യൻമണ്ട, മലയിറക്കൽ, പുറങ്കാലൻ പട്ടോല എന്നിവ പുസ്തക രചനയിൽ ഉപയോഗിച്ചിട്ടുണ്ട്. സാധാരണക്കാരും താഴ്ന്ന സമുദായക്കാരും നടത്തിയ ചെറുത്തു നിൽപ്പിന്റെ ആവേശമായ കഥയാണ് മുത്തപ്പൻ പുരാവൃത്തങ്ങളിലൂടെ ചുരുൾ നിവരുന്നത്. മുത്തപ്പനെക്കുറിച്ചുള്ള അറിയപ്പെടാത്ത ആചാരപരമായ പലകാര്യങ്ങളും പറഞ്ഞ് തന്ന ചിണ്ടപ്പെരുവണ്ണാനെ നന്ദിയോടെ സ്മരിക്കുന്നു. ശ്രീമുത്തപ്പൻ രചനയിലാണ് തീയ്യസമുദായത്തിന്റെ കഴകം ചടങ്ങുകളും മറ്റും സൂക്ഷ്മമായി നിരീക്ഷിച്ചത് അതിന് കാരണക്കാരനായത് ശ്രീ. ചിറക്കൽ ടി. ബാലകൃഷ്ണൻ നായരാണ് അദ്ദേഹത്തിന്റെ പല നിരീക്ഷണങ്ങളും ഈ പുസ്തകരചനയിൽ ഉപയോഗിച്ചിട്ടുണ്ട്. ജനാധിപത്യരീതിയും കോടതിയും പോലീസുമൊക്കെ വരും മുമ്പേ വടക്കേ മലബാറിന്റെ കോടതിയും രക്ഷാശിക്ഷണ നടപടികളും നിർവ്വഹിച്ചിരുന്നത് മുത്തപ്പനായിരുന്നു. മുത്തപ്പനെക്കുറിച്ചുള്ള അനുഷ്ഠാനപരമായ കാര്യങ്ങൾ പറഞ്ഞുതന്ന ഫോക്‌ലോറിന്റെ കുലപതി ഡോ. ആർ.സി. കരിപ്പത്ത് മാഷിനോടും നന്ദി രേഖപ്പെടുത്തുന്നു.

കളിയാട്ട സോവനീറുകളുടെ രചനയ്ക്കിടയിലാണ് മുത്തപ്പനെക്കുറിച്ചുള്ള പലകാര്യങ്ങളും പഠിക്കാൻ അവസരം ലഭിച്ചത്. കർണ്ണമൂർത്തി, വി.കെ അനിൽകുമാർ, കെ. കെ. എൻ. കുറുപ്പ്, രാഘവൻ പയ്യനാട്, ഡോ. ഇ. ശ്രീധരൻ എന്നിവരോടുള്ള ഹൃദയം നിറഞ്ഞ നന്ദി ഈ അവസരത്തിൽ അറിയിക്കുന്നു, ശ്രീ വാണിദാസ് എളയാവൂരിന്റെ വടക്കൻ ഐതിഹ്യമാലയും ശ്രീ. ചിറക്കൽ ടി. ബാലകൃഷ്ണൻ നായരുടെ കേരള ഭാഷാഗാനങ്ങൾ എന്നിവയിലെ പല നിരീക്ഷണങ്ങളും രചനയിൽ ഉപയോഗിച്ചിട്ടുണ്ട്. പഠനത്തിന് ശാസ്ത്രീയമായ അടിത്തറ ഉണ്ടാക്കി തന്നത് കുമാരൻ വയലേരി സാറാണ്. ഇതിൽ എന്തെങ്കിലും തെറ്റുകുറ്റങ്ങൾ വന്ന് പോയിട്ടുണ്ടെങ്കിൽ അനുവാചകർ ക്ഷമിക്കുമെന്നുമുള്ള വിശ്വാസമാണെനിക്കുള്ളത്. ഉത്തര കേരളത്തിൽ തീയ്യരുടെ അധിവാസകേ

ന്ദ്രങ്ങൾ, ഉല്പത്തി എന്നിവയുടെ അന്വേഷണത്തിൽ എന്നെ സഹായിച്ച ആചാര സ്ഥാനികർക്ക് നന്ദി പറയുന്നു. തീയ്യരെക്കുറിച്ചുള്ള പഠനത്തിൽ ഏറ്റവും കൂടുതൽ അറിവു പകർന്നുതരുകയും ഓരോ അധ്യായങ്ങൾക്ക് വേണ്ട ക്രിയാത്മക നിർദ്ദേശങ്ങളും നല്കിയ ടി. കുഞ്ഞിരാമൻ മക്ലികോടിന് നന്ദി എത്ര പറഞ്ഞാലും മതിവരില്ല. തീയ്യസമുദായത്തിന്റെ ചേരി, താനം കഴകം, കുദ്രാളി എന്നിവയെക്കുറിച്ച് പഠിക്കാൻ എല്ലാവിധ സഹായങ്ങളും ചെയ്ത് തന്ന പ്രിയപ്പെട്ട പയ്യന്നൂർ കുഞ്ഞിരാമൻ മാസ്റ്ററോടുള്ള നന്ദിയും ഇവിടെ രേഖപ്പെടുത്തുന്നു. ഇതിന്റെ പ്രസാധനം നിർവഹിച്ച കൈരളി ബുക്സിനേയും നന്ദിയോടെ ഓർക്കുന്നു.

ഡോ. എം.കെ. ജയനേഷ്

അധ്യായം-1

ശ്രീ മുത്തപ്പൻ

ലോകത്തെമ്പാടുമുള്ള ഗോത്രസമൂഹങ്ങളിൽ വീരന്മാരെ ആരാധിക്കുന്ന പതിവുണ്ട്. തങ്ങളുടെയിടയിൽ നിലനിന്നിരുന്ന ദുഷിച്ച വ്യവസ്ഥിതികൾക്കെതിരെ പോരാടി രക്തസാക്ഷിത്വം വരിച്ചവരെയും, നായാട്ടിലോ പടയിലോ അമാനുഷികശേഷി പ്രകടമാക്കിയ വീരന്മാരെ സമൂഹം പിൽക്കാലത്ത് ആരാധിച്ചുപോന്നു. ഉത്തര കേരളത്തിൽ പ്രചാരത്തിൽ ഉള്ള വീരാരാധനാ മൂർത്തിയാണ് ശ്രീ മുത്തപ്പൻ. കോലത്തുനാട്ടിലെ തെയ്യങ്ങളിൽ സാർവ്വത്രികമായി വീടുകളിൽ കെട്ടിയാടിക്കാറുള്ള തെയ്യം മുത്തപ്പനാണ്.പൊടിക്കളങ്ങളും, മടപ്പുരകളും ഉണ്ടാകുന്നതിന്റെ കൂടെ തന്നെ മുത്തപ്പനെയും പുതുതായി ഉണ്ടാക്കുന്നുണ്ട്. ഇത് മുത്തപ്പാനുഷ്ഠാനത്തിന്റെ പ്രത്യേകതയായി വേണം കാണാൻ. പാട്ടിൽ ചില സൂചനകളുണ്ട്. ഓമന മകനല്ലോ പൊൻമുത്തപ്പൻ. കാനനം വാഴും കരിങ്കുറത്തിയുടെ മകനായി ജനിച്ച മുത്തപ്പനെ അയ്യങ്കര മോലോത്തെ പാടിക്കുറ്റിയമ്മ തിരുവൻകടവിൽ നിന്ന് കണ്ടെടുക്കുകയായിരുന്നു എന്നും പറയപ്പെടുന്നു. പഴയ ചിറയ്ക്കൽ കോട്ടയം താലൂക്കുകളുടെ കിഴക്കൻ പ്രദേശങ്ങളും വയനാടും ഉൾപ്പെട്ട സ്ഥലങ്ങളാണ് മുത്തപ്പന്റെ കഥയുമായി ബന്ധപ്പെട്ടുകിടക്കുന്നത്. മത്സ്യാകാര കിരീടമണിഞ്ഞ തിരുവപ്പൻ ശ്രീ മഹാവിഷ്ണുവായും ജടയിൽ ചന്ദ്രക്കലയണിഞ്ഞ വെള്ളാട്ടം ശ്രീ പരമേശ്വരനുമ്മാണ് .മറ്റു ചിലർക്ക് നന്ദികേശനും, വയത്തൂർ കാലിയാറുമാണ്. ഒരു കാലത്ത് വൈഷ്ണവ ശൈവ ശക്തികൾ പരസ്പരം ഏറ്റുമുട്ടിയിരുന്നു. വൈഷ്ണവരെന്ന് സ്വയം അവകാശപ്പെട്ട ഒരു വിഭാഗം സവർണ്ണർ മറ്റുള്ളവരെ അടിച്ചമർത്തുകയും ചൂഷണം ചെയ്യുകയും ചെയ്തിരുന്നു. കാലാകാലങ്ങളിൽ വൈഷ്ണവ ശൈവ വേർതിരിവുകൾ ഇല്ലാതിരിക്കാനായിരിക്കാം വൈഷ്ണവ ശൈവ ശക്തികളെ ഒന്നിപ്പിച്ച് കൊണ്ട് മുത്തപ്പൻ എന്ന ആരാധനാ സമ്പ്രദായം ഉണ്ടാക്കിയത്. മുത്തപ്പന്റെ മുന്നിൽ വലിയവനും, ചെറിയവനും

ഇല്ല എല്ലാവരും സമന്മാരാണ്. മൂന്നേ മുക്കാൽ കൊണ്ട് ഹരിശ്ചന്ദ്ര കോട്ട പിടിച്ചടക്കി ഞാൻ പന്തിരാണ്ട് കൊല്ലം ഭരിച്ചു എന്ന് മുത്തപ്പൻ പറയുന്നു. കോട്ടയം എന്ന പുറനാട്ടു രാജവംശത്തിനെതിരായിരുന്നു മുത്തപ്പന്റെ പോരാട്ടം എന്നും. ഇത്രയും വലിയ സൈന്യത്തിനെ മുത്തപ്പൻ എങ്ങനെ നേരിട്ടു എന്നതും ചരിത്രത്തിന്റെ ഭാഗമാണ്. അടിയാളർക്ക് പരിശീലനം നൽകി ഒരു സൈന്യം ഉണ്ടാക്കാൻ മാത്രം മുത്തപ്പൻ ശക്തനായിരുന്നു. മുത്തപ്പന്റെ കീഴാളരുടെ സൈന്യം നിസ്സാരമായി ഹരിശ്ചന്ദ്ര കോട്ട പിടിച്ചടക്കി കോട്ടയം രാജാവിന്റെ സൈന്യവും മുത്തപ്പനോടൊപ്പം ചേർന്നോ എന്ന് സംശയിക്കേണ്ടിയിരിക്കുന്നു. പാണ്ടികശാല പൊളിച്ച് നെല്ല് പാവങ്ങൾക്ക് കൊടുക്കുക എന്നത് ഒരു വിപ്ലവം തന്നെയായിരുന്നു. അടിയാളന്റെ അധ്വാനം സ്വന്തം പത്തായത്തിൽ സൂക്ഷിച്ച് കൃത്രിമ ക്ഷാമം സൃഷ്ടിച്ച മേലാളവർഗ്ഗത്തെ തന്റെ കായിക ശക്തികൊണ്ട് നേരിട്ട മുത്തപ്പന്റെ ചരിത്രം യഥാർത്ഥത്തിൽ ഉത്തരമലബാറിലെ കീഴാളരുടെ ചരിത്രവും കൂടിയാണ്. കണ്ണൂർ ജില്ലയുടെ മലയോര മേഖലകൾ കേന്ദ്രീകരിച്ച മന്ദനാരുടെ രാജവംശത്തിന്റെ പിൻഗാമിയാണ് മുത്തപ്പൻ. അതിനാൽ സർവ്വ ജനങ്ങളും മുത്തപ്പന്റെ കൂടെ നിന്നു എന്ന് വേണം കരുതാൻ. ഇല്ലത്ത് നിന്ന് പുറത്താക്കിയ സ്ത്രീജനങ്ങളെയും, അശരണരായ പാവങ്ങളെയും ചേർത്തുനിർത്തിയ മന്ദനാരുടെ സാമ്രാജ്യം അതിന്റെ പിൻഗാമി മുത്തപ്പന് ജനങ്ങളിൽ നിന്ന് കിട്ടുന്ന പിന്തുണ ഇന്ന് കടലും കടന്നിരിക്കുന്നു.

വംശോല്പത്തിക്കഥ

മൂത്തേടത്തരമനയിലെ, നാടുവാഴിയായിരുന്നു അയ്യങ്കരവാഴുന്നോർ. എരുവേശിയിൽ അയ്യങ്കരവാഴുന്നോർക്ക് ഉണ്ടായിരുന്ന ഗൃഹമാണ് അയ്യങ്കര ഇല്ലം. അദ്ദേഹത്തിന്റെ ഭാര്യ പാടിക്കുറ്റി. വാഴുന്നവരും ഭാര്യയും വലിയ ശിവഭക്തരായിരുന്നു. എല്ലാ സമ്പത്തും സൗഭാഗ്യങ്ങളുമുണ്ടായിട്ടും കുട്ടികളില്ലാത്ത വിഷമം അവരെ അലട്ടിയിരുന്നത്. പ്രാർത്ഥനയിലൂടെ തങ്ങളുടെ ഇഷ്ടദേവനെ അറിയിക്കുമായിരുന്നു. അയ്യങ്കരവാഴുന്നവരുടെ ഭരണപരിധിയിൽ വരുന്നതാണ് പയ്യാവൂരും വയത്തൂരുമുള്ള ശിവക്ഷേത്രങ്ങൾ. അന്നത്തെ ഏറ്റവും വലിയ ക്ഷേത്രങ്ങളായിരുന്നു പയ്യാവൂരും വയത്തൂരും. ഇന്ന് തൃക്കൈക്കുന്ന് ക്ഷേത്രം സ്ഥിതി ചെയ്യുന്ന സ്ഥലത്ത് പുരാതന കാലത്തു തന്നെ ഒരു ക്ഷേത്രവും ചെറിയൊരു ചിറയും ഉണ്ടായിരുന്നുവത്രേ. അവിടങ്ങളിലും പോയി വിശേഷാൽ പൂജകളും ഭജനവും നടത്തിപ്പോന്നു. ഇതിന്റെയെല്ലാം ഫലമായി പാടിക്കു

റ്റിയിൽ മഹാവിഷ്ണുവും പരമശിവനും ഒരു പോലെ പ്രസന്നരായി .ഒരു ദിവസം അതിരാവിലെ തിരുവഞ്ചിറ കടവിലേക്ക് പാടിക്കുറ്റി നീരാട്ടിനായി ചെന്നു. രാജകീയ കുളിക്കടവായതു കൊണ്ട് തിരുവങ്കടവ് എന്ന പേരിലാണ് അറിയപ്പെട്ടിരുന്നത്. പാടിക്കുറ്റി തിരുവങ്കടവിൽ കുളിക്കുവാൻ ഉടയാടകൾ മാറ്റി തോർത്തും മേൽമുണ്ടും ധരിച്ചു. മാറോളം വെള്ളത്തിലിറങ്ങി നിന്നു. തോഴി തലയിലും മേലും എണ്ണ ഉഴിഞ്ഞു കൊടുത്തു. പതുക്കെപ്പതുക്കെ പടവുകൾ ഇറങ്ങി വെള്ളം തൊട്ട് വന്ദിച്ചു. ഗംഗാദേവിയെ മനസ്സിൽ ഓർത്ത് അമർന്ന് മുങ്ങി. ഒന്നു മുങ്ങി നിവർന്ന് തർപ്പണം നടത്തി രണ്ട് കയ്യും ചേർത്ത് കോട്ടിപ്പിടിച്ച് വെള്ളം കോരി മുഖത്ത് പിടിച്ചു. അപ്പോൾ ഒരു മണിച്ചിലമ്പിന്റെ കിലുക്കം കേട്ടു. ആരാണിപ്പോൾ കുളിക്കടവിൽ ചിലമ്പിട്ട് വരുന്നത്? എന്ന് മനസ്സിൽ ചോദ്യവുമായി നിവർന്നു. വെള്ളത്തിൽ നിന്നുകൊണ്ട് തന്നെ ചുറ്റുപാടും നോക്കി. ആരെയും കാണുന്നില്ല തനിക്കങ്ങനെ തോന്നിയതായിരിക്കും എന്ന് കരുതി വീണ്ടും മുങ്ങി അപ്പോഴും അതേശബ്ദം കേൾക്കുന്നു. അത് വെറും തോന്നലല്ല എന്നുറപ്പിച്ചുകൊണ്ട് ചുറ്റുപാടും ഒന്നുകൂടി പരിശോധിച്ചു.

ചിലമ്പിന്റെ ഒച്ചയോടൊപ്പം ഒരു കുഞ്ഞിന്റെ കരച്ചിലും കേട്ടു. അപ്പോഴാണ് തിരുനെറ്റിക്കല്ലിന്റെ മുകളിൽ ഉദയസൂര്യൻ വന്നു നിൽക്കുന്നതുപോലുള്ള ഒരു പ്രകാശഗോളം കണ്ടത്. കരയ്ക്ക് കയറി ഓടി നടന്നു നോക്കിയപ്പോൾ തിരുനെറ്റിക്കല്ലിൻ മുകളിൽ ഒരു കുഞ്ഞ് കൈകാലിട്ടടിക്കുന്നത് കണ്ടു. താൻ കുളിക്കുവാനിറങ്ങുമ്പോൾ അവിടെ വിളക്കോ തീയ്യോ ഉണ്ടായിരുന്നില്ല. ഇപ്പോഴിത് എവിടെ നിന്ന് വന്നു. എന്നിങ്ങനെ ആലോചിച്ചു കൊണ്ട് അടുത്തു ചെന്ന് നോക്കി. അപ്പോൾ ചോരക്കുഞ്ഞ് കൈകാലിളക്കി കളിക്കുന്നു. മായാമോഹം കൊണ്ട് വലഞ്ഞ പാടിക്കുറ്റിക്ക് ഇത് താൻ പ്രസവിച്ച കുഞ്ഞാണെന്ന് തന്നെ തോന്നി. പെട്ടെന്ന് കുഞ്ഞിന്റെ നേരെ വിറയലോടെ രണ്ട് കൈയ്യും നീട്ടി, കുട്ടിയെ എടുത്തു വേഗം ഇല്ലത്തേക്ക് നടന്നു. കുളിപ്പിച്ച് മണിത്തൊട്ടിലിൽ കിടത്തി പൊന്നും തേനും തൊട്ട് ചുണ്ടിലുരയ്ക്കവെ, കൈകാലിളക്കി ചിരിതൂകുന്ന പൊന്നുമോനെ പാടിക്കുറ്റി വാരിയെടുത്ത് മാറോടണച്ചു. ദത്ത് പുത്രനായി അംഗീകരിച്ച് ഇല്ലത്ത് തന്നെ വളർത്തുവാനുള്ള അനുവാദം ഭർത്താവായ അയ്യങ്കര നാടുവാഴിയിൽ നിന്ന് നേടി. കടവിൽ നിന്ന് കണ്ടെടുത്ത കുട്ടിയാണെങ്കിലും താൻ പ്രസവിച്ച കുഞ്ഞിനെപ്പോലെത്തന്നെ വളർത്തി. ആനന്ദത്തിന്റെ അവാച്യനിമിഷങ്ങൾ കൊഴിഞ്ഞു വീണു കൊണ്ടേയിരുന്നു. നാടുവാഴി പൊന്നുടയോന്റെ അനു

ഗ്രഹാശിസ്സുകളോടെ, പെരും കണിയാർ കവിടി നിരത്തി പേര് പൊലിച്ചു. തുടർന്ന് ബ്രാഹ്മണർക്ക് വിധിച്ചിട്ടുള്ള ഷോഡശ സംസ്കാരങ്ങൾ ഉപനയനം വരെ ആർഭാടമായി നടത്തി.

പൂമുഖത്തും പുന്നേലും പന്തലിലും ഇലയിട്ടൂണ് കഴിച്ച നാട്ടുക്കൂട്ടം കുഞ്ഞിന് ദീർഘായുസ്സ് നേർന്നു. അങ്ങനെ അയ്യങ്കര ഇല്ലത്തെ നമ്പൂതിരിയായി അയ്യങ്കര ഉണ്ണി വളർന്നുവന്നു. ദിവസങ്ങൾ ഒന്നൊന്നായി അടർന്നു വീണു കൊണ്ടിരുന്നു. ആ പ്രായത്തിലുള്ള മുത്തപ്പനാണ് നാടുവാഴീശൻ ദൈവം. ഉണ്ണിയുടെ വരവോടെ അയ്യങ്കര ഇല്ലവും ഏരുവേശി നാടും ഐശ്വര്യത്തിൽ ആറാടി. തങ്കച്ചിലങ്കകൾ കിലുങ്ങി. പൊന്നരഞ്ഞാണമണിയിളക്കി പിച്ചവെക്കുന്ന മകനെപ്പറ്റിയുള്ള മോഹന സ്വപ്നങ്ങളുമായി പാടിക്കുറ്റിയമ്മയുടെ നാളുകൾക്ക് നിറം പകർന്നു കൊണ്ടേയിരുന്നു. അയ്യങ്കര ഇല്ലത്തിന്റെ പൊന്നോമനയായി ചങ്ങാതികളോടൊപ്പം കളിച്ചു നടന്നു. അതിൽ കളിക്കൂട്ടുകാരുടെ ജാതിയൊന്നും കണക്കിലെടുത്തതുമില്ല. മെല്ലെ അവൻ വാഴക്കൈകളിൽ ചാടുന്ന അണ്ണാനേയും തെളിനീരിൽ കാണുന്ന മീനുകളെയും എയ്ത് കൊല്ലുവാൻ തുടങ്ങി. പകൽ സമയത്ത് അധികനേരവും ഇല്ലത്ത് ഇരിക്കുവാൻ മടിയായിരുന്നു. ആഹാരത്തിന് മാത്രം ഇല്ലത്ത് എത്തുക എന്നതായിരുന്നു ശീലം. അതിനിടയിൽ കരിമ്പനവാരികൊണ്ട് ഉണ്ടാക്കിയ നല്ലൊരുവില്ലും കുറെ ശരങ്ങളും, സ്വന്തമാക്കി. പൂണൂലണിഞ്ഞ നമ്പൂതിരിക്കുട്ടികൾക്ക് പല ധർമ്മങ്ങളുണ്ട്. അതാണ് സ്വാദ്ധ്യായ പൂജാദികൾ. അതിലൊന്നും ഉണ്ണിക്ക് തീരെ ശ്രദ്ധയുണ്ടായില്ല. കാലം കഴിഞ്ഞപ്പോൾ പൊൻമകൻ വില്ലും ശരവുമെടുത്ത് കുന്നും മലയുമൊക്കെ നായാടുവാൻ തുടങ്ങി. അണ്ണാൻ, കൂരൻ, പുള്ള്, പ്രാവ് മുതലായവയെ കൊണ്ടു വരുകയും ചുട്ടുകരിച്ച് ഇല്ലത്തെ അശുദ്ധമാക്കുകയും ചെയ്തു. അയ്യങ്കരവാഴുന്നവർക്ക് ഇതൊന്നും ഇഷ്ടമായില്ല. മകനെ അധികം ഓമനിച്ച് വഷളാക്കി എന്ന ആരോപണം പാടിക്കുറ്റിയുടെ പേരിലുണ്ടായി.

> പാടിക്കുറ്റി, ഓമന പൊൻമകൻ നിമിത്തം
> എനിക്കെന്റെ മോലോത്തിരുതിയില്ല
> ഞാനെന്റെ മോലോ മൊഴികേയുള്ളു

എന്നു പോലും ആ വളർത്തച്ഛനെക്കൊണ്ട് പറയിപ്പിക്കത്തക്കവിധം പൊൻമകന്റെ കുസൃതികൾ ഒന്നൊന്നായി വർദ്ധിച്ചു. നായാട്ടും നിരന്നു കളിയുമായി പൊൻമകന്റെ നാളുകൾ നീണ്ടു നീണ്ടു പോയി. അയ്യങ്കര വാഴുന്നവരുടെ ക്ഷമ നശിച്ചു. കുലമര്യാദ മറന്നിട്ട് തിന്നുന്നത് നായാടിക്കൊണ്ട് വരുന്നത് ശീലമായപ്പോൾ അയ്യങ്കര വാഴുന്നവർ പാടികുറ്റിയോട്

പറഞ്ഞു നിന്റെ പോറ്റുമോൻ ചെയ്യുന്ന അതിക്രമങ്ങൾക്ക് എനിക്ക് കൂട്ട് നിൽക്കാൻ സാധ്യമല്ല. ഞാൻ ഇല്ലം വിട്ടിറങ്ങാൻ പോകുന്നു. ഇവരുടെ സംസാരത്തിനിടെ കയറിവന്ന കുട്ടിയോട്, അച്ഛനുമമ്മയും ഇല്ലത്തിന്റെ കീഴ്‌വഴക്കമനുസരിച്ച് ജീവിക്കാനും നായാട്ടും മാംസ ഭക്ഷണവും ഉപേക്ഷിക്കാനും പറഞ്ഞു. പൊൻമകൻ അതൊന്നും വലിയ കാര്യമാക്കിയില്ല. മുത്തപ്പൻ പിന്നെയും അടിയാന്മാരുമായുള്ള കൂട്ട്കെട്ട് തുടർന്നു. നിന്റെ മകൻ ചെയ്യുന്ന അശുദ്ധകർമ്മങ്ങളൊന്നും എനിക്ക് അനുവദിച്ച് കൊടുക്കുവാൻ സാദ്ധ്യമല്ല. അതുകൊണ്ട് ഇനി ഒരു നിമിഷം പോലും അവനെ ഇല്ലത്ത് നിർത്തുവാൻ പാടില്ല. ഇന്നുതന്നെ ഇല്ലത്തുനിന്ന് പറഞ്ഞയച്ച് കൊള്ളണം. ഇല്ലെങ്കിൽ അതിന്റെ ഭവിഷ്യത്ത് നീയും അനുഭവിക്കേണ്ടി വരും. ഇങ്ങനെയുള്ള ഉഗ്രമായ താക്കീത് കേട്ട് പടിപ്പുര കയറി വന്ന ഉണ്ണി, അച്ഛൻ എന്താണ് പറഞ്ഞതെന്ന് അമ്മയോട് ചോദിച്ചു. വാത്സല്യനിധിയായ അമ്മക്ക് പുത്രനിൽ നിന്ന് യാതൊന്നും മറച്ചു വെക്കാനായില്ല. മകനോട് എല്ലാം തുറന്ന് പറയുക തന്നെ ചെയ്തു.

ദേഷ്യത്തോടെ പടിഞ്ഞാറ്റയിൽ കയറിയ ഉണ്ണി വാതിൽ അടച്ചു. രണ്ടു നാഴികരാച്ചെന്നപ്പോൾ പുത്രസ്നേഹം പതഞ്ഞൊഴുകുന്ന ഹൃദയവുമായി അമ്മ വാതിലിന് തുടരെ മുട്ടിയപ്പോൾ വാതിൽ തുറന്നു. അമ്മ കണ്ട കാഴ്ച വിസ്മയിപ്പിക്കുന്നതായിരുന്നു. മുന്നിൽ സാക്ഷാൽ മുത്തപ്പൻ. അമ്മക്ക് പുത്രനിൽ വിശ്വാസം വരുത്തുവാനോ തത്വജ്ഞാനമുണ്ടാക്കുവാനോ എന്നറിയില്ല. കത്തുന്ന തീഗോളം പോലുള്ള കണ്ണുകൾ കൈയ്യിൽ വില്ലും ശരവും. മുത്തപ്പൻ വിശ്വരൂപം കാണിച്ചു. ജ്യോതിർഗോളങ്ങളായി മാറിയ കണ്ണുകളിൽ നിന്ന് പുറപ്പെട്ടു വന്ന ചൂടേറ്റ് അടുത്തുണ്ടായിരുന്ന ചെടികളും മരങ്ങളുമെല്ലാം കരിഞ്ഞ് വെണ്ണീറായിപ്പോയി. മുത്തപ്പൻ ഈ കണ്ണുകളുമായി പുറത്തു പോയാൽ ലോകം വെന്ത് വെണ്ണീറാകും. പാടിക്കുറ്റിഅമ്മ വല്ലാതെ പേടിച്ചു. എന്നിട്ടിങ്ങനെ പറഞ്ഞു. ഇതിനെന്തെങ്കിലും ഒരു പരിഹാരം എന്റെ മകൻ തന്നെ ഉണ്ടാക്കിത്തരണം. അമ്മയുടെ ഭയം കാണുകയും വാക്കുകൾ കേൾക്കുകയും ചെയ്തപ്പോൾ ഇതിന് പരിഹാരം ഉണ്ടാക്കിത്തരാം എന്നു പറഞ്ഞ് വെള്ളികൊണ്ടുള്ള രണ്ട് പൊയ്ക്കണ്ണ് വരുത്തിച്ചു. അതും ധരിച്ച് കൊണ്ട് ഇല്ലത്തിന് പുറത്തേക്ക് കാലെടുത്ത് വെക്കുകയും ചെയ്തു. അതുകൊണ്ടാണ് തിരുവപ്പന പൊയ്ക്കണ്ണ് അണിയുന്നത്. മുത്തപ്പൻ അമ്മയോട് പറഞ്ഞു. അമ്മക്ക് ഒന്നുകൊണ്ടും മനഃപ്രയാസം ഉണ്ടാകരുത്. ഞാൻ ഇവിടെ നിന്ന് പോയാലും അമ്മക്ക് യാതൊരുവിഷമവും വരില്ല. ഏത് നേരം വേണമെങ്കിലും അമ്മ വിചാരിക്കുമ്പോൾ ഞാൻ അ

മ്മയുടെ സഹായത്തിനുണ്ടാകും.

നീലക്കരിമ്പട്ടു ചേല ചുറ്റി
ഈഴോക്കരിമ്പന വിൽ പിടിച്ചു
മകുടം കടഞ്ഞ മുടികമിച്ചു
കൊമ്പൻ ചുരിക വലത്തണച്ചു
കൊണ്ട് തിരുമകൻ യാത്ര പുറപ്പെട്ടു...

പൊയ്ക്കണ്ണുമായി പ്രിയപുത്രൻ കോവിലകത്തിന്റെ പടിയിറങ്ങിപ്പോയതു മുതൽ പാടിക്കുറ്റിയെന്ന ആ മാതാവ് നിത്യദു:ഖത്തിന്റെ ആഴക്കയങ്ങളിലേക്ക് താഴ്ന്നു പോയി. എരുവേശി നാട് വിട്ട മുത്തപ്പൻ കുന്നത്തൂർ മലയാണ് താമസസ്ഥലമാക്കിയത്. അവിടത്തെ കാട്ടിൽ കഴിയുമ്പോൾ വേടന്റെ വേഷമാണ് ഉചിതമെന്നുതോന്നി. അതിന് ബ്രാഹ്മണന്റെ അടയാളമായ പൂണൂൽ ആവശ്യമില്ല. അത് ഊരിയെടുത്ത് ചുരുട്ടി വലിച്ചെറിഞ്ഞു. വേടന്റെ അടയാളമായ പീലി (തൂവൽ) തലയിൽ തിരുകി എന്നിട്ട് വേടരാജാവാണെന്ന് സ്വയം പ്രഖ്യാപിച്ചു. തീയ്യ സമുദായക്കാരനായ മടയനെ തീണ്ടിപ്പോയെന്ന സംശയത്താൽ കോട്ടയം രാജവംശത്തിൽ പെട്ട ഭരണാധികാരി കുത്തിക്കൊന്ന് തലയറുത്തപ്പോൾ പുരളിമല നാട്ടിക്കല്ലിൽ വെച്ചു മുത്തപ്പൻ കരിമ്പാലരുടെയും മറ്റു കാട്ടുനായാടികളുടെയും സൈന്യം രൂപീകരിച്ച് നൈപുണ്യത്താൽ ചെറുത്തുനിൽപ്പ് നടത്തിയ കഥയാണ് മുത്തപ്പൻ പുരാവൃത്തങ്ങളിലൂടെ ചുരുൾ നിവരുന്നത്. അത്തരത്തിലൊരു ചെറുത്തുനിൽപ്പ് നടത്തി കാട്ടുനായാടികളുടെ ആദരവ് നേടി. അവർക്ക് നായാട്ട് നിയമങ്ങൾ പഠിപ്പിച്ചു കൊടുത്ത ആചാര്യനുമായി.

പരമശിവ സങ്കല്പം

മനുഷ്യനെന്ന നിലയിൽ മുത്തപ്പൻ കുട്ടിക്കാലത്ത് ജീവിച്ചത് എരുവേശിയിലാണ്. മുത്തപ്പന്റെ അച്ഛൻ വയത്തൂർ കാലിയാരും അമ്മ പാടിക്കുറ്റി ഭഗവതിയും ആണെന്ന് വിശ്വസിക്കുന്നു. വയത്തൂർ കാലിയാരും പാടിക്കുറ്റി ഭഗവതിയും കിരാതമൂർത്തികളാണ്.'ഹരിയോ ഗുരുനാഥാ അഭയം പുക്ക് മായയായ് വന്നതു നീ അറിഞ്ഞതില്ലേ' എന്നിങ്ങനെ അയ്യൻ തോറ്റത്തിന്റെ തുടക്കത്തിലും, 'ഹരിതമ്പുരാൻ നൻമലമുത്തപ്പൻ അയ്യൻ തോറ്റമേ' എന്നിങ്ങനെ അന്ത്യത്തിലും കാണുന്നു. ഹരിതമ്പുരാന്റെ മായയാണ് ഈ ദൈവമെന്ന സൂചന ഇതിലുണ്ട്. ഹരിതമ്പുരാൻ എന്നിവിടെ പറയുന്നത് ശ്രീ പരമേശ്വരനെ ഉദ്ദേശിച്ചായിരിക്കണം. കാനൽവാഴും കരിങ്കുറത്തിക്കുണ്ടായ മകനാണ് മുത്തപ്പനെന്ന് പ്രസ്താ

വിച്ചിട്ടുണ്ടല്ലോ. കുറത്തിയിൽ പാർവ്വതീ സങ്കല്പം ആരോപിതമായിട്ടുണ്ട്. അതിനാൽ, തിരുവപ്പൻ അഥവാ മുത്തപ്പൻ ശിവാംശഭൂതമായ ദേവതയാണെന്നു സിദ്ധിക്കുന്നു. ആ ഒരു ദേവതയെ ഭക്തന്മാർ ചിലപ്പോൾ രണ്ടുവിധത്തിൽ വീക്ഷിക്കുന്നുവെന്നു മാത്രം. ജടയിൽ ചന്ദ്രക്കലയണിഞ്ഞ വെള്ളാട്ടം ശ്രീ പരമേശ്വരനാണ്. മറ്റു ചിലർക്ക് നന്ദികേശനും, വയത്തൂർ കാലിയാറുമാണ്. പട്ടം കെട്ടി മുടികമിച്ച് കുത്താടിവാഴും പുരളിമല മുത്തപ്പൻ എന്ന് തോറ്റംപാട്ട് പറയുന്നു. മുത്തപ്പന്റെ അവതാരമുണ്ടായത് സജ്ജനങ്ങളെ സംരക്ഷിക്കുവാനും ദുഷ്ടന്മാരെ സംഹരിക്കുവാനുമാണ്. ഐതിഹ്യത്തെ സാധൂകരിക്കുന്ന രീതിയിൽ രണ്ട് ശിവപ്രതിഷ്ഠകൾ കോട്ടയം രാജവംശത്തിന്റെ ക്ഷേത്രത്തിൽ കാണപ്പെടുന്നുണ്ട്. ഒന്ന് സ്വയംഭൂവാണ്.

മുത്തപ്പന്റെ മുൻപെയുള്ള ഐതിഹ്യം ദ്വാപരയുഗത്തിലാണ് പാർവ്വതീ പരമേശ്വരന്മാർ കിരാതരൂപം ധരിച്ചത് എന്നാണ്. അത് അർജ്ജുനനെ പരീക്ഷിക്കുവാനുമായിരുന്നു. പാണ്ഡവരും നൂറ്റവരും തമ്മിൽ ചൂത് കളിച്ച് അതിൽ തോറ്റു പോയ പാണ്ഡവർ കാട്ടിൽ താമസമാക്കി. അപ്പോൾ അർജ്ജുനൻ പരമശിവനെ തപസ്സ് ചെയ്തു. തപസ്സിന്റെ കാഠിന്യം കൊണ്ട് പരമശിവൻ അർജ്ജുനന് വരം കൊടുക്കുവാൻ നിശ്ചയിച്ചു. വരം കൊടുക്കുന്നതിന് മുമ്പ് അർജ്ജുനനെ ഒന്ന് പരീക്ഷിക്കണമെന്ന് പരമശിവൻ കരുതി. അതിന് പരശിവന്റെ യഥാർത്ഥ വേഷത്തിൽ പോയാൽ സാധിക്കുകയില്ല. കാരണം പരമഭക്തനായ അർജ്ജുനൻ പരമശിവനെക്കണ്ടാൽ നമസ്ക്കരിക്കുകയല്ലാതെ എതിരിടുവാൻ തയ്യാറാവുകയില്ല. അതുകൊണ്ട് വേഷം മാറിപ്പോവുകയേ തരമുള്ളു. കാട്ടിലായതുകൊണ്ട് കാട്ടാളന്റെ വേഷം കെട്ടുന്നതുതന്നെയാണ് ഉചിതമെന്ന് നിശ്ചയിച്ചു. അതിൻ പ്രകാരം ശ്രീ പരമേശ്വരൻ ഒരു കാട്ടാളന്റെ വേഷം കെട്ടി. അതേസമയം ശ്രീ പാർവ്വതിയും കാട്ടാള സ്ത്രീയുടെ വേഷം ധരിച്ചു കരിംകുറത്തി ആയി. അപ്പോൾ നന്ദികേശ്വരനും കൈലാസത്തിലുള്ള മുഴുവൻ സ്ത്രീകളും പുരുഷൻമാരുമെല്ലാം കാട്ടാളവേഷമണിഞ്ഞു. എല്ലാവരും ചേർന്ന് കാട്ടാളന്റെ തൊഴിലായ നായാട്ട് അഭിനയിച്ചു. അങ്ങനെ കാട്ടിലുടനീളം ആടിയും പാടിയും ഓടിയും ചാടിയും കളിച്ചുകൊണ്ടാണ് അർജ്ജുനൻ തപസ്സ് ചെയ്യുന്ന സ്ഥലത്തേക്ക് നീങ്ങിയത്. ആ സമയത്ത് പാടിക്കുറ്റി അന്തർജ്ജനത്തിന്റെ പ്രാർത്ഥനക്ക് ഫലമുണ്ടാക്കിക്കൊടുക്കുവാൻ വേണ്ടി മഹാവിഷ്ണുപാർവ്വതി പരമേശ്വരന്മാരുടെ മകനായി അവതരിച്ചു. അപ്രകാരമുണ്ടായ കുഞ്ഞിനെ തിരുവങ്കടവിൽ നീരാട്ടിനിറങ്ങിയ പാടിക്കുറ്റി അന്തർജ്ജനത്തിന്റെ മുമ്പിൽ എ

ത്തിക്കുകയും ചെയ്തു. മുത്തപ്പന്റെ കാര്യത്തിൽ ശ്രീ പരമേശ്വരന്റെ പ്രഭാവം കൂടുതലുണ്ടെന്നു വേണം പറയുവാൻ. കാരണം പാടിക്കുറ്റിയമ്മക്കും വാഴുന്നവർക്കും മുത്തപ്പൻ സ്വന്തം മകനാണെന്ന് തോന്നിയതും ശ്രീ പരമേശ്വരന്റെ ശക്തികൊണ്ടു തന്നെയാണ്. തുടർന്നുള്ള പ്രവൃത്തികളിലും ഈ മായയുടെ വിളയാട്ടം അനുഭവപ്പെടുന്നുമുണ്ട്. അർജ്ജുനനെ പരീക്ഷിക്കുവാനടുക്കുന്ന ഭാവത്തിലുള്ള പരമശിവ സങ്കല്പമാണ് ശ്രീ വയത്തൂർ കാലിയാരീശ്വരൻ. പരമശിവന്റെ മറ്റൊരു പേരാണ് പശുപതി എന്നത്. അത് കൊണ്ട് കാലിയാർ എന്ന പേര് തികച്ചും അർത്ഥച്ചേർച്ചയുള്ളതുമാണ്. മുത്തപ്പന്റെ ആവിർഭാവത്തെപ്പറ്റി വേറെയും പല കഥകളുണ്ട്. കുന്നത്തൂർ മലയിലൂടെ ദുഷ്കരമായ തന്റെ യാത്ര തുടർന്നപ്പോൾ ഭഗവാൻ അസ്വസ്ഥനായിരുന്നുവെന്നും പാടിക്കുറ്റിയമ്മയ്ക്ക് നൽകിയ പ്രതിജ്ഞ പാലിക്കുവാൻ ആ ദു:ഖങ്ങൾ സ്വയം ചുമന്നു നടന്ന ഭഗവാൻ ഒട്ടേറെ പരീക്ഷണങ്ങൾക്ക് വിധേയനാവേണ്ടി വന്നപ്പോൾ ശ്രീ പരമേശ്വരൻ മറ്റൊരു വേഷത്തിൽ തന്റെ മധുപാനത്തിനു കൂടി കിട്ടിയ അസുലഭാവസരമെന്നനിലയിൽ കാട്ടിലെത്തി ശ്രീ മഹാവിഷ്ണുവിന് തുണ നൽകി എന്നും പറയപ്പെടുന്നു.

കുന്നത്തൂർ പാടി

ഉത്തരകേരളത്തിലെ മറ്റ് ആരാധനാലയങ്ങളിൽ നിന്നൊക്കെ തികച്ചും വ്യത്യസ്തമാണ് കുന്നത്തൂർ പാടി ശ്രീമുത്തപ്പൻ ദേവസ്ഥാനം. കാപ്പും കഴകവും മാടവും കുടയുമില്ലാത്തിടം എന്നാണ് കുന്നത്തൂർ പാടിയെക്കുറിച്ച് ശ്രീ മുത്തപ്പൻ തന്നെ വിശേഷിപ്പിച്ചിട്ടുള്ളത്. കുന്നത്തൂർ പാടിയിലെ മുത്തപ്പൻ ദേവസ്ഥാനത്തെക്കുറിച്ച് വാമൊഴിയായി പ്രചരിക്കപ്പെട്ട ധാരാളം ഐതിഹ്യകഥകളുണ്ട്. കേട്ടു കേൾവിയിൽ സത്യമെന്ന് തോന്നുന്നവയേ ആധികാരികമെന്ന് നമുക്ക് ഉറപ്പിക്കുവാനാകൂ. അവയിലൊന്ന് ഇങ്ങനെയാണ്. കുന്നത്തൂർ മലയിലെ ഒരു ചെത്തുകാരൻ ആയിരുന്നു കല്ലായം കൊടി ചന്തൻ. ഇദ്ദേഹം മലയിൽ വളർന്നകൂറ്റൻ പന ചെത്തി കള്ളെടുക്കുവാനുള്ള പ്രത്യേക സാമർത്ഥ്യം നേടിയിട്ടുണ്ടായിരുന്നു. അതുകൊണ്ട് ഉയരം കൂടിയ പനകളിലും കയറി തൂങ്ങിക്കിടക്കുന്ന വലിയ പനങ്കുലകളിൽ നിന്ന് കള്ള് എടുക്കുമായിരുന്നു. അതിന് പനങ്കുലയുടെ കീഴറ്റത്തായി ഓരോ കലം കെട്ടിത്തൂക്കി വെക്കും. കുലയുടെ അറ്റം അരിഞ്ഞ് കളഞ്ഞ് അതിൽക്കൂടി കലത്തിൽ വാർന്ന് വീഴുന്ന കള്ളാണ് ചന്തൻ ദിവസവും രണ്ട് നേരം ശേഖരിച്ചു കൊണ്ടിരുന്നത്. ഒരു ദിവസം നായാട്ടിനിറങ്ങിയ മുത്തപ്പൻ നടന്ന് തളർന്ന് ചന്തൻ

ചെത്തുന്ന പനയുടെ കീഴിൽ എത്തിപ്പെട്ടു. അപ്പോൾ പതിവായി കഴിക്കുന്ന കാട്ട് തേനും പഴങ്ങളുമൊന്നും അവിടെ കിട്ടുവാനുണ്ടായിരുന്നില്ല. അങ്ങനെ വെറുതെ മുകളിലോട്ട് നോക്കിയപ്പോൾ പനയിൽ തൂങ്ങി നിൽക്കുന്ന കലം കണ്ടു. അത് നിറയെ പുതു മധു പതഞ്ഞ് പൊങ്ങുന്നുണ്ടായിരുന്നു. ഉടമസ്ഥനെ അടുത്തൊന്നും കാണുന്നില്ല. പിന്നെ എങ്ങനെ സമ്മതം ചോദിക്കും. ഉടമസ്ഥൻ വരുന്നത് വരെ മുത്തപ്പന് കാത്തിരിക്കുവാനും വയ്യ. ഏതായാലും ക്ഷീണം മാറ്റാൻ ഇത് ഉപയോഗപ്പെടുത്താം എന്ന് നിശ്ചയിച്ചു സന്തോഷത്തോടെ കരിമ്പന മുകളിൽ കയറി മുത്തപ്പൻ നേരെ കലത്തിൽ ചുണ്ട് ചേർത്ത് ഒറ്റവലി. കലത്തിൽ ഒരു തുള്ളിപോലും ബാക്കിയില്ല. അങ്ങനെ അമൃതേത്ത് കഴിച്ച മുത്തപ്പൻ മധുരമായ ഏതോ ചടുല താളത്തിന്റെ ലഹരിയിലെന്നോണം നർത്തനമാടാൻ തുടങ്ങി. അകലെയെവിടെയോ നിന്ന് ഒഴുകിയെത്തിയ താളമേളങ്ങൾ അന്തരീക്ഷത്തിൽ മുഴങ്ങി. പനയുടെ മുകളിൽ തന്നെ പനമ്പട്ടക്കിടയിൽ വിശ്രമിക്കുകയും ചെയ്തു. സമയം നീങ്ങിക്കൊണ്ടേയിരുന്നു.

കല്ലായം കൊടി ചന്തൻ പതിവുപോലെ അന്തിക്കള്ളോറാൻ പനയുടെ ചുവട്ടിലെത്തി. പാത്രവുമായി കള്ളെടുക്കുവാൻ മുകളിൽ കയറുവാൻ നോക്കുമ്പോഴുണ്ട് പനമ്പട്ടകൾക്കിടയിൽ ഒരാൾ ഇരിക്കുന്നത് കണ്ടത്. ഇത് തന്റെ കള്ള് കട്ട് കുടിക്കുവാൻ വന്ന ആരോ ആണെന്ന കാര്യത്തിൽ സംശയമില്ല. സ്വതേ മുൻകോപിയായ ചന്തന് കലിയിളകി. മുകളിലേക്ക് നോക്കി. നല്ല പുളിച്ച തെറിവാക്കുകളാണ് ചന്തന്റെ വായയിൽ നിന്ന് തുരുതുരാ വീണത്. ആരെന്നറിയാതെ തന്നോടങ്ങനെ ഒച്ചവെച്ച് സംസാരിക്കുന്നത് കേട്ടപ്പോൾ മുത്തപ്പന് ചന്തനോട് പിണക്കമായി. മുത്തപ്പൻ തന്റെ കണ്ണുകൾ താഴെ നിൽക്കുന്ന ചന്തന്റെ നേരെ തിരിച്ചു. കല്ലായിപ്പോട്ടെ. അപ്പോഴേക്കും ചന്തന്റെ ശബ്ദം നിലച്ചു. ആ ക്ഷണത്തിൽ തന്നെ ചന്തൻ കല്ലായിത്തീർന്നു. വളരെ വൈകിയിട്ടും ചെത്താൻ പോയ ഭർത്താവ് ചന്തൻ കുടിലിൽ തിരിച്ചെത്തിയില്ല. സ

സന്ധ്യയായിട്ടും ചന്തനെ കാണാത്ത ചന്തന്റെ ഭാര്യ കല്ലായ് കൊടി അടിയാത്തി ചന്തനെ അന്വേഷിച്ചു നടന്നു. ഇതിനുമുമ്പൊന്നും ഇത്ര വൈകിയിട്ടില്ല. ഇന്ന് ചന്തന് എന്തോ അപകടം പറ്റിയുണ്ടാകുമെന്ന ഭയമാണ് ചന്തന്റെ ഭാര്യ കല്ലായ്ക്കുടിക്ക് ഉണ്ടായത്. അതു കാരണം അവൾ തത്രപ്പെട്ട് ചന്തന്റെ ചെത്തുപനയുടെ അരികിലേക്ക് ഓടി. അവിടെ കല്ലിൽ കൊത്തി വെച്ച ചന്തന്റെ രൂപത്തിലുള്ള ഒരു പ്രതിമയാണ് കണ്ടത്. തൊട്ടുനോക്കിയപ്പോൾ അത് വെറും കല്ല് തന്നെ എന്നുറപ്പായി. ആശ്ചര്യവും സങ്കടവും കൊണ്ട് അവൾ ചിന്തിച്ചുപോയി ഇതെന്തു മറിമായമപ്പ? ഇനി ഞാനെന്തുവേണ്ടു? അതോടെ അവളുടെ നോട്ടം പനയുടെ മുകളിലേക്കുയർന്നു. മധുപൻ പനയുടെ മുകളിൽ ദിവ്യചേതസ്സോടെ ഇരിക്കുന്ന ആളെയും കണ്ടു. അവൾ അറിയാതെ പറഞ്ഞു. മുത്തപ്പാ എന്റെ അടിയാന്റെ അവിവേകം പൊറുക്കണം. എനിക്ക് മറ്റാരുമില്ല. ഉടനെ അവൾ വിളിച്ചു പറഞ്ഞു. എന്റെ മുത്തപ്പാ എനിക്കെന്റെ ആളെ മുന്നേപ്പോലെ ആക്കിത്തരണേ!

അദ്ദേഹത്തെ ജീവിപ്പിച്ച് തരണം. അങ്ങേയ്ക്ക് നാലുപാത്രത്തിൽ കള്ളും പയംകുറ്റിയും നിവേദിച്ചു കൊള്ളാമെന്ന് പറഞ്ഞു പ്രാർത്ഥിച്ചു. കല്ലായ്ക്കുടിയുടെ ഉള്ളിൽ തട്ടിയ പ്രാർത്ഥനകേട്ടപ്പോൾ മുത്തപ്പൻ തന്റെ പട്ടുപോലെ പതുപതുത്ത കൈപ്പത്തി നിവർത്തി അടുത്തുള്ള ചന്തന്റെ രൂപത്തിലുള്ള കല്ലിൽ ഒന്നു പതുക്കെ തടവി. ദിഗന്തങ്ങൾ നടുങ്ങുമാറുച്ചത്തിൽ ആകാശച്ചെരിവുകളിലെവിടെയോ നിന്ന് ഇടിനാദം മുഴങ്ങി. അതോടെ കല്ലിന്റെ സ്ഥാനത്ത് ജീവനുള്ള ചന്തനെത്തന്നെ കണ്ടു. അന്തരീക്ഷത്തിൽ അശരീരികളായി മന്ത്രങ്ങൾ മുഴങ്ങി. ഒരുറക്കം കഴിഞ്ഞുണർന്നതുപോലെ ചന്തനു തോന്നി ഒരു താപസനെപ്പോലെ അതീവ ശ്രേഷ്ഠമായ ഒരു മുനിരൂപമാണ് മുന്നിൽ കണ്ടത്. അവന്റെ ഹൃദയം മുത്തപ്പനിലുള്ള അചഞ്ചലമായ ഭക്തികൊണ്ട് നിറഞ്ഞ് കോരിത്തരിച്ചു. മുത്തപ്പാ എന്റെ അവിവേകം പൊറുക്കണം.

വാഴ്ക പൊലികപൊലി പൊൻമുത്തപ്പാ
അറിയാതെ ചന്തൻ പിഴച്ചിതെങ്കിൽ
അറിവിൽ പിഴദണ്ഡം ഞാൻ ചെയ്തോളാം
ചന്തനെ പണ്ടേപ്പോൽ കണ്ടുവെന്നാൽ
അകത്തോരറപുജ ഞാൻ തരുവൻ
പുറത്തൊരു വെള്ളാട്ടം തിരുവപ്പന
മറയൂട്ട് മധുക്കലശം ഞാൻ തരുവൻ

എന്ന അവളുടെ പ്രാർത്ഥന ആ ദൈവം (മുത്തപ്പൻ) കൈക്കൊണ്ടു. ച

ന്തനും ഭാര്യ കല്ലായിക്കുടിയും ചേർന്ന് നേർന്നതുപോലുള്ള വഴിപാടുകൾ കൃത്യമായി കഴിക്കുകയും ചെയ്തു. കാലം കടന്നു പോയി. ഒരിക്കൽ അതിശക്തമായ ഇടിയും മഴയും വന്നു. മടയ്ക്ക് അകത്തു പോയ മുത്തപ്പൻ നേരം വെളുത്തിട്ടും പുറത്ത് വന്നില്ല. മടയുടെ വാതിൽക്കൽ ഒരു താൽക്കാലിക പുരകെട്ടി ചന്തനും അടിയാത്തിയും ഇരിയാൽപ്പാടും കോൽപ്പാടും പൈങ്കുറ്റിയും വെച്ചൂട്ടും നീർക്കറിയും സമർപ്പിച്ചു. ആ പതിവാണ് ഇന്നും അവരുടെ പിൻതുടർച്ചക്കാർ കുന്നത്തൂർ പാടിയിൽ ചെയ്തു പോരുന്നത്. ദൈവികമായ അനശ്വര പ്രൗഢിയോടെ തലയുയർത്തി നിൽക്കുന്ന പനകൾക്കും ശിഖരങ്ങളായി പടർന്നു പന്തലിച്ച വൻമരങ്ങൾക്കും നടുവിൽ ചെറിയൊരു ഗുഹപോലെയുള്ള അനുപമ ചൈതന്യകേന്ദ്രമാണ് പാടിയിലെ ദേവസ്ഥാനം. കാലം കടന്നു പോയി. ഒരിക്കൽ ചന്തന്റെ പേരിൽ നാട്ടുകാർ അവിഹിതബന്ധങ്ങൾ ആരോപിച്ചു. അങ്ങനെ കുന്നുമ്മലിടത്തിൽ വാണവരും അദ്ദേഹത്തിന്റെ ആശ്രിതരായ കുഴിപ്പള്ളി കരുമനയും ചേർന്ന് കുറ്റാരോപിതനായ ചന്തനെ പതിയിരുന്ന് ആക്രമിച്ച് കൊലപ്പെടുത്തി. നിരപരാധിയായ അദ്ദേഹത്തെ കൊലപ്പെടുത്തിയ വിവരമറിഞ്ഞ് മുത്തപ്പൻ കോപാകുലനായി. അത് സാമൂഹ്യമായ ധർമ്മത്തിന്റെ അധ:പതനമാണ്. ചന്തന്റെ നിഗ്രഹത്തിന് കാരണക്കാരയവരെ പിന്നീട് ഭഗവാൻ തന്റെ കോപാഗ്നിയിൽ നാമാവശേഷമാക്കി.മുത്തപ്പനെ ആദ്യം ആരാധിച്ചവരുടെ അനുയായികളുടെ ആദി ക്ഷേത്രമാണ് കുന്നത്തൂർ പാടി.

ആയിരക്കൊമ്പൻ കോളി

ശിവ തേജസ് വെള്ളാട്ടം കോളിവൃക്ഷച്ചുവട്ടിൽ ആഹാരമൊന്നും കഴിക്കാതെ, ഇളകാതെ, ചൂടും തണുപ്പും നനവുമൊന്നുമറിയാതെ വളരെക്കാലം തുടർച്ചയായി യോഗാവസ്ഥയിലായിരുന്നു.അതുകൊണ്ട് ശരീരം മരക്കുറ്റി പോലെ ആയിത്തീർന്നു. അങ്ങനെ ഒരുമരത്തടിപോലുള്ള ദേഹം മുഴുവൻ പുറ്റുകയറിമൂടി. കോളിയുടെ വേരും ചുറ്റിപ്പടർന്നു. പുറമെനിന്ന് നോക്കുമ്പോൾ ഒരു മൺകൂനപോലെ പുറ്റ് മാത്രമേ കാണുവാനുള്ളൂ. അവിടേക്കാണ് തന്റെ ദിഗ്വിജയത്തിനായി പുറപ്പെട്ട മുത്തപ്പൻ നടന്നെത്തിയത്.വിശ്രമം കഴിഞ്ഞ് അമ്പും വില്ലും എടുക്കുന്നതിനിടയിൽ അമ്പ് ഒരു പുറ്റിൽ തട്ടി. വില്ലിന്റെ മുനതട്ടി പുറ്റ് തകർന്നു പോയി അതോടെ വെള്ളാട്ടം യോഗാവസ്ഥവിട്ട് ഉണർന്നെണീറ്റു. കണ്ണ് മിഴിച്ചപ്പോൾ തന്നിലേക്ക് ശിവതേജസ് പകർന്ന മുത്തപ്പനെയാണ് മുന്നിൽ കണ്ടത്. ആ കോളിമരം ഇപ്പോൾ ഇല്ലെങ്കിലും പുരാതന ശിവലിംഗം ഇ

പ്പോഴും പുരളിമലയിലുണ്ട്. എന്ത് ഉദ്ദേശിച്ചാണെന്നറിയില്ല പെട്ടെന്ന് വിളിച്ചത് നായനാറേ എന്നാണ്. പുറ്റിൽ നിന്നും സർവാംഗഭസ്മ വിഭൂഷിതനായ ഒരു താപസൻ ചിരിച്ചട്ടഹസിച്ച് പുറത്തു വന്നു. തന്റെ സഹായത്തിനെത്തിയ കൂട്ടുകാരനെ ചെറുക്കാ എന്നഭിസംബോധന ചെയ്തു. നായനാർ മനുഷ്യനാണ് ദൈവത്തെ മനുഷ്യനായി കണക്കാക്കുന്നത്. കളിയാക്കലുമാണ്. അതുകൊണ്ട് പകരം കളിയാക്കണം. അതിനാണ് ഉരുളയ്ക്കുപ്പേരിപോലെ തിരുവപ്പന വെള്ളാട്ടത്തെ ചെറുക്കാ എന്നു വിളിച്ചത്.ഈ താപസനാണ് ശിവാംശമായി മാറിയ ചെറിയമുത്തപ്പൻ (വെള്ളാട്ടം) പിന്നീട് രണ്ടു ദൈവങ്ങളും ഒരുമിച്ചാണ് പ്രയാണമാരംഭിച്ചത്. കുന്നത്തൂർ മലയിൽ മാത്രം നാം ഇരുവരും ഒറ്റത്തിരിഞ്ഞു കഴിഞ്ഞാൽ മതിയെന്ന് തീരുമാനിക്കപ്പെട്ടതായും ശ്രീ മുത്തപ്പന്റെ പൂർവ്വകാല കഥകളിൽ അവ്യക്തമായി വിവരിക്കപ്പെടുന്നുണ്ട്. .ആധിപത്യമുറപ്പിച്ച മുത്തപ്പൻ ഭൂപ്രഭുവാകും നാടുവാഴും നാട്ടു സ്വാമിയെന്നു രാജാവിനെ അഭിസംബോധന ചെയ്തു അധികാരം തിരിച്ചേൽപ്പിച്ചു. രണ്ടു ദൈവങ്ങളും രണ്ടെന്നു തോന്നുമെങ്കിലും ഒന്നുമാത്രമായ ആ ചൈതന്യമെന്ന് ഗ്രഹിക്കാം. ഇതിന് കോലധാരണ രീതിയിൽ തന്നെ ചില സൂചനകളുണ്ട്. ക്ഷേത്രങ്ങളും പൂജാദികർമ്മങ്ങളും ബ്രാഹ്മണ മേധാവിത്വത്തിന്റെ അധീനതയിൽ മാത്രം ഒതുങ്ങിയപ്പോൾ ഇതിനെതിരായും മുത്തപ്പൻ പോരാടി. മുത്തപ്പനു നിവേദ്യമായി ചുട്ടമത്സ്യവും കള്ളും നിവേദിക്കുന്നതുതന്നെ ബ്രാഹ്മണ മേധാവിത്വത്തിനോടുള്ള ഒരു വെല്ലുവിളിയാണ്. താഴ്ന്ന ജാതിക്കാരായ അടിയാന്മാരെക്കൊണ്ടും ആദിവാസികളെക്കൊണ്ടും തീയ്യൻ, വണ്ണാൻ, മുതലായവരെക്കൊണ്ടും മുത്തപ്പൻ അടിയന്തിര കടമകൾ നിർവ്വഹിപ്പിച്ചു. സാമുദായിക പ്രാതിനിധ്യത്തോടെ അതിൽ പങ്കുകൊള്ളുവാനും സാക്ഷ്യം വഹിക്കാനും സവർണ്ണരായ ആഢ്യ ബ്രാഹ്മണരെയും വാണവരേയും കർത്താക്കന്മാരെയും വിളിച്ചുവരുത്തി അനുഗ്രഹം ഏറ്റുവാങ്ങാൻ അവസരമുണ്ടാക്കിക്കൊടുത്തു. അപ്രകാരം സവർണ്ണരെയും അവർണ്ണരെയും ഒരുമിച്ച് മുത്തപ്പന്റെ കർമ്മം നടത്തിപ്പോന്നു. മുഖ്യകാർമ്മികത്വം വഹിക്കുന്നത് അവർണ്ണ സമുദായക്കാരാണ്. പൂജാദ്രവ്യങ്ങളാൽ അലങ്കരിച്ച മധുകുംഭങ്ങൾ നിരത്തി അവർണ്ണർ മുത്തപ്പന് നിവേദിച്ചു. സ്ഥിരമായി ബിംബപ്രതിഷ്ഠ മുത്തപ്പനില്ല. എന്നാൽ കാർണ്ണക പ്രതിഷ്ഠയായി മുത്തപ്പന്റെ ബിംബം പ്രതിഷ്ഠിച്ചുവരുന്നു. ദൈവങ്ങൾ അന്യോന്യം ഇങ്ങനെ വിളിക്കുന്നുവെന്നല്ലാതെ ഭക്തന്മാരാരും വിളിക്കുക പതിവില്ല. ഭക്തർക്ക് തിരുവപ്പനയും വെള്ളാട്ടവും ഒരു പോലെ മുത്തപ്പൻ ദൈവമാണ്. ഭാഗവതത്തിൽ മൂർ

ത്തികൾ മൂവരും ഒന്നു തന്നെയാണെന്ന് പറയുന്നുമുണ്ട്.

തൽപരബ്രഹ്മണിയിന്നുമായാവശാ
ലുൽപന്നരായഗുണത്രയരൂപികൾ
വിശ്വസിക്കും ഞാനുമീശ്വരനും മഹാ
വിശ്വസൃഷ്ടിസ്ഥിതി സംഹാര ശാലികൾ
നിത്യമനുസരിപ്പാനുളവായവ.

ബാഹ്യ സങ്കല്പങ്ങളെന്തായാലും തിരുവപ്പന ശാസ്താവും, നമ്പലമുത്തപ്പൻ സാക്ഷാൽ പരമശിവനുമാണെന്ന് പറയപ്പെടുന്നു.

പുരളിമല

പഴയ കോട്ടയം താലൂക്കിൽ പ്രകൃതിയുടെ മധുരിമയാൽ അനുഗൃഹീതമായ കണ്ണൂർ ജില്ലയിലെ കിഴക്കൻ മലയോരത്ത് പേരാവൂരിനടുത്ത് സ്ഥിതി ചെയ്യുന്ന പ്രദേശമാണ് പുരളിമല. മണ്ണെടുത്ത് കുന്നുണ്ടാക്കി ക്ഷേത്ര പ്രതിഷ്ഠ നടത്തി എന്നാണ് പറയപ്പെടുന്നത്. കുന്നത്തൂർ പാടിയിലെ സൽക്കാരം സ്വീകരിച്ച ശേഷം മാണപ്പറമ്പ്, ഓണപ്പറമ്പ്, പുന്നാട്, ആമ്പിലാട്ടുകുന്ന്, മുഴക്കുന്ന് തുടങ്ങിയ പല സ്ഥലങ്ങളിലും മുത്തപ്പൻ ചെല്ലുന്നു. ഒടുവിൽ പുരളിമലയിലെത്തി.

പുരളിമല ചിത്തിര പീഠത്തിന്മേൽ
പൊൻപട്ടം കെട്ടീറ്റു വാണു ദൈവം
പൊൻമുടി ചൂടീറ്റും വാണുദൈവം
നാട്ടിൽ പ്രഭുവായും വാണു ദൈവം

അതിന്നു ശേഷമാണ് മറ്റു സ്ഥാനങ്ങളിൽ സാന്നിദ്ധ്യമുണ്ടായത്. കളിക്കപ്പാട്ടിലാണ് മുത്തപ്പനെ സംബന്ധിച്ച ഈ പുരാവൃത്തം ആ

ഖ്യാനം ചെയ്തിട്ടുള്ളത്. മുത്തപ്പൻ, തിരുവപ്പൻ എന്നീ പേരുകളിൽ കെട്ടിയാടിക്കപ്പെടുന്ന കോലങ്ങൾ രണ്ടും ഒരേ ദേവതയുടെ സങ്കല്പത്തിലുള്ളതാണെന്നു പാട്ട് വ്യക്തമാക്കുന്നു. കരിങ്കപ്പാറയും മടയും പനകളുമുള്ള പാടിയിൽ താമസിച്ച് തന്റെ ദൈവികശക്തി പരിപൂർണമായി വികസിപ്പിച്ചശേഷമാണ് പുരളിമലയിലേക്ക് പോയത്. പുരളിമലയിലെ ദുഷ്ടരായ രാജഭടന്മാരേയും പ്രമാണിമാരേയും കുന്നുമ്മലെടത്തിലെ നായനാരേയും കുഴിപ്പള്ളിക്കരുമനയേയുമെല്ലാം മുത്തപ്പൻ പാഠം പഠിപ്പിച്ചിട്ടുണ്ട്. ശ്രീ മുത്തപ്പൻ പുണ്യപാദസ്പർശനത്താൽ തങ്ങളുടെ പ്രദേശമാകെ അനുഗ്രഹിക്കപ്പെട്ടിരിക്കുകയാണെന്ന് സാധാരണക്കാരും താഴ്ന്ന സമുദായക്കാരും ഉറച്ച് വിശ്വസിച്ചു. പണിയെടുക്കാൻ മാത്രം പിറന്നവരായിരുന്നു പുരളി മലയിലെ അടിയാന്മാർ. അവരുടെ കഷ്ടപ്പാടുകൾ തീർത്തു കൊടുക്കുവാനാണ് മുത്തപ്പൻ പുരളി മലയിലേക്ക് പോന്നത്. അവിടെ വെച്ച് തിരുവപ്പനയും വെള്ളാട്ടവും ചേർന്ന് പുരളിമല മുഴുവനും കീഴടക്കി. ഇങ്ങനെ മുത്തപ്പന്റെ സാന്നിധ്യം കോട്ടയം രാജാവിന്റെ സേവകന്മാർക്ക് വലിയ ക്ഷീണമുണ്ടാക്കി. തമ്പ്രാക്കന്മാരുടെ കപട ഭക്തന്മാരായ രാജസേവകന്മാർക്ക് മുത്തപ്പനെയും മുത്തപ്പന്റെ സാധുജന സ്നേഹവും രസിച്ചില്ല. അവർ മുത്തപ്പനെ ശത്രുവായിക്കണ്ടു. ജാതി -മത സ്പർദ്ധയുടെയും മറ്റ് ഉച്ചനീചത്വങ്ങളുടേയും വിളയാട്ട കേന്ദ്രമായിരുന്നു പുരളിമല. ഇക്കാലങ്ങളിൽ താഴ്ന്ന സമുദായങ്ങൾക്ക് നേരെ ധാരാളം അക്രമങ്ങൾ പതിവായിരുന്നു. വിഷുവിനും ഓണത്തിനും എല്ലാ കുടിയാൻമാരും തമ്പ്രാക്കന്മാർക്ക് കാണിക്കവെച്ചുകൊണ്ട് കുടിയായ്മയും അടിമത്വവും പുതുക്കണം എന്നത് നിർബന്ധമാണ്. നാട്ടിൽ ഒരു കാര്യവും തമ്പ്രാക്കന്മാർ അറിയാതെ നടക്കാൻ പാടില്ല. വല്ലതും നടത്തണമെങ്കിൽ അനുവാദം വാങ്ങണം. തമ്പ്രാക്കന്മാർക്ക് പണവും വെറ്റിലയും വെച്ച് കാണണം. ഓരോ തറവാട്ടുകാരുടെയും അടിയാളർ

(അടിമകൾ) ആണ് തങ്ങളെന്ന് സ്വയം കരുതിയിരുന്ന നിസ്വരായ ജന വിഭാഗമായിരുന്നു ഇവർ. രാജാവിന്റെ സേവകന്മാരുടെ അക്രമങ്ങളിൽ ഈ കുടിയാന്മാർ അതീവദു:ഖിതരായി കഴിഞ്ഞിരുന്നു. ഇക്കാലത്താണ് സാധുജനസേവകനായ മുത്തപ്പൻ ഇവിടെ എത്തുന്നത്. പാവങ്ങളുടെ നേരെയുള്ള തങ്ങളുടെ ചൂഷണവും ക്രൂരവിളയാട്ടങ്ങളും ഇനി നടക്കില്ലെന്നും സമൂഹത്തിൽ നിലനിൽക്കുന്ന എല്ലാ തിന്മകളും നിഗ്രഹിക്കുവാൻ മുത്തപ്പനു സാധിക്കുമെന്നും മനസ്സിലാക്കിയ അവർ മുത്തപ്പനെ എന്നന്നേക്കുമായി ഉന്മൂലനം ചെയ്യാൻ തീരുമാനിച്ചു. മുത്തപ്പനോട് നേരിട്ട് എതിർത്ത് ജയിക്കുവാൻ സാധ്യമല്ലെന്ന ഉറച്ച വിശ്വാസത്തോടെ അവർ ചതിപ്രയോഗമേ പറ്റുകയുള്ളു എന്ന് നിശ്ചയിച്ചു. അതിന് അവർ കണ്ടെത്തിയ പരിഹാരം മുത്തപ്പനെ വകവരുത്തുക എന്നതായിരുന്നു. തന്റെ ഭക്തന്മാർ നൽകുന്നതെന്തും വിശുദ്ധമായി കരുതി സ്വീകരിക്കുന്ന സ്വാഭാവമായിരുന്നു മുത്തപ്പന്. മുത്തപ്പന്റെ ഈ സ്വഭാവരീതി മുതലെടുത്ത് അവർ വിഷം ചേർത്ത ആഹാരപദാർത്ഥങ്ങൾ കൊടുത്തയച്ച് മുത്തപ്പന്റെ അന്ത്യം കാത്തിരുന്നു. മുത്തപ്പനു വിഷം കൊടുത്തയച്ചവർ ഒന്നൊന്നായി മദോന്മത്തരായി തളർന്ന് ഒടുങ്ങാൻ തുടങ്ങി. അനുഭവം കൊണ്ട് മുത്തപ്പനിൽനിന്നും തമ്പ്രാക്കന്മാർ ഒന്നും പഠിച്ചില്ല. ദുർമാർഗ്ഗങ്ങളിലൂടെയും അതിക്രമങ്ങളിലൂടെയും ജീവിതം നയിക്കുന്ന അവർ മുത്തപ്പനെ കൊല്ലാനായി പുത്തൻമാർഗ്ഗങ്ങൾ തേടാൻ തുടങ്ങി. പരമ രഹസ്യമായി നരിനാവ് കൊണ്ടുവന്ന് മദ്യത്തിൽ കലക്കി മുത്തപ്പനെ വകവരുത്താൻ പദ്ധതി ഇട്ടു. അത് കുടിച്ചാൽ നിശ്ചയമായും മുത്തപ്പൻ മരിക്കും. ആർക്കും ഒരു സംശയവും അവരുടെ പേരിൽ ഉണ്ടാവുകയുമില്ല. പുരളിമലയുടെ സമീപപ്രദേശത്തുള്ള ചെത്തുകാരോട് നൂറ്റൊന്ന് പാത്രം കള്ള് കൊണ്ടുവരുവാൻ തമ്പ്രാക്കന്മാർ ആജ്ഞാപിച്ചു. നരിനാവ് കൊണ്ടുവന്ന് നൂറ്റൊന്ന് പാത്രം കള്ളിലും കലക്കി സാധുക്കളായ ചെത്തുകാർക്ക് തിരികെ നൽകി. രാജസേവകന്മാരുടെ ആജ്ഞ സ്വീകരിക്കുകയേ അവർക്ക് നിവൃത്തിയുണ്ടായിരുന്നുള്ളു. തന്റെ ഭക്തന്മാർ നൽകുന്നതെന്തും സ്വീകരിക്കുന്ന മുത്തപ്പൻ ഭക്തന്മാരുടെ അപേക്ഷ നിറവേറ്റുവാൻ പുരളിമലയിൽ എഴുന്നള്ളി.

അവർ പുരളി മലയുടെ താഴ്വാരത്ത് പൂജാദ്രവ്യങ്ങളാൽ അലങ്കരിച്ച മധുകുംഭങ്ങൾ മുത്തപ്പന് മുന്നിൽ നിരത്തി. നിരനിരയായി അലങ്കരിക്കപ്പെട്ട മധുപാത്രങ്ങൾക്കരികിൽ മുത്തപ്പൻ ആസനസ്ഥനായി. ആദ്യത്തെ പാനപാത്രം ശ്രീ മുത്തപ്പന്റെ തൃപ്പാദങ്ങളിൽ അർപ്പിക്കപ്പെട്ടു. ആ ശരീരത്തിൽ നിന്നും അലയടിച്ച ചൈതന്യധാരയിൽ ആ പ്രദേശമാകെ

തിളങ്ങി നിന്നു. അതീവ തേജസ്സാർന്ന നേത്രങ്ങൾക്കൊണ്ട് മുത്തപ്പൻ ചുറ്റും കണ്ണോടിച്ചു. സന്തോഷപൂർവ്വം മുത്തപ്പൻ ആദ്യത്തെ പാനപാത്രം കാലിയാക്കി. അടുത്ത പാത്രം കൊണ്ടുവരാൻ ഭഗവാൻ ആജ്ഞാപിച്ചു. അത് വളരെ വിശേഷപ്പെട്ട മദ്യമാണെന്ന ഭാവത്തിൽ വീണ്ടും ആവശ്യപ്പെട്ടു. പുരളിമലയിലെ സർവ്വജീവജാലങ്ങളും അത്ഭുതപരതന്ത്രരായി നോക്കി നിന്നു. ഒഴിഞ്ഞു കിടക്കുന്ന മധുപാത്രങ്ങൾക്ക് അരികിലിരുന്ന് മുത്തപ്പൻ പൊട്ടിപ്പൊട്ടിച്ചിരിച്ചു. നൂറ്റൊന്നു മധുകുംഭങ്ങളും ഒന്നിനു പിറകെ ഒന്നായി മുത്തപ്പൻ ഒന്നും അറിയാത്തതുപോലെ വാങ്ങിക്കുടിച്ചു. ആരെയും അത്ഭുതപ്പെടുത്തുന്ന കാഴ്ചകളാണ് പിന്നീട് അവിടെ അരങ്ങേറിയത്. മുത്തപ്പൻ പരമാനന്ദലഹരിയിലാറാടി നൃത്തം ചെയ്തു തുടുങ്ങി. അതിമഹനീയമായ ആ നൃത്തം കാണുവാൻ ദേവന്മാർ ആകാശത്ത് നിരന്നു. അവർ ആ നൃത്തത്തെ അഭിനന്ദിച്ചുകൊണ്ട് പൂക്കൾ ചൊരിയുവാൻ തുടങ്ങി. അങ്ങനെ പുഷ്പ വൃഷ്ടിയുണ്ടായ സ്ഥലമാണ് പൂന്തിലോട് എന്നറിയപ്പെടുന്നത്. എന്നാൽ ഒരു മനുഷ്യശരീരത്തിന് ഉൾക്കൊള്ളാവുന്നതിന്റെ പതിന്മടങ്ങ് മദ്യം അകത്താക്കിയ മുത്തപ്പന്റെ അത്ഭുതകരവും അവിശ്വസനീയവുമായ കാഴ്ചകളായിരുന്നു അവർക്ക് കാണാൻ കഴിഞ്ഞത്. മദ്യലഹരിയിലൂടെ മുത്തപ്പനെ ഒരുതരത്തിലും അപായപ്പെടുത്തുവാൻ അവർക്കു സാധിച്ചില്ലെന്നു മാത്രമല്ല അതിശക്തമായൊരു മിന്നിൽപ്പിണർ പൊട്ടി വിടർന്നു. മുത്തപ്പൻ നൃത്തം തീരുമ്പോഴേക്കും മുത്തപ്പന് മദ്യം നൽകിയവർ ഞൊടിയിടയിൽ തളർന്ന് വീണു. ആളുകൾക്ക് മുത്തപ്പന്റെ നൃത്തം പോലെ ആ കാഴ്ചയും മറ്റൊരത്ഭുതമായിരുന്നു.

ഇപ്പോൾ തിരുവപ്പന കഴിയാറാവുമ്പോൾ നടത്തുന്ന കലശം കയ്യേൽക്കൽ എന്ന ചടങ്ങ് ദേവകൾ പൂചൊരിഞ്ഞ ഈ നൃത്തത്തെ ഓർമ്മപ്പെടുത്തുന്നു. ചൈതന്യം അലയടിക്കുന്ന പുരളിമലയിലെ കാടിനു മുകളിൽ പറവകൾ വട്ടമിട്ടു പറന്നു. പുരളിമലയുടെ താഴ്വാരത്ത് മൺതരികളെപ്പോലും കോരിത്തരിപ്പിച്ചുകൊണ്ട് ശ്രീ മുത്തപ്പൻ ഭൂതകാലത്തിലാരും അതുവരെ കേട്ടിട്ടും കണ്ടിട്ടുമില്ലാത്ത അപൂർവ്വതാളത്തിൽ നൃത്തം ചെയ്യുമ്പോൾ സർവ്വ ഭക്തന്മാരും കൈകൾകൂപ്പി പ്രാർത്ഥിച്ചു. എന്നാൽ മണ്ണിൽ വീണുപിടയുന്ന മുത്തപ്പശത്രുക്കൾക്ക് മാപ്പ് നൽകണമെന്ന് അവർ മുത്തപ്പനോട് അപേക്ഷിച്ചു. മുത്തപ്പന്റെ തൃക്കരങ്ങൾ മണ്ണിൽ വീണ് പിടയുന്നവർക്ക് നേരെ നീണ്ടു. ആ കരങ്ങളിൽ നിന്നും അപൂർവ്വമായ ഒരു പ്രകാശധാര ഒഴുകിപ്പടർന്നു. ആ പ്രകാശധാരയേറ്റ് മദ്യലഹരിയിൽ പിടയുന്നവർക്ക് ബോധം തിരിച്ചു കിട്ടി. അവർ ഓരോ

രുത്തരും ചാടിയെഴുന്നേറ്റുനോക്കിയപ്പോൾ ഒരു അത്ഭുത തേജസ്സു ജ്വലിക്കുന്നതു കണ്ട് എഴുന്നേറ്റവർ ഓരോരുത്തരായി മുത്തപ്പന്റെ പാദങ്ങളിൽ വീണ് നമസ്കരിച്ചു. പുരളിമലയുടെ താഴ്വാരത്തെ മുത്തപ്പന്റെ സർവ്വ ഭക്തന്മാരും കൈകൾകൂപ്പി പ്രാർത്ഥിച്ച് ആഹ്ലാദഭരിതരായി. സമസ്താപരാധങ്ങളും പൊറുക്കണമെന്നും ഇനി മുത്തപ്പന്റെ ആജ്ഞാനുവർത്തികളും തികഞ്ഞ ഭക്തരുമായി കഴിഞ്ഞുകൊള്ളാമെന്നും പറഞ്ഞ് അവർ വാവിട്ട് കരഞ്ഞു.

അവരുടെ സങ്കടങ്ങൾ പ്രാർത്ഥനകളായി. അട്ടഹസിക്കും വിധം പൊട്ടിച്ചിരിച്ചു കൊണ്ടിരുന്ന മുത്തപ്പ ഭഗവത്പ്പാദങ്ങളെ അടിയാന്മാർ വലം വെച്ച് പാട്ടുപാടി ധന്യരായി. ഭക്തരുടെ ചുണ്ടുകളിൽ നിന്നുതിർന്ന സ്തുതി വചനങ്ങളിൽ സംപ്രീതനായ ശ്രീ മുത്തപ്പൻ പതുക്കെ മലമുകളിലേക്ക് നടന്നു കയറി. സർവ്വഭക്തന്മാരും അവരെ അനുഗമിച്ചു. മലമുകളിലെത്തിയ ദൈവം ചുറ്റും കണ്ണോടിച്ചു. പടിഞ്ഞാറു ഭാഗത്തെ ഗ്രാമീണ മനോഹാരിതയിൽ മുത്തപ്പൻ ആകൃഷ്ടനായി ശരംതൊടുത്തു. ശരം പടിഞ്ഞാറുഭാഗത്തേക്ക് അതിവേഗതയിൽ പാഞ്ഞു. പെട്ടെന്ന് ആകാശത്തു നിന്നും ശക്തമായി ഇടിവെട്ടി, ഒപ്പം കണ്ണഞ്ചിപ്പിക്കുന്ന മിന്നൽപ്പിണരും. അവിശ്വസനീയമായ വിധം തിളങ്ങുന്ന ഒരു തേജോവലയം ശരവേഗത്തിൽ പടിഞ്ഞാറോട്ട് പാഞ്ഞ് പോകുന്നത് കണ്ട് ഭക്തന്മാരമ്പരന്നു. അപ്പോഴേക്കും വെളുത്ത താടിക്കാരനായ വിസ്മയരൂപം പ്രത്യക്ഷനായി കഴിഞ്ഞിരുന്നു. മലയുടെ മുകളിൽ പ്രത്യക്ഷപ്പെട്ട താപസരൂപവും നർത്തനമാരംഭിച്ചു. വെളുത്തതും കറുത്തതുമായ രണ്ടു താടിക്കാരുടേയും നൃത്തക്കാഴ്ചകൾ ഭക്തർക്കാകമാനം പുത്തൻ അനുഭവമായി മാറി. അമ്പരന്നു നിന്ന അനുചരന്മാർ പ്രാർത്ഥനയോടെ കിഴക്കോട്ട് തിരിഞ്ഞ് നിന്നു കൈകൾ കൂപ്പി. താടിക്കാരുടെ അത്ഭുത നർത്തനം പൊടുന്നനെ നിലച്ചു. പുരളിമലയാകെ മുത്തപ്പസ്തുതികളാൽ മുഖരിതമായി.

എല്ലാവരും നോക്കി നിൽക്കെ വെളുത്തതും കറുത്തതുമായ രണ്ടു താടിക്കാരും അന്തരീക്ഷത്തിൽ അലിഞ്ഞു ചേർന്നതു പോലെ ഇല്ലാതായി. തരളിതമാ

യ ഒരു സുഖാനുഭൂതിയിൽ പുരളിമലയിലെ ചുറ്റുപാടുകൾ കുളിർചൂടി നിന്നു മുത്തപ്പന്റെ പാദസ്പർശം കൊണ്ട് അനുഗ്രഹീതമായ സ്ഥാനത്ത് അടിയാന്മാർ മുത്തപ്പനെ ആരാധിക്കാൻ മടപ്പുരയുണ്ടാക്കി. പിരിയാത്ത കൂട്ടുകാരായ രണ്ട് പേരും രാജാവെന്ന നിലയിലുള്ള ദിഗ്‌വിജയം പൂർത്തിയാക്കി കുന്നത്തൂരേക്ക് തന്നെ തിരിച്ചെഴുന്നള്ളി. അപ്പോഴേക്കും മലമ്പ്രദേശത്താകെ കണക്കില്ലാത്ത മടപ്പുരകളും പൊടിക്കളങ്ങളും നിലവിൽ വന്നു കഴിഞ്ഞിരുന്നു. പുരളിമലയുടെ സമീപപ്രദേശങ്ങളിലായി മുത്തപ്പന് മുന്നൂറ്റിഏഴ് ആരാധനാലയങ്ങളുണ്ട്. ഇവയിൽ ഏറ്റവും പ്രധാനപ്പെട്ടതായി കരുതപ്പെടുന്നത് പ്രശസ്തമായ പൂന്തിലോട്ട് മടപ്പുരയാണ്. ദേവകൾ വാരിയെറിഞ്ഞ ചൈതന്യപുഷ്പങ്ങൾ വീണിടത്താണ് പൂന്തിലോട്ട് മടപ്പുര ഉണ്ടായതെന്ന് വിശ്വസിക്കപ്പെടുന്നു. ദൈവത്തിന്റെ സ്നേഹപുഷ്പങ്ങളുടെ സുഗന്ധസ്പർശം കൊണ്ടു തന്നെയാണ് ഈ മടപ്പുരയും ഇവിടത്തെ മണ്ണും പരിശുദ്ധമായത്. അടിയാന്മാരാണ് മുഖ്യകാർമ്മികത്വം വഹിക്കുന്നത്.

കണ്ണപുരം മടപ്പുര

ഇങ്ങനെ ഒരു മലദൈവമായി മലകളിൽ മാത്രം ഇരുന്നാൽ പോരല്ലോ. കടലോര പ്രദേശത്തുള്ളവർക്കും കഷ്ടപ്പാടുകളുണ്ട്. കടലോര പ്രദേശത്തെ ഭക്തർക്ക് ദർശനം കൊടുത്തനുഗ്രഹിക്കുവാൻ മലവിട്ടിറങ്ങാമെന്ന് മുത്തപ്പൻ സ്വയം തീരുമാനിച്ചു. പുരളിമലയിൽ തന്റെ അവതാരലക്ഷ്യം പൂർത്തിയാക്കിയ മുത്തപ്പൻ ആറാട്ടിനും അലങ്കാരത്തിനും പറ്റിയ സ്ഥലം വേണമെന്നു നിശ്ചയിച്ചു. അതിനായി പുരളിമലയിലെ മയിലാടും പാറയിൽ നിന്നും കണ്ണോടിച്ചു നോക്കി. അങ്ങിനെ പടിഞ്ഞാറോട്ട് തിരിഞ്ഞ് നോക്കിയപ്പോൾ കടലോരം ചേർന്ന് കിടക്കുന്ന കണ്ണപുരമാണ് ആദ്യം കണ്ണിൽപെട്ടത്. അതാണ് കടലോട് കണ്ണപുരം കണ്ടു

എന്ന ചൊല്ലിന്റെ അടിസ്ഥാനം. അവിടെ ആദ്യമേ സാക്ഷാൽ മഹാല ക്ഷ്മിയായ അന്നപൂർണ്ണേശ്വരിയമ്മ ശ്രീകൃഷ്ണ ഭഗവാനോടൊപ്പം അധി വാസമുറപ്പിച്ചിട്ടുണ്ട്. അതുകൊണ്ട് തനിക്കുള്ള മടപ്പുരയും അവിടെത ന്നെയാവട്ടെ എന്ന് മുത്തപ്പനും ഉറപ്പിച്ചു. അങ്ങനെ ചെറുകുന്നത്തമ്മ ഉ ത്സവത്തിന് എഴുന്നള്ളിപ്പാർക്കുന്ന മാറ്റാങ്കീലിനോട് ചേർന്ന് കണ്ണപുരം മടപ്പുര നിലവിൽ വന്നു. കണ്ണപുരം മടപ്പുരയിൽ പ്രാദേശികമായ ലോ ഹസംസ്കരണ വിദ്യയുപയോഗിച്ചാവാം മൃഗരൂപങ്ങൾ നിർമ്മിച്ചത്. മൃഗ രൂപങ്ങൾ അച്ചുണ്ടാക്കി വാർത്തെടുത്തവയാവാം. മൃഗങ്ങളെ അവയു ടെ വ്യത്യസ്തഭാവങ്ങളോടെ വാർത്തെടുത്തത് വിസ്മയകരമാണ്. കണ്ണ പുരം മടപ്പുര നിലവിൽ വന്നതോടെയാണ് മുത്തപ്പൻ കോലത്തിരി രാജാ വിന്റെ മുപ്പത്തൈവര് ഒണ്ണൂറ് നാല്പത് എന്നീ പേരുകളിലുള്ള പട്ടോല ച്ചാർത്തിൽ പെടാതെതന്നെ കോലത്ത് നാട് സ്വാധീനമാക്കിയത്. കണ്ണ പുരത്ത് മുത്തപ്പൻ ആറാട്ട് നടക്കുമ്പോൾ ഇതര മടപ്പുരകളിൽ നിന്നും ഭക്തർ കണ്ണപുരം മടപ്പുരയിൽ എത്താറുണ്ട്.

അധ്യായം-2

പറശ്ശിനിക്കടവ്

പറച്ചിങ്ങ എന്ന ഒരു തരം മുള്ളുചെടി നിറഞ്ഞ പ്രദേശമായതു കൊണ്ടാണ് പറശ്ശിനിക്കടവ് എന്ന നാമം ഈ പ്രദേശത്തിനു ലഭിച്ചത്. പറശ്ശിനിക്കടവ് എന്ന പേരും അർത്ഥച്ചേർച്ച ഉള്ള പേരിൽ നിന്നും മാറ്റം വന്നിട്ടുണ്ടായതാണ്. പറച്ചിയുടെ കടവിന് പറച്ചിക്കടവെന്ന പേരുവന്നു. അതു പിന്നീട് പറശ്ശിനിക്കടവായി മാറി എന്നും പറയപ്പെടുന്നു. എണ്ണിയാലൊടുങ്ങാത്ത മടപ്പുരകൾ രാജ്യത്തിന്റെ നാനാഭാഗങ്ങളിലുമുണ്ടെങ്കിലും സ്ഥിരമായി കുടിയിരിക്കുന്നത് പറശ്ശിനിക്കടവിലാണ്. ഭക്തർക്ക് ദർശനം കൊടുത്തനുഗ്രഹിക്കുവാൻ മലവിട്ടിറങ്ങാമെന്ന് മുത്തപ്പൻ സ്വയം തീരുമാനിച്ചു. മുത്തപ്പൻ ആറാട്ടിനും, അലങ്കാരത്തിനും, നിത്യോത്സവത്തിനും തിരഞ്ഞെടുത്ത സ്ഥലമാണ് പറശ്ശിനിക്കടവ്. അങ്ങനെയുള്ള സ്ഥലം അന്വേഷിച്ച് നടക്കുന്നതിന് പകരം ശരമയച്ച് കണ്ടെത്താമെന്നാണ് കരുതിയത്. അതിൻ പ്രകാരം മുത്തപ്പൻ തന്റെ കൈവശമുള്ള വില്ലെടുത്ത് കുലച്ചു. അതിൽ ഒരുശരം തൊടുത്ത് ശക്തിയോടെ വലിച്ച് എയ്തു വിടുകയും ചെയ്തു. ആ ശരം ആകാശത്തിലൂടെ അതിവേഗം ചീറിപ്പാഞ്ഞ് വന്നത് വളർപട്ടണം പുഴക്കരയിലുള്ള പറശ്ശിനിക്കടവിലേക്കായിരുന്നു. അന്ന് ഇവിടെ ഉണ്ടായിരുന്ന ഒരു കാഞ്ഞിരത്തിന്റെ മുകളിൽ ആ ശരം തറക്കുകയും ചെയ്തു. കടവിൽ ചൂണ്ടയിടുകയായിരുന്ന വണ്ണാനാണ് കാഞ്ഞിരമരത്തിൽ തറച്ചു നിൽക്കുന്ന അമ്പ് കണ്ടത്.

വേഗം അടുത്തുള്ള തീയ്യപ്പുരയിൽ പോയി അമ്പ് കണ്ടകാര്യം പറഞ്ഞു. ആ തറവാട്ടിലെ കാരണവർ വന്ന് പ്രശ്നചിന്തയാൽ അറിയുകയും മുത്തപ്പൻ മടപ്പുര സ്ഥാപിച്ച് പൈങ്കുറ്റിയും വെള്ളാട്ടവും (നമ്പലമുത്തപ്പൻ) തിരുവപ്പനയും (പുരളിമല മുത്തപ്പൻ) കഴിപ്പിച്ചു. പൈങ്കുറ്റി വെക്കുന്നത് പഞ്ചവേവിച്ചാണ് (കടല, മുതിര, വൻപയർ, ചെറുപയർ, ഉഴുന്ന്) ഇവയിൽ ഏതെങ്കിലും ഒന്ന്. തേങ്ങ പൂളിയത്, ചുട്ടമത്സ്യം ഇവ ഒരുമിച്ചും കള്ള്, റാക്ക് എന്നിവയും ചേർന്നാണ് പൈങ്കുറ്റി വെക്കുന്നത്.

ആദ്യ കാലത്ത് പൈങ്കുറ്റി മാത്രമേ ഉണ്ടായിരുന്നുള്ളു. ക്രമേണ വെള്ളാട്ടം, അന്തിത്തിറ, തിരുവപ്പന തുടങ്ങിയ അടിയന്തിരങ്ങളും കഴിച്ചു പോന്നു. കാഞ്ഞിരത്തിനു പകരം പീഠവും മടപ്പുരയുമെല്ലാമുണ്ടായി. നിറ, പുത്തരി, ഉത്സവം തുടങ്ങിയ ആഘോഷങ്ങളും നടത്തിത്തുടങ്ങി. അതോടെ മുത്തപ്പ ചൈതന്യത്തിന്റെ പ്രചാരവും വർദ്ധിച്ചു. ദിവസവും ആയിരക്കണക്കിന് ഭക്തൻമാരാണ് ഇവിടെ എത്തുന്നത്. ചെറിയ തുകയ്ക്ക് തിരുവപ്പനയും പൈങ്കുറ്റിയും കഴിപ്പിക്കാമെന്നതാണ് ഇവിടുത്തെ സവിശേഷത. ഏറ്റവും കുറവ് ധനം ചിലവഴിച്ചും ഭക്തി പുരസ്സരം നടത്തപ്പെടുന്ന ഒരു അനുഷ്ഠാനമാണ് പൈങ്കുറ്റി. മടയനെപ്പോലെ തന്നെ സ്ത്രീകൾക്കും മടപ്പുരകളിൽ സ്ഥാനം ഉണ്ട്. വെച്ചൂട്ട്, നീർക്കറി എന്നിവ ഉണ്ടാക്കേണ്ടത് സ്ത്രീകളാണ്. പയംകുറ്റി വെക്കാനുള്ള അധികാരം തീയ്യർ, വണ്ണാൻ, മാവിലർ എന്നിവർക്കാണ്.

പറശ്ശിനിക്കടവ് മടപ്പുരയിൽ മുത്തപ്പൻ ദൈവത്തെ രണ്ട് പ്രകാരത്തിൽ കാണുന്നുണ്ട്. ശ്രീ മുത്തപ്പൻ എന്ന പദം കൊണ്ട് ഒരു ചൈതന്യത്തെ മാത്രമേ പ്രതിനിധാനം ചെയ്യുന്നുള്ളുവെങ്കിലും രണ്ട് മഹാശക്തികൾ ഇവിടെ ഒന്നിച്ച് കഴിയുന്നുവെന്ന് ഐതിഹ്യങ്ങൾ തെളിയിക്കുന്നു. എല്ലാ കൊല്ലവും തുലാവം 9 നാണ് പുത്തരി വെള്ളാട്ടം. നാട്ടുകാരുടെ മുഴുവൻ സാന്നിദ്ധ്യം കൊണ്ട് അതിനൊരുത്സവ പ്രാധാന്യമാണുള്ളത്. മുത്തപ്പന്റെ സന്തതസഹചാരികളായ വേട്ടനായ്ക്കളും മടപ്പുരയിൽ നമുക്ക് കാണാൻ കഴിയും. മുത്തപ്പൻ നൽകുന്ന ഭക്ഷണം കഴിച്ച് ആർക്കും

ഒരു ശല്യവുമില്ലാതെ മടപ്പുരയിൽ വിവിധ ഇടങ്ങളിൽ കിടന്നുറങ്ങുന്ന മുത്തപ്പന്റെ സന്തത സഹചാരികളായ നായ്ക്കൾ അതിശയകരമായ കാഴ്ചയാണ്. മുത്തപ്പന്റെ നടയിൽ ജാതിമതഭേദമെന്യേ എല്ലാവരും വരുന്നു. പലരും നായക്കുട്ടികളെ മുത്തപ്പന് സമർപ്പിക്കാറുണ്ട്. മൃഗങ്ങളുടെ രൂപമുള്ള നിരവധി ശില്പങ്ങളുണ്ടെന്നതിന് പുറമെ പഴയകാലത്തെ മനുഷ്യരൂപങ്ങളും കൂടിച്ചേർന്നതാണ് മടപ്പുരയിലെ ശില്പശേഖരം. മടപ്പുരയിൽ മുഴുവൻ മുത്തപ്പന്റെ രൂപങ്ങളാണ് പ്രതിപാദിച്ചിരിക്കുന്നത്. വ്യത്യസ്തഭാവങ്ങളുള്ള മുത്തപ്പന്റെ രൂപങ്ങളാലും ശില്പങ്ങളാലും മനോഹരമാണ്. പറശ്ശിനിക്കടവ് മടപ്പുര. പറശ്ശിനിക്കടവിലെ വെങ്കല ശില്പ ശേഖരം നവീന യുഗത്തിന്റെ തുടർച്ചയുടെ ആദ്യ കാലഘട്ടങ്ങളിലേക്കാണ് ശ്രദ്ധ ക്ഷണിക്കുന്നത്. മൃഗരൂപങ്ങൾ വെങ്കലവും ഇരുമ്പും കൂടിച്ചേർന്ന കൂട്ടാവണം ഉപയോഗിച്ചത്. മടപ്പുര മഹാക്ഷേത്രത്തിന്റെ സ്ഥാനത്ത് പൊടിക്കളമെന്ന പേരിൽ പുല്ലുമേഞ്ഞ ഒരു ശ്രീകോവിൽ മാത്രമേ ഉണ്ടായിരുന്നുള്ളൂ. മാസത്തിൽ ഒന്നോ രണ്ടോ തവണകളിൽ മാത്രം ശ്രീമുത്തപ്പൻ തിരുരൂപം കെട്ടിയാരാധിച്ചു പോന്നു. മുത്തപ്പനെ ആദ്യമായി പറശ്ശിനിയിൽ ദർശിച്ച വണ്ണാൻ സമുദായത്തിൽ പെട്ട തളിയിൽ പെരുവണ്ണാന്റെ പിൻഗാമികൾ മുത്തപ്പൻ കെട്ടിയാടുന്ന കോലധാരിയായി. പ്രധാന ദിവസങ്ങളിലൊക്കെ തളിയിൽ കുടുംബക്കാർ മുത്തപ്പനെ കെട്ടിയാടുന്നു. പറശ്ശിനി മഠപ്പുരയിൽ മിക്കവാറും അവരെ കാണാൻ കഴിയുന്നു.

മുത്തപ്പന്റെ സേവനത്തിന് സദാസന്നദ്ധരായി അനേകം വണ്ണാൻ സമുദായ അംഗങ്ങളെയും കാണാൻ കഴിയും. ചെണ്ടകൊട്ടാനും അണിയലങ്ങൾ അണിയാൻ സഹായിക്കാനും അവർ മടപ്പുരയിലുണ്ടാകും. പറശ്ശിനി മടപ്പുരയിൽ തീയ്യ സമുദായത്തിൽപെട്ട തറവാട്ടിലെ മൂത്ത കാരണവർ മടയനായി ആചാരപ്പെടുന്നു. മുത്തപ്പനുള്ള പൂജാദികർമ്മങ്ങളെല്ലാം നടത്തുന്നത് മടയൻ തന്നെയാണ്. എങ്കിലും ഗണപതിഹോമം, കൊ

ടികയറ്റം, കലശാട്ട് തുടങ്ങിയ ബ്രാഹ്മണ കർമ്മങ്ങൾ ചുഴലിയിലെ തന്ത്രികുടുംബമായ പുതുശ്ശേരി ഇല്ലത്തേയും കയരളത്തെ മാടമന നമ്പൂതിരിമാരുമാണ് നടത്താറുള്ളത്. അതുപോലെ നാനാജാതി മതസ്ഥർക്കും മടപ്പുരയിൽ പ്രവേശനം അനുവദിച്ചിട്ടുണ്ട്. വിവിധ ജനവിഭാഗങ്ങൾക്കിടയിൽ മുത്തപ്പന്റെ സ്വീകാര്യതയാണതിൽ പ്രകടമാകുന്നത്. ഇവിടെ കൊല്ലത്തിൽ തിരുവപ്പന എന്ന പേരിൽ കാവേരി സംക്രമദിവസവും (കന്നി കഴിഞ്ഞ് തുലാം പിറക്കുന്ന സംക്രമം) തിരുവപ്പന വെള്ളാട്ടവും ഉണ്ട്. അതിന് മറ്റ് ദിവസങ്ങളിൽ ഉള്ളതിനെ അപേക്ഷിച്ച് പ്രത്യേക പ്രാധാന്യം കാണുന്നു.

പ്രതിഷ്ഠയുടെ പ്രത്യേകത

മുത്തപ്പൻ അയച്ച ശരമാണ് പറശ്ശിനിക്കടവ് മടപ്പുരയിലെ ഒന്നാമത്തെ പ്രതിഷ്ഠ. ആ ശരം ഇന്നും ഇവിടെ പൂജിക്കുന്നുമുണ്ട്. പീഠപ്രതിഷ്ഠയും തങ്ക വിഗ്രഹപ്രതിഷ്ഠകളുമെല്ലാം പിന്നീടാണുണ്ടായത്. അത് നടത്തിയതോ മുത്തപ്പൻ തന്നെയായിരുന്നു. ദേവാലയങ്ങളിൽ താന്ത്രിക വിധി അനുസരിച്ച് ഉള്ള പ്രതിഷ്ഠയുമാണ്. എന്നാൽ ഇവിടെ മുത്തപ്പൻ ദൈവത്തെ ആരാധിക്കുന്നതിനുള്ള തുടക്കം കുറിച്ചത് മുത്തപ്പൻ നടത്തിയ ശരപ്രതിഷ്ഠയാണ്. അതായത് തങ്കവിഗ്രഹവും മറ്റു ശില്പങ്ങളും പിന്നീട് വന്നതാണ്. ഊട്ടുപുരകളും പ്രധാന കെട്ടിടങ്ങളും മടപ്പുരയുടെ വളർച്ചയെ കാണിക്കുന്നതാണ്. പറശ്ശിനിമടപ്പുരയിലെ ശാന്തമായ അന്തരീക്ഷത്തിൽ ഊർജ്ജവും ശാന്തതയും ഉൾക്കൊള്ളാൻ ദിനം പ്രതി ഭക്തർ എത്തുന്നുണ്ട്. പറശ്ശിനിയിൽ ധാരാളം നായയുടെയും മനുഷ്യന്റെയും രൂപവും പഞ്ചലോഹ വിഗ്രഹങ്ങളുമുണ്ട്. നായയുടെയും മനുഷ്യന്റെയും രൂപവും പഞ്ചലോഹ വിഗ്രഹങ്ങളുമുണ്ട് അവയൊക്കെ മുത്തപ്പന്റെ സഹായികളാണ്. ഇവിടെ എത്തിയ മുത്തപ്പൻ ഉടനെ തന്റെ ഭൗതികശരീരം പഞ്ച ഭൂതങ്ങളിലേക്ക് ലയിപ്പിക്കുകയാണ് ചെയ്തത്. അങ്ങനെ ദൈവരൂപത്തിലും മനുഷ്യരൂപത്തിലും ഉള്ള മുത്തപ്പൻ പറശ്ശിനിക്കടവിൽ കുടികൊള്ളുന്നു.അതിനാൽ മനുഷ്യന്റെ പരാതികൾ കേൾക്കുകയും പരിഹരിക്കുകയും ചെയ്യുന്നയാളാണ് മുത്തപ്പൻ. മറ്റ് ദൈവങ്ങളോടൊന്നും പറയാത്ത പരാതികൾ വരെ മടപ്പുരയിലെത്തുന്നവൻ പറയുന്നു.

പറശ്ശിനിക്കടവ് എന്ന നാമം

കണ്ണൂർ ജില്ലയിൽ തളിപ്പറമ്പ് താലൂക്കിൽ ആന്തൂർ മുൻസിപ്പാലിറ്റിയിൽ പെടുന്നതാണ്. പറശ്ശിനിക്കടവ്. നിലവിലുള്ള മടപ്പുരകൾക്കെല്ലാം

മുൻപന്തിയിൽ നിൽക്കുന്നതാണ് പറശ്ശിനിക്കടവ് മടപ്പുര. കണ്ണൂർ-പയ്യന്നൂർ ഹൈവേയിൽ 5 കിലോമീറ്റർ സഞ്ചരിച്ചാൽ പറശ്ശിനിക്കടവ് മഠപ്പുരയിലെത്താം. പറശ്ശിനിക്കടവ് എന്ന നാമധേയത്തിന് മറ്റൊരു കാരണം കൂടിയുണ്ട്. പുഴയുടെ തീരത്ത് പഴയകാലത്ത് കടത്തുണ്ടായിരുന്നു. നമ്പ്രം പോലുള്ള പ്രദേശത്തേക്ക് പുഴ കടന്ന് പോകുന്നതിനായി കടത്ത് തോണികൾ ഉണ്ടായിരുന്നു. ഈ കടവിനടുത്തായി പറച്ചി എന്ന ഒരു ഹരിജൻ സ്ത്രീ താമസിച്ചിരുന്നു. പറശ്ശിനി കടവിലും പരിസരത്തും ധാരാളം ഹരിജനങ്ങൾ താമസിച്ചിരുന്നതിന് തെളിവുകൾ ഉണ്ട്. ഇന്നും പുത്തരിക്ക് കതിര് വെക്കുന്നത് പുലയരാണ്. ഈ പുലയരുടെ കോട്ടത്ത് താമസിച്ചിരുന്ന പറച്ചിയുടെ കടവ് പിന്നീട് പറശ്ശിനി കടവാകാൻ സാധ്യത ഉണ്ട്. പറശ്ശിനി ഗസ്റ്റ് ഹൗസിന്റെ താഴെയായി ഒരു പുലയക്കോട്ടത്തിന്റെ അവശിഷ്ടം ഇന്നും കാണാം. ഇതിന് മുത്തപ്പൻ പറഞ്ഞു വരുന്ന പേര് ആറിൻകര എന്നാണ്. പറച്ചിനി എന്ന ഒരു തരം മുൾച്ചെടി കാട് പിടിച്ച് കടവിന്റെ ഓരത്ത് വളർന്നിരുന്നു. ഇന്നും പറശ്ശിനി പുഴയുടെ തീരം ഏറെ ജൈവ സമ്പന്നമാണ്. ധാരാളം കണ്ടൽ കാടുകളും അപൂർവ്വ ഇനം വള്ളികളും ഉണ്ട്. ഒരുതരം മുൾച്ചെടിയുടെ പേരാണ് പറച്ചീനി എന്നത്. അതുകൊണ്ട് പറച്ചീനി ഉള്ള സ്ഥലത്തെ കടവ് എന്ന അർത്ഥത്തിൽ പറച്ചീനിക്കടവ് എന്ന പേരുണ്ടായി. പറശ്ശിനിക്കടവ് എന്ന് മുഴുവനായി പ്രയോഗിക്കുന്നതിനു പകരം പറശ്ശിനി എന്ന് മാത്രം പ്രയോഗിക്കുന്നു. പറശ്ശിനിപ്പുഴയ്ക്ക് ഓരോ പ്രദേശത്തും പ്രാദേശികാടിസ്ഥാനത്തിൽ ഓരോ പേരാണ് പറഞ്ഞുവരുന്നത്. പറശ്ശിനിക്കടവിന്റെ സൗന്ദര്യം വളപട്ടണം പുഴയാണ്. പുഴയുടെ തീരത്തെ ഈ മടപ്പുര കുന്നിൻ മുകളിൽ നിന്ന് കാണുന്നത് തന്നെ ഒരു പ്രത്യേക അനുഭവമാണ്. വയനാട്ടുകുലവൻ തോറ്റത്തിൽ വാള്ളോർ

പെരുംകളരിയെ കുറിച്ച് പറയുന്നുണ്ട്. ഈ വാള്ളോർ പെരുകളരിയുടെ താഴെ ആയി ഒഴുകുന്ന പുഴയാണ് വളർപട്ടണപ്പുഴ. കോലത്തിരി ഏഴമലയിൽ നിന്ന് തലസ്ഥാനം വല്ലഭ പട്ടണത്തേക്ക് മാറ്റിയതിന് ശേഷമാണ് ഇവിടെ വാളോർ കോട്ട ഉണ്ടാക്കിയത്. വളർപട്ടണം പുഴ പല ചരിത്ര മുഹൂർത്തങ്ങൾക്കും സാക്ഷിയായ പുഴയാണ്. കോലത്തിരിയെ കീഴടക്കാൻ വന്ന വിജയനഗര സാമ്രാജ്യത്തിന് ഈ പുഴ കടക്കാൻ സാധിച്ചിട്ടില്ല. കണ്ണങ്ങാട് ഭഗവതിയുടെ തോറ്റംപാട്ടിൽ തന്നെ പരീക്ഷിക്കാൻ തുനിഞ്ഞ കോലത്തിരിയെ പുഴകടന്ന് കോട്ട തകർത്ത് തന്റെ സ്ഥാനം ഉറപ്പിക്കുന്ന കഥ പറയുന്നു. മടപ്പുരയുടെ തറതന്നെ സ്വന്തം തിരമാലകൾകൊണ്ട് തലോടുന്നതായിരുന്നു വളപട്ടണം പുഴ. അതുകൊണ്ട് തെക്കൻകാശി എന്ന് വിശേഷിപ്പിക്കപ്പെടുന്ന പറശ്ശിനിക്കടവിൽ എപ്പോഴും സുഖശീതളവുമായ അന്തരീക്ഷം നിലനിൽക്കുന്നു. ലോഗൻസായിപ്പിന്റെ മലബാർ മാന്വൽ എന്ന ഗ്രന്ഥത്തിലും വളർപട്ടണം പുഴ എന്ന പേരാണുള്ളത്. മടപ്പുരയെ പാതി പ്രദക്ഷിണം ചെയ്ത് ഒഴുകുന്ന പുഴയുടെ തീരത്ത് ഇപ്പോൾ ഉണ്ടാക്കിയ ബോട്ട് ജെട്ടികളും മറ്റ് സൗകര്യങ്ങളും ഈ തീർത്ഥാടന കേന്ദ്രത്തെ കൂടുതൽ ജനകീയമാക്കുന്നു എന്നാണ് അടുത്ത കാലങ്ങളിലെ സംഭവ വിശേഷങ്ങൾ കാണിക്കുന്നത്. പുഴയുടെ മൊത്തം നീളം ഏകദേശം 110 കിലോമീറ്റർ ആണ്. മറ്റു പുഴകളേക്കാൾ വെള്ളം കൂടുതലായി ഒഴുകുന്നത് ഈ പുഴയിലൂടെയാണെന്നും രേഖപ്പെടുത്തിയിട്ടുണ്ട്.

മടപ്പുരയിലെ ദിനചര്യകൾ

കേരളത്തിൽ ഒട്ടേറെ ക്ഷേത്രങ്ങളുണ്ടെങ്കിലും പറശ്ശിനിക്കടവ് ദൈവസ്ഥാനം മടപ്പുര എന്ന പേരിൽ മാത്രം അറിയപ്പെടുന്നു. തിരുവപ്പന കൂടിയുള്ള സങ്കീർണ്ണമായ ആരാധനാ രീതികളുള്ളതുമായ മടപ്പുരകളുമുണ്ട്. പറശ്ശിനിമടപ്പുരയുടെ പ്രശസ്തി കാരണം ഈ പദവും ഇന്ന് സാർവ്വജനീനമായിരിക്കുകയാണ്. മടപ്പുര സന്നിധിയിൽ മടയൻ കർമ്മങ്ങൾ ചെയ്യുന്ന സാധാരണ നാളുകളിൽ വെച്ചരിങ്ങാട് (കായ, കുരുമുളകും, ഉണങ്ങലരിപ്പൊടിയും, ഉപ്പും മഞ്ഞൾപ്പൊടിയും ചേർത്തത്) എന്നിവയും ചുട്ടമത്സ്യവും തേങ്ങാപ്പൂളും നിവേദ്യമായി നൽകുക പതിവാണ്. നിവേദ്യച്ചോറിനെടുക്കുന്നത് മറ്റ് ദേവാലയങ്ങളിലേതുപോലെ ഉണങ്ങലരിയല്ലെന്നതിനു പുറമേ അന്നന്ന് വേണ്ടതായ അരി അതാതുനാളുകളിൽ വ്രതക്കാരായ സ്ത്രീകൾ മടപ്പുരയിൽ വെച്ചുതന്നെ കുത്തി അരിയാക്കി കലശക്കാരെ ഏൽപ്പിക്കണമെന്നതും നിർബന്ധമാണ്. തിരുരൂ

പ നൃത്തം നടക്കുമ്പോഴും മലയിറക്കുമ്പോഴും നായാട്ടിനു പോയ മുത്തപ്പന്റെ നായാട്ട് നായ്ക്കളെന്ന നിലയിൽ നിവേദ്യത്തിന്റെ ഉച്ചിഷ്ടവും കാത്ത് ഏതാനും നായകൾ ശ്രീകോവിലിനു മുമ്പിൽ പ്രത്യക്ഷപ്പെടുന്നതും അവയ്ക്കെല്ലാം ശ്രീ മുത്തപ്പൻ പ്രസാദം വാരിയെറിഞ്ഞു കൊടുക്കുകയും ചെയ്യുന്ന രംഗം കൗതുകകരമാണ്.

സാധാരണ നാളുകളിൽ ശ്രീകോവിൽ നട പുലർച്ചെ നാലുമണിക്ക് തുറക്കും. അപ്പോഴേക്കും ഭക്തന്മാർ തിരുനടയിൽ നിറഞ്ഞു നിൽക്കും. വാദ്യമേളങ്ങളാൽ തിരുരൂപം എഴുന്നള്ളിച്ചശേഷം സ്ഥാനികനായ മടയനുമായി കൂടിക്കാഴ്ച്ചയും മധുപാനവും കഴിഞ്ഞ് ഭക്തിനിർഭരമായ തിരുനൃത്തം കഴിയുന്നതോടെ വില്ലും ശരവും ഇടതുകയ്യിലേക്ക് മാറ്റിയ ശ്രീ മുത്തപ്പൻ ഭക്തൻമാരെയാകെ തന്റെ അരികിലേക്ക് വിളിച്ചനുഗ്രഹിക്കുന്നു. പരിഭവങ്ങളും പരാതികളും കേൾക്കുകയും അവയ്ക്കെല്ലാം പരിഹാരമാർഗങ്ങൾ ഉപദേശിക്കുകയും ചെയ്ത് സാന്ത്വനപൂർവ്വം ഓരോരുത്തരേയും യാത്രയാക്കുന്നു. കൂടിക്കാഴ്ച്ച കഴിയുന്നതോടെ കൃതാർത്ഥതയും ആശയും ആത്മവിശ്വാസവും കൈവന്ന പ്രീതിയാൽ ഭക്തജനങ്ങൾ പിരിഞ്ഞു പോകുന്നു. വിദേശ മദ്യം മടപ്പുരയിൽ സ്വീകരിക്കാറില്ല. മറ്റ് മടപ്പുരസ്ഥാനങ്ങളിൽ അങ്ങനെ നിർബന്ധങ്ങളൊന്നും ഇല്ല. തന്റെ തറവാട്ടിൽ മുത്തപ്പന് ചില ചിട്ട വട്ടങ്ങളൊക്കെ ഉണ്ട്. പറശ്ശിനി പുഴയിലെ ചുട്ടമീനും, തീരത്തെ തെങ്ങിലെ ശുദ്ധമായ കള്ളും പുഴുങ്ങിയ ധാന്യങ്ങളും പയറുമൊക്കെയായി മുത്തപ്പൻ പറശ്ശിനിയിൽ ഒരു തറവാട് മൂപ്പൻ എന്ന ഭാവത്തിൽ കുടികൊള്ളുന്നു. ആ സന്നിധിയിലേക്ക് ഒരിക്കൽ വന്നവർ വീണ്ടും വീണ്ടും വരുന്നു. മുത്തപ്പൻ എഴുന്നള്ളുന്ന കഴകപ്പുരയിൽ വിഷ്ണുമൂർത്തി, ഏള്ളടത്ത് ഭഗവതി, കുടിവീരൻ, പൊട്ടൻ തെയ്യം എന്നീ തെയ്യങ്ങളുടെ പ്രതിഷ്ഠകളുണ്ട്. മടപ്പുരയിലെ വാചാലുകളെല്ലാം ലളിതമായ മലയാളത്തിലാണ്. അത് ഒരു ഭക്തന് നൽകുന്ന ആശ്വാസം ഒന്ന് വേറെയാണ്. പറശ്ശിനിയിലെ ഉത്സവങ്ങൾക്ക് ലക്ഷങ്ങൾ പങ്കെടുക്കുന്നു. ആഘോഷങ്ങൾ ശ്രീ മുത്തപ്പന്റെ സാന്നിധ്യം കൊണ്ട് മഹനീയവും ശ്രദ്ധേയവുമാകുന്നു. പുലർച്ചെ നാലുമണി മുതൽ രാത്രി പന്ത്രണ്ട് മണിവരെയും വിശേഷനാളുകളിൽ രാപ്പകൽ വ്യത്യാസമില്ലാതേയും പറശ്ശിനിമടപ്പുരയിൽ ഓരോ കർമ്മങ്ങൾ നടന്നു കൊണ്ടേയിരിക്കും. ഗൾഫ് രാജ്യങ്ങളിൽ നിന്ന് നാട്ടിലെത്തിയാൽ ആദ്യം സന്ദർശിക്കുന്ന സ്ഥലം മടപ്പുരയാണെന്നത് മുത്തപ്പനുമായുള്ള ആത്മബന്ധത്തിനുള്ള തെളിവാണ്.

പറശ്ശിനിക്കടവ് മടപ്പുരയിൽ ദർശനത്തിനെത്തുന്ന ഭക്തജനങ്ങൾക്കു

ള്ള പ്രധാന പ്രസാദം വിഭൂതി (ഭസ്മം) ആണ്. ഇത് തിരുനടയിൽ ഭണ്ഡാരത്തിനടുത്ത് വെച്ചിട്ടുള്ള ഭസ്മപ്പാത്തിയിൽ നിന്ന് ഭക്തർക്ക് തന്നത്താൻ എടുക്കാവുന്നതാണ്. പൂജാരിയുടെ കൈയിൽ നിന്ന് വാങ്ങുകയും ചെയ്യാം. മുത്തപ്പൻ മടപ്പുരയിലെത്തിയ ശേഷം എല്ലാ വർഷവും ഉത്സവം നടക്കുക പതിവാണ്. പുലർകാലത്ത് മധുകുംഭവും ചുമന്ന് കലശക്കാരും മടയനും മുത്തപ്പനെ ആദരിച്ചാനയിക്കും. എന്നാൽ എല്ലാ സംക്രമ ദിവസങ്ങളിലും പിന്നീട് ഒന്നിലേറെ അവസരങ്ങളിലും ഇവിടെ ബ്രാഹ്മണപൂജകൾ നടത്തുക പതിവാണ്. മടപ്പുരയിലെത്തുന്ന നമ്പൂതിരി ആദ്യമായി പുണ്യാഹം തളിച്ച് മടപ്പുരയും പരിസരവും അശുദ്ധിയകറ്റുന്നു. പിന്നീട് പൂജാവിധികൾ നടത്തുമ്പോൾ നിവേദ്യങ്ങൾ അപ്പവും പായസവും പഴങ്ങളുമായിരിക്കും. ദൈവരൂപം വിട്ട് മനുഷ്യരൂപം ധരിച്ച സ്ഥലമാണ് മടപ്പുര. അതിനാൽ മടപ്പുരയിലെ മുത്തപ്പൻ പറശ്ശിനി തറവാട്ടിലെ ഒരു അംഗമാണ്. മുത്തപ്പനെ സംബന്ധിച്ചിടത്തോളം ഇത് രണ്ടും നടന്നത് പറശ്ശിനിക്കടവിൽ വെച്ചാണ് എന്ന് വിശ്വസിക്കുന്നു. കാരണം ഇവിടെവെച്ച് പണ്ടൊരു കുട്ടിയെ പ്രസവിച്ചപ്പോൾ തന്നെ കാണാതായിട്ടുണ്ടെന്നാണ് പറയുന്നത്. പറശ്ശിനി തറവാട്ടിൽ പ്രസവിച്ചപ്പോൾ തന്നെ ഒരു ദിവ്യ ശിശുവിനെ നഷ്ടമായി എന്നും ആ ശിശു അയ്യങ്കര ഇല്ലത്ത് വളർന്നു എന്നും പറയപ്പെടുന്നു. ഇത് ശരിവെക്കുന്ന വസ്തുതകളാണ് പറശ്ശിനിമടപ്പുരയിൽ ആദികാലം മുതൽ തുടർന്നുവരുന്ന ആചാരവിശേഷങ്ങൾ. ഇവിടെ മടപ്പുരക്കുടുംബത്തിൽ പുലവാലായ്മ ഉണ്ടായാൽ തിരുവപ്പന മുടക്കമാണ്. മറ്റ് മഠപ്പുരയിൽ കാണാത്ത പലതും ഇവിടെ ഉണ്ട്. ആരെങ്കിലും മരിച്ചാൽ തിരുവപ്പന കഴിപ്പിക്കാറില്ല. മുത്തപ്പനും പുല ആചരിക്കുന്നു. അപ്പോൾ ഊട്ടിയല്ലാതെ ഉച്ചവെള്ളാട്ടം മാത്രമേ ഉണ്ടാവു. രക്തബന്ധമുള്ളവരാണ്, പുലവാലായ്മ ആചരിക്കുക. അതുകൊണ്ട് മുത്തപ്പൻ മടപ്പുര കുടുംബാംഗങ്ങളുടെ ബന്ധുവത്സലനായ മുതുമുത്തച്ഛൻ എന്ന ഭാവത്തിൽ അവരുടെ പുലവാലായ്മകളിൽ പങ്ക് ചേരുകയാണ്. എന്നാൽ പറശ്ശിനിക്കടവിൽ മുത്തപ്പൻ തന്നെ ഭഗവതി സ്ഥാനത്ത് അരിയെറിഞ്ഞ് തണ്ഡുലാരാധന നടത്തുന്നുണ്ട്. ഇത് മുത്തപ്പൻ മനുഷ്യനായി വന്നപ്പോൾ ഇവിടെ ആദ്യമേ കുടികൊള്ളുന്ന ഭഗവതിയെ വണങ്ങിയതിന്റെ തെളിവാണ്.

ചോന്നമ്മക്കോട്ടത്തെ പുത്തരി

തുലാപ്പത്തിന് തൊണ്ടച്ചനും ചോന്നമ്മക്കോട്ടത്തും പുത്തരിയാണ്. വൃശ്ചികം 16 ന് പുത്തരി തിരുവപ്പന മഹോത്സവവുമായി. തുടർന്ന് കൊല്ലത്തോട് കൊല്ലം മിക്കവാറും എല്ലാദിവസവും തിരുവപ്പനയും വെള്ളാ

ട്ടവും ഉണ്ടാകും. (ധനുമാസത്തിലും തിരുവപ്പന അടക്കമുള്ള ഒരു കർമ്മത്തിനും യാതൊരു മുടക്കവുമില്ല). ദിവസവും വൈകുന്നേരം ഊട്ടും വെള്ളാട്ടവും പുലർച്ചയ്ക്ക് തിരുവപ്പനയും വെള്ളാട്ടവും എന്നതാണ് പതിവ്. കർക്കിടകത്തിൽ കതിർകയറ്റുന്ന നിറയുടെ തീയ്യതി കാലത്താൽ നിശ്ചയിക്കും. ഇങ്ങനെ ആണ്ട് മുഴുവൻ നീണ്ട് നിൽക്കുന്ന നിത്യോത്സവമായ അലങ്കാരമാണ് പറശ്ശിനിക്കടവിലുള്ളത്. വിശേഷിച്ചും വൃശ്ചികം 16ന്റെ മഹോത്സവം ജനലക്ഷങ്ങളെ ആകർഷിക്കുന്നതുമാണ്. ഇത്തരം അതിശയകരമായ അലങ്കാരപ്പൊലിമ കണക്കിലെടുക്കുമ്പോൾ മറ്റു മടപ്പുരകൾക്ക് കൂടി മാതൃകയാണ് പറശ്ശിനിക്കടവ് മടപ്പുര. കഴകപ്പുരയിൽ ദിവസവും കാലത്ത് വിളക്ക് വെച്ച് ഗ്രന്ഥപാരായണമുണ്ട്. വിദ്യാരംഭമുള്ള ദിവസങ്ങളിൽ നടയിൽ സരസ്വതിപൂജയും നടത്തും. കാരണവൻമാർക്ക് കൊടുക്കുന്ന പതിവും ഇവിടെയുണ്ട്. തെയ്യങ്ങൾ വടക്കീലുള്ള തൊണ്ടച്ചൻ കോട്ടത്ത് കഴിക്കുന്നതോടൊപ്പം കൂട്ടക്കളിയാട്ടമെന്ന പേരിൽ മീനമാസത്തിലാണ് തീയ്യതി അതത് കാലത്ത് നിശ്ചയിക്കുകയാണ് പതിവ്. തൊണ്ടച്ചൻ കോട്ടത്ത് സംക്രമം തോറും നാനാഴിപ്പാടുമുണ്ട്. പ്രാർത്ഥന വന്നാൽ അത് മറ്റു ദിവസങ്ങളിലും നടത്തും. ചോന്നമ്മക്കോട്ടത്ത് വെള്ളിയാഴ്ചതോറും രാവിലെ പള്ളിച്ചാൻ പള്ളിയറ തുറന്ന് അകത്ത് ദീപം തെളിയിക്കും. കർക്കിടക ഊട്ടും ഉണ്ട്. കളിയാട്ടം മകരമാസം 20, 21, 22 തീയ്യതികളിലാണ് നടത്തുക.

ജില്ലയിലെ ഒരു ചെറിയ തീരദേശഗ്രാമമാണ് തയ്യിൽ. തയ്യിൽ കുടുംബം എന്ന പ്രശസ്തമായ കുടുംബം ഇവിടെ നിന്നാണ് ഉൽഭവിച്ചത്. ഈ കുടുംബം പറശ്ശിനിക്കടവ് മുത്തപ്പൻ ക്ഷേത്രവുമായി അടുത്ത് ബന്ധപ്പെട്ടിരിക്കുന്നു. പാരമ്പര്യമായി പറശ്ശിനിക്കടവ് മുത്തപ്പൻ ക്ഷേത്രത്തിലെ വാർഷികോത്സവം തുടങ്ങുന്നത് ഈ കുടുംബത്തിന്റെ തറവാട്ടിൽ നിന്ന് ഒരു പുരുഷൻ ജാഥയായി വന്ന് ക്ഷേത്രനടയിലെത്തി ദൈവങ്ങൾക്ക് പൂജകൾ അർപ്പിക്കുന്നതിൽ നിന്നാണ്. ഈ പാരമ്പര്യം ഇന്നും നിലനിൽക്കുന്നു.

അന്നദാനം

അന്നദാന പ്രഭുവാണ് മുത്തപ്പൻ. അതിനാൽ മടപ്പുരയിൽ ആര് വന്നാലും വയറ് നിറച്ച് ആഹാരം നല്കുന്നു. പണ്ടെത്തതിന്നു വിഭിന്നമായി രണ്ടു നേരവും അന്നവും ദാനം നടക്കാനുള്ള വിപുലമായ സംവിധാനങ്ങൾ ഇന്ന് മടപ്പുരയിലുണ്ട്. ദിനംപ്രതി എത്രയോ ആയിരങ്ങൾ മടപ്പുരയിലെത്തി മുത്തപ്പന്റെ പ്രസാദം കഴിക്കുന്നു. ജാതിമതം കൊടുകുത്തി

വാണിരുന്ന കാലത്ത് പോലും മടപ്പുരയിൽ എല്ലാവരും സമന്മായിരുന്നു എന്നതാണ് ഏറെ അത്ഭുതപ്പെടുന്നത്. വന്നവർക്കെല്ലാം സുഖമായിരുന്ന് സമാധാനത്തോടെ അന്നം കഴിക്കുവാനുള്ള സൗകര്യവുമുണ്ട്. എത്ര ജനമുണ്ടായാലും അവർക്കെല്ലാം വയർ നിറയെ രണ്ടു നേരവും പ്രസാദച്ചോറ് വിതരണം ചെയ്യുവാനുള്ള വിപുലമായ സജ്ജീകരണവുമുണ്ട്. ഈ പന്തി ഭോജനം മുത്തപ്പൻ ദൈവത്തിന്റെ സമഭാവന പ്രയോഗത്തിൽ വരുത്തുന്നുവെന്ന നിലയിൽ വളരെ പ്രാധാന്യമർഹിക്കുന്നു.ആദ്യം മുത്തപ്പ ദർശനം കിട്ടിയ ഉടനെ പുറത്തിറങ്ങിയാൽ പയറും ചായയും കഴിക്കാം. ആര് ഏത് സമയത്ത് വന്നാലും ഇലക്കീറിലുള്ള പയറും തേങ്ങാക്കഷണവും ലഭിക്കും. അത് മുത്തപ്പൻ തന്റെ അതിഥിക്കു നൽകുന്ന സത്കാരമാണ്. പണ്ടു കാലത്ത് ദർശനം നടത്തിയിരുന്നവർക്ക് ഒരു തറവാട്ടിൽ വന്നാൽ ലഭിക്കുന്ന സ്വീകരണമായിരുന്നു ലഭിച്ചത്. പുരുഷൻമാർക്ക് അവിലും കള്ളും സ്ത്രീകൾക്ക് ഇളനീരും നല്കിയിരുന്നു. കാലാന്തരത്തിൽ അത് പുഴുങ്ങിയ പയറിലേക്കും മാറി. അക്കാലത്ത് ഇലയിൽ ഭക്ഷണം നല്കിയിരുന്നു. ഇന്ന് ഇലക്ഷാമം നിമിത്തം പാത്രത്തിലേക്ക് മാറിയിരിക്കുന്നു. ശ്രദ്ധിച്ച് നോക്കിയാൽ പറശ്ശിനി തറവാട്ടിലെ മുതുമുത്തച്ഛനായി വാഴുന്ന മുത്തപ്പൻ അവിടെ അന്നു വരെ തറവാട്ടിലെത്തുന്ന കുഞ്ഞു മക്കളായി പരിഗണിച്ച് ഭക്ഷണം, താമസം, ചായ എന്ന് വേണ്ട എല്ലാ സൗകര്യങ്ങളും നൽകി സ്വീകരിക്കുന്നതാണ്. ആദ്യകാലത്ത് ചെറിയ സൗകര്യത്തിൽ തുടങ്ങിയ ഭക്ഷണം വിതരണം പിന്നീട് ആധുനിക സൗകര്യങ്ങളോടെ നടത്താൻ തുടങ്ങിയതാണ് ഇവിടുത്തെ പ്രത്യേകത. ചോറും സാമ്പാറും മോരും അടങ്ങിയ വിഭവങ്ങൾ കഴിക്കാൻ ദൂര ദേശത്ത് നിന്ന് പോലും ആൾക്കാർ എത്തിയിരുന്നു. സമീപ പ്രദേശത്തെ സ്കൂളിലെ കുട്ടികളും പതിവായി ഇവിടെ വരാറുണ്ട്. മടപ്പുരയുടെ പടിഞ്ഞാറ് ഭാഗത്തുള്ള കടകളിൽ ഉണ്ടായ തീപിടുത്തമാണ് അടുത്തകാലത്തുണ്ടായ ഒരു പ്രധാന സംഭവം. അതിനുശേഷം കടകൾ പുതുക്കി പണിതതാണ് ഇന്ന് കാണുന്നത്.

മടയൻ

മുത്തപ്പനുള്ള എല്ലാകർമ്മങ്ങളും ചെയ്യുന്ന പൂജാരിയാണ് മടയൻ. പറശ്ശിനിക്കടവ് മടപ്പുരയിലെ മടയന് ഭരണപരമായ മുഴുവൻ ചുമതല

കൂടിയുണ്ട്. മടപ്പുര കുടുംബാംഗങ്ങളെല്ലാം ദൈവാനുഗ്രഹമുള്ള പുണ്യ ശാലികളാണ്. അവരുടെ കൂട്ടത്തിൽ മരുമക്കത്തായ പ്രകാരം വയസ്സ് മൂപ്പുള്ള ആളാണ് ഇവിടെ മടയനായി അവരോധിക്കപ്പെടുന്നത്. നിയുക്തമടയൻ മടപ്പുരയുടെ മുമ്പിലുള്ള നദിയിൽ മുങ്ങിക്കുളിച്ച് ഈറൻമാറ്റാതെ തിരുനടയിൽ വന്നു തൊഴുതാൽ ദൈവം തന്റെ വാള് കൊടുത്ത് അനുഗ്രഹിക്കും. അങ്ങനെ ദൈവം തന്നെ നേരിട്ട് സ്വന്തം മടയനെ ആചാരപ്പെടുത്തുകയാണ് ഇവിടെത്തെ സമ്പ്രദായം. മടയനായി ആചാരപ്പെടുന്നതോടുകൂടി ദൈവത്വം കൈവരുന്നു. അതുകൊണ്ട് പിന്നീട് മറ്റുള്ളവരുമായി തൊട്ട് പെരുമാറാതെ പ്രത്യേക വ്രതനിഷ്ഠയോടെ കഴിയണം. ആചാരപ്പെട്ട മടയനെ മരണാനന്തരം കഴകപ്പുരയിൽ വെച്ച് ധർമ്മ ദൈവമായി കെട്ടിയാടിക്കുകയും ചെയ്യുന്നുണ്ട്. ഇവിടെ പറശ്ശിനിക്കടവ് മടപ്പുര കുടുംബാംഗങ്ങളിൽ പെടാത്ത ആചാരപ്പെട്ട മടയന്മാരുമുണ്ട്. അവരെല്ലാം ചുഴലി, കണ്ണപുരം തുടങ്ങിയ പേരുകേട്ട മടപ്പുരകളിൽ ആചാരപ്പെട്ടവരാണ്. മുത്തപ്പസന്നിധിയിൽ തന്നെ കഴിയുന്ന ഈ മടയന്മാരാണ് ദൈവത്തിനുള്ള ദൈനംദിന കർമ്മങ്ങൾ അനുഷ്ഠിക്കുന്നത്.

നാനാ ജാതി മതസ്ഥരുടെ സംഗമഭൂമി

എല്ലാ സമുദായങ്ങൾക്കും പ്രത്യേകം സ്ഥാനം കൽപ്പിക്കുന്നതും മടപ്പുരകളിലെ പ്രത്യേകത തന്നെയാണ്. ഇന്നും ഹരിജനാണ് മടപ്പുരയിൽ നിറ ദിവസം പുതിയ നെൽക്കതിർ കൊണ്ടുവരുന്നത്. പണ്ട് മടപ്പുരയിൽ വിറക് കൊണ്ടു വരുന്നതും ഒരു ഹരിജനായിരുന്നു. ഇന്നും അവർക്ക് അതിനുള്ള അവകാശമുണ്ട്. ആശാരി, മൂശാരി, കൊല്ലൻ, തട്ടാൻ എന്തിനേറെ മടയനെപ്പോലെ തന്നെ സ്ത്രീക്കും മടപ്പുരകളിൽ സ്ഥാനം ഉണ്ട്. വെച്ചൂട്ട്, നീർക്കറി എന്നിവ ഉണ്ടാക്കേണ്ടത് സ്ത്രീകളാണ്. എല്ലാ സമുദായങ്ങൾക്കും ഇവിടെ പ്രമുഖ സ്ഥാനമുണ്ട്. സ്ഥാനികനായ മടയൻ പൂജിക്കുമ്പോഴും ബ്രാഹ്മണപൂജ നടക്കുമ്പോഴും മടപ്പുരയിലെത്തുന്ന ആരാധകർക്ക് ഒരു മാറ്റവും അനുഭവപ്പെടുന്നില്ല. ഇത്തരത്തിൽ ജാതി, മത, കാലഭേദമെന്യേ ആരാധിക്കപ്പെടുന്ന ഒരു ഹിന്ദുദേവാലയം ഏറെയുണ്ടോ എന്ന് സംശയമാണ്. ബ്രാഹ്മണരും നായന്മാരും തുടങ്ങി ക്രിസ്ത്യാനികളും മുസ്ലീങ്ങളും ശ്രീ മുത്തപ്പനുള്ള വഴിപാടുമായി മടപ്പുരയിലെത്തുക നിത്യാനുഭവങ്ങളാണ്. ആ കാര്യം എടുത്തു പറയാവുന്ന പ്രത്യേകതകളുമാണ്. പ്രധാനപ്പെട്ട കാവുകളിലെ കതിര് എത്തിക്കുന്നത് പുലയ സമുദായക്കാരാണ്. അങ്ങനെയൊരു പതിവ് ഉത്തരകേരളത്തിലുണ്ട്. പ്രത്യേകിച്ചും മടപ്പുരയിൽ കതിരെത്തിക്കുന്നത് പുലയ സമുദാ

യക്കാരാണ്. ഒരിക്കൽ പോലും ജാതിയുടെ പേരിൽ അകറ്റി നിർത്തൽ അനുഭവിക്കേണ്ടിവന്നിട്ടില്ല. കണിശൻ, ആശാരി, കൊല്ലൻ തുടങ്ങിയ ജാതി വിഭാഗങ്ങളോടൊപ്പം തന്നെ മുത്തപ്പൻ പുലയർക്ക് പരിഗണന നൽകുന്നുണ്ട്. മുത്തപ്പന്റെ തിരുവായുധങ്ങൾ കടഞ്ഞ് മിനുക്കുന്നതും കടഞ്ഞെടുത്ത ആയുധങ്ങൾ തേങ്ങയുടച്ച് വെള്ളമെടുത്ത് കലശമാടി ശുദ്ധിവരുത്തുന്നതും പാരമ്പര്യമായി കൊല്ലൻമാരാണ്. കാലങ്ങളായി ചെയ്തുപോരുന്ന ഈ കർമ്മത്തിന് നിശ്ചയപ്രകാരമുള്ള കയ്യിട്ടവും അവ കാശപ്പണവും നൽകും. ജ്യോതിഷപരമായ മടപ്പുരയിലെ കാര്യങ്ങൾ നോക്കുന്ന കണിശനാണ്. മടപ്പുരയിലെ നിർമ്മാണ പ്രവർത്തനത്തിന്റെ ചുമതല ആശാരിക്കും. സ്വർണ്ണപ്പണിയുടെ ചുമതല തട്ടാനും, സാധന ങ്ങളെത്തിക്കുന്നതിന് മുസ്ലീമും, പാത്രങ്ങൾ കുശവനും. ഇങ്ങനെ നാ നാ ജാതി മതസ്ഥരുടെ ഒരു സംഗമഭൂമിയാണിന്ന് മടപ്പുര.

വളർപട്ടണം പുഴ

പശ്ചിമഘട്ട മലനിരകളിൽ പിറവിയെടുത്ത് കണക്കില്ലാതെ കുന്നു കളെല്ലാം ചുറ്റി വെള്ളിവളകൾ പിണച്ചിട്ടതുപോലെ വളഞ്ഞൊഴുകു ന്ന വലിയൊരു പുഴയായതുകൊണ്ടാണോ വളർപട്ടണം പുഴ എന്ന പേ രുണ്ടായത് എന്നു തോന്നാം. എന്നാൽ അത് ശരിയല്ല. വളഭൻ രാമഘട മൂഷികൻ എന്ന പ്രതാപശാലിയായ രാജാവിന്റെ പേരുമായിട്ടാണ് ഇ തിന് ബന്ധം. ആ വംശത്തിൽപ്പെട്ട ഒരു കോലത്തിരി രാജാവാണ് വള ഭൻ രാമഘടമൂഷികൻ. അദ്ദേഹം പ്രത്യേകമായി ഒരു രാജധാനി നിർ മ്മിച്ചു. ഇപ്പോഴും അതിന്റെ അവശിഷ്ടങ്ങളുടെ കൂട്ടത്തിൽ വലിയൊരു കരിങ്കൽ കട്ടില (പടിവാതിൽ) നിരത്തിനു കിഴക്കുള്ള ബാക്കി നിൽക്കു ന്ന കുന്നിൻമുകളിലുണ്ട്. വളഭൻ നിർമ്മിച്ച രാജധാനി വളഭപത്തനം എന്ന പേരിലാണ് അറിയപ്പെട്ടത്. നാട്ടുകാർ ഇതിന് പറഞ്ഞുവന്നത് വളോടം കോട്ട എന്നാണ്. ഇതിനോടു ചേർന്നുള്ള വ്യാപാരകേന്ദ്രത്തി നും വളോടം എന്നു തന്നെ പറഞ്ഞു വന്നു. എന്നാൽ വ്യവസായത്തി ലും വ്യാപാരത്തിലും ലോകപ്രസിദ്ധി നേടിയത് വളർപട്ടണം (വലിയപ ട്ടണം) എന്ന പേരിലാണ്. അങ്ങനെ വിശ്വപ്രസിദ്ധിനേടിയ വളർപട്ടണ ത്ത് കൂടി ഒഴുകി കടലിൽ ചേരുന്നത് കൊണ്ടാണ് ഇതിന് വളർപട്ടണം പുഴ എന്ന പേരുണ്ടായത്. മദ്യപിച്ച് ലക്ക് കെട്ടവന്റെ നടത്തംപോലെ നേരെ ഒഴുകാത്ത ഈ പുഴ മടപ്പുരക്ക് മുമ്പിലെത്തുമ്പോൾ കൃത്യമായി വടക്കു നിന്ന് തെക്കോട്ടു പോകുന്നുണ്ട്. പെട്ടെന്നു തന്നെ പടിഞ്ഞാറോ ട്ട് തിരിയുകയും ചെയ്യുന്നു. അത് കാണുമ്പോൾ പുഴ സ്വയം മുത്തപ്പ

നെ അർദ്ധപ്രദക്ഷിണം (പകുതി വലം വെക്കൽ) നടത്തി വണങ്ങുക യാണെന്ന് തോന്നും. പുഴയുടെ ഇരുകരയിലും വയലുണ്ട്. മുത്തപ്പനെ എപ്പോഴും ഒരു നായ അനുഗമിക്കുന്നു. ഈ ക്ഷേത്രത്തിൽ നായയെ പാവനമായി കരുതുന്നു. ക്ഷേത്ര പരിസരത്ത് ധാരാളം നായ്ക്കളെ കാണാം. ക്ഷേത്രത്തിന്റെ പ്രവേശന കവാടത്തിൽ രണ്ട് നായ്ക്കളുടെ പിച്ചള പ്രതിമകളുണ്ട്. മുത്തപ്പന്റെ അംഗരക്ഷകരായ നായ്ക്കളുടെ വിശ്വാസ്യത ഈ പ്രതിമകൾ കാണിക്കുന്നു. ക്ഷേത്രത്തിൽ പ്രസാദം തയ്യാറാകുമ്പോൾ ആദ്യം എപ്പോഴും നൽകുക ക്ഷേത്രത്തിനുള്ളിൽ ഉള്ള ഒരു പട്ടിക്കാണ്. മുത്തപ്പനു മുൻപിൽ നായ്ക്കളുടെ പ്രാധാന്യത്തെ കുറിച്ച് പല കഥകളും പ്രചാരത്തിലുണ്ട്. ഇതിൽ ഒരു കഥ ഇങ്ങനെയാണ്. ഏതാനും വർഷങ്ങൾക്കു മുൻപ് ക്ഷേത്ര അധികാരികൾ ക്ഷേത്രത്തിനുള്ളിലെ നായ്ക്കളുടെ എണ്ണം കുറയ്ക്കുവാൻ തീരുമാനിച്ചു. അവർ കുറച്ച് നായ്ക്കളെയും നായ്ക്കുഞ്ഞുങ്ങളെയും ക്ഷേത്രത്തിൽ നിന്നും പുറത്താക്കി. പക്ഷെ അന്നത്തെ ദിവസം മുതൽ മുത്തപ്പൻ തെയ്യം അവതരിപ്പിക്കുന്ന ആൾക്ക് തെയ്യം ആടുവാൻ കഴിഞ്ഞില്ല.

അധ്യായം -3

ഐവർ മുത്തപ്പന്മാർ

മുത്തപ്പൻ എന്നത് ഒരു തെയ്യമല്ല. ഐവർ മുത്തപ്പൻ എന്നാണ് പറയുക. പുരളിമല തിരുവപ്പന, നമ്പില മുത്തപ്പൻ, പുതിയ മുത്തപ്പൻ, പുറങ്കാല മുത്തപ്പൻ, നാടുവാഴി മുത്തപ്പൻ എന്നിവർ ചേർന്ന് ഐവർ മുത്തപ്പൻമാർ എന്ന് പ്രതിനിധാനം ചെയ്യുന്നു. തെയ്യങ്ങൾ ഒന്നൂറേ നാല്പത് മുപ്പത്തൈവർ, പരദേവതമാർ മുപ്പത്തൈവർ എന്നിങ്ങനെ സ്ഥിരമായോ താൽക്കാലികമായോ ഉള്ള ഗണങ്ങളിൽ പെടുന്നു എന്നാൽ ഇവയിലൊന്നും പെടാതെ ഐവർ മുത്തപ്പന്മാർ വേറെ നിൽക്കുന്നു. ചെറിയ മുത്തപ്പൻ, അന്തിത്തിറ, കളത്തിൽ തിറ, പുറങ്കാലൻ തിറ, തിരുവപ്പൻ എന്നീ അഞ്ചു ദൈവങ്ങളാണ് അതിൽ പെടുന്നത്. ഇക്കൂട്ടത്തിൽ കളത്തിൽ തിറയും പുങ്കാലൻ തിറയും അത്ര പ്രസിദ്ധമല്ല. സാധാരണയായി പൊടിക്കളങ്ങളിലും പ്രാർത്ഥനയായി വീടുകളിലും കെട്ടിയാടിക്കപ്പെടുന്നത് നമ്പില മുത്തപ്പൻ തന്നെയാണ്. ചെറിയ മുത്തപ്പനെ സാർവ്വത്രികമായി കെട്ടിയാടിക്കുന്നു. തിരുവപ്പനെ ആരാധനയോടെയാണ് മുത്തപ്പൻ വിളിക്കുന്നത്. തിരുവപ്പന്റെ സേവകനാണ് നമ്പില മുത്തപ്പൻ. എന്നാൽ തന്റെ സർവ്വവ്യാപിത്വം കൊണ്ട് ഭക്തന്മാരുടെ മനസ്സിൽ മുത്തപ്പൻ എന്നു കേൾക്കുമ്പോഴേയ്ക്കും ഓടിയെത്തുന്നത് നമ്പിലമുത്തപ്പനാണെങ്കിലും തന്റെ നായന്മാരായതിരുവപ്പനെ മുത്തപ്പൻ ആദ്യം തന്നെ പൂജിക്കുന്നു. വയനാട്ടിൽ തെക്കുകിഴക്ക് ഭാഗത്ത് നമ്പോലക്കോടിൽ തന്റെ ഗൗരവമേറിയ പ്രവർത്തനങ്ങളിൽ സഹായിക്കുവാൻ മുത്തപ്പന് മികച്ച ഒരു സഹപ്രവർത്തകനെ ലഭിച്ചു. അദ്ദേഹം നമ്പോലക്കോടിലെ പ്രമുഖ വ്യക്തിയായിരുന്ന നമ്പോലക്കോട് മുത്തപ്പൻ എന്ന വ്യക്തിയായിരുന്നു. മുത്തപ്പനും നമ്പോലക്കോടു മുത്തപ്പനും ഒരുമിച്ചു പ്രവർത്തിച്ചു എന്ന് ചരിത്രം. വായ്ത്താരി പറയുമ്പോൾ ഇടക്കിടക്ക് നായനാരേ വിളിച്ച് ചൊല്ലുന്നത് മുത്തപ്പന്റെ ഈ രീതിയാണ്. ചെറിയ മുത്തപ്പനെ എവിടെയും കെട്ടിയാടിക്കാം.

നാടുവാഴുന്ന തമ്പുരാൻ തീപ്പെട്ടാൽപ്പോലും സഹ്യനുതാഴെ എവിടെയും മുത്തപ്പൻ കെട്ടാം. അടിക്കും മുറ്റം പൊടിക്കളം എന്ന് കൽപ്പിച്ചിട്ടുണ്ടെന്റെ നായനാർ നാലാൾ ചേർന്ന് ഒത്ത പുത്തിയായി ഒരേ മനസ്സോടെ വിളിക്കുന്നിടത്താണ് മുത്തപ്പൻ മലയിറങ്ങി വരുന്നത്. ഓടിട്ട മാടമോ ചെമ്പടിച്ച ശ്രീകോവിലോ മുത്തപ്പന് ആവശ്യമില്ല. മുത്തപ്പനെ കാവിലും ഗൃഹത്തിലും വയലിലും കെട്ടിയാടിക്കാം. മുത്തപ്പന് ഈ മരം ഈ കാവ് എന്നൊന്നില്ല. ഏത് മരച്ചുവട്ടിലും കാട്ടിലും മുത്തപ്പനെ നമുക്ക് ആരാധിക്കാം. അതാണ് മുത്തപ്പൻ ഇത്ര സാർവ്വജനികനായത്. വേഷത്തിലെയും സംഭാഷണത്തിലെയും, ലാളിത്യവും ആ സ്നേഹവും നാടുകൾ കടന്ന് അങ്ങ് മരുഭൂമിയിൽ വരെ എത്തിയിരിക്കുന്നു. പാറി പറക്കുന്നത് കൈയെടുക്കുന്നവയാണ് കാലമോ ദേശമോ മുത്തപ്പനില്ല എന്ന വാചാലിലൂടെ തന്റെ ജനകീയത അറിയിക്കുകയാണ് മുത്തപ്പൻ. വിളവെടുപ്പിന് ശേഷം കുട്ടികൾ കണ്ടത്തിൽ കളിക്കും അവിടെ മൂത്രമൊഴിക്കും. നായയും പൂച്ചയും തൂറിയെന്നു വരാം. അതുകൊണ്ടൊന്നും ഭൂമി അശുദ്ധമാകുന്നില്ല. പൈങ്കുറ്റിയും വെള്ളാട്ടവും കഴിക്കുന്ന സ്ഥലം പൊടിക്കളമായാൽ അതു മടപ്പുരയാക്കാൻ ഒരു വ്യാഴവട്ടക്കാലം (12 വർഷം) അന്തിത്തിറകെട്ടണം. എന്നാൽ ഇന്ന് ഇതിന് മാറ്റം വന്നിട്ടുണ്ടെന്നതാണ് സത്യം. പല വിദേശ രാജ്യങ്ങളും മടപ്പുരനിർമ്മിക്കുകയും, തിരുവപ്പനെ ആരാധിക്കുന്നതുമാണ്. ആചാരപ്പെട്ട മടയന്റെ കീഴിൽ തിരുവപ്പനയും വെള്ളാട്ടവും കഴിപ്പിക്കണം എന്നതാണ് നിയമം. പക്ഷെ അസൗകര്യങ്ങളും ചില രാജ്യത്തെ നിയമങ്ങളും മുത്തപ്പാരാധനയിൽ മാറ്റം വരുത്തി എന്നതാണ് സത്യം. മുത്തപ്പന്റെ അനുഷ്ഠാനമല്ലാത്ത കലാ പ്രകടനം എന്നാണ് നർത്തകരത്നം കണ്ണപ്പെരുവണ്ണാൻ വിദേശത്ത് തെയ്യത്തെ കൊണ്ടുപോയ പ്രവൃത്തിയെ ന്യായീകരിച്ചതും, ഞാൻ തെയ്യത്തെയല്ല കൊണ്ടു പോയത് വെറും കോലത്തെയാണ് എന്നു പറഞ്ഞു കൊണ്ടായിരുന്നു. ഇപ്പോൾ മടപ്പുരയോ പൊടിക്കളമോ പോലുമാകാതെ നേരിട്ട് വീട്ട് മുറ്റത്ത് വെച്ച് തിരുവപ്പനയും വെള്ളാട്ടവും കഴിപ്പിക്കുന്ന പതിവുണ്ടായിരിക്കുകയാണ്. മുത്തപ്പനോടുള്ള അടങ്ങാത്ത ഭക്തി ചിലയിടങ്ങളിൽ മാറ്റങ്ങളോടെ തിരുവപ്പന നടത്തുന്നുണ്ട്. തിരുവപ്പന തുടങ്ങുമ്പോൾ കൂടെ മുത്തപ്പൻ വേണം. തിരുവപ്പനയ്ക്ക് നമ്പിലമുത്തപ്പൻ ഒപ്പം തന്നെ വേണം. അന്തിത്തിറയാണെങ്കിൽ തിറകഴിഞ്ഞശേഷം മതി. തിരുവപ്പനയ്ക്ക് പുരളിമലമുത്തപ്പൻ എന്നൊരു പേരുണ്ട്. പുരളിമലയിൽ ഹരിശ്ചന്ദ്രൻ എന്നൊരു പെരുമാൾ കോട്ടകെട്ടി ദൈവത്തിന്നു സമർപ്പിച്ചതായി ഒരു ഐതിഹ്യമുള്ളതാവണം. ഈ പേരിന്നടിസ്ഥാനം.

മുത്തപ്പൻ പൂജാവിധികൾ

അന്തിത്തിരിവയ്ക്കൽ, അടിച്ചുതളി ഇവയാണ് ദേവസ്ഥാനങ്ങളിലെ പ്രധാന കാര്യങ്ങൾ. മുത്തപ്പൻ പൊടിക്കളങ്ങളിലും സ്ഥാനങ്ങളിലും പ്രാർത്ഥനയായി ചില വീടുകളിലും മുത്തപ്പനെ കെട്ടിയാടിക്കാറുണ്ട്. മുത്തപ്പൻ മടയനാവാനും പയംകുറ്റി വെക്കാനും മറ്റ് കർമ്മങ്ങൾ ചെയ്യാനും മുത്തപ്പനെ പ്രതിഷ്ഠിക്കാനും തീയ്യർക്ക് മാത്രമാണ് അവകാശം. കുന്നത്തൂർ പാടിയിൽ മാത്രം ഈ അധികാരങ്ങൾ അടിയാൻ സമുദായവും കയ്യാളുന്നു. മുത്തപ്പനെ കെട്ടാൻ വലിയ സജ്ജീകരണമൊന്നും ആവശ്യമില്ല. ഉരൽ മറിച്ച് വെച്ച് അതിൽ മേൽ വാഴയില കെട്ടി മുത്തപ്പനുള്ള തറ ഒരുക്കാറുണ്ട്. അത്രക്ക് ഇഴകി ചേരുന്ന ദൈവമാണ് മുത്തപ്പൻ. പുതിയ വീട് നിർമ്മിച്ചാൽ മുത്തപ്പനെ കെട്ടിയാടിക്കാറുണ്ട്. മുത്തപ്പന് പാലും മുണ്ടും നല്കുന്ന പതിവുണ്ട്. കാലഭേദമില്ലാതെ കെട്ടിയാടുന്ന ദേവതയാണ് മുത്തപ്പൻ, മുത്തപ്പന്റെ ദേശാടനസമയത്ത് പിടിച്ചെടുത്ത സ്ഥലങ്ങളെല്ലാം മുത്തപ്പൻ മടപ്പുരകൾ ആണ്. തിരുവപ്പന കെട്ടിയാടിക്കുന്ന സ്ഥലങ്ങൾക്ക് മടപ്പുര എന്നു പറയുന്നു. പുരളി മലചിത്രപീഠം, അരിച്ചിൽ, നൂഞ്ഞിക്കര എന്നിവയും മടപ്പുരകളാണ്. മുത്തപ്പനെ കെട്ടിയാടിക്കുമ്പോൾ ആദ്യം മലകീക്കൽ. തെയ്യങ്ങളുടെ വരവിളിക്ക് തുല്യമാണിത്. അരി, തേങ്ങ, വെറ്റിലടക്ക, വേവിച്ച ധാന്യം, തേങ്ങാപ്പൂള്, ചുട്ടമത്സ്യം, കള്ള് എന്നിവ മുതിർക്കണം. മുതിർച്ചയുടെ മുമ്പിലായി കോലക്കാരൻ കിഴക്ക് പടിഞ്ഞാറ് ദിശയിൽ അരിയിട്ട് വന്ദിച്ച് തമ്പുരാന്റെ കൈനീട്ടം വാങ്ങുന്നു. എല്ലാവർക്കും കോലക്കാരൻ അരിനൽകി കിഴക്കോട്ടും പടിഞ്ഞാറോട്ടും അരിയെറിഞ്ഞു നിഴലു സഭയും അറിയിച്ച് തമ്പുരാനെ മല കീക്കുന്നു.

മുത്തപ്പന്റെ ലാളിത്യം

എന്റെ കരക്കാട്ടിടത്തിൽ വാഴുന്ന മന്നൻ കുന്നോളം ദ്രവ്യം കൂട്ടിറ്റുണ്ടായിരുന്നു. അതിൽ നിന്ന് കുന്നിയോളമെടുത്ത് കച്ചിലിന്റെ തലക്ക് അണിയിച്ചിരിക്കുന്ന അനുഭവമേ എനിക്കുള്ളു. മുത്തപ്പന്റെ ലാളിത്യത്തിന് ഉദാഹരണമാണ് വാചാല്. അന്നത്തെ വാഴുന്നവരെ പാടിയിലേക്ക് വരുത്തി വാണവർ സ്ഥാനം നൽകുകയും കങ്കാണിപ്പന്തൽ കയ്യേൽപ്പിക്കുകയും ചെയ്തു. അന്നു മുതൽ കരക്കാട്ടെടം വാണവർ മുത്തപ്പന്റെ കാര്യങ്ങൾ വിശ്വസ്തതയോടെ ചെയ്തു. മുത്തപ്പൻ ജനകീയനാകുന്നത് ആരാധനയിലെ സവിശേഷത കൊണ്ടാണ്. വേവിച്ച പയറും തേങ്ങാപൂളും ഉണക്കമീൻ ചുട്ടതും ഒരു ഗോത്രസ്മൃതിയുടെ ബാക്കിപത്രമാണ്

കിട്ടിയത് എന്തിന്റെയും ഒരു പാതി മൂപ്പന് നീക്കിവെക്കുന്ന ഒരു രീതി മലബാറിലുണ്ട്. നെല്ല്, പച്ചക്കറി, ചൂണ്ടയിട്ട് കിട്ടുന്ന മീൻ എന്തും മുത്തപ്പന് നൽകി. സ്വന്തം ഒരു കുടുംബാംഗത്തെ പോലെ സ്വീകാര്യനായ ദൈവമാണ് മുത്തപ്പൻ. മുത്തപ്പന് കള്ള് നൽകാനും മുത്തപ്പനോട് വർത്തമാനം പറഞ്ഞ് രസിക്കുന്നതിലും ആനന്ദം കണ്ടെത്തുന്ന വരെ നമുക്ക് എല്ലായിടത്തും കാണാം.

വെള്ളാട്ടവും തിരുവപ്പനയും

തിരുവപ്പനയെ വെള്ളാട്ടം നായനാർ എന്ന് വിളിക്കുന്നു. അതുപോലെ വെള്ളാട്ടത്തെ തിരുവപ്പന ചെറുക്കൻ എന്നും വിളിക്കുന്നു. ഇതിന് പലരും പല വ്യാഖ്യാനമാണ് കൊടുക്കുന്നത്. നായനാർ, ചെറുക്കൻ എന്നീ വിളികളുടെ സാധാരണ അർത്ഥം എടുക്കുമ്പോൾ അവർ യജമാനനും ഭൃത്യനും ആണ് എന്ന് തോന്നിപ്പോകും. പോറ്റമ്മയുടെ അഭിലാഷമനുസരിച്ച് പൊയ്ക്കണ്ണണിഞ്ഞ ശ്രീ മുത്തപ്പ ഭഗവാൻ തികച്ചും മാനുഷിക ഭാവത്തിലായിരുന്നു പിന്നീട് പെരുമാറിയത്. ആ മുത്തപ്പൻ കുന്നത്തൂർ പാടിയിൽ നിന്ന് പുരളിമലയിലേക്ക് പോയി. പാടിക്കുറ്റിയമ്മയോട് പിരിഞ്ഞ്, പൊയ്ക്കണ്ണുമായി പുറപ്പെട്ട ദൈവം തിരുവപ്പനാണെന്ന് ആ തെയ്യത്തിന്റെ പുറപ്പാടു തന്നെ വ്യക്തമാക്കുന്നു. ഈ ദൈവം തന്നെയാണ് മധുപൻ പനയിൽ കയറി കള്ളെടുത്ത് കുടിച്ചതും പനമേൽ കാണപ്പെട്ട, വാർദ്ധക്യാകൃതിപൂണ്ട ആ ദൈവത്തെ പൊൻമുത്തപ്പാ എന്ന് വിളിച്ചത് ചക്കിയമ്മയാണ്. ചന്തന്റെ ഭാര്യ കല്ലായിക്കുടി ശിലയ്ക്കടുത്തായി കണ്ട വൃദ്ധരൂപത്തെ മുത്തപ്പാ എന്നു വിളിച്ച് നേർച്ച നേർന്നെന്നും കഥ. ഈ ദൈവം പുരളിമലയിൽച്ചെന്ന് വാഴുകയുണ്ടായി.

പുരളിമലമുത്തപ്പൻ, നമ്പിലമുത്തപ്പൻ എന്നീ പേരുകൾ കൂടി അതുപ്രകാരമായിരിക്കണം ജാതി മത ചിന്തകളാലും അകറ്റി നിർത്തപ്പെട്ട വലിയൊ

രു മനുഷ്യ സമൂഹത്തെ കണ്ടു മുട്ടിയ ഇരുവരും അവരുടെ ദു:ഖങ്ങളിൽ പങ്കുചേരുകയും അവരുടെ കൂടി ആരാധനാപാത്രമായി തീരുകയും ചെയ്തു. മുത്തപ്പൻ ഗിരിവർഗക്കാരുടെ ഒരു സൈന്യം രൂപീകരിക്കുകയും കൊറ്റിയോട്ടു സ്വരൂപം പിടിച്ചടക്കി ഹരിശ്ചന്ദ്രൻ കോട്ടവാഴുകയും ചെയ്തു . കാട്ടിൽ സ്വതന്ത്രമായി നായാടി ജീവിക്കുന്നതിനുപോലും തടസ്സമുണ്ടായി. രാജാക്കൻമാർ പള്ളിവേട്ട നായാട്ട് ബലംകുറിക്കുമ്പോൾ തണ്ടിട്ടും തടിയാലും നായാടാൻ നിയോഗിക്കപ്പെടുന്നവർമാത്രമായി കാടരും വേടരും, നായാട്ടിനു ശേഷം ബപ്പിടൽ ചടങ്ങിൽ അടിയാളർ പാലിച്ച നിയമങ്ങളൊന്നും തമ്പുരാൻമാർക്ക് ബാധകമായിരുന്നില്ല. നല്ല നല്ല ഇറച്ചിയെല്ലാം എടുപ്പിച്ചിട്ട് അരിയപുരാൻ കോട്ടയ്ക്ക് കടത്തിപ്പോകും. പന്നിയെ നായാടിക്കിട്ടിയാലും പറകൊട്ടും ശാംബുവൻ കുണ്ടിയും കൊടലും വാരി അമിശം വച്ചുകൊടുക്കുന്ന പതിവാണുണ്ടായിരുന്നത്. ഇറച്ചി കുറഞ്ഞതിന് തമ്പുരാക്കൻമാരോട് ചോദിക്കാൻ ശാംബുവന് ധൈര്യം പകർന്നത് മുത്തപ്പനായിരുന്നു. ഈ ധൈര്യമാണ് സാധാരണക്കാരും താഴ്ന്ന സമുദായക്കാരും ആഗ്രഹിച്ചത്. സാധാരണക്കാരന്റെ മുമ്പിൽ മുത്തപ്പന്റെ സങ്കൽപ്പരൂപവും ചൈതന്യവുമല്ലാതെ മറ്റൊന്നുമുണ്ടായിരുന്നില്ല. അടിയാന്മാരുമായുള്ള കൂട്ട്കെട്ട് സൈന്യത്തിന്റെ തീപ്പന്തങ്ങൾ രാത്രി കാലങ്ങളിൽ ഹരിശ്ചന്ദ്രക്കോട്ടയിലേക്ക് പറന്നടുക്കാൻ തുടങ്ങിയപ്പോൾ അതിനെ വനദേവതമാരുടെ ആക്രമണമായി വിശ്വസിക്കുകയും അതിനെതിരെ മന്ത്രവാദക്രിയകൾ ചെയ്യുകയുമാണ് ഭരണാധികാരികൾ ചെയ്തത്. ഈ ഔചിത്യം മുത്തപ്പനെ സംബന്ധിച്ചും യാഥാർത്ഥ്യമാണ്. പിരാന്തുള്ള വാഴുന്നോർ നമുക്ക് വേണ്ട എന്നു പറയാൻ ധൈര്യം കാണിക്കുമ്പോഴാണ് സമൂഹത്തിന്റെ ആധികളവസാനിക്കുന്നത്. മൂന്നേമുക്കാൽ നാഴികകൊണ്ട് ഹരിശ്ചന്ദ്രൻ കോട്ട പിടിച്ച് ഒരു വ്യാഴവട്ടം പന്തീരാണ്ടേക്കാലം ഞാൻ ഹരിശ്ചന്ദ്രൻ വാഴ്ച വാണിട്ടുണ്ട് എന്ന വാചാലിലെയും.

അരിശ്ചന്ദിര ചിത്തിര പീഠത്തിന്മേൽ
പൊമ്പട്ടം കെട്ടീറ്റും വാണു ദൈവം
പൊന്മുടി ചൂടിറ്റും വാണു ദൈവം.

എന്ന കളിക്കപ്പാട്ടിലെയും പരാമർശത്തിൽ നിന്ന് അധ:കൃതരുടെ ഒരു സൈന്യം തന്നെ രൂപീകരിച്ച് മുത്തപ്പൻ പൊരുതുകയുണ്ടായി എന്ന് വാമൊഴി.

അന്തിത്തിറ

തിരുവപ്പനയുടെ പ്രകാരഭേദമായ അന്തിത്തിറയിലാണ് ഇത്തരമൊരു സമന്വയം ദൃഷ്ടമാകുന്നത്. അന്തിത്തിറ മുടിയായി ധരിക്കുന്ന പൂക്കട്ടിയോടൊപ്പം നമ്പിലമുത്തപ്പന്റെ കൊടുമുടിയും ധരിച്ചിരിക്കും. എന്നാൽ അന്തിത്തിറക്ക് ആവശ്യമില്ലാത്ത ചില എണ്ണങ്ങൾ തിരുവപ്പനയ്ക്കു നിർബന്ധമാണ്. ഒന്നാമതായി കെട്ടിശ്ലേഷിച്ച മടയൻ വേണം; അതായത് പാരമ്പര്യരീതിക്ക് നർത്തകസ്ഥാനത്ത് അവരോധിക്കപ്പെട്ടയാൾവെച്ചരിങ്ങാടും നീർക്കറിയുമാണ് (മഞ്ഞളും കുരുമുളകും അരിപ്പൊടിയും ചേർത്തുണ്ടാക്കുന്നത്) മറ്റു രണ്ടു സവിശേഷതകൾ. മറ്റൊന്ന് എടുത്തു കലശമാണ്. കലത്തറയിൽ കെട്ടി വെച്ച കലശം പോര. കലശക്കാരൻ കലശമെടുത്ത് പ്രദക്ഷിണംചെയ്യണം പീഠത്തിലെഴുത്ത് എന്നൊരു ചടങ്ങ് തിരുവപ്പനയ്ക്കുണ്ട്. ഇരിക്കുന്നതിനുമുമ്പ് പീഠത്തിന്മേലെഴുതുന്ന മന്ത്രാക്ഷരമാണിത്.

ശ്രീ മുത്തപ്പന്റെ അണിയലങ്ങൾ

തിരുവപ്പന്റെയും നമ്പലമുത്തപ്പന്റെയും അണിയലങ്ങളിലെ വ്യത്യാസം വേഷവിതാനത്താലും പ്രകടമാണ്. ഒരു ചിത്രശലഭത്തിന്റെ ആകാരസൗഷ്ഠവവും വർണ്ണ ശബളിമയും അതിൽ കാണാം. കറുത്ത മീശയും തൂക്കുതാടിയും വെള്ളപ്പൊയ്ക്കണ്ണും മറ്റും ചേരുമ്പോൾ ധ്യാനമഗ്നനായ ഒരു യോഗിയുടെ മുഖഭാവമാണ് സ്ഫുരിക്കുന്നത്. മുത്തപ്പന്റെ ബാഹ്യരൂപത്തിൽ പരിണാമം കണ്ടേക്കില്ലെങ്കിലും കർമ്മത്തിൽ വിളക്കിചേർക്കലും, അടർത്തിമാറ്റലുമില്ലാതെ ആചാരാനുഷ്ഠാനങ്ങൾ നടന്നുവരുന്നു. തിരുവപ്പന്റെ അണിയലങ്ങൾ രണ്ടുവിധമുണ്ട്. തൽസമയം ഉണ്ടാക്കുന്നവയും മുൻകൂട്ടി ഉണ്ടാക്കി വെക്കാൻ പറ്റുന്നവയും. കൂടുതൽ അധ്വാനവും ധാരാളം സമയവും ആവശ്യ

മായി വരുന്ന രണ്ടാമത്തെ വിഭാഗത്തിൽ പെടുന്നവയുടെ നിർമ്മാണത്തിലാണ് കലാനിപുണത പ്രകടമാവുന്നത്. തെയ്യത്തിന്റെ അണിയലങ്ങൾ എല്ലാം തെയ്യക്കാർ തന്നെ ഉണ്ടാക്കുന്നതാണ്. തിരുവപ്പന്റെ മുകളിലോട്ട് കൂർത്തുവന്ന് അറ്റം രണ്ടു ശിഖരമായവസാനിക്കുന്ന അഴകുറ്റ മുടി, കൊച്ചു കുസുമങ്ങൾ, വള, കഴുത്തിൽ കെട്ടുന്നത് എന്നിവ ഉണ്ടാക്കുന്നത് സുലഭമായി ലഭിക്കുന്ന മുരിക്ക് മരത്തിലാണ്. കൃത്യമായ ആകൃതിയിൽ മുറിച്ചെടുത്ത മരക്കഷണങ്ങൾക്ക് നിറം ചേർക്കുന്നതിന് പ്രത്യേക മാർഗങ്ങളുണ്ട്. പഴക്കമുള്ള വെളഞ്ഞീർ, മെഴുക് എന്നിവ ചേർത്ത് ഉരുക്കി മരക്കരുവിന് പൂശുന്നു. മരത്തിൽ തീർത്ത അണിയലങ്ങൾക്ക് മരക്കരു എന്നാണ് പേര്. ശിരോലങ്കാരങ്ങളായ ലക്ഷ്മിക്കാത്, നാഗഫണം, തലമല്ലി തുടങ്ങിയ ദാരുശില്പങ്ങളെല്ലാം കേടുകൂടാതെ സംരക്ഷിക്കാൻ കഴിയുന്നവയാണ് തയ്യൽ യന്ത്രം പ്രചാരത്തിൽ വന്നതിന് മുന്നേ തെയ്യക്കാർ കൈകൊണ്ട് തുന്നിയാണ് അണിയലങ്ങൾ നിർമ്മിച്ചിരുന്നത്. അളവുകൾക്കെല്ലാം കൃത്യമായ ഒരു മനഃകണക്ക് ഉണ്ടായിരുന്നു അവർക്ക്.

പുഷ്പം കൊണ്ടുണ്ടാക്കുന്ന തലത്തണ്ട, ചെന്നിപ്പൂവ്, പൂവള തുടങ്ങിയവയും തെയ്യാട്ട ദിവസങ്ങളിൽ ഉണ്ടാക്കുന്നവയാണ്. മുഖ്യമായും ചെക്കിപ്പൂ ആണ് ഇതിന് ഉപയോഗിക്കുന്നത്.

നമ്പിലമുത്തപ്പന്റെ മുടി

ചെക്കിപ്പൂകൊണ്ട് കരയ്ക്കു ചുറ്റും അലങ്കരിച്ച മുടിയാണ് മുത്തപ്പന്റെ കിരീടം. നിറം പിടിപ്പിച്ച മരപ്പലകയെ മോടിപിടിപ്പിക്കുന്നതിനു വേണ്ടി പുഷ്പദളങ്ങൾ കൊത്തിവെക്കാറുണ്ട്. കുട്ടിക്കാതുകൾക്കു മീതെ ഒറ്റപ്പലകമേൽ തീർത്ത ലക്ഷ്മിക്കാതും അതിനുമുകളിൽ ചെക്കിപ്പൂ കൊണ്ടണിഞ്ഞിരിക്കും. ഏത് ചെറുപ്പക്കാരൻ മുത്തപ്പൻ കെട്ടിയാലും ഒരു വൃദ്ധനായി തോന്നും. ആ വെള്ള മീശയും താടിയും ഒരു പ്രത്യേക ഭംഗിയാണ്. തന്റെ ഇഷ്ട പാനീയം കിണ്ടിയിലാക്കി വാചാല് പറയുന്ന മുത്തപ്പൻ മറ്റ് തെയ്യങ്ങളിൽ കാണാത്ത ഒരു പ്രത്യേകതയാണ്. മുത്ത

പ്പന്റെ ശരീരത്ത് വരക്കുന്ന വരകൾ വേരുകളാണ് എന്നാണ് പറയുന്നത്. മുത്തപ്പന്റെ രൂപത്തിൽ കാലാന്തരത്തിൽ വലിയ മാറ്റം വന്നു എന്നതാണ് പ്രത്യേകത. ആദ്യ കാലത്ത് കൂടുതൽ ജമന്തി, ചെക്കിയൊക്കെ ഉണ്ടായത് പിന്നീട് വെള്ളിയുടെയും സ്റ്റീൽ രൂപങ്ങൾ കൂടുതൽ തിരുമുടിയിൽ ഉപയോഗിക്കാൻ തുടങ്ങി. ചില പ്രദേശങ്ങളിലുള്ള പുഷ്പങ്ങളുടെ ദൗർലഭ്യം കൊണ്ട് മറ്റ് രീതിയിലേക്ക് മാറ്റാൻ നിർബന്ധിക്കപ്പെടുകയാണ്. തിരുവപ്പന്റെ തലയിൽ തലപ്പാളിക്ക് മീതെയായി ചെക്കിപ്പൂവിനെക്കൊണ്ടുള്ള തലപ്പൂവും ഒടിച്ചു കുത്തിയും മുരിക്കുപോലുള്ള മരം കൊണ്ടുള്ള തലമല്ലികയാണ് കെട്ടുന്നത്. തലപ്പാളി അഴിച്ചുവെക്കുമ്പോൾ മന്ത്രം ഉരുവിടുകയും ഒപ്പം ക്ഷമാപണവും നടത്തുന്നു. അണിഞ്ഞു കഴിഞ്ഞാൽ യാതൊരുവിധ ദുഷിച്ച ചിന്തയോ പ്രവൃത്തിയോ പാടില്ലെന്നു വിധി.

മുത്തപ്പന് കണ്ഠാഭരണങ്ങൾ കുറവാണ്. മുത്തപ്പന്റെ മുടിയാകട്ടെ തലയിൽ ചുറ്റിക്കെട്ടിയ ജടാഭാരം പോലെയാണ്. അതുമുഴുവൻ തുമ്പക്കഴുത്ത് (തുമ്പച്ചെടിയുടെ ഇല കൊണ്ട് പൊതിഞ്ഞിരിക്കും. മഞ്ഞ തേച്ച മുഖത്തെ വെളുത്ത മീശയും ഉടലാകെ പൂശിയിരിക്കുന്ന അരിച്ചാന്തിൽ കുത്തനെയിടുന്ന വരകളും ചേരുമ്പോൾ നല്ല പാകത വന്ന കൃശഗാത്രനായൊരു മുത്തപ്പനാകും. മറ്റു തെയ്യങ്ങളുടെ താടിമീശയിൽ

നിന്നെല്ലാം വ്യത്യസ്തമാണ് നമ്പിലമുത്തപ്പന്റേത്. മറ്റു വെള്ളതാടി മീശകളൊന്നും നമ്പിലമുത്തപ്പന്റെ വെള്ളതാടി മീശയോളം സമൃദ്ധമല്ല. മുണ്ട എന്നറിയപ്പെടുന്ന മുൾച്ചെടിയുടെ തളിരില (മുണ്ടക്കൈ)യിൽ നിന്ന് ഉണ്ടാക്കുന്ന നാര് ഉപയോഗിച്ചാണ് മീശ ഉണ്ടാകുന്നത്. നെണഞ്ഞെടുത്ത താടി മീശ കുത്തനെ വെച്ച ഉലയ്ക്കക്ക് ഇട്ട് വളരെ ശക്തിയിലും വേഗതയിലും ഇരുവശങ്ങളിലേക്കും വലിക്കുന്നു. അപ്പോൾ കയറിനോട് ചേർന്ന ഭാഗം മുറുകുകയും നാരുകളുടെ അറ്റം

തെറിച്ചു നിൽക്കുകയും ചെയ്യും. നല്ലൊരു താടി മീശ കെട്ടിയാൽ തികച്ചും സ്വാഭാവികമായുണ്ടായ സമൃദ്ധമായ താടി എന്നു തോന്നുന്നതാണ്. മുത്തപ്പൻ വെള്ളാട്ടം കെട്ടുന്നയാൾക്ക് അണിയലം വാടകയ്ക്ക് എടുക്കാം എന്നാൽ സ്വന്തമായി ഒരു താടിമീശ ഉണ്ടായിരിക്കണം. താടി മീശ ഉപയോഗിക്കുമ്പോൾ ശുചിത്വം പാലിക്കണം. തികഞ്ഞ ശ്രദ്ധയോടെ കൈകാര്യം ചെയ്തില്ലെങ്കിൽ മഞ്ഞൾ പുരണ്ട് താടി മീശയുടെ വെളുപ്പ് നഷ്ടപ്പെടും. താടിമീശ പരിപാവനമായ ഒരു അണിയലവിശേഷമാണ്. താടിമീശകെട്ടുമ്പോൾ മന്ത്രം ജപിക്കാറുണ്ട്. എല്ലാം പ്ലാസ്റ്റിക്ക് ഉത്പന്നങ്ങളായി കൊണ്ടിരിക്കുന്ന ഇക്കാലത്ത് മുണ്ടകൊണ്ടുള്ളതാടി മീശകൾ ധരിക്കുന്ന കാഴ്ച അപൂർവ്വമാണ്. കഴുകി വീണ്ടും ഉപയോഗിക്കാം എന്നുള്ളത് കൊണ്ട് പ്ലാസ്റ്റിക്ക് കൊണ്ടുള്ളതാടി മീശയാണ് മിക്ക കോലധാരികളും ഉപയോഗിക്കുന്നത്. മുണ്ട കൊണ്ടുള്ള താടി മീശ മുത്തപ്പന് തികഞ്ഞ പൗരുഷം തീർക്കുന്നു.

കൈക്കരു

വള, കടകം, ചൂഡം, കൈത്തണ്ട എന്നിവയാണ് കൈക്കരു. കോലക്കാരന്റെ കൈക്ക് അണിയുന്ന അണിയലങ്ങളാണ് കൈക്കരു. അഞ്ച് വളയാണ് ഒരു കൈക്ക് അണിയുക. മൂന്ന് തണ്ടവളയും, രണ്ട് മുൻ കൈവളയും. മുരിക്കുമരം കൊണ്ടാണ് വളയുണ്ടാക്കുന്നത്. മുത്തപ്പൻ കൈയിലണിയുന്ന ആഭരണങ്ങളായ കൈക്കരുക്കൾ പലവിധമുണ്ട്. കൈയുടെ വലിപ്പത്തിനനുസരിച്ച് മരം തുരന്നെടുക്കുകയാണ് ചെയ്യുന്നത്. മരം തുരന്നെടുത്തുണ്ടാക്കിയെടുക്കുന്ന വള കൊത്തുപണികൾ നടത്തി വർണ്ണാഭമാക്കുന്നു. മുത്തപ്പൻ കഴിക്കേണ്ട സ്ഥാനങ്ങളുടെയും എണ്ണം വർദ്ധിച്ചപ്പോഴുണ്ടായ ചെക്കിപ്പൂവിന്റെ ലഭ്യതക്കുറവും മാറ്റത്തിന് കാരണമാണ്. മുൻകൈക്കാകട്ടെ രണ്ടു വീതം വളകളാണ്. ചെക്കി പുഷ്പം കൊണ്ട് കൈത്തണ്ട കെട്ടിയിരിക്കും. തണ്ടവളയ്ക്ക് ഇടയ്ക്കും മുകളിലും താഴെയുമായി വിരുത് കെട്ടി ഉറപ്പിക്കുന്നു. മുൻകൈ വളക്ക് ചുറ്റും ഓട് കൊണ്ടോ വെങ്കലം കൊണ്ടോ നിർമ്മിച്ച ചൂടും കെട്ടും അണിയാറുണ്ട്.

കാക്കരു

കാലിൽ അണിയുന്ന അണിലയങ്ങൾക്ക് മൊത്തമായി പറയുന്ന പേരാണ് കാക്കരു. ചിലമ്പ്, പറ്റും പാടകം, മണിക്കയല് എന്നിവയാണ് കാക്കരു. ഇതിൽ ചിലമ്പിന് വലിയ പ്രാധാന്യമുണ്ട്. തൊട്ടുവന്ദിച്ചിട്ടേ ചിലമ്പ്

കാലിലണിയു. കണങ്കാലിന് മുകളിൽ രണ്ട് നിരയായി മണിക്കയലും അതിന് തൊട്ടുതാഴെ കവടി തുന്നിച്ചേർത്ത് പറ്റും പാടും അണിയും. ചിലമ്പണിയുന്നത് ഒരു പ്രത്യേക തരം കലാവിരുതാണ്. പരമ്പരയായി ഒരേ ചിലമ്പു തന്നെ ഉപയോഗിച്ചു വരുന്ന ശീലം പെരുവണ്ണാന്മാർക്കും ഉണ്ട്. ഇതിൽ പൂർവ്വികരുടെയും ദൈവത്തിന്റെയും അനുഗ്രഹാശംസ കൾ കുടികൊള്ളുന്നു എന്ന് തെയ്യക്കാർ വിശ്വസിക്കുന്നു.

വഞ്ചി

മുത്തപ്പൻ പിൻഭാഗത്ത് കെട്ടുന്ന വഞ്ചി വൃക്ഷത്തോലിൽ നിന്നാണ് ഉണ്ടാക്കുന്നത്. വഞ്ചി പിന്നിൽ ജട പോലെ ഞാന്നുകിടക്കും. വെണ്ടമ രം കൊണ്ടോ കാടമരത്തിന്റെ തോൽകൊണ്ടോ വരിഞ്ഞുണ്ടാക്കുന്ന വഞ്ചിയുടെ മുകളറ്റം, വാല എന്ന അർദ്ധ ചന്ദ്രാകാരത്തിലുള്ള കിരീട ത്തിൽ ഉറപ്പിക്കും. വഞ്ചി മരത്തിന്റെ മുകളിലത്തെ തോലുകളഞ്ഞ് അ തിനു തൊട്ടുതാഴെയുള്ള തോല് ചെറുതായി കീറിയെടുത്ത്, ഉണക്കി, പുഴുങ്ങി ഇടുന്നു. അതിനുശേഷം പിഴിയാതെ നിഴലിൽ ഉണക്കണം. ചിലത് കേടുവരാതിരിക്കാൻ പുകയത്തു കെട്ടിത്തൂക്കുന്ന പതിവുണ്ട്.

ഓട്ടുകരുക്കൾ

മുത്തപ്പന്റെ ചമയങ്ങളിൽ ഏറ്റവും പ്രധാനപ്പെട്ടവയാണ് ഓട്ടുകരു ക്കൾ. ചിലമ്പ്, പറ്റുംപാടകം, മണിക്കയല്, വിവിധതരം മിന്നുകൾ എന്നീ ഓട്ടുകരുക്കൾ നിർമ്മിച്ചുകൊടുക്കുന്നത് മൂശാരിമാരാണ്. വെള്ളി കൊ ണ്ടും തലപ്പാളി നിർമ്മിക്കാറുണ്ട്. വെള്ളികൊണ്ട് ഉണ്ടാക്കിയ തലപ്പാളി മന്ത്രവിധിയോടെ നെറ്റിയിൽ കെട്ടുകയാണ് ചെയ്യുന്നത്. വെള്ളിത്തല പ്പാളിയും, വെള്ളിപ്പൂവും ഉണ്ടാക്കുന്നത് തട്ടാന്മാരാണ്. അഭ്രത്തകിട് നേർ ത്തപാളികളാക്കി അതിലാണ് നിറം ചേർക്കുന്നത്. കൈവിളക്കുകൾ, വാള്, താരി, ഇടത്ത്, ശൂലം, വില്ല്, അമ്പ് എന്നിവ തയ്യാറാക്കുന്നത് മൂ ശാരിമാരും കൊല്ലന്മാരുമാണ്.

ചുവപ്പ്, വെള്ള, കറുപ്പ്, തുണികൾ വിവിധ ആകൃതിയിൽ മാല തുന്നിയുണ്ടാക്കുന്നതാണ്. മുത്തപ്പൻ ആര് കെട്ടിയാലും ശബ്ദം ഏക ദേശം എല്ലാവരുടെയും ഒരു പോലെയാണ്. അത് തന്നെയാണ് മുത്തപ്പ ന്റെ പ്രത്യേകത. സ്വന്തം മനസ്സ് ഏകാഗ്രമായി മുത്തപ്പനിലേക്ക് ലയിപ്പി ച്ച് ചേരുമ്പോൾ രൂപം കൊണ്ടും ഭാവം കൊണ്ടും മുത്തപ്പനായി മാ റുന്നു.

വാചാല്

അധ:സ്ഥിത ജനതയെ ഉയർത്തിക്കൊണ്ടുവരാൻ നായാട്ടു നായകനെപ്പോലെയാണ് മുത്തപ്പൻ കുന്നത്തൂർ പാടിയിലെത്തുന്നത്. മുത്തപ്പന്റെ അനുഷ്ഠാനങ്ങൾ അധ:സ്ഥിത ജനതയെ ഉയർത്തിക്കൊണ്ടുവരാൻവേണ്ടി തന്നെ ചെയ്യുന്ന കർമ്മങ്ങളായി കാണാൻ കഴിയും. മുത്തപ്പൻ തങ്ങളുടെ ഉറ്റ തോഴനാണെന്നും തങ്ങളുടെ എല്ലാ വേദനകൾക്കിടയിലും അനുഗ്രഹം ചൊരിഞ്ഞു കൊണ്ട് സദാസമയവും നിഴൽ പോലെ കൂടെയുണ്ടെന്നുമുള്ള ബോധം ഭക്തനെ മുന്നോട്ടു നയിക്കുന്നു. സ്ത്രീ പുരുഷ ഭേദമന്യേ ഭക്തജനങ്ങൾ മുത്തപ്പന്റെ മുമ്പിൽ തങ്ങളുടെ ദു:ഖ ഭാരങ്ങളിറക്കിവെക്കും. മനമുരുകി കരഞ്ഞുകൊണ്ട് അവരുടെ പരിഭവങ്ങളും പരിദേവനങ്ങളും മുത്തപ്പനോട് പറയുന്നു. തന്നെ വിളിക്കുമ്പോൾ വണ്ണത്താന്റെ മാറ്റ് വേണ്ട, കൊല്ലൻ കാച്ചിയ തിരുവായുധം വേണ്ട, കണിയാന്റെ ഓലക്കുടവേണ്ട, ഇരുന്നു വാഴ്ച ഇല്ലാത്തതു കൊണ്ട് വിശ്വകർമ്മാവ് വിധിയാംവണ്ണം തീർത്ത പീഠവും വേണ്ട മുത്തപ്പന്. ഇത് മുത്തപ്പന്റെ സാർവ്വജനികതയെ വിളിച്ചോതുന്ന വാചാലാണ്. സമയവും സന്ദർഭവും അനുസരിച്ച് മുത്തപ്പനിൽ നിന്ന് വരുന്ന വാചാലുകൾ ഭക്തന്റെ മനോമുകുരത്തിൽ ആത്മീയാനുഭൂതി സൃഷ്ടിക്കുന്നു. സാമ്പ്രദായിക പള്ളിയറകളും കാവുകളും ഇല്ലാതെ തന്നെ മുത്തപ്പൻ വ്യക്തി ജീവിതത്തിന്റെ ക്ഷേമാർത്ഥമായതുകൊണ്ടാണ് കുടുംബങ്ങളിൽ സാർവ്വത്രികമായി അങ്ങനെ മുത്തപ്പൻകെട്ടിയാടിക്കുന്നത്. അടുക്കളകത്തെ കഞ്ഞി കുടിക്കും പടിഞ്ഞാറ്റകത്തെ താലോലത്തിനും ബുദ്ധിമുട്ടും ബെനത്തലയും വരുത്താതെ കണ്ട് രക്ഷിച്ചോളാം മുത്തപ്പൻ.

രക്ഷിച്ചോളാം എന്ന ഒരൊറ്റ വാചാലം കൊണ്ട് ഭക്തമനസ്സിൽ സമാശ്വാസത്തിന്റെ അമൃതവർഷിണിയായിത്തീരുന്നു എന്നതാണ് മുത്തപ്പന്റെ പ്രസക്തി. കണ്ടാൽ കണ്ണിനിമ്പവും കേട്ടാൽ കർണ്ണത്തിന്റെ പൊരുത്തവും കുറയും, എന്നെ കണ്ടാലാരും കൊള്ളൂല, കൊണ്ടവരോമടങ്ങൂല, കാട്ടിൽ കണ്ടാൽ കാട്ടാളവേഷം, വീട്ടിലോ ധർമ്മദൈവം, മുത്തപ്പൻ എന്നിരിക്കുന്ന നിത്യവചനം തന്നെയല്ലേ പൈതങ്ങളെ നോവുന്ന കലങ്ങളിൽ തട്ടിക്കളയില്ല മുത്തപ്പൻ. ജീവിതപ്രതിസന്ധികളിൽ പതർച്ച വരുന്നവരോട് അത്തരത്തിൽപ്പെട്ട ഉരിയാടലുകളിൽ ആത്മീയാനുഭൂതി സൃഷ്ടിക്കുന്നു. ശക്തമായ മുത്തപ്പ വിശ്വാസങ്ങൾ നാട്ടിൽ ക്രമസമാധാന പാലനത്തിനും ഒപ്പം അധികാരം ഉറപ്പിച്ചു നിർത്താനും പോലീസ്സിനെ സഹായിച്ചിരുന്നു. 16ാം നൂറ്റാണ്ടിലോ അതിൽപ്പിന്നെയോ ആവാം മുത്തപ്പന്റെ ജനനം. ആധിപത്യത്തിന്റെയും പൗരോഹിത്യത്തി

ന്റെയും അതിക്രമങ്ങൾക്കെതിരെ പലതരത്തിലുള്ള ചെറുത്തു നിൽപ്പും മുത്തപ്പന്റെ നേതൃത്വത്തിൽ നടത്തി. മുത്തപ്പന്റെ ഇത്തരം പ്രവൃത്തികൾ കൊണ്ട് സാമുദായിക ധർമ്മവും, സാമൂഹ്യധർമ്മവും രാജധർമ്മവുമാണ് നല്ല നിലയിലായിത്തീർന്നത്. നല്ല വൈദ്യൻമാരുടെയും വിഷഹാരികളുടെയും പേറ്റിച്ചികളുടെയും സേവനം രാജകുടുംബങ്ങൾക്കും പുരോഹിത കുടുംബങ്ങൾക്കും മാത്രമായി കോട്ടയം രാജാവ് പരിമിതപ്പെടുത്തി. എന്റെ കുന്നത്തൂർ ആടിയാത്തിക്ക് പേറ്റിയില്ല, വിഷഹാരിയില്ല അന്ന് ഞാൻ തന്നെ പേറ്റിയായിട്ടും വിഷഹാരിയായിട്ടും നിലനിന്നിട്ടുണ്ട്. അടിയാത്തിക്ക് വിഷഹാരിയില്ലാതെ വന്നപ്പോൾ താൻ തന്നെ വിഷഹാരിയായി പ്രവർത്തിച്ചിട്ടുണ്ട്.

ഈറ്റ് നോവുപോലുള്ള സന്ദർഭങ്ങളിൽ അമ്മ ദൈവങ്ങളെയാണ് സാധാരണയായി പെണ്ണുങ്ങൾ വിളിക്കുക. ഒരു പുരുഷ ദൈവമായ തന്നെയും അത്തരം സന്ദർഭങ്ങളിൽ വിളിക്കാം എന്ന് മുത്തപ്പൻ പെണ്ണുങ്ങളെ ആശ്വസിപ്പിക്കുന്നത് തന്റെ പൂർവ്വകഥ അനുസ്മരിച്ചുകൊണ്ടാണ്. മുത്തപ്പൻ മനുഷ്യനായിരുന്ന കാലത്ത് ജാതിയുടെ പേരിലുള്ള ദുരാചാരങ്ങൾ വർധിച്ച് ജാതിധർമ്മം ക്ഷയിച്ചിരുന്നു. ചില ജാതിക്കാരെ കാണുന്നതുപോലും അയിത്തമായി കണക്കാക്കിയിരുന്നു. അധഃസ്ഥിതന്റെ കഠിനാധ്വാനത്തിന്റെ ഫലം തട്ടിയെടുത്ത് ജീവിച്ച സവർണന് നേരെയുള്ള ആക്രോശം മൂത്തപ്പന്റെ വാചാലിൽ ദർശിക്കാം. പെരിയവരെന്നിരിക്കുന്ന ഭയവും എളിയവരെന്നിരിക്കുന്ന നിന്ദയും മുത്തപ്പനില്ല. മൂന്നേമുക്കാൽ നാഴികകൊണ്ട് ഹരിശ്ചന്ദ്രൻ കോട്ട പിടിച്ച് ഒരു വ്യാഴവട്ടം, പന്തീരാണ്ടേക്കാലം ഞാൻ ഹരിശ്ചന്ദ്രൻ വാഴ്ച വാണിട്ടുണ്ട്. അധഃസ്ഥിത ജനതയെ ഉയർത്തിക്കൊണ്ടുവന്നത് വഴി യാഥാസ്ഥിതികരുടെ പിടിവാശിയും മേലാളരുടെ അധികാര ധാർഷ്ട്യവുമാണ് നശിപ്പിച്ചത്. കേവലം വാചാലം മാത്രമായി മാറാതെ ഹരിശ്ചന്ദ്രൻ കോട്ട പിടിച്ച കാര്യം പറയുന്ന മൂത്തപ്പന്റെ പ്രതിഷേധം കൂടി അതോടൊപ്പം ദർശിക്കാം. ഹരിശ്ചന്ദ്രക്കോട്ടയുടെ അപചയത്തിന് കാരണം ദലിതനെ ഒപ്പം നടത്താൻ കഴിയാതെ പോയതാണെന്നതിന്റെ സൂചനയാണ് മുത്തപ്പൻ നല്കുന്നത്.

പന്തീരായിരം പണത്തിന്റെ നട ഭണ്ഡാരവും പൊക്കിൾ പോകാത്തതായ ഗോവും മുത്തപ്പന് ഒരു പോലെയാണ്. മൂത്തപ്പന്റെ വാചാലതയിൽ ജാതീയ ഐക്യവിതാനതയുടെ സവിശേഷത കണ്ടെത്താൻ സാധിക്കും. ഒരു കാലത്ത് നിലനിന്ന ജാതിവർഗ വിവേചനങ്ങളോട് പ്രതികരിക്കുക എന്ന ഉദ്ദേശ്യത്തിലാണ് ആ വാചാല് അവിടെയാണ് മൂ

ത്തപ്പന്റെ ദാർശനിക തികവിന്റെ പ്രസക്തി. മുത്തപ്പന് പൊട്ടൻകളിയാണ് എന്നാൽ പൊട്ടൻകളിക്ക് പൊരുളെട്ടാണ്. മുമ്മാരത്തെ പല്ല് കൊണ്ട് മുത്തപ്പൻ വെളുക്കെ ചിരിക്കും. അണയിലെ പല്ല് കൊണ്ട് ഒതുക്കി വെക്കുകയും ചെയ്യും. ഈ മൊഴിമുത്തു തന്നെയാണ് മുത്തപ്പനുണ്ടായ കാലം മുതൽ ഇന്നുവരെ സ്വീകാര്യമായതിന്റെ പിന്നിലെ യാഥാർത്ഥ്യം. ഒരാഖ്യാനത്തിൽ തിരുവൻകടവിൽ നിന്ന് വീണു കിട്ടിയ കുട്ടിയാണ് മുത്തപ്പനെങ്കിൽ, മറ്റൊരു ഉരിയാടലിൽ പരമാത്മാവിന്റെ സ്വരൂപം തന്നെയാണ്. ബ്രഹ്മത്തെ എടുത്ത് ഞാൻ ശ്രീ പാലാഴിയിലൊഴുക്കി മധുവിന്നും മാംസത്തിന്നും അഷ്ടിപ്രിയനായി ജഡാധാരിയായ വനവാസിയായി എന്റെ നായനാർ എന്നോട് വിശേഷിച്ചിറ്റ്ണ്ട് എന്ന് അരുളപ്പാട്. പഴയകാലത്ത് ജാതി - മതസ്പർദ്ധയുടെയും മറ്റ് ഉച്ചനീചത്വങ്ങളുടേയും വിളയാട്ട കേന്ദ്രമായിരുന്നു പുരളി മല. വേടരുടേയും അടിയാൻ, കുടുപതിമാരുടേയും ജീവിതദുരിതങ്ങൾക്ക് കണ്ടറിഞ്ഞ മുത്തപ്പൻ ഈ ദുരിതങ്ങൾക്ക് പരിശാന്തി അന്വേഷിച്ചാണ് പുരളിമലയിൽ വന്നത്.

കളിച്ചു നടക്കുന്ന പ്രായമായപ്പോൾ തന്നെ പലതരത്തിലുള്ള ചെറുത്തു നിൽപ്പും മുത്തപ്പന്റെ നേതൃത്വത്തിൽ നടത്തി.ചെറുക്കാ മലനാട് അയിമ്പത്തീര് കാതം നാട് മുമ്പതുവായി കയ്യെടുത്താൽ കോണിക്ക് തായന്നും മീത്താന്നും മുപ്പിരയൻ കാടനും മുക്കോല പെരുവഴിയെന്നും ആല കയ്യെടുത്താൽ തേറിയോറ മാറണ്ട മാറിയോറ തേറണ്ട നിന്ന കുന്ന് കെളക്കണ്ട തളച്ച വൃക്ഷം പൊരിക്കണ്ട വിശ്വസിച്ചോരെ ചതിക്കണ്ട ചതിച്ചോരെ വിശ്വസിക്കുകയും വേണ്ട. എകർന്നോരു മുടിയുമില്ല, താണോരൊടയുമില്ല വന്നോറമടക്കണ്ട, പോന്നോറ വിളിക്കണ്ട മുട്ടോളം കൂർക്കെലയും മൂവക്ക് ചോലവെള്ളവും നീണ്ടൊരു മലയും ഉരുണ്ടൊരു കല്ലും നാല് വള്ളിക്കെട്ടും രണ്ട് പന മൊരടും - അതേ വേണ്ടൂ തനിക്കെന്നിങ്ങനെ ലാളിത്യം സ്ഫുരിക്കുന്നതും മൊഴിമുത്തുകളാണ് മുത്തപ്പനിൽ നിന്നു കേൾക്കുക. ഈ മൊഴിമുത്തു തന്നെയാണ് മുത്തപ്പനു പിന്നിലെ യാഥാർത്ഥ്യം. മുത്തപ്പന്റെ നടത്തവും കൈപ്പത്തി കണ്ണുകൾക്കു മീതെ പിടിച്ചുള്ള നോട്ടവും ഇതിന്നൊത്തു വരുന്നു. എന്തൊര് അലസി തന്നെവന്ന് ചുറ്റിക്കര കയറുന്ന കാലങ്ങളിലും മുത്തപ്പന്റെ മാറ് തൊട്ട് വിളിച്ചൊ വലഭാഗം ഞാനുണ്ടാകും.ഈ ആറ്റിൽ ഒഴുകിപ്പോകെയുള്ളു എന്നു തോന്നുന്ന കാലങ്ങളിൽ മുതുതലക്കിരുന്ന് മുന്തണ്ട് പിടിച്ച് നേർത്ത സ്വതമായിരിക്കുന്ന കടവിന് കൊണ്ട് അടുപ്പിച്ച് തരും മുത്തപ്പൻ.ഭക്തിവിശ്വാസങ്ങളോടെ മുത്തപ്പൻ പറയുന്ന വാക്കുകളാവട്ടെ കേൾക്കുന്നവരുടെ മനസ്സിൽ അമൃതബിന്ദുക്കളാവുന്നു. ദുരിത

ക്കടൽ താണ്ടി സമാശ്വാസമില്ലാതെ നട്ടം തിരിയുന്ന ഭക്തന്റെ കഷ്ട തയുടെ ദു:ഖം ഉരുകിയില്ലാതാകും എന്നതാണ് മുത്തപ്പന്റെ അരുളപ്പാടിന്റെ ശക്തി. ഊക്കെല്ലാം പോയി ഊന്ന് വടിമേൽ സംഗതി വന്നു. എന്തു വേണ്ടു എന്ന ഭയപ്പാടുണ്ടോ നിനക്ക് ഭയം വേണ്ട... ചങ്ങാതിക്ക് മുമ്പിൽ തോറ്റ് മുഖം പൊത്തി അയ്വറ്റ് നിൽക്കാൻ സമ്മതിക്കാതിട്ട് തക്കവണ്ണം അഭിമാനത്തെ പൊഴിച്ചെടുത്തോളാം മുത്തപ്പൻ. അവ അത്രയധികം സമാശ്വാസത്തിന്റെ ധാരകളായി അനുഭവിക്കപ്പെടുന്നു. ആധുനിക ജീവിതസൗകര്യം നൽകുന്നത് ക്ഷണികതയും മാറാവ്യാധികളുമാണ്. ഇത്തരത്തിലുള്ള അവസ്ഥാവിശേഷം ജീവിതത്തിനുമേൽ തലോടലുകളായി മുത്തപ്പന്റെ ഉരിയാടലുകൾ പ്രത്യക്ഷപ്പെടുന്നു. മുത്തപ്പന് മുമ്പേ നടക്കുന്നതൊന്ന് ഒക്കത്തിരിക്കുന്നതൊന്ന് കയ്യിൽ തൂങ്ങുന്നതൊന്ന് എന്ന അവസ്ഥാ ഭേദവുമില്ല. മുത്തപ്പൻ പറയുന്ന സാന്ത്വന വചനങ്ങളിൽ നിന്നു കിട്ടുന്ന അനുഭൂതി മറ്റെവിടെ നിന്നും കിട്ടുകയില്ല.ഏറിയോരു പാട്ടും കളത്തിലരിക്കും എനിക്കില്ല. മൂവടിച്ചുവട്ടിൽ മൂന്ന് ഗുണദോഷം ആയതുകൊണ്ടതും ഉതിർന്നതും ഞാൻ കർമ്മമായി കണ്ടെടുക്കും.മറ്റെങ്ങും ലഭ്യമല്ലാത്ത ഈ സാന്ത്വനം തേടിയാണ് മുത്തപ്പന്റെ നടയിലെത്തുന്നത്.പ്രതിസന്ധികളിൽ പതർച്ച വരുന്നവരോട് താളം പിഴച്ച് കൊട്ടിയെന്ന് വരികിലും ശ്രുതിക്ക് ഭംഗം വരാതെ തക്കവണ്ണം രക്ഷിച്ചെടുത്തോളാം മുത്തപ്പൻ.എന്ന രീതിയിലുള്ള ഉരിയാടലുകൾ ആശ്വാസായി മാറാറുണ്ട്. അരമഴ പെയ്താലും ഒരു മഴ പെയ്താലും മഴമഴ തന്നെ അല്ലെ മടയാ.പന്ത്രണ്ട് ദീപക്കോലിൽ നിന്നും ഒരു കോൽ വെളിച്ചവും താമസഗുണപ്രധാനികളായ ഭൂമിയിലെ മനുഷ്യർക്ക് ദൈവമായിരിക്കാനുള്ള വരവുമാണ് നൽകിയിരുന്നത്. ഭൂമിയിങ്കൽ അനേക യോജന ദുരത്തോടു കൂടിയിരിക്കുന്ന മഹാമേരുവിന്റെ ഒരു ഭാഗം ആദിത്യൻ ഉദയസ്തനായിരിക്കുമ്പോൾ പ്രഭ എവിടെയെല്ലാം ജ്വലിക്കുന്നുവോ ആയത് പ്രകാരത്തിങ്കൽ ഭക്തിപ്പെട്ടും ഭയപ്പെട്ടും ഭജിക്കുന്ന കാലങ്ങളിൽ ഞാൻ കൈ സഹായത്തെ ചെയ്തു തന്നോളാം. ഇത്തരം ഉരിയാടലുകളെ സാമൂഹിക ജീവിതാന്തർധാരകളാൽ കണ്ടെത്തുമ്പോൾ ഇവയുടെ പ്രസക്തി ഒന്നു കൂടി വർദ്ധിക്കുന്നു.

നിന്റെ മിഴിയൊന്ന് നിറഞ്ഞാൽ കണ്ഠമൊന്നിടറിയാൽ വിറയ്ക്കുന്ന നിന്റെ കൈകൾ ചേർത്ത് പിടിച്ചു കൊണ്ട് എനിക്ക് അംശം കിട്ടിയില്ലെന്ന് പറഞ്ഞ് മടയനോട് മദ്യം വാങ്ങുന്നത് മുത്തപ്പന്റെ ഒരു ശീലമാണ്. മുത്തപ്പൻ ഉണ്ടാകും എന്നും നിന്റെ കൂടെ. മുത്തപ്പൻ മദ്യപാന പ്രിയനായ നിലയിലാണ് പ്രത്യക്ഷപ്പെടുന്നത്. ഓരോ കാരണങ്ങൾ പറഞ്ഞ് മുത്തപ്പൻ മദ്യം വാങ്ങിക്കുടിക്കുന്നത് കാണുമ്പോൾ കൂടി നിൽക്കുന്ന

ഭക്തന്മാർ അനുഭവിക്കുന്ന ഒരു മനോരസമുണ്ട്. കൊട്ടാരക്കളം മുൻപേതുവായിട്ടും നീ നിന്റെ കൊടുമുടി വെള്ളാട്ടവും പയം കുറ്റിയും വാങ്ങി കയ്യേറ്റോ എന്റെ മാംസം മുള്ളിന് കൊടുത്ത് മുള്ളിന്റെ മാംസം ഇങ്ങൊട്ടെടുത്തിട്ടുള്ള അനുഭവമെ മുത്തപ്പനുള്ളു...മുത്തപ്പനെടുക്കുന്ന ഏതു തീരുമാനവും അക്ഷരം പ്രതി അനുസരിക്കുവാൻ ജനത സന്നദ്ധരായിരുന്നു. മുത്തപ്പന്റെ വിസ്മയകരമായ ശക്തിവിശേഷ കഥകൾ കേട്ടുകേട്ട് വളർന്ന ബാല്യകൗമാരങ്ങളുടെ ഓർമ്മകൾ ഇതിനു പ്രേരണ നൽകിയിരുന്നു.

വിവിധ സ്വരൂപങ്ങളിൽ വാചാല്

രാജാവിന്റെ ഭരണപ്രദേശങ്ങളെ പുരാതന കാലത്ത് സ്വരൂപങ്ങൾ എന്നാണ് വിവക്ഷിച്ചു കാണുന്നത്. കോലത്തു സ്വരൂപം, അള്ളടസ്വരൂപം, പ്രയാട്ട്കര സ്വരൂപം എന്നിവയാണ് വടക്കേ മലബാറിലെ പ്രധാന രാജഭരണ പ്രദേശങ്ങൾ. ഈ ഓരോ സ്വരൂപത്തിലും മുത്തപ്പൻ മലയിറങ്ങി വരുന്നപോലെ ഓരോ ദേശത്തേക്ക് പാറി പറന്നു കൈയ്യെടുക്കുന്നു മുത്തപ്പൻ. സഹ്യപർവ്വതത്തിൻ താഴെ കാകൻ കരഞ്ഞ് തീ പുകഞ്ഞ് ഉപ്പും നീരും പരന്നിരിക്കുന്ന സ്ഥലങ്ങൾ മുഴുവൻ ഒരു ദിവസം പുലർന്നാൽ മൂന്നേ മുക്കാൽ നാഴികയെങ്കിലും ഞാൻ വ്യാപിയാണ്. വിവിധ പ്രദേശങ്ങളിൽ നിന്ന് (സ്വരൂപങ്ങളിൽ നിന്ന്) തെയ്യം കാണാൻ വരുന്നവരോട് അവരുടെ സ്വരൂപത്തെക്കുറിച്ചും സ്വരൂപപരദേവതമാരെക്കുറിച്ചും വാചാലുകൾ പറയുന്നു. അഡൂർ ദേവരും മധൂർദേവരും കാവിൽ ദേവരും ഓരങ്കുളത്ത് ശാസ്താവും പൂമാണികന്നിമാണി, അനന്തപുരത്ത് പെരുമാളും കുമ്പഴമൂവായിരം വട്ടത്തിലെ അധിദേവതമാരെക്കുറിച്ചും വാചാലുകൾ പറയുന്നു. നായൻമാരുടെ കോട്ടമോ കാവോ ആണെങ്കിൽ അവിടെ നമ്പൂതിരിയുണ്ടാകും. ബ്രാഹ്മണൻ തന്ത്രി എവിടെയുള്ള തന്ത്രിയാണോ ആ സ്ഥലത്തെ പേരും ചേർത്തുകൊണ്ടായിരിക്കും സംബോധന ചെയ്യുക. എല്ലാ വിഭാഗത്തിൽപ്പെട്ട സ്ത്രീകളെയും പൊതുവെ പൈതങ്ങളേ എന്നാണ് സംബോധന ചെയ്യുന്നത്. നായരെ തെയ്യം സംബോധന ചെയ്യുന്നത് അകമ്പടി എന്നാണ്. അഞ്ചില്ലം അകമ്പടി കർത്താക്കന്മാരേ എന്ന സംബോധന തറവാട്ടിൽ മഹൽ ശക്തിയായിരിക്കുന്ന അച്ചി നിലയുറപ്പിച്ചിട്ടുണ്ടല്ലോ എന്ന് പറയുമ്പോൾ നായൻമാരുടെ കുലപരദേവത അമ്മദൈവം (മാടായിക്കാവിലമ്മ) ആണെന്നു മനസ്സിലാകുന്നു. അഭിമാന്യുപ്രഭുവും ഐശ്വര്യ പ്രഭുവും എന്നിരിക്കുന്ന പൂട്ടുംകെട്ടും അടിയുറപ്പും വിശ്വാസവും ഉണ്ടല്ലോ എന്ന വാചാല് നായന്മാരുടെ അഭിമാന്യപ്രഭുവായ വേട്ടക്കൊരുമകനെയും ഐശ്വര്യപ്ര

ഭുവായ ഊർപ്പഴശ്ശിയേയുമാണ് പരാമർശിക്കുന്നത്.

ഓരോ ജാതിവിഭാഗത്തെയും വിളിക്കാൻ മുത്തപ്പന് പ്രത്യേകം പ്രത്യേകം പേരുകളുണ്ട്. സങ്കടക്കൂറുവേണ്ട ഭജിച്ചും ഭക്തിപ്പെട്ടും നിന്നോളു ഒരു നേരത്തെ ഭായിവാട്ടിന് ഭംഗം വരാതിട്ട് തക്കവണ്ണം രക്ഷിച്ചെടുത്തോളാം മുത്തപ്പൻ. ഒൻപതില്ലം എന്നാണ് വാണിയൻമാരെ വിളിക്കുന്നത്. ഒൻപതില്ലം പതിനാറ് കഴകം പതിനെട്ട് വീട്ടിൽ ഊരാളൻമാർക്കും മനുഷ്യങ്ങളും... പതിനേഴ് നാട്ടിൽ പതിനെട്ട് സ്ഥാനം ഭവനിമാതാവ് മുച്ചിലോട്ട് ഭഗവതി എന്നിരിക്കുന്ന തായിരസം ഉണ്ടല്ലോ എന്നിങ്ങനെയാണ് വാചാല്. .മാതമംഗലത്ത് സമ്പ്രദായേ, പ്രാണിമദ്ദളത്തിൽ പഴക്കപ്പെട്ടവരേ നോക്കന്റെ വയ്യനന്ത്രവൻമാരേ, എന്നിങ്ങനെയാണ് മുത്തപ്പൻ മാരാൻമാരെ വിളിക്കുന്നത്. മൂവാരിമാരെ പന്ത്രണ്ടില്ലേ എന്നാണ് മുത്തപ്പൻ വിളിക്കുന്നത്.കാട്ടിലും തടങ്ങിലും ഗുഹയിലും കരിയിലും വെടിയിലും പുകയിലും പരവതാനിയിലും ഞാൻ കയ്യെടുക്കും കാടും ഗുഹയും പരവതാനിയും മുത്തപ്പനൊരു പോലെ. കരിന്തോളം എന്നിവയാണ് ആറ് കിരിയം എന്നും അതല്ലാ അത് മണിയാണിമാരുടെ ആറ് കളരികളുടെ പേരാണ് എന്നും അഭിപ്രായമുണ്ട്.കോലയാൻ മണിയാണിമാരെ സമ്പ്രദായേ എന്നാണ് മുത്തപ്പൻ വിളിക്കുന്നത്. നാല് സമ്പ്രദായങ്ങളാണ് കോലായന്മാർക്ക് കണ്ണോത്ത്, കാപ്പാട്ട്, കല്യോട്ട്, മുളയന്നൂര്, ആറ് കിരിയത്തിങ്കൽ തായിയും (കണ്ണങ്ങാട്ട് ഭഗവതി) കോലസ്വരൂപത്തിങ്കൽ തായിയും ആണ് മണിയാണിമാരുടെ കുലപരദേവതകൾ. കോലത്തിരിരാജാക്കന്മാർ (മുസ്ലീമുകളോട്) ഉരിയാടുന്നത് ഇപ്രകാരമത്രേ. ചേരമാൻ പെരുമാൾ കൊടുങ്ങല്ലൂർ തുറമുഖത്തുനിന്ന് ഗൂഢമായി കപ്പല് കയറി. കൊയിലാണ്ടിക്കൊല്ലത്തെ തൂക്കില് ഒരു ദിവസം പാർത്തു. പിറ്റേ ദിവസം ധർമ്മപട്ടണത്തെത്തി. ധർമ്മ പട്ടണത്തു കോവിലകം രക്ഷിപ്പാൻ സാമൂതിരിയെ ഏൽപ്പിച്ചു. ഞങ്ങളുടെ സംസ്ക്കാരത്തിൽ എല്ലാവരെയും സ്നേഹിക്കുക എന്നുള്ളതാണ്. കാണാൻ വരുന്ന മാപ്പിളമാരോട് മുത്തപ്പൻ ഉരിയാടുന്നത് പൈതൃകമായി തനിക്ക് ലഭിച്ച സ്വഭാവവിശേഷങ്ങൾ സ്വജീവിതത്തിൽ പകർത്തിക്കൊണ്ട് മുത്തപ്പൻ രാജസദസ്സിൽ വസിഷ്ഠമഹർഷി കൈയ്യെടുത്ത പ്രകാരത്തിൽ ഏവരാലും അംഗീകരിക്കപ്പെടുകയും ബഹുമാനിക്കപ്പെടുന്നതും കാണാം.

വണ്ണാന്മാരും മുത്തപ്പനും

എല്ലാ ഗ്രാമപ്രദേശങ്ങളിലും ഓരോ വണ്ണാൻ കുടുംബങ്ങൾ ഉണ്ട്. ഇവരുടെ പ്രധാനപ്പെട്ട തൊഴിൽ തെയ്യംകെട്ട്, വൈദ്യം എന്നിവയാണ്. തങ്ങളുടെ ചെറുജന്മത്തിലുള്ള പ്രദേശങ്ങളിൽ മാത്രമേ മുത്തപ്പൻ കെ

ട്ടാനുള്ള അവകാശമുള്ളു.വണ്ണാന്മാർ തെയ്യം കെട്ടിത്തുടങ്ങിയാൽ ആദ്യമാദ്യം കെട്ടുന്ന തെയ്യങ്ങളിൽ മുഖ്യമാണ് മുത്തപ്പൻ. തുലാവത്തിലെ പത്താമുദയം തുടങ്ങി തെയ്യക്കാലം മുഴുവനും പൊടിക്കളങ്ങളിലോ വീടുകളിലോ ആയി മിക്ക ദിവസവും മുത്തപ്പൻ കെട്ടിയാടാനുണ്ടാവും. . ഒരു കളിയാട്ടത്തിന്നും മറ്റും ഉണ്ടാവുന്നത്ര ആൾക്കൂട്ടം കാണില്ലെന്നതും താരമമ്യേന ചുരുങ്ങിയ സമയം കൊണ്ട് ചടങ്ങുകൾ അവസാനിക്കുന്നുവെന്നതും പുതുക്കക്കാർക്ക് സഹായകമാണ്. മുത്തപ്പൻ തെയ്യത്തിന്ന് അനുഷ്ഠാനങ്ങളാണ് അതിപ്രധാനം. വിശ്വാസപൂർവ്വം എല്ലാമനുഷ്ഠിക്കുന്ന കോലക്കാരന്റെ വാക്കുകളിൽ ദൈവികത്വം നിറഞ്ഞു നിൽക്കും. അല്ലാത്തപക്ഷം എല്ലാം ഒരുതരം കാട്ടിക്കൂട്ടലാവുകയേ ഉള്ളു. മുത്തപ്പന്മാരുടെ കഥയും കോലം സംബന്ധിച്ച കാര്യങ്ങളും വണ്ണാന്മാർ ചെറുപ്പത്തിൽ തന്നെ കണ്ടും കേട്ടും പഠിക്കുന്നു. പല വണ്ണാൻ കുടുംബങ്ങളും സ്വന്തമായി പൊടിക്കളമുണ്ടാക്കി മുത്തപ്പനെ ആരാധിക്കുന്ന പതിവുമുണ്ട്. ഒന്നൂറേ നാല്പത് മുപ്പത്തൈവർ, പരദേവതമാർ മുപ്പത്തൈവർ എന്നിങ്ങനെ സ്ഥിരമായോ താൽക്കാലികമായോ ഉള്ള ഗണങ്ങളിൽ പെടുന്നു. ഒട്ടേറെ തെയ്യങ്ങളും ഭൈരവാദിപഞ്ചമൂർത്തികളെപ്പോലെ മന്ത്രമൂർത്തി സങ്കല്പങ്ങളായും തെയ്യങ്ങളുണ്ട്. വണ്ണാൻ സമുദായത്തിൽ നിന്ന് പല കമ്മ്യൂണിസ്റ്റ് നേതാക്കൻമാരും ഉണ്ടായിട്ടുണ്ട്. അവർ തങ്ങളുടെ കുലത്തൊഴിൽ അനുഷ്ഠിക്കുന്നതോടൊപ്പം കർഷക പ്രസ്ഥാനങ്ങളിലും നേതൃത്വം വഹിച്ചിട്ടുണ്ട്. മുത്തപ്പന് സമൂഹം നല്കിയിരുന്ന ആരാധന തെയ്യക്കാർക്കും കിട്ടിയിരുന്നു എന്നതാണ് സത്യം.

മുത്തപ്പനും തൊണ്ടച്ഛനും

പേരുകൊണ്ട് തന്നെ ഈ രണ്ടു തെയ്യങ്ങളും കുടുംബപരമായി അടുത്ത ബന്ധുക്കളാണ്. ഒരാൾ അച്ഛന്റെയോ അമ്മയുടെയോ ജ്യേഷ്ഠൻ (മുത്തപ്പൻ). രണ്ടാമത്തെ ആൾ അച്ഛന്റെയോ അമ്മയുടെയോ അച്ഛൻ (തൊണ്ടച്ഛൻ). അശരണർ അതും ദരിദ്രകോടികൾ ശരണാർത്ഥമോ ആത്മരക്ഷാർത്ഥമോ വിളിക്കുന്നത് എന്റെ മുത്തപ്പാ എന്നോ, തൊണ്ടച്ഛാ എന്നോ ആയിരിക്കും. സാധാരണക്കാരുടെ ജീവിതവുമായി അത്രത്തോളം ഇണങ്ങിച്ചേർന്നതാണ് ഈ രണ്ട് തെയ്യങ്ങളും. കുടുംബത്തിന്റെ കെട്ടുറപ്പും സുരക്ഷിതത്വവും സ്നേഹവും വാത്സല്യവും എല്ലാം ഈ പേരുകളിൽ അന്തർലീനമാണ്. ഈ പേരുകൾ തന്നെയാണ് അശരണർ ഏറെ ഇഷ്ടപ്പെടുന്ന തെയ്യങ്ങൾക്ക് നൽകിയത്. അതുകൊണ്ടു തന്നെ അത്തരം വിശ്വാസങ്ങൾക്ക് ഉതകുന്ന ഒരുപാട് ഐതിഹ്യങ്ങൾ ഈ തെയ്യ

ങ്ങളുമായി ബന്ധപ്പെട്ടുകിടക്കുന്നു. അവയൊക്കെ പിൽക്കാലത്തുള്ളവരുടെ വിശ്വാസങ്ങളെ അരക്കിട്ടുറപ്പിക്കാൻ ഉതകുന്നതാണ്. ഭക്ഷണത്തിൽ ഏറ്റവും ഇഷ്ടപ്പെടുന്ന കള്ളും റാക്കും മീനും ഇറച്ചിയും തേങ്ങയും മറ്റും. തൊണ്ടച്ഛന് കള്ളും റാക്കും ഇറച്ചിയും കനലിൽ ചുട്ടെടുത്ത അടയും നൽകുന്നു. അവ തന്നെയാണ് നിവേദ്യ വസ്തുക്കൾ. വേട്ടക്കൊരുമകനും വയനാട്ടുകുലവനും ഒരാൾ തന്നെയാണെന്ന് വൈ.വി. കണ്ണൻ മാഷ് വേട്ടക്കൊരുമകനെന്ന പുസ്തകത്തിൽ പറയുന്നുണ്ട്. വേടരൂപം ധരിച്ചുള്ള കൈലാസനാഥൻ വേട്ടയ്ക്കായെഴുന്നള്ളി വനത്തിൽ അതേ വേടരൂപം ധരിച്ചുള്ള കൈലാസനാഥന്റെ മകനാണ് കുലവൻ. വേട്ടയ്ക്കൊരുമകനും അതു തന്നെയാണ്. വടക്കളം കൂർസ്വരൂപത്തിൽ നിന്നും കുമ്പഴ മൂവായിരംവട്ടത്തിൽ നിന്നും വടക്കൻ കുറ്റിസ്വരൂപത്തിലേക്ക് കുടിയേറിയ ചില മണിയാണി കുടുംബങ്ങളും വയനാട്ടുകുലവനെ തങ്ങളുടെ തൊണ്ടച്ഛൻ ആയിട്ടു തന്നെയാണ് കാണുന്നത്.

മുത്തപ്പനും അയ്യപ്പനും

ഐയ്യപ്പൻ (അയ്യപ്പൻ) എന്നൊരു തെയ്യം വേലന്മാർ കെട്ടിയാടിവരുന്നു. അതിന്നു പാടുന്ന തോറ്റത്തിൽ, ആറ്റിലൂടെ ഒഴുകി വരുന്ന പൊന്നയ്യനെ പാടിക്കുറ്റിയമ്മ എടുത്തു വളർത്തുന്നതും, അവൻ പ്രായമായപ്പോൾ വനപൂതം, കല്ലുരുട്ടി, ചാത്തപ്പൻ, പേത്താളൻ കാടുവളയും കാടാറുകൾ, പരവച്ചാമുണ്ഡി എന്നിവരോടൊപ്പം നായാട്ടിന്നു പോകുന്നതുമാണ് പ്രതിപാദിക്കുന്നത്. മുത്തപ്പനെ സംബന്ധിച്ച പാട്ടുകളിൽ ചിലതിന്ന് അയ്യൻ തോറ്റം, അയ്യൻ മണ്ട എന്നീ പേരുകളാണ് പറയുന്നതെന്ന വസ്തുത ശ്രദ്ധേയമാണ്. മുത്തപ്പനും അയ്യപ്പനും അയ്യൻ എന്ന സങ്കല്പത്തിലുള്ളതായിരിക്കണം. പ്രാചീന കേരളത്തിലെ ഒരു നായാട്ടു ദേവതയാണ് അയ്യൻ. മുത്തപ്പൻ, അയ്യപ്പൻ എന്നീ തെയ്യങ്ങളുടെ ചരിതവും, പന്തളരാജപുത്രനായ അയ്യപ്പന്റെ ചരിതവും ഒന്നാണെന്ന് പറയുന്നില്ല. പക്ഷെ ഈ രണ്ടു പുരാവൃത്തങ്ങളുടെയും ഘടന പരിശോധിച്ചാൽ ഐക്യഭാവം ദർശിക്കാം ആറ്റിലൂടെ ഒഴുകി വരുന്ന പൊന്മകനെ എടുത്തുവളർത്തുക, അവൻ വളർന്ന് അച്ഛനമ്മമാരെ ഉപേക്ഷിച്ച് വനത്തിൽ പോവുക തുടങ്ങി സമാനവും സമാന്തരവുമായ കഥാംശങ്ങൾ അവയിൽ കാണുന്നുണ്ടല്ലോ. ഒരാൾ പുരളിമല മുത്തപ്പനാണെങ്കിൽ, മറ്റേയാൾ ശബരിമല അയ്യപ്പനാണ്. ഏതായാലും മുത്തപ്പൻ അയ്യപ്പൻ എന്നീ ദേവതകൾക്ക് വൈദിക ദേവതാ സങ്കല്പം നൽകുന്നത് ഉചിതമാണെന്ന് തോന്നുന്നില്ല.

നായാട്ട്മൂപ്പൻ മുത്തപ്പൻ

നായാട്ടുമായി വയനാട്ടിലെയും കുടകിലെയും പല മടപ്പുരയുമായി ബന്ധപ്പെട്ട കഥകൾ വരുന്നുണ്ട്. കൃഷി ചെയ്യുന്ന സമൂഹത്തിന് കാട്ടു മൃഗങ്ങൾ ഒരു ശല്യമായി മാറിയപ്പോൾ അവയെ നിയന്ത്രിക്കാൻ മുത്ത പ്പന്റെ നേതൃത്വത്തിൽ നായാട്ട് നടത്തിയിരുന്നതാണ് അയ്യപുരാൻ തിരു വടിയിലെ കഥ .ഒരു ചെറുത്തുനില്പ്പിന്റെ കഥ. ഒരു കാലത്ത് ധാരാളം പുനംകൃഷി ചെയ്യുന്ന ഒരു സമൂഹമായിരുന്നു മലനാട്ടുകാർ. അവരുടെ കൃഷിയുടെ സംരക്ഷണത്തിന് വേണ്ടി നായാട്ട് നടത്തി ശല്യക്കാരായ വന്യമൃഗങ്ങളെ കൊല്ലുന്ന രീതിയുണ്ടായിരുന്നു. കോട്ടയം രാജാവുമാ യി ബന്ധപ്പെട്ട കഥയിലും കാവൽക്കാരാൽ കൊല്ലപ്പെട്ട പന്നിയുടെ ക ഥ പറയുന്നുണ്ട്. മുത്തപ്പനെ നായാട്ട് ദൈവമായാണ് കുടകിലും വയ നാട്ടിലും ആരാധിക്കുന്നത്. അവരുടെ കൃഷിയുടെ സംരക്ഷകനായി നായാട്ട് നേതാവായാണ് അവതരിപ്പിച്ചിട്ടുള്ളത്. അയ്യപുരാൻ തിരുവടി യെക്കുറിച്ചുള്ള കഥ നമുക്ക് പറശ്ശിനിയിലെ മുത്തപ്പൻ പുരാവൃത്തം എ ന്ന ഗ്രന്ഥത്തിൽ നിന്നാണ് ലഭിക്കുന്നത്. മുത്തപ്പൻ കുന്നത്തൂർ മലയിൽ വളരെക്കാലം തപസ്സ് ചെയ്തിരുന്നുവെന്നാണ് വിശ്വാസം. മുത്തപ്പൻ 27 കൊല്ലം മത്സ്യമാംസാദിയൊന്നും പെരുമാറിയിട്ടില്ല അതിന്റെ കാരണ മാണ് നായാടികൾ തിരക്കുന്നത്. അവർ ഓരോ കാരണം സംശയിക്കു കയും അതു തന്നെ മുത്തപ്പനോട് ചോദിക്കുകയും ചെയ്യുന്നു. ശ്രീ ചിറ ക്കൽ ടി.ബാലകൃഷ്ണൻ നായർ. ശ്രീ മുത്തപ്പനും പറശ്ശിനിമടപ്പുരയും എന്ന ലേഖനത്തിൽ മുത്തപ്പൻ മുപ്പത്താറുവർഷം കുന്നത്തൂർ പാടിയി ലെ ഗുഹയിൽ തപസ്സു ചെയ്ത് നേടിയ കഥയും നമ്പലമുത്തപ്പൻ സേ വകനായ കഥയും മറ്റും വിവരിച്ചിട്ടുണ്ട്. അല്ലയോ അയ്യപുരാൻ തിരുവ ടി! അങ്ങയുടെ നായാട്ട് മുടക്കുവാൻ കാരണമെന്താണ്? നായാടികളു ടെ ചോദ്യങ്ങൾ കേട്ടപ്പോൾ മുത്തപ്പൻ പറഞ്ഞു. അല്ലയോ കാട്ടുനാടിക ളേ നിങ്ങളൊരു കാര്യം ചെയ്യുക. ഞാൻ കുറെ നായകളെ നായാട്ട് പരി ശീലിപ്പിക്കുവാൻ ഒരു അടിയാനെ ഏല്പിച്ചിട്ടുണ്ട്. അതിന്റെ അവസ്ഥ യെന്താണെന്നറിയുവാൻ കഴിഞ്ഞിട്ടില്ല. അതിനാൽ നിങ്ങൾ ഉടനെപോ യി ആ അടിയാനെ കാണണം. മുത്തപ്പന്റെ ഈ നിർദ്ദേശം അനുസരി ച്ച് അടിയാനെ വിളിച്ച് മുന്നിൽ നിർത്തി ചോദിച്ചു. നമ്മുടെ മുത്തപ്പൻ കുറെ നായകളെ പരിശീലിപ്പിക്കുവാൻ നിന്നെ ഏല്പിച്ചിട്ടുണ്ടല്ലോ. അ വയുടെ പരിശീലനം എത്രത്തോളമായിട്ടുണ്ട്? എല്ലാ നായകളും നായാ ട്ടിന് വേണ്ടുവോളം പ്രാപ്തി നേടിക്കഴിഞ്ഞിട്ടുണ്ട്. പള്ളയേറി കടിക്കു ന്ന ഭൈരവനാണ് മറ്റവൻ ചങ്കേപ്പിടിക്കുന്ന കിളരവനുമാണ്. ഈ രണ്ട്

നായകളും പ്രത്യേകം പരിശീലനം നേടിയവയാണ്. ഇതുകേട്ടപ്പോൾ നായകളെയെല്ലാം മുത്തപ്പന്റെ മുമ്പാകെ ഹാജരാക്കുവാൻ ആവശ്യപ്പെട്ടു. എല്ലാറ്റിനേയും എണ്ണതേച്ച് കുളിപ്പിച്ച് വൃത്തിയാക്കി. അതിനുശേഷം മുത്തപ്പന്റെ മുമ്പാകെ കൂട്ടിക്കൊണ്ടുപോയി നിരത്തിനിർത്തുകയും ചെയ്തു. മുത്തപ്പൻ വകയായി നായകൾക്കെല്ലാം സുഭിക്ഷമായ സദ്യയും കൊടുത്തു. പള്ളിവേട്ട നടത്താനുള്ള തീരുമാനം മുത്തപ്പൻ പ്രഖ്യാപിക്കുകയും ചെയ്തു. കാട്ടുനായാടികളെല്ലാം ചേർന്ന് പള്ളിവേട്ട നടത്തുവാനുള്ള ഒരുക്കങ്ങൾ ചെയ്തു. ഒരുമിച്ച് നായകളെയും കൂട്ടി ചേകവരും പരിവാരികളും ചേർന്ന് നിശ്ചയിച്ചതുപോലെ തേട്ടവും വിളിയും തുടങ്ങി. ചേകവൻമാർ അക്കാലത്ത് രാജാക്കൻമാരുടെ നിർദ്ദേശമനുസരിച്ച് കൃഷിയുടെ സംരക്ഷണത്തിനായി വേട്ട നടത്തിയതാണത്രേ. കോലത്തിരിയുടെ കാലഘട്ടത്തിൽ തന്നെ ചേകവത്തലവന്റെ നേതൃത്വത്തിൽ വേട്ട നടത്തിയതായി കാണാം.

വേട്ട നടത്തുന്നത് ഒരു പ്രത്യേക രീതിയാണ്. പൂവിളികളുമായി ഒരു പ്രത്യേക ദിവസം തോക്കും അമ്പും വില്ലുമായി കാട് കയറുന്നു. പ്രത്യേക രീതയിൽ വല വിരിച്ച് ആർപ്പ് വിളികളോടെ മൃഗങ്ങളെ കാടിന് വെളിയിലേക്ക് ചാടിക്കുന്നു. ദാരികൻ കുന്നിന്റെ കിഴക്കായി അമ്പായം കുന്നിന്റെ വലത്തെ ചരിവിൽ താഴ്ന്നു കിടക്കുന്ന കാവിൽ വലകെട്ടി ഉയർന്ന മലയുടെ മുകളിൽ ഒളിയും കെട്ടി. അതോടെ കാട്ടിൽ മറഞ്ഞിരിക്കുന്ന മൃഗങ്ങളെല്ലാം വിരണ്ട് നാലുവശത്തേക്കും തലങ്ങും വിലങ്ങും ഓടുവാൻ തുടങ്ങി. കൂട്ടത്തിൽ വലിയൊരു തടിമാടൻപന്നി കാടുവിട്ടിറങ്ങി വെളിയിലെത്തി. അതുകണ്ട് നായാടികൾക്കെല്ലാം ഉത്സാഹമായി. അവർ ഞാൻ മുമ്പിൽ ഞാൻ മുമ്പിൽ എന്ന ഭാവത്തിൽ വില്ലെടുത്ത് ശരം തൊടുത്തു. ഒരു പോറൽ പോലും ഏല്ക്കാതെ പന്നി രക്ഷപ്പെടുകയും ചെയ്തു. നിരാശരായ അവർ മുത്തപ്പനെ കണ്ട് സങ്കടമുണർത്തിച്ചു. നായാട്ട് നായകനായ മുത്തപ്പന്റെ സഹായമഭ്യർത്ഥിച്ചു. മുത്തപ്പൻ നായാട്ടിന്റെ തന്ത്രങ്ങൾ അവർക്ക് പറഞ്ഞു കൊടുത്തു. പതിനെട്ടാചാരങ്ങളും വിശദമായി പഠിപ്പിച്ച് പിന്നീട് തന്ത്രങ്ങൾ പഠിച്ച ചേകവൻമാർ കൂട്ടത്തോടെ നായാട്ടിനിറങ്ങി. ആ പെരും പന്നിയെ വേട്ടയാടി കൊന്ന് സന്തോഷം കൊണ്ട് ആ പന്നിക്കു ചുറ്റും നർത്തനമാടി. പെരും പന്നിയുടെ മാംസവും കള്ളും മുത്തപ്പന് നൽകി. ജന്മിത്വ ചൂഷണത്തിന്റെ മറ്റൊരു കഥ കൂടി പറയുന്നുണ്ട്. വേട്ടയാടി പിടിച്ച മൃഗത്തിന്റെ കൊറു നൽകേണ്ടത് ആ കാടിന്റെ ഉടമസ്ഥനായ ജന്മിക്കായിരുന്നു. ഇങ്ങനെ കൊറു നല്കാത്തതിനാൽ അടിയാനെ ശിക്ഷിച്ച ധാരാളംസംഭ

വങ്ങൾ ഉണ്ടായിട്ടുണ്ട്. ഈ അനീതിക്ക് എതിരെയാണ് മുത്തപ്പൻ പൊരുതിയിരുന്നത്. വേട്ടയാടാൻ കഠിന പ്രയത്നം ചെയ്തവർക്ക് നല്ല ഇറച്ചി നല്കാതെ ഉപയോഗശൂന്യമായ ഭാഗങ്ങൾ നല്കി ചൂഷണം ചെയ്യുന്ന വ്യവസ്ഥയെ പരസ്യമായി ചോദ്യം ചെയ്യാൻ ധൈര്യം നല്കിയത് മുത്തപ്പനായിരുന്നു. അടിയാൻ ഉടയോൻ സമ്പ്രദായത്തിലെ ചൂഷണങ്ങളെ മുത്തപ്പൻ എന്നും എതിർത്തിരുന്നു. മുത്തപ്പൻ കീഴാളപക്ഷക്കാരനാണ്. അതുകൊണ്ടാണ് മുത്തപ്പനെ നായാട്ടിന്റെ ആശാനായി കല്പിച്ചിട്ടുള്ളത്.

വേശാല എഴുത്തച്ഛൻ

അക്കാലത്തെ പ്രധാന സംഭവമാണ് വേശാല എഴുത്തച്ഛനുമായി ഉണ്ടായ സംഭവം. വേശാല എഴുത്തച്ഛൻ ഒരിക്കൽ പറശ്ശിനിയിലെത്തി. ആ സമയം നല്ല ജനതിരക്കുണ്ടായിരുന്നു. ബഹുമാന്യരായവർ അക്കാലത്ത് വീട്ടുപേരിലോ നാട്ടുപേരിലോ ആണ് അറിയപ്പെടുന്നത്. സ്വതവേ സന്യാസ വേഷത്തിൽ സഞ്ചരിക്കുന്ന എഴുത്തച്ഛനെ മടപ്പുരയിലുള്ളവർ ഗൗനിച്ചില്ല. എഴുത്തച്ഛൻ അന്നത്തെ പ്രധാന ആദ്ധ്യാത്മിക ആചാര്യനായിരുന്നു. എല്ലാ ക്ഷേത്രങ്ങളിലും സഞ്ചരിച്ച് ജനങ്ങൾക്ക് ഉപദേശങ്ങൾ നല്കിയിരുന്ന ഒരു മഹാനുഭാവനായിരുന്നു. പോത്തേര എഴുത്തച്ഛൻ, എഴുത്തച്ഛൻ തുടങ്ങിയ പേരുകൾ വേറെയുമുണ്ട്. സന്യാസ ജീവിതം നയിച്ചിരുന്ന എഴുത്തച്ഛൻ ഒരിടത്തും അധികകാലം താമസിക്കുമായിരുന്നില്ല. സഞ്ചരിക്കുന്നതാണ് ശീലം. ആ സമയം മടയൻ മടപ്പുരയിൽ ഉണ്ടായിരുന്നില്ല. അവിടെ ഉണ്ടായിരുന്നവരാരും എഴുത്തച്ഛനെ മനസ്സിലാക്കിയതുമില്ല. കാര്യത്തിലൊന്നും ശുഷ്കാന്തി ഇല്ലാത്തത് കൊണ്ട് ജീർണ്ണിച്ച മുണ്ടും പുതപ്പുമായിരുന്നു വേഷം. ശോഷിച്ച ശരീരത്തിലെ ഭസ്മക്കുറി വരകളും പാറിപ്പറന്ന തലമുടിയും എല്ലാം കൂടി കണ്ടപ്പോൾ ഏതോ വഴിപോക്കനാണെന്നേ മറ്റുള്ളവർ കരുതിയുള്ളൂ. അതിന്റെ പേരിൽ ചെറിയൊരു ഉന്തും ഉരസലും ഉണ്ടാവുകയും ചെയ്തു. അന്ന് മടപ്പുര ഇന്നത്തേതു പോലെ വലിയതായിരുന്നില്ല. ഉടനെ തന്നെ ശ്രീ കോവിലിൽ കയറി മുത്തപ്പന്റെ ആയുധങ്ങളെടുത്ത് പുറത്തേക്ക് വന്ന് പുഴയോരത്ത് നിന്ന് മന്ത്രങ്ങൾ ഉരുവിട്ട് പുഴയിലേക്ക് വലിച്ചെറിഞ്ഞു. രൂക്ഷമായി എല്ലാവരെയും നോക്കി പുഴയിലേക്ക് കാലെടുത്ത് വച്ചു. അത്ഭുതം. എഴുത്തച്ഛൻ പുഴയുടെ മുകളിലൂടെ ഒരു കൂസലില്ലാതെ നടന്ന് നീങ്ങുന്നു. കണ്ട് നിന്നവർ അത്ഭുതത്തോടെയും ഭയത്തോടെയും ആ കാഴ്ച കണ്ടു. അപ്പോഴാണ് മടപ്പുര ജീവനക്കാർ

ക്ക് തങ്ങൾക്ക് പറ്റിയതെറ്റ് മനസ്സിലായത്. ഈ വന്നിരിക്കുന്നത് മഹായോഗിയായ വേശാല എഴുത്തച്ഛനാണെന്നും ഇനി എന്തൊക്കെയാണ് ഉണ്ടാവുമെന്നറിയാത്ത അവർ ഉടൻ തന്നെ മടയനെ വിവരം അറിയിച്ചു.

മടയൻ അതിന് കാരണക്കാരായവരെ കണക്കിന് ശകാരിച്ചു. മടയൻ ഉടനെ തന്നെ രണ്ട് പേരെ എഴുത്തച്ഛന്റെ അടുത്തയച്ച് മാപ്പ് പറഞ്ഞു കൂട്ടിക്കൊണ്ടുവരാൻ പറഞ്ഞയച്ചു. അവർ ഒരു തോണിയിൽ കയറി പുഴ കടന്ന് ഓടാൻ തുടങ്ങി. അങ്ങ് ദൂരെ എഴുത്തച്ഛൻ നടന്ന് നീങ്ങുന്നത് ദൂരത്തു നിന്ന് തന്നെ കണ്ടു. അടുത്തെത്തിയ ഉടനെ മുന്നിൽ കമിഴ്ന്ന് വീണ് കാല് രണ്ടും കെട്ടിപ്പിടിച്ചു. മടപ്പുര മടയനവർകൾ അങ്ങയോട് തിരിച്ചെഴുന്നള്ളുവാൻ ആവശ്യപ്പെട്ടിട്ടുണ്ട്. അങ്ങ് വന്നില്ലെങ്കിൽ അടിയങ്ങൾക്ക് യാതൊരു രക്ഷയുമുണ്ടാകില്ല. ദയവായി അടിയങ്ങളെ രക്ഷിക്കുമാറാകണം. എന്നിങ്ങനെ കരഞ്ഞ് പറയുകയും ചെയ്തു. അത്രയുമായപ്പോൾ എഴുത്തച്ഛൻ ഒന്ന് നിന്ന് ആലോചിച്ചു. അറിവില്ലാത്തവർ തെറ്റ് ചെയ്താൽ അറിവുള്ളവർ പൊറുക്കണം. ഇവരുടെ അറിവില്ലായ്മ തന്നെയാണിതിന് കാരണം. ഇപ്പോഴിവർ അതിൽ പശ്ചാത്തപിച്ച് രക്ഷക്ക് വേണ്ടി ശരണം പ്രാപിക്കുകയും ചെയ്തിരിക്കുന്നു. സ്വതവേ സമാധാന പ്രിയനായ എഴുത്തച്ഛൻ പ്രശ്നം പരിഹരിക്കണമെന്ന് മനസ്സിൽ കരുതി തിരിച്ച് പോകാൻ തീരുമാനിച്ചു. മടപ്പുരയിലെത്തിയപ്പോൾ അവിടെ മടയനും കൂട്ടരും കാത്തുനിൽക്കുന്നു. എല്ലാവരും എഴുത്തച്ഛനോട് മാപ്പപേക്ഷിച്ചു. തെറ്റ് പറ്റിയതിൽ ഖേദം പ്രകടിപ്പിച്ചു.

എഴുത്തച്ഛൻ എല്ലാവരെയും നോക്കി പുഴയുടെ കരയിൽ നിന്ന് കണ്ണടച്ച് പ്രാർത്ഥിച്ചു. എല്ലാവരെയും അത്ഭുതപ്പെടുത്തി പുഴയിലെറിഞ്ഞ വാളും ശരവും എഴുത്തച്ഛന്റെ കൈയ്യിലെത്തി. അത് നേരെ അകത്തേക്ക് കൊണ്ടു പോയി ആദ്യം വെച്ചിരുന്നതുപോലെ തന്നെ പീഠത്തിൽ പ്രതിഷ്ഠിച്ചു. അവിടെ ഉണ്ടായിരുന്നവർ മുഴുവൻ എഴുത്തച്ഛന്റെ കാൽക്കൽ വീണു. എന്റെ മുത്തപ്പന്റെ സന്നിധി നാൾക്ക് നാൾ അഭിവൃദ്ധിപ്പെടുമെന്നും പീഠത്തിനടിയിലെ പൂഴിപോലെ ഇവിടെ ഭക്തൻമാർ മുത്തപ്പനെ കാണാൻ വരുമെന്നും പ്രവചിച്ച് യാത്രയായി. അക്കാലത്ത് ഇന്നത്തെപോലെ മുത്തപ്പന്റെ ശ്രീകോവിൽ മനോഹരമാക്കിയതായിരുന്നില്ല. പുഴയുടെ തീരത്ത് ഒരു പുല്ല് മേഞ്ഞ ശ്രീകോവിലിലായിരുന്നു. ആ ശ്രീകോവിലിൽ നിന്ന് തുടങ്ങിയ മുത്തപ്പന്റെ യാത്ര കേരളത്തിലെ അറിയപ്പെടുന്ന ഒരു തീർത്ഥാടന കേന്ദ്രമെന്ന നിലയിലേക്ക് വളർന്നു വന്നു. എഴുത്തച്ഛന്റെ അനുഗ്രഹം കൊണ്ട് ഈ ആശീർവാദം ഫലവത്തായിത്തീരുകയും ചെയ്തു.

ആശാരി

മുത്തപ്പനെ കൂടുതൽ ആരാധിച്ചിരുന്നത് മറ്റ് സംസ്ഥാനങ്ങളിലും രാജ്യങ്ങളിലും ജോലി ചെയ്യുന്നവരായിരുന്നു. അവർ അവരുടെ വിഷമ ഘട്ടങ്ങളിൽ മുത്തപ്പനെ മനമുരുകി പ്രാർത്ഥിക്കുകയും മുത്തപ്പനായി നാണയങ്ങൾ സൂക്ഷിച്ച് വെക്കുകയും ചെയ്തിരുന്നു. നാട്ടിലെത്തുന്ന വേളയിൽ അത് മടപ്പുരയിലെത്തി മുത്തപ്പന് സമർപ്പിക്കുകയും ചെയ്യുന്ന രീതി പണ്ടു മുതലേ ഉണ്ടായിരുന്നു. മുത്തപ്പൻ കാത്തു രക്ഷിച്ച ഒരു ആശാരിയുടെ കഥയാണിവിടെ പറയുന്നത്. ആശാരി ചെറുപ്പത്തിലെ അന്യനാട്ടിലേക്ക് കുടിയേറിയതായിരുന്നു എങ്കിലും മുത്തപ്പനോടുള്ള വിശ്വാസം കാരണം നാട്ടിലെത്തിയാൽ ഉടനെ മുത്തപ്പനെ കാണാൻ മടപ്പുരയിലെത്തിയിരുന്നു. ഒരിക്കൽ ആശാരി നാട്ടിലേക്കു തിരിച്ചു വരുന്ന വഴി മുത്തപ്പനെ കണ്ട് തൊഴുത് രാവിലെ വീട്ടിലെത്താമെന്ന കാഴ്ചപ്പാടിൽ മെല്ലെ നടക്കുകയായിരുന്നു. പറശ്ശിനിക്കടവിന് നാലഞ്ച് കിലോമീറ്റർ അപ്പുറം ധർമ്മശാലയിലൂടെ യാത്ര ചെയ്യവേ ഒരു കള്ളൻ കയ്യിലൊരു വാളുമായി ആശാരിയുടെ മുന്നിൽ ചാടിവീണു. ഭയന്നു വിറച്ച അയാൾ എന്റെ മുത്തപ്പാ നീയല്ലാതെ എനിക്ക് മറ്റാരുമില്ലല്ലോ എന്ന് നിലവിളിച്ചു. പെട്ടെന്ന് കാട്ടിൽ നിന്ന് ഒരു പുലി ഇറങ്ങിവന്ന് കള്ളനെ തൂക്കിയെടുത്ത് നിലത്തിട്ടു. കള്ളൻ പ്രാണവേദനയോടെ നിലവിളിച്ചെങ്കിലും അയാളുടെ ജീവൻ പോയി. കള്ളന്റെ കയ്യിലുള്ള വാളുമെടുത്ത് ആശാരി പറശ്ശിനി മടപ്പുരയിലേക്കു യാത്രയായി. തിരുമുടി അഴിക്കേണ്ട സമയമായിട്ടും മുത്തപ്പൻ അതഴിക്കാൻ തയ്യാറായില്ല. മടയനും ആൾക്കാരും കാരണമന്വേഷിച്ചു. എനിക്ക് ഒരു കാഴ്ചയുമായി ഒരാൾ വരുന്നുണ്ടെന്നും എന്നെ കാണാതിരുന്നാൽ അവന് വിഷമമുണ്ടാകും എന്നും അരുളിപ്പാട് ചെയ്തു. കയ്യിലൊരു വാളും പൊതിയുമായാണ് ആശാരി വന്നത്. കള്ളന്റെ വാള് മുത്തപ്പനു നൽകി ആശാരി കമിഴ്ന്ന് വീണ് മുത്തപ്പനെ വണങ്ങി. എന്റെ പൊന്നു മുത്തപ്പാ എന്നെ കാത്തുരക്ഷിച്ചുവല്ലോ. പൊതിയഴിച്ച് പണം മുഴുവനും പീഠത്തിൽ ചെരിഞ്ഞു. മറ്റുള്ളവർ കാര്യമന്വേഷിച്ചു. ഉണ്ടായ കാര്യങ്ങൾ ആശാരി വിവരിച്ചുകഴിയുമ്പോഴേക്കും മുത്തപ്പൻ വാൾ കൊണ്ട് നാണയങ്ങൾ രണ്ടായി പകുത്തു ഒരു ഭാഗം എടുത്തുകൊള്ളാൻ കല്പിച്ചു. ആശാരി അതുപ്രകാരം ചെയ്തു. ആശാരിക്കുണ്ടായ സന്തോഷത്തിന് അതിരുണ്ടായില്ല. താൻ കാണാൻ കൊതിച്ച രൂപം തന്നെയും കാത്ത് മണിക്കൂറുകളോളം മടപ്പുരയിൽ കാത്ത് നിൽക്കുന്നു. ഉറയിലിട്ട ആ വാൾ ഇന്നും മടപ്പുരയിൽ സൂക്ഷിച്ചിട്ടുണ്ട്. വിശേഷ ദിവസങ്ങളിൽ ആ വാൾ എടുത്ത് ചുരി

കയണക്കാറുണ്ട് മുത്തപ്പൻ. ഇങ്ങനെ അനേകം സംഭവങ്ങളിലൂടെ സാധാരണക്കാരുടെ മനസ്സിൽ പതിഞ്ഞ രൂപമാണ് പറശ്ശിനി മുത്തപ്പൻ.

മുസ്ലീങ്ങളും മുത്തപ്പനും

മടപ്പുര മുറ്റങ്ങളിൽ ഹിന്ദു മുസ്ലീം മതങ്ങൾക്കിടയിലുണ്ടായിരുന്ന മതമൈത്രിയുടെ സ്മരണയുയർത്തുന്നു. ക്ഷേത്ര പ്രവേശനത്തിന് അഹിന്ദുക്കൾക്ക് കർശനമായ വിലക്ക് ഏർപ്പെടുത്തിയിട്ടുണ്ടെങ്കിലും ഇന്നും മടപ്പുരയിൽ കയറുന്നതിനും പ്രാർത്ഥന നടത്തുന്നതിനും തടസ്സമില്ല. ജാതി മതങ്ങളുടെ വേലിക്കെട്ടൊന്നുമില്ലാതെ പർദ്ദയണിഞ്ഞ മുസ്ലീം സ്ത്രീകൾ നാണയത്തുട്ടുകൾ നല്കി ഇന്നും മടപ്പുരയിൽിൽ നിന്നും പ്രസാദം വാങ്ങാറുണ്ട്. മുത്തപ്പനു മുന്നിൽ മുസ്ലീം സ്ത്രീകൾ കൈകൂപ്പി നിൽക്കുന്ന ഭക്തി നിർഭരമായ കാഴ്ച മറ്റുള്ളവരുടെ കണ്ണു തുറപ്പിക്കും. മത മൈത്രി പുലർത്തുന്നതിൽ മുത്തപ്പൻ എപ്പോഴും ശ്രദ്ധ പുലർത്തിയിരുന്നു. പല മടപ്പുരകളിലും ഉൽസവങ്ങൾ കഴിപ്പിക്കുമ്പോൾ അവിടെ തൊഴാൻ വരുന്ന മുസ്ലീങ്ങളോട് അവരുടെ മതത്തിന്റെ പ്രാധാന്യത്തെ പറ്റിയും അവരുടെ വിശ്വാസത്തെ കുറിച്ചും മുത്തപ്പൻ പറയാറുണ്ട്. സാമുദായിക സംഘർഷങ്ങൾ നിലനിൽക്കുന്ന ഈ കാലത്ത് മുത്തപ്പനെ പോലുള്ള ഒരു ദൈവത്തിന് ഏറെപ്രാധാന്യമുണ്ട്. മുത്തപ്പന്റെ മുന്നിൽ കൈകൂപ്പി പ്രാർത്ഥിക്കുന്ന ഒരു മുസ്ലീംസ്ത്രീയുടെ ചിത്രം ഏറെ ചർച്ച ചെയ്യപ്പെട്ടിരുന്നു. വിധവയായ സാധു സ്ത്രീയോട് മുത്തപ്പൻ പറഞ്ഞ വാചാലുകൾ കേരള സമൂഹം ഏറ്റെടുത്തു എല്ലാ മതങ്ങളും സമാധാനവും ശാന്തിയുമാണ് പറയുന്നത് മറ്റ് മതങ്ങളെ സ്നേഹിക്കാനാണ് മുത്തപ്പൻ പറയുന്നത്. മടപ്പുരയിൽ എവിടെയും മുസ്ലീം സ്ത്രീകൾക്ക് വിലക്കില്ല എന്നതാണ് ഏറെ പ്രാധാന്യം. പല ആഘോഷങ്ങളിലും എല്ലാ മതക്കാരും ചേർന്ന് നടത്തുന്നത് ഭാവിയിൽ തന്റെ

മക്കൾ മതത്തിന്റെ പേരിൽ തല്ലു കൂടരുതെന്ന മുത്തപ്പന്റെ ദീർഘവീക്ഷണമായിരിക്കും ഇത്.

പറശ്ശിനി മടപ്പുരയിൽ സാധനങ്ങളും മറ്റു നൈവേദ്യവസ്തുക്കളും കൊണ്ടുവരുന്നത് ഒരു മുസ്ലീം കുടുംബാംഗമാണ്. അവർക്കാണതിന് അവകാശം. ഒരിക്കൽ വിദേശത്ത് പോയി ജോലിചെയ്യണമെന്ന് അയാൾക്കൊരാഗ്രഹമുണ്ടായി. അങ്ങിനെ മറ്റൊരാളെ ചുമതലപ്പെടുത്തി. അദ്ദേഹം ദുബായിലേക്കു പോയി. എന്നാൽ അവിടെ അദ്ദേഹത്തിനു ഒരു സ്വസ്ഥതയും ലഭിച്ചില്ല. ഉറക്കത്തിൽ ദു:സ്വപ്നം കാണുന്നു. നായ കടിക്കാൻ വരുന്നു. മുത്തപ്പൻ തന്നെ തിരിച്ചു വിളിക്കുന്നതായി അയാൾക്കു തോന്നി. താമസിയാതെ നാട്ടിൽ തിരിച്ചെത്തി. തന്റെ മുൻകാല പ്രവൃത്തി തുടർന്നു നടത്താൻ തുടങ്ങി. അതോടെ അദ്ദേഹത്തിനു മന:ശ്ശാന്തിയും കിട്ടി. ചിതറിക്കിടക്കുന്ന മുസ്ലീം പള്ളികളും തൊട്ടടുത്ത സ്ഥലങ്ങളിൽ സ്ഥിതി ചെയ്യുന്ന മടപ്പുരകളും തമ്മിലുള്ള ബന്ധം ഇപ്പോഴും തുടരുന്നു. പള്ളികളിൽ ഉറൂസ് നടക്കുമ്പോൾ സജീവ സാന്നിദ്ധ്യമുണ്ട്. തുളുനാട്ടിൽ മടിക്കൈ കന്നാടം പള്ളിയിലെ മഖാമിന്നടുത്ത് എത്രയോ നൂറ്റാണ്ടുകളായി നിലവിളക്ക് കത്തിച്ചു വെക്കുന്നു. കോട്ടിക്കുളം ജുമാ മസ്ജിദിൽ പോർച്ചുഗീസുകാരോട് പടപൊരുതി മരിച്ച നൂറു ശുഹദാക്കളുടെ ഖബറിടമുണ്ട്. ഉദ്യാവർ പള്ളിയിലും ഏണിയാടിപ്പള്ളിയിലും പാറപ്പള്ളിയിലും ഇത് പോലെ മതസൗഹാർദ്ദത്തിന്റെ അടയാളങ്ങൾ കാണാം. മടപ്പുരകളിലെ ഉൽസവങ്ങളിലും ഉറൂസ് നേർച്ചകളിലും മാപ്പിളമാരും മറ്റു സമുദായങ്ങളും പ്രകടിപ്പിക്കുന്ന ബന്ധം വിവിധ സമൂഹങ്ങൾ തമ്മിലുള്ള കൂട്ടായ്മയുടെയും പരസ്പര സഹകരണത്തിന്റെയും അടയാളങ്ങളായി കാണാവുന്നതാണ്.

പണയക്കാട്ടമ്മ വിലക്കിയ മുത്തപ്പൻ

പയ്യന്നൂരിനടുത്ത് കാങ്കോൽ എന്ന സ്ഥലത്ത് പണയക്കാട്ട് ഭഗവതി സ്ഥാനത്തിനടുത്ത് മുത്തപ്പനെ കഴിപ്പിക്കാൻ പാടില്ല. ഒരിക്കൽ പണയക്കാട്ടമ്മയുടെ പള്ളിയറയ്ക്ക് സമീപം മുത്തപ്പൻ വെള്ളാട്ടം നടത്തവെ പാട്ടും വാദ്യാരവും കൊണ്ട് ദേവി പൊറുതി മുട്ടിയത്രെ. സഹികെട്ട് ദേവി പുലിക്കണ്ഠൻ തെയ്യത്തോട് ഇക്കാര്യം തിരക്കി. പുരളിമലയിറങ്ങിയ മദ്യത്തിൽ മനം കലങ്ങിയ ദേവനൃത്തമാണെന്ന് മനസ്സിലാക്കിയ ദേവി കണ്ണിൽ കനലണിഞ്ഞ് ഒരു നോട്ടമെറിഞ്ഞു. കാത്തുവെച്ച ദീപം കെട്ടു. ചെണ്ടനിശബ്ദമായി. കനലാടി വിയർത്തു. കാര്യം ഗ്രഹിച്ച കനലാടിമാർ ഈ പ്രദേശം വെടിഞ്ഞു. കാങ്കോൽ കുണ്ടോറത്തോട്ടിന് പടിഞ്ഞാ

റ് കുലയറപ്പുഴക്ക് കിഴക്ക്, കരിങ്കുഴിത്തോടിന് വടക്ക് കണ്ണങ്ങാടി തെക്ക് മേക്കാട്ട് ഭഗവതിയും കൂടെയുള്ളോരും ഇതിനിടയിൽ വരുന്ന സ്ഥലത്ത് മുത്തപ്പൻ വെള്ളാട്ടം കഴിക്കാൻ പാടില്ല. പിലിക്കോട് കാർന്നോത്തിയുടെ തറവാട് വീട്ടിൽ പൊടിക്കളമുണ്ട്. അവിടെ പൈങ്കുറ്റി വെക്കാം. അച്ചാംതുരുത്തിയിലും, ചെറുവത്തൂർ കൊവ്വൽ വീരഭദ്രൻ ക്ഷേത്രപരിസരത്തും മുത്തപ്പനെ കെട്ടിയാടിക്കാറില്ല. തെയ്യങ്ങൾ തുലാം പത്ത് മുതൽ എടവ മാസത്തിലെ മന്നം പുറത്ത് കാവ്, മാടായി കാവ് കലശം വരെ മാത്രമെ കെട്ടിയാടിക്കാറുള്ളു. എന്നാൽ മുത്തപ്പനെ ഏത് മാസത്തിലും കെട്ടിയാടിക്കാം..

പണയക്കാട്ട് ഭഗവതി

കാങ്കോൽ നാൽപത്തീരചിസ്ഥാനം പണയക്കാട്ട് ഭഗവതിയുടെ ഏറ്റവും പ്രധാനമായസ്ഥാനമാണ്. തറവാട്ടിൽ സന്തതി ഭാഗ്യമില്ലാതെ പോകുന്ന കാലത്ത് വളരെ പണ്ട് പാടിയപ്പുഴകടന്ന് തെയ്യം കാണാൻ തറവാട്ടംഗങ്ങളെല്ലാം പോയപ്പോൾ പൂർണ്ണഗർഭിണിയായ ഒരു മരുമകളും, വൃദ്ധനായ കാരണവരും മാത്രമേ ഉണ്ടായിരുന്നുള്ളു. അന്ന് സന്ധ്യാദീപം കൊളുത്തുന്ന നേരത്ത് കാരണവർ പെണ്ണിന്റെ പേറ്റ് നോവ് തുടങ്ങിയ ദൈന്യതയാർന്ന കരച്ചിൽ കേട്ടു. ഒന്നും ചെയ്യാൻ പറ്റാതെ അദ്ദേഹം അറ്റം കാണാത്ത തറവാട്ടുവളപ്പിൽ ഓടിനടന്ന് ആരെങ്കിലും സഹായിക്കണേന്ന് വിളിച്ചു പറഞ്ഞു. ആരും സഹായത്തിനെത്തിയില്ല. പടിഞ്ഞാറ്റയ്ക്കകത്ത് നിറദീപത്തിന് മുന്നിൽ സാഷ്ടാംഗം നമസ്കരിച്ച് കരഞ്ഞ് പറഞ്ഞു. അപ്പോൾ പുറത്ത് നിന്ന് തമ്പ്രാള് വിളിച്ചോന്ന് ചോദിച്ച് ഒരു സ്ത്രീഅല്ല, പേറ്റിച്ചീ വന്നു നില്ക്കുന്നു. കാരണവർ അവരെ കോമ്പിരിക്ക് അകത്തുള്ള പെണ്ണിനടുത്തേക്ക് പറ

ഞ്ഞയച്ചു. കുറച്ച് കഴിഞ്ഞ് കുഞ്ഞിന്റെ കരച്ചിൽ കേട്ടപ്പോൾ കാരണവർക്ക് ആശ്വാസമായി കുളിപ്പിച്ചെടുത്ത പെൺ കുഞ്ഞിനെ കാരണവരെ കാട്ടിക്കൊടുത്തു. അമ്മയുടെ ഓരം കിടത്തി, പേറ്റിച്ചി ഇറങ്ങി, ഇടങ്ങഴി നെല്ലും മുണ്ടും കൊണ്ട് കാരണവർ പുറത്തിറങ്ങി നോക്കിയപ്പോൾ നടന്നവഴിക്കുതന്നെ അവർ അപ്രത്യക്ഷയായി പോലും. അന്ന് രാത്രി കാരണവരുടെ സ്വപ്നത്തിൽ പണയക്കാട്ട് ഭഗവതി പ്രത്യക്ഷപ്പെട്ടെന്നും തറവാട്ടിൽ ഒരു സ്ഥാനം വേണമെന്നും പറഞ്ഞു പോലും. അന്ന് തൊട്ട് ഇന്നും തറവാട്ടിൽ ഭഗവതിസ്ഥാനം നിലനിൽക്കുന്നു പിലിക്കോട്, രയരമംഗലം ഭഗവതിയുടെ അധീനതയിൽ വരുന്ന സ്ഥലം. കൃത്യമായി പറഞ്ഞാൽ കാങ്കോൽ കുണ്ടോറത്തോട്ടിന് പടിഞ്ഞാറ് കുലയറപ്പുഴക്ക് കിഴക്ക്, കരിങ്കുഴിത്തോടിന് വടക്ക് കണ്ണങ്ങാടിക്ക് തെക്ക് എന്നീ അതിർവരമ്പുകൾക്കിടയിൽ പണയക്കാട്ടമ്മ മുത്തപ്പനെ വിലക്കി.

ഭക്തന്റെ വരവും പ്രതീക്ഷിച്ച്

പറശ്ശിനി മടപ്പുരയിൽ വാമൊഴിയായി പ്രചരിക്കുന്ന പല കഥകളുണ്ട്. അതിൽ പ്രധാനപ്പെട്ടതാണ് ഭക്തനായ ഒരു മുത്തച്ഛന്റെ കഥ. തന്റെ ഭക്തന്റെ വരവും പ്രതീക്ഷിച്ച് ശ്രീ മുത്തപ്പൻ ഏതാനും മണിക്കൂറുകൾ തിരുമുടിയഴിക്കാതെ കാത്തിരുന്ന കഥ ഉണ്ടായിട്ടുണ്ട്. ആ കാലത്ത് രോഗം വന്നാൽ മുത്തപ്പന് പയങ്കുറ്റിയും, വെള്ളാട്ടവും, നേരുന്നത് സർവ്വസാധാരണമായിരുന്നു. തളിപ്പറമ്പിന് കിഴക്കുള്ള ഒരു ഗ്രാമത്തിൽ കഴിഞ്ഞിരുന്ന ഒരു അപ്പൂപ്പന് കണ്ണുകൾക്ക് ദുസ്സഹമായ വേദനയും കാഴ്ച്ചക്കുറവും അനുഭവപ്പെട്ടപ്പോൾ മരിക്കുംവരെ തന്റെ കണ്ണുകൾക്ക് കാഴ്ച്ച നശിക്കാതിരിക്കാൻ രണ്ട് വെള്ളി കൊണ്ടുള്ള കണ്ണുകൾ പറശ്ശിനിക്കടവ് മുത്തപ്പന് കാഴ്ചവെക്കുമെന്ന് പ്രാർത്ഥിച്ചു. രോഗവിമുക്തനായ മുത്തച്ഛന് തന്റെ പ്രാർത്ഥന നിറവേറ്റുവാൻ ഏതാനും വർഷങ്ങൾ തന്നെ വേണ്ടി വന്നു. വാർദ്ധക്യസഹജമായ തളർച്ചപൂർണ്ണമായും തന്നെ വലയം ചെയ്തു തുടങ്ങിയപ്പോൾ ഒരു ദിവസം തന്റെ മകനെ വിളിച്ച് ആ കടബാദ്ധ്യതയുടെ കഥയറിയിച്ചു. ഒരു സംക്രമദിവസം ഉച്ചഭക്ഷണവും കഴിച്ച് പിതാവും പുത്രനും അന്നത്തെ സന്ധ്യാവെള്ളാട്ട് കണ്ട് നേർച്ചയൊപ്പിക്കാൻ പുറപ്പെട്ടു. അസുഖം കാരണം നന്നെ തളർന്ന മുത്തച്ഛൻ എത്രയും പെട്ടെന്ന് മടപ്പുരയിലെത്തി മുത്തപ്പന് വെള്ളിക്കണ്ണ് സമർപ്പിക്കാൻ കൊതിച്ചു. പക്ഷെ ഇന്നു ഉള്ളതുപോലുള്ള ബസ്സോ മറ്റ് സൗകര്യങ്ങളോ അന്ന് ഉണ്ടായിരുന്നില്ല ധർമ്മശാല മുതൽ മടപ്പുര വരെ പാറക്കൂട്ടങ്ങളും കുറ്റിക്കാടുമായിരുന്നു. വിജനമായ പ്രദേശത്തു കൂ

ടെ പകലുപോലും യാത്ര ചെയ്യാൻ ഒരു കാലത്ത് ആളുകൾ ഭയപ്പെട്ടിരുന്നു. ചെങ്കുത്തായ വഴിയിൽ ധൃതിപിടിച്ച് നടക്കാൻ ആ പാവം മുത്തച്ഛന് കഴിഞ്ഞില്ല. നേരം ഇരുട്ടാൻ തുടങ്ങി. അപ്പൂപ്പന്റെ മനസ്സിൽ ആധി കേറി. കിലോമീറ്ററുകൾ സഞ്ചരിക്കണം. ഇന്ന് കണ്ടില്ലെങ്കിൽ പിന്നെ അടുത്തൊന്നും മുത്തപ്പനെ കാണാൻ കഴിയില്ല. അക്കാലത്ത് ഇന്നത്തെ പോലെ എല്ലാ ദിവസവും മുത്തപ്പനെ കഴിപ്പിച്ചിരുന്നില്ലത്രേ. ഒന്നിലേറെ സ്ഥലങ്ങളിൽ ഇരുന്നും നിന്നും മാങ്ങാട്ടുപറമ്പിൽ എത്തി. ഇരുട്ടുവീണ് തുടങ്ങിയത് കണ്ട് വൃദ്ധൻ വിഷമിച്ചു. താനെത്തുംമുമ്പ് മുത്തപ്പൻ തിരുമുടി താഴെ വെച്ചേക്കുമെന്ന് പറഞ്ഞ് വിലപിച്ചു. തന്റെ മോഹം പൂവണിയില്ലെന്നോർത്തപ്പോൾ ആ പാദങ്ങൾ കൂടുതൽ തളരുകയായിരുന്നു. മുത്തച്ഛന്റെ പിന്നാലെ മകൻ മന്ദം മന്ദം നടന്നു. പിതാവിനെ ആശ്വസിപ്പിക്കുവാൻ പരമാവധി ശ്രമിച്ചു. പറശ്ശിനിദേവസ്ഥാനത്താകട്ടെ കൊട്ടും കലാശവും പതിവുപോലെ കഴിഞ്ഞിട്ടും ശ്രീ മുത്തപ്പൻ തന്റെ പീഠത്തിൽ ആരെയോ കാത്തിരിക്കുന്ന മട്ടിൽ ഇരുന്നു. അങ്ങ് തിരുമുടിയഴിക്കാത്തതെന്തെന്ന് മടയൻ ചോദിച്ചു. അൽപം കൂടി കാത്തിരിക്കണമെന്നും തനിക്കൊരു കാഴ്ചകൊണ്ട് വരുന്നുണ്ടെന്നും പറഞ്ഞ് അങ്ങുമിങ്ങും അലസം നടന്നു സമയം കൂട്ടി. നിമിഷങ്ങൾ വീർപ്പടക്കി നിൽക്കുകയായിരുന്നു. പ്രതീക്ഷയറ്റ അപ്പൂപ്പൻ മകനോട് പരിഭവം പറഞ്ഞ് മെല്ലെ മടപ്പുരയിലേക്ക് കുന്നിറങ്ങിവന്നു. മകന്റെ കയ്യും പിടിച്ച് ആ അപ്പൂപ്പൻ വേച്ചു വേച്ച് പുഴയിലിറങ്ങി കാലും മുഖവും കഴുകിയെന്ന് വരുത്തി.. പറശ്ശിനിദേവസ്ഥാനം കയറി വന്ന അപ്പൂപ്പന്റെ മുന്നിൽ കണ്ട കാഴ്ച വിശ്വസിക്കാൻ കഴിയാത്തതായിരുന്നു. സാക്ഷാൽ മുത്തപ്പൻ ഇരിക്കുന്നു. ആകെ വെപ്രാളം പൂണ്ട മുത്തച്ഛൻ തേങ്ങിക്കരഞ്ഞുകൊണ്ട് സാഷ്ടാംഗപ്രണാമം ചെയ്തു. ഞാൻ കാത്തിരിക്കുകയായിരുന്നു എന്ന് പറഞ്ഞ് മുത്തപ്പൻ ആ അപ്പൂപ്പന്റെ ശിരസ്സിൽ തുളസിപ്പൂവുകൾ നുള്ളിയെറിഞ്ഞു. ആ വെള്ളിക്കണ്ണുകൾ ഏറ്റുവാങ്ങി. മുത്തച്ഛനുണ്ടായ സന്തോഷത്തിന് അതിരുണ്ടായില്ല. താൻ കാണാൻ കൊതിച്ച രൂപം തന്നെയും കാത്ത് മണിക്കൂറുകളോളം മടപ്പുരയിൽ കാത്തിരുന്നു.
ഇതിൽപ്പരം എന്ത് ഭാഗ്യം. തിരിച്ച് മലകയറി പോകുമ്പോൾ കണ്ണീർ പടർന്ന തന്റെ നയനങ്ങളാൽ ആ മുത്തപ്പ സന്നിധി നോക്കി നിന്നു. (മുത്തപ്പൻ കഥകൾ)

കാവൽക്കാർക്കുള്ള ശിക്ഷയും രക്ഷയും

ഒരു കാലത്ത് കോലത്ത് നാട്ടിൽ വ്യാപകമായി പുനംകൃഷി നടത്തി

യിരുന്നു. പുനംകൃഷി ഏറെ പ്രയാസമുള്ളതായിരുന്നു. പുനംകൃഷി ചെയ്യുന്ന ഭൂമിയോടനുബന്ധിച്ച് കളവും കളപ്പുരയും ജൻമിമാരുടെ കീഴിലുണ്ടാവും. ഇത്തരം കളങ്ങളോടടുപ്പിച്ചാണ് അടിയാന്മാർ പുര കെട്ടി താമസിച്ചിരുന്നത്. മാസങ്ങളോളം കഷ്ടപ്പെട്ട് ഉണ്ടാക്കിയ വിളകൾ ഒറ്റ രാത്രികൊണ്ട് മൃഗങ്ങൾ നശിപ്പിക്കുന്ന സംഭവങ്ങൾ ഉണ്ടായിട്ടുണ്ട്. അവയെ പ്രതിരോധിക്കാൻ കർഷകർ പ്രയോഗിച്ച തന്ത്രങ്ങളായിരുന്നു പിന്നീട് നായാട്ട് എന്ന രീതിയിലൊരു ചടങ്ങായി മാറിയത്. വയനാട്ടു കുലവൻ തെയ്യം കെട്ടിൽ ഈ ചടങ്ങുകൾ കാണാൻ കഴിയും. പുനം കൃഷിയുടെ ഏറ്റവും വലിയ വെല്ലുവിളി കാട്ടുമൃഗങ്ങളാണ്. അവയിൽ നിന്ന് കൃഷിസംരക്ഷിച്ച നായാടി പിടിച്ച മൃഗത്തിന്റെ മാംസവും മദ്യവും നല്കി സന്തോഷം പങ്ക് വെക്കുന്നു വിഷ്ണു മൂർത്തിയുടെ നരി വിളിക്കും നായാട്ടിനും പുലിപുറത്തേറിയ നരസിംഹമൂർത്തി എന്ന് തോറ്റം പാട്ടിലും ഈ നായാട്ടിന്റെ നേർ ചിത്രം കാണാം.

നായാട്ട് ദൈവങ്ങളുടെ സഹായത്തോടെയാണ് പുനംകൃഷി നടത്തുന്നത്. ഓരോ കൊല്ലം ഓരോ മല എന്ന കണക്കിലാണ് പുനംകൃഷി ചെയ്യുക. ആദ്യം മലയിലെ കാട് വെട്ടിക്കൂട്ടി തീയ്യിട്ട് കരിക്കും. അതിനു ശേഷം നെല്ല്, ചോളം, ചാമ, തിന, കക്കിരി തുടങ്ങി എല്ലാ വിളകളും ഒരേ സമയത്ത് കൂട്ടായി കൃഷി ചെയ്യും. പുനം കൃഷിയുമായി ബന്ധപ്പെട്ട് മുത്തപ്പൻ കാത്തുരക്ഷിച്ച മുത്തോരന്റെയും എളയോരന്റെയും, ഒരു കഥയുണ്ട്. ഒരു കൊല്ലം പേരാവൂരിനടുത്തുള്ള ഒരു മലയാണ് പുനം കൊത്തിയത്. പുനത്തിൽ കാവൽ ആവശ്യമാണ്. ഇല്ലെങ്കിൽ പന്നി, തുരപ്പൻ, എയ്യൻ, അണ്മാൻ, കാട്ട്പോത്ത് തുടങ്ങിയ ജന്തുക്കളെല്ലാം കൃഷിക്ക് നാശം വരുത്തും. ഇവയെ ആട്ടിപ്പായിക്കുന്നതിന് ഉയർന്ന മരത്തിലും മറ്റും ഒളികെട്ടി കാവലിരിക്കുകയാണ് പതിവ്. അടിയാന്മാരുടെ ജോലിയായിരുന്നു ഈ പൂനത്തിന് കാവൽ നിൽക്കൽ. അങ്ങനെ കാവലിന് ഏർപ്പെട്ടവരായിരുന്നു മുത്തോരാനും എളയോരാനും പകൽ മുഴുവനും പുനത്തിന് ചുറ്റും നടന്ന് നോക്കും, രാത്രിയിൽ ഒളിമറയിലിരുന്ന് കാവലിരിക്കും. ഇങ്ങനെയായിരുന്നു പതിവ്. ദിവസേന എന്നത് പോലെ അന്നും പകൽ മുഴുവൻ പുനത്തിൽ ചുറ്റിനടന്നു സന്ധ്യയോടടുത്തപ്പോൾ മാടത്തിൽ കയറി. പുനത്തിനടുത്തുവരുന്ന ജീവികളെ അകറ്റുവാൻ വളരെനേരം കൂക്കിയും കുഴൽവിളിച്ചും കൈമുട്ടിയും, പാട്ട കൊട്ടിയും ശബ്ദമുണ്ടാക്കി. സുരപാനം നടത്തി പാട്ടും ബഹളവും ഉണ്ടാക്കിയ ക്ഷീണത്തിൽ രണ്ടുപേരും അല്പം മയങ്ങിപ്പോയി.

അതേ സമയത്താണ് തടിച്ചുകൊഴുത്തൊരു പന്നി പുനത്തിൽ കയ

റിയത്. നെല്ല് തിന്നുന്നതിനേക്കാൾ കുത്തി മറിച്ച് നശിപ്പിക്കുക പന്നിയുടെ പതിവാണ്. മദ്യലഹരിയിൽ ഉറങ്ങിയ മുത്തോരാനും എളയോരാനും ഇതറിഞ്ഞില്ല. പെട്ടെന്ന് ആരോ വിളിച്ചുണർത്തിയത് പോലെ ഉണർന്ന മൂത്തോരാൻ കണ്ടത് തടിച്ചുകൊഴുത്തൊരു പന്നി പുനത്തിൽ കയറി നെല്ല് തിന്നുന്നതാണ്. വിളവ് നശിച്ചതറിഞ്ഞാൽ വാണവർ കൊന്നു കളയും ഭയവും ദേഷ്യവും കൊണ്ട് തുടരെ തുടരെ വാണങ്ങൾ പന്നിക്ക് നേരെ അയച്ചു. അമ്പുകൊണ്ട പന്നി പ്രാണവേദനയോടെ ഒന്ന് പുളഞ്ഞു കൊണ്ട് ഓടി. വഴി നീളെ ചോര ഒലിപ്പിച്ചുംകൊണ്ട് ഒരു വിധത്തിൽ കോട്ടയം കോവിലകം തൃക്കൈക്കുന്നിലെത്തിയ പന്നി അവിടെയുള്ള ചതുരാലയിൽ ചത്തു വീഴുകയും ചെയ്തു. കോട്ടയം കോവിലകത്ത് ദിവസേന തമ്പുരാൻ പള്ളിയുണർന്നാൽ കണികണ്ടിരുന്നത് കങ്കൻ പന്നിയെയായിരുന്നു. അന്നേ ദിവസം കങ്കനെ കണ്ടില്ല. കാരണം തിരക്കി കാര്യക്കാർ അന്വേഷിച്ച് ആലയിലെത്തിയപ്പോൾ കങ്കൻ ശരം തറച്ച് ചത്തു കിടക്കുന്നതാണ് കണ്ടത്. ഭടന്മാർ പന്നിയെ എടുത്ത് രാജാവിന്റെ മുന്നിൽ എത്തിച്ചു. തന്റെ ഓമനയായ പന്നിയുടെ അവസ്ഥ കണ്ട് കോപാകുലനായ രാജാവ് ഇത് ചെയ്തവരായാലും അവരെ തൂക്കിലേറ്റണം എന്ന് കല്പിച്ചു. രാജഭടൻമാർ നാലുപാടും ഓടി നടന്നു. ആരാണ് കങ്കനെ കൊന്നത്. ചോര വീണ വഴിയിലൂടെ സഞ്ചരിച്ച് ചെന്ന രാജഭടൻമാർ അവസാനം മൂത്തോരൻ കാവല് നിന്ന പുഞ്ചപ്പാടത്തെത്തി. വിവരം അറിഞ്ഞ മൂത്തോരനും ഇളയോറും ഭയന്ന് വിറച്ചു. തങ്ങൾ കൊന്നത് കോട്ടയം കോവിലകത്തെ കങ്കനെയാണെന്ന് അപ്പോഴാണ് അറിഞ്ഞത്. ഉടനെ തന്നെ ഇരുവരും മുത്തപ്പ സന്നിധിയിലെത്തി മടപ്പുരയുടെ മുന്നിൽ വീണ് കരയാൻ തുടങ്ങി. എന്റെ മുത്തപ്പാ ഞങ്ങളെ രക്ഷിക്കണേ. അറിയാതെ പറ്റിയ തെറ്റ്. എല്ലാം അറിഞ്ഞ മുത്തപ്പൻ "ധൈര്യമായി പോകൂ ഞാൻ രക്ഷിച്ചോളാം." എന്ന് അരുളി ചെയ്തു. മുത്തപ്പനെ തേടിയെത്തിയ രണ്ടു പേരെയും രാജസമക്ഷം ഹാജരാക്കി. രാജാവ് എന്തെങ്കിലും ബോധിപ്പിക്കാനുണ്ടോ എന്ന് ചോദിച്ചു. ഞങ്ങൾ പാവങ്ങളാണെന്നും നെല്ല് തിന്നുന്ന പന്നിയെ എയ്തു എന്ന കുറ്റമേ ഞങ്ങൾ ചെയ്തുള്ളു എന്ന് തൊഴുത് കൊണ്ട് പറഞ്ഞു.

കോപാകുലനായ രാജാവ് തന്റെ പന്നിയെ മനഃപൂർവ്വം നിങ്ങൾ കൊന്നു എന്നും അതിനാൽ നിങ്ങൾ വധശിക്ഷയർഹിക്കുന്നു എന്നും വിധിച്ചു. വധശിക്ഷ വിധിക്കപ്പെട്ട മൂത്തോരാനും എളയോരാനും കരയുകയല്ലാതെ മറ്റെന്താണ് ചെയ്യുക. ധർമ്മ സങ്കടത്താൽ വിവശയായവർ തൊഴുത് കൊണ്ട് പറഞ്ഞു. ഞങ്ങടെ പുനം കാക്കുന്ന മുത്തപ്പനാണേ

സത്യം ഞങ്ങൾ തെറ്റ് ചെയ്തിട്ടില്ല. ആ സമയം ഏവരെയും അത്ഭുതപ്പെടുത്തിക്കൊണ്ട് രണ്ട് അമ്പ് പന്നിയുടെ വയറിൽ തറച്ചു. വയറിൽ നിന്ന് ഒരു കൂന നെല്ല് പുറത്ത് വന്നു. രാജാവിന് തന്റെ തെറ്റ് ബോധ്യം വന്നു. എല്ലാവരും അത്ഭുതത്തോടെ ആ കാഴ്ച നോക്കി നിന്നു. വീണ്ടും തമ്പുരാന്റെ കല്പനയുണ്ടായി. രണ്ടു പേരേയും വെറുതെ വിട്ടേക്കൂ. മുത്തപ്പനെ കോട്ടയം രാജാവിന് നന്നായി അറിയാം തെറ്റ് ആരു ചെയ്താലും അതിനുള്ള ശിക്ഷ മുത്തപ്പൻ നല്കിയിരിക്കും. മുത്തപ്പൻ കോട്ടയം സ്വരൂപം പിടിച്ചടക്കി ഹരിശ്ചന്ദ്രൻകോട്ട വാണ സത്യം രാജാവിന് അറിയാം. മുത്തപ്പൻ രക്ഷിച്ചു എന്ന് മൂത്തോരാനും എളയോരാനും ആശ്വസിക്കുകയും ചെയ്തു. രണ്ടുപേരും സന്തോഷം കൊണ്ട് തുള്ളിച്ചാടി മുത്തപ്പ സന്നിധിയിൽ വന്ന് സാഷ്ടാംഗം വീണു പ്രർത്ഥിച്ചു. ഇന്നും അടിയാന്മാരുടെ വയലിൽ എന്തു നടക്കുമ്പോഴും ഒരു ഭാഗം മുത്തപ്പന് നല്കാറുണ്ട്. കൂടുതൽ വിളവ് ലഭിച്ചാൽ അതിൽ പാതി മുത്തപ്പന് നല്കുന്ന മലയോര കർഷകരുണ്ട്. കാർഷിക വിളവും കൊണ്ട് മഠപ്പുരയുടെ പടികൾ ഇറങ്ങുന്ന കാഴ്ച ഒരു കാലത്ത് പറശ്ശിനിദേവസ്ഥാനത്തെ പ്രധാന കാഴ്ചയായിരുന്നു. ഇന്ന് കൃഷികുറഞ്ഞതോടെ ആ കാഴ്ച പുതു തലമുറയ്ക്ക് അന്യമായി.

നായാട്ട് പുരാവൃത്തം

കഷ്ടപ്പെട്ട് ഉണ്ടാക്കിയ വിളകൾ ഒറ്റ രാത്രികൊണ്ട് മൃഗങ്ങൾ നശിപ്പിക്കുന്ന സംഭവങ്ങളും അവയെ പ്രതിരോധിക്കാൻ കർഷകർ പ്രയോഗിച്ച തന്ത്രങ്ങളുമായിരുന്നു പിന്നീട് നായാട്ട് എന്ന ചടങ്ങായി മാറിയത്. മുത്തപ്പന്റെ തോറ്റങ്ങളിൽ നായാട്ടു വർണ്ണനകൾ കാണാം. നായാട്ട് സാർവ്വത്രികമായി നിലനിന്നിരുന്ന ഒരു കാലത്താണ് മുത്തപ്പന്റെ പുരാവൃത്തം ഉടലെടുത്തതെന്നു കരുതാവുന്നതാണ്. അന്നത്തെ നായാട്ടു സമ്പ്രദായത്തിലെ ചൂഷണത്തെ പരസ്യമായി എതിർത്തിരുന്നത് മുത്തപ്പനായിരുന്നു. തമ്പുരാൻ നായാടി കിട്ടിയ ഇറച്ചി അടിയാൻമാർക്ക് നല്കാതെ കോട്ടയിലേക്ക് കടത്തികൊണ്ടുപോയ കഥ തോറ്റത്തിൽ പറയുന്നുണ്ട്. ചൂഷണ വ്യവസ്ഥയെ മുത്തപ്പൻ പരസ്യമായി എതിർക്കുന്നതാണ് തോറ്റംപാട്ടിൽ പറയുന്നത്. അധ്വാനത്തിന്റെ ഫലം അതിന് വേണ്ടി പ്രയത്നിച്ചവന്റേതാണ് എന്ന പൊതുതത്വമാണ് മുത്തപ്പൻ ഉയർത്തിപ്പിടിക്കുന്നത്. കാട്ടുമൃഗങ്ങളേ വേട്ടയാടിപ്പിടിച്ചാൽ അതിന്റെ നല്ല ഭാഗം ജന്മിക്കവകാശപ്പെട്ടതാണ്. ഈ അവകാശം കുടിയാന്മാർ നിറവേറ്റാൻ തയ്യാറായില്ലെങ്കിൽ ശിക്ഷാനടപടികൾ സ്വീകരിക്കുന്ന സംഭവം പോലും

ഇവിടെയുണ്ടായിട്ടുണ്ട്. ഇതുകൂടാതെ നായാട്ടിനുള്ള ഒരുക്കം, നായാട്ടു യാത്ര, മാംസത്തിന്റെ പങ്കുവെയ്പ് തുടങ്ങി നായാട്ടിന്റെ വിവിധ ഘട്ടങ്ങളെ ആഴത്തിൽ വിവരിക്കുന്നുണ്ട്.

അയ്യൻമണ്ടതോറ്റത്തിൽ മറ്റൊരു കാര്യം കൂടി എടുത്തു പറയേണ്ടതായുണ്ട്. നായാട്ടിനുശേഷം നല്ല ഇറച്ചിയെല്ലാം അരി തമ്പുരാൻ പെരുംപള്ളിക്കോട്ടയിലേയ്ക്ക് കടത്തിയപ്പോൾ, വെള്ളപ്പനാട്ടുകോട്ടയിലെ ഏഴ് ഇളം കന്യകമാർ അവിടെ വന്നു ചേർന്നു. അതിൽ ഏറ്റവും ഇളയ കന്യാവിന് ഏഴുമാസം ഗർഭമാണ്. കുന്നിയോളം പന്നിയിറച്ചി തിന്നുവാൻ കൊതിയുണ്ട്. അവർക്കു പോലും ഇറച്ചി നല്കിയില്ല ഗർഭിണിയുടെ ആഗ്രഹം പോലും നിറവേറ്റാത്ത സ്വാർത്ഥരായ അധികാര വർഗ്ഗത്തെ മുത്തപ്പൻ ശക്തമായി എതിർക്കുന്നു. കാടുകയറുന്ന നായാട്ടുകാർ സംഘമായി അവർക്ക് കിട്ടുന്ന മൃഗങ്ങളെ തണ്ടിൽ കെട്ടി ചുമലിലേറ്റി തോക്കും കുന്തവുമായി ആർത്തട്ടഹസിച്ച് എത്തിച്ചേരുന്നു. ആർപ്പു വിളിയോടെ മുത്തപ്പനെ വലം വെക്കുന്നു. അവരുടെ ആർപ്പുവിളിയും വാദ്യമേളങ്ങളും മുത്തപ്പന്റെ ചടുലമായ നൃത്തവും സന്തോഷപ്രകടനവും ആവേശവും വികാരവുമായ ചടങ്ങാണ്. പത്തോ പതിനഞ്ചോ സംഘങ്ങൾ നായാട്ടിനായി ഇറങ്ങും. മുത്തപ്പ ആരാധനയിൽ വീരാരാധന കാണാൻ കഴിയും.

തങ്ങളുടെ ആരാധനാപാത്രമായ നായാട്ട് മുത്തപ്പന് പ്രത്യേക ദിവസങ്ങളിൽ മാംസവും മദ്യവും ഉണക്ക മീൻ ചുട്ടതും സമർപ്പിക്കുന്നു. ഈ നിവേദ്യങ്ങളെല്ലാം വീരാരാധനയുടെ ബാക്കി പത്രങ്ങളാണ്. പത്താമുദയം (തുലാം10) നാളിലും ഏർപ്പ്മുതലായ ചില വിശേഷദിവസങ്ങളിലും ദേശത്തിലെ മുത്തപ്പന്റെ ആരാധനാകേന്ദ്രങ്ങൾ വ്യവസ്ഥാപിതമായി നായാട്ട് നടത്തിയിരുന്നു. നായാട്ടു സംഘടിപ്പിക്കാൻ ചുമതലപ്പെട്ട നായാടി നായാട്ടു കല്ലിൽ കയറിനിന്നു നായാട്ടു വിളിക്കുന്നു. ചിട്ടകളനുസരിച്ചാണ് നായാട്ടു നടന്നുവന്നത്. ദേശക്കാർ മുഴുവൻ അപ്പോൾ ആയുധങ്ങളുമായി ഒത്തു ചേരുന്നു. ഏറെ അകലെയായി നിബിഢമായ കാടുകൾ കാണും. കാടിന്റെ കടവുകളിൽ നായാട്ടുകാർ നിൽക്കുന്നു. മറ്റുള്ളവർ കാടിളക്കുന്നു. നായാടിക്കിട്ടിയ മൃഗങ്ങളെപുറം കാട്ടിലൊരിടത്ത് കൂട്ടിയിട്ട് മുറിച്ച് ഓഹരിവെക്കുന്നു. ഇങ്ങനെ കൊടുക്കുന്ന ഇറച്ചിയുടെ ഓഹരി ചില തറവാടുകളിൽ മുത്തപ്പന് നിവേദിക്കാറുണ്ടായിരുന്നു. ഇതിന് അംശം കൊടുക്കുക എന്നാണ് പറയുന്നത്. മുത്തപ്പൻ നായാട്ടു ദൈവം കൂടിയായിരുന്നല്ലോ. മുത്തപ്പൻ ആദ്യമായി ആരൂഢം നേടിയ നായാട്ട് ചടങ്ങും പതിവില്ല. മാംസത്തിനു പകരം കള്ളും മ

ത്സ്യവുമാണ് നിവേദ്യം. കാടെല്ലാം ഒടുങ്ങുകയും, കാട്ടുമൃഗങ്ങൾ നാമാവശേഷമാവുകയും ചെയ്തതോടെ പൂർവ്വികന്മാർ കണ്ടെത്തിയ പകരം വെപ്പായിരിക്കണം ഈ മാറ്റം. കൃഷിയുടെ ഏറ്റവും വലിയ വെല്ലുവിളി കാട്ടുമൃഗങ്ങളാണ്. അവയിൽ നിന്ന് കൃഷിസംരക്ഷിച്ച മുത്തപ്പന് നായാടി പിടിച്ച മൃഗത്തിന്റെ മാംസവും മദ്യവും നല്കി സന്തോഷം പങ്ക് വെക്കുന്നു. മുത്തപ്പന്റെ പാട്ടിൽ തോക്ക് കടന്ന് വരുന്നുണ്ട്. തോക്കിൽ ബയണറ്റ് ഉപയോഗിക്കുന്നതിനെപ്പറ്റി മുത്തപ്പൻ തോറ്റത്തിൽ പരാമർശമുണ്ട്. ചില മുത്തപ്പന്റെ ചടങ്ങുകളിൽ തോക്ക് ഏന്തി നൃത്തം ചെയ്യുന്നതായും കാണാം. മുത്തപ്പൻ ചടങ്ങുകളിൽ ഒരു തേങ്ങയ്ക്കുമേൽ അമ്പയക്കുന്നത് കാണാം. അത് അഹങ്കാരമെന്ന പെരും പന്നിയെ കൊല്ലുന്ന ചടങ്ങാണ്. അഹങ്കാരികളും ദുർമാർഗ്ഗികളുമായ ഭരണ വർഗ്ഗത്തെ നശിപ്പിച്ച അല്ലെങ്കിൽ നേർവഴിക്ക് നടത്തിയ ചരിത്രമാണ് മുത്തപ്പന് ഈ നായാട്ട്. ഒരു കീഴാളന്റെ ആരാധനയിലും അദ്ധ്വാനത്തിലും ആഘോഷത്തിലും മുത്തപ്പ ആരാധനയുണ്ട്. ഈ ആരാധനയുടെ ഭാഗമാണ് കളിക്കപ്പാട്ട് എന്ന് സംശയിക്കേണ്ടിയിരിക്കുന്നു. മുത്തപ്പ ആരാധനയിൽ ഒരു ഗോത്രസ്മൃതികളുടെ എല്ലാ ചടങ്ങുകളും കാണുന്നു. മലയിറക്കലും, കളിക്കപ്പാട്ടും, പൈങ്കുറ്റിയും ഒക്കെ നമുക്ക് മനസ്സിലാക്കിത്തരുന്നത് ആ ഗോത്ര സ്മൃതിയാണ് മുത്തപ്പന്റെ അമ്പും വില്ലും ചേർന്നുള്ള നായാട്ടു രംഗങ്ങളുടെ ചടുലമായ ചിത്രീകരണം പ്രതീകാത്മകവും ദാർശനീകവുമായ തലങ്ങളിലേയ്ക്ക് വികസിക്കുന്നതു കാണാം.

മുത്തപ്പനും കൃഷിയും

കൃഷി പ്രധാന ഉപജീവനമാക്കിയ പഴയ കാലഘട്ടത്തിൽ പ്രസാദം കാർഷികവിഭവങ്ങളുടെതായിരുന്നു. ഇവിടെ വയൽകാക്കുന്ന ദൈവമാണ് മുത്തപ്പൻ. ഒരു കാലത്ത് കള്ളു ചെത്തും യുദ്ധവും മാത്രം നടത്തിയ ഒരു സമൂഹത്തെ കൃഷിയിലേക്ക് ഇറക്കിയത് മുത്തപ്പനാണ്. അറിവും ബുദ്ധിയും നൽകി അവരുടെ തറവാട് കാർന്നവരായി വാഴുന്ന മുത്തപ്പന് തങ്ങളുടെ തറവാട്ടിൽ പൊടിക്കളങ്ങൾ ഉണ്ടാക്കി ആരാധിക്കുന്നു. മുത്തപ്പൻ അധഃസ്ഥിത ജനതയെ കൃഷിയുടെ പാഠങ്ങൾ പഠിപ്പിച്ചു. കൃഷി ജോലികൾക്ക് നിയോഗിച്ചു. കുടിയാന്മാരുടെ കുടുംബത്തെ ഉപയോഗിച്ച് വയലും പറമ്പും കൊത്തിക്കിളച്ച് വളമിട്ട് യഥാകാലം അനുഭവങ്ങൾ ശേഖരിച്ചു. മുത്തപ്പൻ കൃഷിയേയും നാട്ടിനെയും ഏറെ ഇഷ്ടപ്പെട്ടിരുന്ന മുത്തച്ചനാണെന്ന് വാചാല് പറയുന്നു. മഞ്ഞളും നൂറും അണുനാശകങ്ങളും നെഗറ്റീവ് ചൈതന്യത്തെ നശിപ്പിക്കുവാൻ കെല്പ്പു

ള്ളതുമാണ്. മുത്തപ്പൻ ശരീരത്തിൽ മറ്റ് തെയ്യങ്ങളിൽ നിന്ന് വ്യത്യസ്തമായി തേക്കുന്നത് മഞ്ഞളും, അരിചാന്തും, നൂറും ചേർന്ന മിശ്രിതമാണ്. കൃഷി ചെയ്ത മഞ്ഞളും നെല്ലും മുത്തപ്പന് സമർപ്പിച്ചിരുന്ന കാലമുണ്ടായിരുന്നു. ആ പച്ച മഞ്ഞളിന്റെയും തുമ്പകഴുത്തിന്റെയും സുഗന്ധം മുത്തപ്പന്റെ ചടങ്ങുകളിൽ ഉണ്ടായിരുന്നു. മുത്തപ്പൻ കെട്ടാൻ വലിയ ചിലവില്ല. അതാണ് ഇത്രയേറെ ജനകീയനായത്. വനം മനുഷ്യമനസ്സും നായാട്ട് മൃഗീയ വാസനകളെ സംഹരിക്കുന്ന ഇന്ദ്രീയനിഗ്രഹയജ്ഞവുമായി മാറുന്നു. ജന്മിമാരുടെ അധീനതയിലായിരുന്ന കാടുകൾ നിറഞ്ഞ പ്രദേശത്ത് അനുയോജ്യമായ ഒരു കൃഷിസമ്പ്രദായം രൂപം കൊള്ളുകയായിരുന്നു. വയൽ ഉഴുതുമറിക്കൽ, കൊയ്ത്ത്, വിത, കറ്റമെതിക്കൽ, വരമ്പ് കെട്ടൽ മുതലായ വയൽ പണികൾ പഠിപ്പിച്ചു. ചെത്ത് മാത്രം തൊഴിലായിരുന്ന അവർ മുത്തപ്പനെ തങ്ങളുടെ രക്ഷകനായികണ്ട് കൃഷി ചെയ്യുന്നു കൃഷി ഭൂമികളിൽ പണിയെടുക്കാൻ വേണ്ടി നിലവിലുണ്ടായിരുന്ന ആദിവാസികൾക്കു പുറമേ ഇടനാട്ടിൽ നിന്നും ചെറുകിട കർഷകരേയും കർഷകത്തൊഴിലാളികളെയും അവർ കൊണ്ടുവന്നു. കൃഷി വിഭവങ്ങളും വനവിഭവങ്ങളും ഒരു പോലെ മുത്തപ്പന് സമർപ്പിക്കുന്നു. മുത്തപ്പൻ എന്ന് പറഞ്ഞാൽ ഏറ്റവും മുതിർന്ന ആള് ഓരോ സമുദായവും അതതിന്റെ മേന്മ വിളിച്ചുപറയാൻ പാകത്തിൽ ദൈവിക കഥകൾ സമുദായോത്ഭവ കഥകളായി രൂപപ്പെടുത്തിയതായി കാണാം.

മുത്തപ്പൻ ഉള്ളു നിറഞ്ഞ സ്നേഹവാത്സല്യം

കണ്ണൂർ, കാസർഗോഡ് ജില്ലകളിൽ തറവാട്ട് ഭക്തൻമാർ വിളിക്കുന്ന പൊതുപേരാണ് മുത്തപ്പൻ. കണ്ണൂർകാർക്ക് വെറും മുത്തപ്പനല്ല, ഉള്ളു നിറഞ്ഞ സ്നേഹവാത്സല്യങ്ങളുടെയും ബഹുമാനാദരങ്ങളുടെയും ആകെ തുകയാണ്. ആ വിളിയിൽ ഉണരുന്ന വികാരസ്പർശം അനിർവചനീയമാണ്.ഉദയകുലപർവതത്തിന്മേൽ തലയും അസ്തകുലപർവതത്തിന്മേൽ വാലുമണച്ച് ആകാശത്തോടു മുതുകും ഭൂമിയോടും വട്ടിയും ചേർത്ത് ശയിക്കുന്ന പെരും പന്നി ജനനം മുതൽ മരണം വരെ ജീവിതത്തിലുടനീളം നിറഞ്ഞു നിൽക്കുന്ന അഹംബോധത്തിലെ മൃഗീയതതന്നെയാണ് എന്ന് മുത്തപ്പൻ പറയാറുണ്ട്. ഇതിനു സമാനമായി മറ്റൊരു വിളിപ്പേര് അവർക്കില്ല. മുത്തപ്പന്റെ അധിനിവേശകാലത്ത് സ്ത്രീകൾക്ക് മാറ് മറച്ചുകൂടായിരിന്നു. മുട്ടിനുതാഴെ മുണ്ടുടുത്തുകൂടായിരുന്നു. ആ കാലത്ത് രാമായണം വായിച്ച ഒരു തിയ്യസ്ത്രീയുടെ ദുരന്തകഥ, തോട്ട

ങ്കര ഭഗവതി എന്ന തെയ്യത്തിന്റെ കഥ സംഭവിക്കുന്നുണ്ട്. ഒമ്പത് മക്കളെ നൊന്തുപെറ്റ ഒരമ്മയ്ക്ക് അതിലൊന്നിനെ പോലും ജീവനോടെ കിട്ടിയില്ല. പത്താമത്തെ ഗർഭം ധരിച്ചപ്പോൾ നെഞ്ചിൽ ഒരു മൺകലം കെട്ടി കാലത്ത് അതിൽ നെന്മണികളിട്ട് രാമായണം വായിക്കുകയായിരുന്നു. ജാതിയുടെ ഈ പീഡനാവസ്ഥയിൽ നിന്ന് മുത്തപ്പൻ അധ:സ്ഥിത ജനതയെ മോചിപ്പിച്ചു. അടിയാന്മാരെല്ലാം പാവങ്ങളും നിരുപദ്രവകാരികളുമാണ് അവരെ മേലാളരുടെ പിടിയിൽ നിന്ന് വിടുവിച്ച് സ്വതന്ത്രരാക്കിയത് മുത്തപ്പനാണ്. അതുപോലെ നിരപരാധികളായ ചന്തനേയും മൂത്തോരാനെളയോരാന്മാരെയും മുത്തപ്പൻ തന്നെ രക്ഷിച്ചിട്ടുമുണ്ട്. രാമായണ കൃഷ്ണപ്പാട്ടുപാരായണവും, പൂരക്കളി സംസ്കൃത പഠനം എന്നിവയിൽ കൂടിയും മുത്തപ്പൻ ധാർമ്മിക ബോധത്തിന്റെയും നീതിബോധത്തിന്റേയും നാളങ്ങൾ അധ:സ്ഥിത ജനതക്ക് പകർന്നു. നിരന്തരമായ പടയോട്ടത്തിന്റെ ഫലമായുണ്ടായ ചോരച്ചാലുകളും ഭീതിയും അരക്ഷിതാവസ്ഥയും കൊണ്ട് അസ്വസ്ഥമായിരുന്ന സമൂഹത്തിന് മുത്തപ്പൻ അമൃതസമാനമായിരുന്ന അറിവ് പകർന്നു കൊടുത്തു. കള്ളുചെത്തും വിൽപ്പനയും സാർവ്വത്രികമായതോടുകൂടി സാമ്പത്തിക സ്ഥിതിയും ചെറുതായി മെച്ചപ്പെട്ടു. കാവുകളിലും താനങ്ങളിലും കള്ള് പൂജാദ്രവ്യമായി. എന്തുകൊണ്ടാണ് തീയ്യർ മുത്തപ്പനെ ഇങ്ങനെ ആരാധിക്കുന്നത് എന്ന് പഠനവിഷയമാണ്.

അധ്യായം - 4

കുന്നത്തൂർ പാടിയും മൂലംപെറ്റ ഭഗവതിയും

മുത്തപ്പന്റെ വളർത്തമ്മയായ പാടിക്കുറ്റിയമ്മ എന്ന പാറുക്കുട്ടിയമ്മയെ പ്രതിഷ്ഠിച്ചാരാധിച്ചു വരുന്ന ഏക ക്ഷേത്രമാണ് പാടിക്കുറ്റി ക്ഷേത്രം. അയ്യങ്കര ഇല്ലത്തെ വാണവരുടെ പത്നിയായ പാടിക്കുറ്റിയമ്മയാണ് മൂലം പെറ്റ ഭഗവതി എന്ന ഒരു വിശ്വാസം നിലനിൽക്കുന്നുണ്ട്. മുത്തപ്പൻ കുന്നത്തൂർ പാടിയിൽ വരുന്നതിനു മുമ്പേ സ്ഥലവാസികളുടെ ആരാധനമൂർത്തിയായിരുന്നു ഈ ഭഗവതിയെന്നും വിശ്വസിക്കപ്പെടുന്നു. സൗമ്യമൂർത്തിയായി നിലകൊള്ളുന്ന ഭദ്രകാളിയാണ് മൂലം പെറ്റ ഭഗവതി എന്നും മുത്തപ്പൻ പാടിയിൽ എത്തിയപ്പോൾ സന്തോഷപൂർവ്വം എതിരേറ്റുവെന്നും പുത്രനെപോലെ സ്വീകരിക്കുകയും ചെയ്തത്രെ. ഈ ദേവത വനദുർഗ്ഗയാണെന്നും എരുവേശി ദേശത്തെ ദേശദേവതയായ പാടികുറ്റി ഭഗവതിയാണെന്നുമാണ് മറ്റൊരു ഐതിഹ്യം.... മുളയും നാരും കൊണ്ട് ഗോപുരാകൃതിയിൽ കെട്ടിയെടുത്ത് മലവാഴയില കൊണ്ട് പൊതിഞ്ഞുണ്ടാക്കുന്ന പച്ച നിറത്തിൽ മനോഹരമായ തിരുമുടിയാണ് മൂലം പെറ്റ ഭഗവതി അണിയുക. എരുവേശിയിലെ കുന്നിൻ പുറത്താണ് അയ്യങ്കര ഇല്ലവും അതോടു ചേർന്ന അമ്പലവും ഉണ്ടായിരുന്നത്. എരുവേശിയിലെ പാടിക്കുറ്റി ക്ഷേത്രമാണ് മന്നനാർ രാജവംശത്തിന്റെ പരദേവതാ ക്ഷേത്രവും കുലദേവതയും. അതിന്റെ പൊട്ടിപ്പൊളിഞ്ഞ അവശിഷ്ടങ്ങളും തുരുമ്പെടുത്തു നശിച്ച കുറെ ആചാരവാളുകളും ഇന്നും കാണാം. ഉറ്റവരും ഉടയവരും തിരുവൻ കടവിൽ ഉപേക്ഷിച്ച കൈക്കുഞ്ഞിനെ സ്വന്തം മകനാക്കി വളർത്തിയത് പാടിക്കുറ്റിയമ്മയാണ്. തിരുവൻ കടവിനാണ് തൂണിയരെ കടവ് എന്ന പേര് ലഭിച്ചത്. ഇവിടെ വണ്ണാൻ സമുദായത്തിൽപ്പെട്ടവർ ധാരാളമായി തുണിയലക്കുകാറായുള്ളതുകൊണ്ടത്രേ തൂണിയാർക്കടവ് എന്നറിയപ്പെട്ടത്. തുണിയാരെ കടവ് കയറി അക്കരെ എത്തിയാൽ റോഡിനു വലതുഭാഗത്തായി വിശാലമായ മന്നനാർ പാടി കാണാം. ഇതൊന്നും ഇപ്പോൾ കാണുവാനില്ല. കാരണം കാ

ലാകാലമായി നടന്നുകൊണ്ടിരിക്കുന്ന കരയിടിച്ചിൽ കൊണ്ട് പുഴയുടെ സ്ഥാനം വളരെ മാറിപ്പോയിട്ടുണ്ട്.

പാടിക്കുറ്റിക്ക് വിശ്വരൂപം കാട്ടിക്കൊടുത്തത് മുത്തപ്പൻ ദൈവത്തിന്റെ ബ്രഹ്മ സ്വരൂപത്തിനുള്ള തെളിവുമാണ്. താൻ താലോലിച്ചു വളർത്തിയ കുഞ്ഞ് ഒരു ദിവ്യ തേജസ്സായി മാറുന്നത് പാടിക്കുറ്റിയമ്മ കണ്ടു. ദൈവം പൊയ്ക്കണ്ണുമായി കിഴക്കൻ മല ലക്ഷ്യമാക്കി നടന്ന് കുന്നത്തൂർ പാടിയെന്ന പുണ്യഭൂമിയിലെത്തി. പാടിക്കുറ്റിക്ക് മുത്തപ്പനോടുള്ള പുത്ര സ്നേഹത്തിന് യാതൊരു കുറവുമുണ്ടായില്ല. ഏറെക്കാലം കണ്ണീർ വാർത്ത് കഴിഞ്ഞ അവരുടെ ഭൗതിക ശരീരം ഒരു ദിവസം കാലയവനികയ്ക്കുള്ളിൽ മറഞ്ഞു. പുത്രവിയോഗ ദു:ഖത്തിൽ മനം പുകഞ്ഞ് ദേഹവിയോഗം നടത്തിയ ആ ആത്മാവ് ആദിമൂലസ്വരൂപിണിയായി പുത്രസങ്കേതത്തിലെത്തിച്ചേരുകയായിരുന്നു. പാടിക്കുറ്റിയമ്മയെ മൂലം പെറ്റ ഭഗവതിയാക്കി തന്നോടൊപ്പം മുത്തപ്പൻ കുന്നത്തൂർ പാടിയിൽ കുടിയിരുത്തുകയും ചെയ്തു. അങ്ങനെയാണവർ മൂലംപെറ്റമ്മയെന്ന സർവ്വമംഗളദായിനിയായി മാറിയത്. ശ്രീമുത്തപ്പനെപോലെ തന്നെ വളരെ പ്രാധാന്യമർഹിക്കുന്ന രീതിയിൽ കുന്നത്തൂർ പാടിയിൽ കെട്ടിയാടുന്ന തെയ്യക്കോലമാണ് മൂലം പെറ്റമ്മ. മൂലം നക്ഷത്രത്തിൽ പിറന്ന അവർക്ക് മൂലംപെറ്റമ്മ എന്ന പേരും നൽകി. തോറ്റം നടന്നുകൊണ്ടിരിക്കെ ഭഗവതിക്കോമരത്തിന് ദർശനവും നിയോഗവും ഉണ്ടായിരിക്കും. ദർശനം ഉണ്ടായാൽ ഉടൻ കലശം എടുത്ത് ചില ശബ്ദങ്ങൾ പുറപ്പെടുവിച്ചുകൊണ്ട് തിരുവപ്പനയുടെ കോമരം, ചന്തൻ, വണ്ണാൻ, മലയൻ, കർത്താവ്, കുടുപതി ഇവർക്കെല്ലാം മധുവീത്ത് കൊടുക്കും. ഈ വീത്ത് കിണ്ണത്തിലാണ് കൊടുക്കുക. അപ്പോഴേക്കും ഭഗവതി മുടി വയ്ക്കും. മുള, നാര് ഇവ കൊണ്ട് ഗോപുരാകൃതിയിൽ കെട്ടിയുണ്ടാക്കി മലവാഴയില കൊണ്ട് അലങ്കരിച്ചതായിരിക്കും മൂലം പെറ്റ ഭഗവതിയുടെ മുടി. പട്ടുകൊണ്ട് ഉടയാടയും ആഭരണങ്ങളും വേണം. സൂര്യോദയത്തിനുമുൻപു ഭഗവതി മുടിയഴിച്ചിരിക്കണം. രണ്ടു നാഴിക നേരം മാത്രമേ ഭഗവതി കെട്ടിയാടാൻ പാടുള്ളു. മത്സ്യമാംസാദികൾ പാടില്ല. സ്ത്രീകൾ ഭഗവതിക്ക് വസ്ത്രം നൽകും. പ്രസവസംബന്ധമായ വിഷമങ്ങൾ അനുഭവിക്കുന്ന ഗർഭിണികൾ രോഗശമനത്തിനും സുഖകരമായ പ്രസവത്തിനും ദേവിയെ ആണ് ആശ്രയിക്കുന്നത്. ഉദ്ദിഷ്ടകാര്യസാഫല്യത്തിനായി അനേകം ആളുകൾ മൂലംപെറ്റമ്മയുടെ സന്നിധിയിൽ പ്രാർത്ഥനയ്ക്കായെത്തുന്നുണ്ട്. പാടിക്കുറ്റി അന്തർജ്ജനത്തിന്റെ അരമനയുടെ അവശിഷ്ടമായി പഴയ കിണറും പൊളിഞ്ഞ തറയുടെ കല്ലും അവിടെ

ഇന്നും കാണുന്നു. കൂടാതെ സ്വർണ്ണം പൂശിയതും പിച്ചളപ്പിടിയുമൊക്കെയുള്ള ധാരാളം ചുരികകളും, പടവാളുകളും, ആചാരഖഡ്ഗങ്ങളും, നാന്ദകവാളുകളും പിന്നീട് കൊള്ളയടിക്കുകയും കടത്തി കൊണ്ടുപോവുകയും ചെയ്തതായി പഴമക്കാർ പറയുന്നു.

പാടിക്കുറ്റി സ്ഥാനത്ത് ഒരു ഓട്ടിൻപീഠവും മറ്റും ഉണ്ടായിരുന്നുവെന്നും അതും കടത്തി കൊണ്ടുപോയശേഷം ദൈവകോപത്തെ ഭയന്നോ അനർത്ഥങ്ങളോ മറ്റോ അനുഭവപ്പെട്ടതിനാലോ ഓട്ടുപീഠം അവർ എടുത്ത സ്ഥലത്തു തന്നെ കൊണ്ട് വെച്ചത്രെ. നമ്പൂതിരിമാരെ ദൂരെ നിന്നും വരുത്തി താമസിപ്പിച്ച് ഇന്ന് നിത്യപൂജ ചെയ്യിക്കുന്നു. ഈറ്റുപുടവയിൽ നിന്ന് മുറിച്ചെടുത്ത് അമ്മയേയും കുഞ്ഞിനേയും ഉഴിഞ്ഞ് എടുത്ത വെള്ള വസ്ത്രവും നല്ലെണ്ണയും നെല്ലുമാണ് ഇവിടത്തെ വഴിപാടുകൾ. വഴിപാടായി കോലം കെട്ടിയാടിക്കുകയും ചെയ്യാറുണ്ട്. മധുവിനോടും മാംസത്തോടും ഏറെ ഇഷ്ടമാണ് മുത്തപ്പനെങ്കിലും അമ്മയ്ക്ക് ഇവ രണ്ടിനോടും കടുത്ത വിരോധമാണ്. എരുവേശ്ശിയിലെ പാടിക്കുറ്റി ക്ഷേത്രത്തിൽ മന്ദനാർ രാജാവുമായി ബന്ധമുണ്ടായിരുന്നു. രാജാവായിരുന്നെങ്കിലും തീയ്യനായത് കൊണ്ട് ക്ഷേത്രത്തിലേക്ക് മന്ദനാർക്ക് പ്രവേശനം ഉണ്ടായിരുന്നില്ല. ഇതിൽ നിന്നു തന്നെ വടക്കേ മലബാറിലെ ഏറ്റവും ജനപ്രിയ ദേവസങ്കൽപമായ ശ്രീമുത്തപ്പന്റെ ഉൽഭവം തീയ്യ വംശത്തിൽ നിന്നാണെന്ന് മനസ്സിലാക്കാവുന്നതാണ്

കൊട്ടിയൂരിലെ നാടുവാഴിശ്ശൻ ദൈവം

പിതാവിന് തന്റെ അരികിൽ തന്നെ സ്ഥാനം നല്കണമെന്ന് തിരുമാനിച്ച മുത്തപ്പൻ കുന്നത്തൂർ പാടിയിൽ നാടുവാഴീശ്വരൻ എന്ന രീതിയിൽ പിതാവിനെ ആരാധിച്ചു. അയ്യങ്കര വാഴുന്നോർ പിന്നീടാണ് മകന്റെ മഹത്വം തിരിച്ചറിയുന്നത് സാധുജനങ്ങളുടെ കൺകണ്ട ദൈവമായ മുത്തപ്പനെ അവർ മതിമറന്ന് ആരാധിക്കുന്നതും അവരുടെ നേതാവായി മാറിയതുമൊക്കെ ആ അച്ഛൻ അറിഞ്ഞു. കോട്ടയം കോവിലകത്തെ പോലും വിറപ്പിച്ച ശക്തനായ മകനിലെ ഈശ്വര സാന്നിധ്യം തിരിച്ചറിയാനാകാത്ത അച്ഛനായിരുന്നു എന്ന കുറ്റബോധത്താൽ വിവശനായ വാഴുന്നോർ അവസാന കാലത്ത് പാടികുറ്റിയോട് മകനെ കാണണമെന്നും അവനോട് ക്ഷമപറയണമെന്നും പറയുന്നുണ്ട്. മകന്റെ നന്മയും ദൈവികശക്തികളും അയ്യങ്കര വാഴുന്നവർ തിരിച്ചറിയുന്നത് ഏറെ വൈകിയാണ്. സ്വന്തം മകനോട് അസൂയ ഉള്ളവരുടെ വാക്ക് കേട്ട് മകനെ ഇല്ലത്ത് നിന്ന് പുറത്താക്കിയ നടപടിയിൽ ആ പിതാവിന് കുറ്റ ബോ

ധം തോന്നി എന്തൊക്കെ പരുഷമായ വാക്കുകൾ പറഞ്ഞാണ് മകനെ കുറ്റപ്പെടുത്തിയത്. കുട്ടിക്കാലത്ത് അവനെ സ്നേഹത്തൊടെ പോലും സ്പർശിച്ചില്ലല്ലോ. സാധുജനങ്ങളുടെ സേവകനും അസാധാരണ ദിവ്യ ശക്തിയുമുള്ള മകനെ തിരിച്ചറിയാതെ അവനോടു കാണിച്ച ക്രൂരത അതികഠിനമായിപ്പോയെന്ന് അദ്ദേഹം വ്യാകുലപ്പെട്ടു. പാടിക്കുറ്റിയുടെ വിയോഗത്തോടുകൂടി അത്യധികം ഒറ്റപ്പെട്ടതായി അദ്ദേഹത്തിന് തോന്നി. അങ്ങനെയിരിക്കെ കണ്ണീർ വാർത്തു കൊണ്ടിരുന്ന അദ്ദേഹം സ്വപ്നത്തിലെന്ന പോലെ ഒരശരീരി കേട്ടു. അച്ഛൻ വിഷമിക്കരുത്. കൊട്ടിയൂരുത്സവാവസരം അവിടെ വന്നാൽ എന്നെ കാണാം എന്നായിരുന്നു പുത്രശബ്ദത്തിൽ അദ്ദേഹം കേട്ട അശരീരി. ആശ്വാസത്തിന്റെ ഒരു കണിക മനസ്സിലെവിടെയോ അവശേഷിക്കുന്നതായി അദ്ദേഹത്തിനു തോന്നി. അദ്ദേഹത്തിൽ വന്ന ഈ മാറ്റം നാട്ടുകാരിലും ബന്ധുക്കളിലും സന്തോഷം ജനിപ്പിച്ചു. പിന്നീട് അദ്ദേഹം ഉത്സവകാലങ്ങളിൽ പതിവായി കൊട്ടിയൂരമ്പലത്തിൽ പോകാൻ തുടങ്ങി. മുതിരേരി അമ്പലത്തിലെ വാൾ വരവു ദിവസം മുത്തപ്പൻ കൊട്ടിയൂരിൽ പ്രത്യക്ഷപ്പെടാറുണ്ടായിരുന്നു. കൊട്ടിയൂരിലെത്തുന്ന വാഴുന്നവർ അകലെ നിന്ന് മകനെ നോക്കിക്കാണുകയും പിന്നീട് മകൻ അപ്രത്യക്ഷനാകുമ്പോൾ അതീവ ദു:ഖത്തോടെ തിരിച്ചു പോവുകയും പതിവായി. ഏകാന്തതയിൽ ക്ഷീണിതനായ അദ്ദേഹം ഭാര്യയുടെയും പുത്രന്റെയും തീവ്ര സ്മരണകളോടെ ഭൗതികദേഹം വെടിഞ്ഞു. അദ്ദേഹത്തിന്റെ ആത്മാവ് പ്രിയതമയുടെയും പ്രിയപുത്രന്റേയും സങ്കേതസ്ഥാനമായ കുന്നത്തൂർ പാടിയുടെ അന്തരീക്ഷത്തിൽ അലിഞ്ഞു ചേർന്നു. ശിവശക്തിയിൽ വിലയം പ്രാപിച്ച അദ്ദേഹത്തിന്റെ മരിക്കാത്ത ഓർമകൾ നിലനിർത്താൻ കുന്നത്തൂരിൽ കോലം കെട്ടിയാടാറുണ്ട്. വാഴുന്നവരുടെ സ്മരണയ്ക്ക് വേണ്ടി കെട്ടിയാടുന്ന തെയ്യക്കോലമാണ് നാടുവാഴി മുത്തപ്പൻ. ഈ തെയ്യക്കോലം നാടുവാഴിശ്ശൻ ദൈവം എന്ന പേരിലും അറിയപ്പെടുന്നു.

മുത്തപ്പനും കൊട്ടിയൂരും

ഏറ്റവും പ്രാചീനമായ ആരാധനാകേന്ദ്രമെന്ന് കരുതുന്ന കൊട്ടിയൂരിലും മുത്തപ്പന്റെ സാന്നിധ്യമുണ്ട്. ഒറ്റപ്പിലാനും കൊട്ടേരിക്കാവും കൊട്ടിയൂരിലെ മുത്തപ്പന്റെ സാന്നിധ്യവുമായി ബന്ധപ്പെട്ട നിരവധി അടരുകളുള്ള ചരിത്രത്തിലേക്കുള്ള സൂചകങ്ങളാണെന്ന് ഗവേഷകർ അഭിപ്രായപ്പെട്ടിട്ടുണ്ട്. കൊട്ടിയൂരുമായുള്ള ബന്ധം കൊണ്ട് നെയ്യാർ എന്നു പറയാറുണ്ട്. കൊട്ടിയൂർ പെരുമാളിന് ആടിയ നെയ്യ് ഈ പുഴയിൽ പരന്നു

കണ്ടിരുന്നതാണ് കാരണം. മുത്തപ്പ ദേവന്റെ മഹനീയ ചൈതന്യം കൊട്ടിയൂരിലും തുടിച്ചു നിൽക്കുന്നു.കൊല്ലൂർ, കൊട്ടിയൂർ തുടങ്ങിയ ഏതാനും മഹാക്ഷേത്രങ്ങളിൽ പെരുമാൾസ്വയംഭൂവാണ്.

തീയ്യ സമുദായത്തിന് കൊട്ടിയൂരിൽ പ്രത്യേക പദവിയുണ്ട്. വ്രതനിഷ്ഠയോടുകൂടി കൂടി ഇളനീർവെപ്പിന് എരുവട്ടി ആയിരത്തിതണ്ടയാനാണ്. ജന്മസ്ഥാനികൻ. ഇദ്ദേഹത്തെ കൂടാതെ മുടക്കതണ്ടയാന്മാരായി മേക്കിലേരി, കുറ്റ്യാടി, മുടിശ്ശേരി എന്നിവർ കൂടിയുണ്ട്. നെയ്യാട്ടനാൾ കാലത്ത് തണ്ടാന്മാർ ഇളനീരുകളും, കാവുണ്ടാക്കാൻ വേണ്ട എഴുത്തോലപനത്തണ്ടുകളും, പച്ചപ്പാന്തങ്ങളും സംഭരിച്ചുതുടങ്ങുന്നു. ഭൂമിതൊടുന്നതിനു മുൻപേ മറ്റുള്ളവർ കൈയേൽക്കുന്നു. അനിഴം നാളിൽ എരുവട്ടി തണ്ടയാനും കൂട്ടരും പഞ്ചമിനാളിൽ എരുവട്ടിക്കാവിൽ സമർപ്പിച്ച ഇളനീർ ഷഷ്ഠിനാളിൽ കാലത്ത് ചെത്തിക്കെട്ടി കാവാക്കുകയും തൃക്കൈക്കുട അലങ്കരിക്കുകയും ചെയ്യും. എണ്ണനിറച്ച് കെട്ടി ഒരുക്കിയ ചെമ്പുകുടം തലയിൽ വച്ച് തണ്ടയാനും സംഘവും എരുവട്ടിക്കാവിലേക്ക് തന്നെ വരുന്നു. എണ്ണ ചെപ്പുകുടം തണ്ടയാനല്ലാതെ മറ്റാരും തലയിൽ എഴുന്നള്ളിക്കരുതെന്നാണ് ചട്ടം.ഇളനീർവെപ്പ് ദിനം പന്തീരടിനിവേദ്യം കഴിഞ്ഞാൽ കിഴക്കേനടയിൽ കുടിപതി കാരണവർ ഒരു വെള്ളിക്കുടം സ്ഥാപിക്കുന്നു. സപ്തമിനാളിൽ പതിവിലും നേരത്തെ അത്താഴപൂജയും, ശീവേലിയും ശ്രീഭൂതബലിയും കഴിച്ച് ഇളനീർവെപ്പിന്റെ രാശിവിളിക്കും മുടക്കതണ്ടയാന്മാർ തങ്ങളുടെ ഇളനീർക്കാവുകളും എരുവട്ടിതണ്ടയാൻ എണ്ണയും ഇളനീരും മുഖമണ്ഡപത്തിൽ സമർപ്പിക്കുന്നതോടെ ഇളനീർവെപ്പ് പൂർണ്ണമാവുന്നു. വൈകുന്നേരത്തെ ആയിരം കുടം അഭിഷേകത്തിന് ശേഷം ഉഗ്രവേദിയിൽ ഇളനീരാട്ടത്തിന്റെ ഒരുക്കങ്ങൾ ആരംഭിക്കുന്നു. ഒറ്റപ്പിലാന്റെ നേതൃത്വത്തിൽ കുറിച്ചപ്പടയുടെ അകമ്പടിയോടെയുള്ള മുത്തപ്പൻ വരവിന് ശേഷമാണ് ഇളനീരാട്ടം.

സ്ഥാനങ്ങളിലെ തിരുവപ്പൻ

പല സ്ഥാനങ്ങളിലും മുത്തപ്പനോടൊപ്പമോ, അതിനോടനുബന്ധിച്ചോ തിരുവപ്പൻ എന്ന തെയ്യം കൂടി കെട്ടിയാടിക്കപ്പെടുന്നു. തിരുവപ്പൻ, മുത്തപ്പൻ എന്നീ പേരുകളിൽ അറിയപ്പെടുന്ന ദേവതയുടെ ജനനത്തെപ്പറ്റി മുത്തപ്പൻ പൊലിച്ചു പാട്ടിൽ ചില സൂചനകളുണ്ട്. അയ്യൻ തോറ്റം, അയ്യൻമണ്ട, കളിക്കപ്പാട്ട്, പൊലിച്ചുപാട്ട്, പുറങ്കാലൻ പട്ടോല, മലക്കറിയിക്കൽ തോറ്റം മുതലായവയിലൂടെ ലഭിക്കുന്ന പുരാവൃത്തം പരിശോധിച്ചാൽ തിരുവപ്പൻ, മുത്തപ്പൻ എന്നീ പേരുകളിൽ അറിയപ്പെ

ടുന്ന ദേവതയുടെ പൊലിച്ചുപാട്ട്, പുറങ്കാലൻ പട്ടോല തുടങ്ങിയ വരികൾ, മുത്തപ്പനും തിരുവപ്പനും ഒരേ സങ്കല്പത്തിലുള്ളതാണെന്ന് തെളിയിക്കുന്നു. മേൽപ്പറഞ്ഞ രണ്ടു കോലങ്ങളിൽ ആദ്യത്തേത് മുത്തപ്പന്റെ വെള്ളാട്ടവും, രണ്ടാമത്തേത് മുത്തപ്പന്റെ തിരുവപ്പനയുമാണ്. തിരുവപ്പനയെന്നത് തിരുവപ്പൻ എന്നായി മാറിയതാകാം.

കാനൽ വാഴും കരിങ്കുറത്തിയായവർക്കാരിവരോ
ഓമന മകനല്ലോ പൊൻമുത്തപ്പൻ
പാടിക്കുറ്റി നല്ലമ്മയായവൾക്കാരിവരോ
കണ്ടെടുത്ത മകനല്ലോ പൊൻമുത്തപ്പൻ

തുടങ്ങിയ വരികൾ, മുത്തപ്പനും തിരുവപ്പനും ഒരേ സങ്കല്പത്തിലുള്ളതാണെന്ന് തെളിയിക്കുന്നു. വൈകുന്നേരം മലകീക്കൽ, തൊഴുതുകെട്ടൽ, തട്ടിൻകീഴിൽ (കലശസ്ഥാനത്ത്) മലകീക്കൽ സന്ധ്യയോടെ ദീപാരാധനയും അന്തിവെള്ളാട്ടവും (ഊട്ടും വെള്ളാട്ടം) അത് കഴിഞ്ഞ് കളിക്കപ്പാട്, അന്തിവേല (കലശം എഴുന്നള്ളത്ത്) വെള്ളകെട്ടൽ, പുലർച്ചക്ക് പുറപ്പാട് (തിരുവപ്പനയും ഒക്കേത്ത് വെള്ളാട്ടവും) തട്ട് കൈയേൽക്കൽ, പണിപ്പാട്, നൃത്തം, പള്ളിവേട്ട, പീഠത്തിലിരിക്കൽ, മറ്റപ്പുരയറിയിക്കൽ, പട്ടോല വായിക്കൽ, അനുഗ്രഹം (ഉച്ചവെള്ളാട്ടത്തിന് സമയത്തിലും മറ്റും ഭേദഗതിയുണ്ട്. മറ്റു ചില ദൈവങ്ങൾക്കും ഇതുപോലെ വെള്ളാട്ടവും തിരുവപ്പനയുമുണ്ട്.

ഹരിയോ ഗുരുനാഥാ അഭയം പുക്ക്
മായയായ് വന്നതു നീ അറിഞ്ഞതില്ലേ

എന്നിങ്ങനെ അയ്യൻ തോറ്റത്തിന്റെ തുടക്കത്തിലും, ഹരി തമ്പുരാൻ നൻമലമുത്തപ്പൻ അയ്യൻ തോറ്റമേ എന്നിങ്ങനെ അന്ത്യത്തിലും കാണുന്നു. ഹരിതമ്പുരാന്റെ മായയാണ് ഈ ദൈവമെന്ന സൂചന ഇതിലുണ്ട്. മുത്തപ്പന്റെ കാലഘട്ടം കൂടുതൽ നായാട്ടുമായി ബന്ധപ്പെട്ടതാണ്. പ്രാചീനമായ വീരാരാധനയുടെ എല്ലാ സവിശേഷതകളും മുത്തപ്പനുണ്ട്.

മലയിറക്കൽ ചടങ്ങുകൾ

മുത്തപ്പൻ കെട്ടിയാടുന്നതിന്റെ തുടക്കച്ചടങ്ങ് മലയിറക്കൽ ആണ്. മലയിറക്കൽ എന്നത് വരവിളിപോലെയാണ്. ചുവന്ന പട്ടുടുത്ത വണ്ണാൻ തന്റെ തറയുടെ മുന്നിൽ നിന്ന് കൈ ഉയർത്തി മുത്തപ്പനെ കെട്ടിയാടുന്ന സ്ഥലത്തേക്ക് ക്ഷണിക്കുന്ന ചടങ്ങാണ്. മുത്തപ്പൻ പാറി പറന്ന് കൈയെടുക്കലാണ് എന്ന വാചാല് ശ്രദ്ധേയമാണ്. ഇന്ത്യയിലും വിദേശത്തും ഉള്ള സർവ്വ ചടങ്ങുകളിലേക്കും മുത്തപ്പനെ മലയിറക്കിയാണ് സ്വീകരി

ക്കുന്നത്. ചടങ്ങുകൾ സൂക്ഷ്മമായി നിരീക്ഷിച്ചാൽ മുത്തപ്പനെ കൈപിടിച്ച് കൊണ്ടുവരലാണ്. മുത്തപ്പന് ആവശ്യമായ വിഭവത്താൽ ഒരുക്കി മലയിൽ നിന്ന് ഇറങ്ങിവരാനുള്ള അപേക്ഷയാണ് ഈ മലയിറക്കൽ ചടങ്ങ്. ബഹുമാനങ്ങളോടെ പയംകുറ്റി വെച്ചതിനുശേഷം വാദ്യോപകരണങ്ങളുടെ അകമ്പടിയോടെയും പ്രാർത്ഥനയോടെയും കോലധാരി വിളിക്കുന്ന പരിശുദ്ധവും ദിവ്യവുമായ ആരാധനാ കർമ്മമാണ് മലയിറക്കൽ. മുത്തപ്പനെ എവിടെ കെട്ടിയാടുമ്പോഴും ആദ്യം നടത്തുന്ന ചടങ്ങ് മലയിറക്കലാണ്.

കുന്നത്തൂർ പാടിയിൽ നിന്നും പുരളിമല ചിത്രപീഠത്തിൽ നിന്നും തൃക്കൈയും പിടിച്ച് ഈ സ്ഥാനത്തേക്കെഴുന്നള്ളി വരണേ മുത്തപ്പാ... എന്നാണ് സാധാരണ മടപ്പുരകളിൽ നിന്ന് മലയിറക്കൽ ചടങ്ങിൽ മുത്തപ്പനെ വിളിച്ച് പ്രാർത്ഥിക്കുന്നത്.

സന്ധ്യവേല

മലയിറക്കൽ കഴിഞ്ഞാൽ പിന്നെയുള്ള ചടങ്ങ് സന്ധ്യവേലയാണ്. കോമരം ചുറ്റിക്കെട്ടി വാദ്യഘോഷങ്ങളുടെ അകമ്പടിയോടെ കലശസ്ഥാനത്തേക്ക് എഴുന്നള്ളുന്ന ചടങ്ങാണിത്. തിരുമുടി അണിഞ്ഞ മുത്തപ്പനെ വെടിക്കെട്ട്, മധുകലശം, ഓങ്കാരം എന്നിവയോടു കൂടി ഈ സമയത്താണ് മടപ്പുരയിലേക്ക് എഴുന്നള്ളിക്കുന്നത്. മറ്റു മടപ്പുരകളിൽ സന്ധ്യവേലയ്ക്ക് മുമ്പായി കളിക്കപ്പാട്ട് എന്ന ചടങ്ങ് നടക്കും.

വെള്ളകെട്ടൽ

തിരുവപ്പന്റെ കോലധാരി ശിരസ്സിലണിയുന്ന വെളുത്ത പുത്തൻ തുണിയിൽ സ്ഥാനികരായ ആളുകൾ അരിയിട്ടു തൊഴുന്ന ചടങ്ങാണിത്. ഇത്തരം കർമ്മങ്ങൾക്കെല്ലാം ശേഷമാണ് മുത്തപ്പൻ തിരുമുടിയണിഞ്ഞ് നർത്തനമാരംഭിക്കുന്നത്. തിരുമുടിയണിയുന്നതിനു മുമ്പ് തന്നെ പീഠക്കല്ലിൽ ആസനസ്ഥനാവുന്ന ഭഗവാന് വീത്ത് (നിവേദ്യമായി നൽകുന്ന മദ്യം) ആയി ഭക്തന്മാർ മദ്യം നൽകുകയും മുത്തപ്പൻ രുചിച്ചതിന്റെ ബാക്കി മദ്യം പ്രസാദമായി ഭക്തന്മാർക്ക് നൽകുകയും ചെയ്യും. മുത്തപ്പൻ രുചിച്ച് പവിത്രമാക്കിയ ഈ പരിശുദ്ധമായ നിവേദ്യത്തിന് വേണ്ടിയുള്ള ഭക്തന്മാരുടെ തിരക്ക് മടപ്പുരകളിലെ സാധാരണകാഴ്ചയാണ്. മുത്തപ്പന്റെ രൂപം ധരിച്ചയാൾക്ക് ഭൗതികമായ യാതൊരു അസ്തിത്വവുമില്ല. എല്ലാം ഈശ്വരൻ മാത്രമായി അവശേഷിക്കുന്നു. മുത്തപ്പവേഷം ധരിച്ച ആൾ ദൈവശക്തിയെ സാക്ഷാത്കരിക്കുവാനുള്ള ചാലകം

മാത്രമാകുന്നു. ചൂട്ടിന്റെ ഇളം തെളിമയാർന്ന് വെളിച്ചത്തിൽ മടപ്പുരയ്ക്ക് ഇരുവശങ്ങളിലും കൂടിയുള്ള മുത്തപ്പന്റെ നൃത്തവും ഓട്ടവും ഭക്തന്മാരുടെ ഹൃദയങ്ങളിൽ ദിവ്യാനുഭൂതികളുടെ മഹാസാഗരം നിറയ്ക്കുന്നു.

പള്ളിവേട്ടയും നായ്ക്കളും

പള്ളിവേട്ടയെന്ന ചടങ്ങിനോടനുബന്ധിച്ചുള്ള ഓട്ടം അത്ഭുതത്തോടുകൂടിയേ ആർക്കും കണ്ടു നിൽക്കാനാവുകയുള്ളു. പള്ളിവേട്ട കഴിഞ്ഞാൽ പിന്നീട് മുത്തപ്പൻ വിശ്രമിക്കുകയായി. പറശ്ശിനി മുത്തപ്പൻ ക്ഷേത്രത്തിലും പരിസരത്തും നായകൾ യഥേഷ്ടം സഞ്ചരിക്കുന്നത് കാണാം. മുത്തപ്പന്റെ സന്തത സഹചാരിയാണ് നായകൾ. അയ്യമണ്ട തോറ്റത്തിൽ അയ്യപുരാൻ തിരുവടി പോറ്റാൻ കൊടുത്ത നായകളെ കുറിച്ച് പറയുന്നു. ചങ്കെ പിടിക്കുന്ന കിളരവനും, ചെങ്കണ്ണി കണ്ണൻ ചവരി വാലനും പന്നിയെ പിടിക്കാൻ മിടുക്കനായ പറവനും ഇവരെ പേരാറ്റിൻ അരയിൽ കൊണ്ടു പോയി തേച്ചു കുളിപ്പിക്കുന്നു. ശരീരത്തിലെ ചെള്ളുണ്ണിയെ പറിച്ച് കളഞ്ഞ് പശുവിൻ നെയ്യ് കുട്ടിയ ചോറു കൊടുക്കുന്നുണ്ട്. ഉദയകുലം പർവ്വതത്തിൽ നിന്ന് ഒരു പന്നി നാട്ടിലിറങ്ങി പൊരുങ്കാട്ടിലെ പെരുപന്നിയെ പിടിക്കാൻ വല വിരിക്കുന്നു. അത് നായകളും ആൾക്കാരും ബഹളമുണ്ടാക്കി പന്നിയെ കാട്ടിൽ നിന്ന് പുറത്ത് ചാടിക്കുന്നു. ഈ പന്നിയെ വെട്ടി പള്ളിവില്ലിൽ തൂക്കുന്നു. കൊട്ടതലയും കൊടിമുക്കും നായകൾക്ക് നല്കുന്നു. മുത്തപ്പൻ അരങ്ങിലുള്ളപ്പോൾ നായകൾക്ക് പ്രത്യേകം ഭക്ഷണം കൊടുക്കാറുണ്ട് ചില കുടുംബക്കാർ നായക്കുട്ടിയെ മുത്തപ്പന് മുന്നിൽ സമർപ്പിക്കുന്നു. ആ നായക്കുട്ടിയെ എടുത്ത് തലോലിക്കുന്ന ചിത്രം സമൂഹമാധ്യമങ്ങൾ ഏറെ ചർച്ച ചെയ്തിട്ടുണ്ട്. ഗണപതിക്ക് എലിപോലെ പരമശിവന് കാളപോലെ മുത്തപ്പന്റെ വാഹനവും സന്തത സഹചാരിയുമാണ് നായ. കാൽ നായാട്ടിന് നായകളുടെ സഹായം അത്യാവശ്യമാണ്. പണ്ടു കാലത്ത് മുത്തപ്പന് ചില പ്രത്യേക ദിവസങ്ങളിൽ വേട്ടയാടി വേട്ടമൃഗങ്ങളുടെ ഇറച്ചി സമർപ്പിക്കാറുണ്ട്. ഈ സമയം നായാട്ടു കൂട്ടത്തെ നയിക്കുന്നത് നായകളാണ്. നായകൾക്ക് ഒരു പ്രത്യേക സ്ഥാനം തന്നെ മഠപ്പുരയിൽ നല്കിയിട്ടുണ്ട്. പറശ്ശിനിമഠപ്പുരയിൽ നായകളുടെ വെങ്കല ശില്പം തന്നെ നമുക്ക് കാണാൻ കഴിയും.

ശ്രീ മുത്തപ്പനു പൈങ്കുറ്റി വെയ്ക്കുന്ന വിധം

പയംങ്കുറ്റി വെക്കുന്നത് സന്ധ്യ വിളക്കിന് ശേഷമായിരിക്കണം. വാതുക്കല് കട്ടിളക്ക് നേരെ പാടില്ല. സന്ധ്യ വിളക്ക് സമയം കഴിഞ്ഞ് ആ വിളക്ക് തന്നെയാണ് മുറ്റത്തിന്റെ ഒരു ഭാഗത്ത് വെക്കുക. നല്ല വൃത്തിയും വെടിപ്പുമുള്ള സ്ഥലത്ത് കിണ്ടിവെള്ളം കുടഞ്ഞ് ശുദ്ധിയാക്കി ഇലക്കീറുകൾ ഇത് പോലെ ഇട്ട് അതിന്മേൽ വെക്കണം. അത് പോലെ മുത്തപ്പന്റെ നിവേദ്യമായ ചെറുപയര്/വൻപയർ/കടല, ചുട്ട ഉണക്കമീൻ മുള്ളൻ / അയല എന്നിവ ഒരു നാക്കിലയിലും അവൽ വെറൊരു നാക്കിലയിലും വിളക്കിനു മുൻപിൽ വെക്കണം. ഒരു തേങ്ങ ഉടച്ച് അവിലിനകത്ത് മലർത്തി വെക്കണം. ഒരു ചെറിയ നാക്കിലയിൽ തുളസിയും ചെക്കിപ്പൂവും അരിയും വെക്കണം. വിളക്കിന് ഒരു വശത്ത് കള്ള് കുപ്പിയോടെ വെക്കണം. എല്ലാറ്റിന്റെയും മുകളിൽ ഇലക്കീറ് വെച്ച് തിരി കത്തിച്ച് വെക്കണം. പങ്കെടുക്കുന്ന എല്ലാവരെയും വിളിച്ച് നാക്കിലയിൽ വെച്ച അരിയും പൂവും കൊടുത്ത് പ്രാർത്ഥിക്കുക. ശേഷം അഞ്ച് മിനിറ്റ് മാറി നില്ക്കണം. അതിനു ശേഷം അരിയും പൂവും ഒരിക്കൽ കൂടി കൊടുത്തു പ്രാർത്ഥിച്ചു മടക്കുക. തേങ്ങ പൂളിയിട്ട് മീനും ചേർത്ത അംശം പങ്കെടുത്തവർക്കെല്ലാം കൊടുക്കണം. നിവേദ്യമായി വെച്ച കള്ളും എല്ലാവർക്കും കൊടുക്കണം. പയംകുറ്റി വെക്കുന്ന ആള് രാവിലെ കുളിച്ച് വ്രതശുദ്ധിയുള്ളവരായിരിക്കണം. പഴങ്കഞ്ഞി കഴിക്കാൻ പാടില്ല. പയംകുറ്റി വെക്കുന്നതിനു മുമ്പായി ഭസ്മക്കുറി തൊടണം. വെള്ള മുണ്ടുടുക്കണം. ഏത് തീയ്യനും പയംങ്കുറ്റി വെക്കാനുള്ള അവകാശമുണ്ട്. തെറ്റു വന്നാലും മുത്തപ്പൻ പ്രസാദിക്കും.

അധ്യായം - 5

കോട്ടയം രാജവംശം

കണ്ണൂർ കോഴിക്കോട് ജില്ലകളിൽ വ്യാപിച്ചു കിടക്കുന്ന പഴയകാല കോട്ടയം രാജവംശത്തിനു പ്രാടസ്വരൂപം (പുറനാട്ടുകര) എന്നും പേരുണ്ട്.കോലത്തുനാട് വാഴുന്നവരുടെ മേൽക്കോയ്മയക്കു വിധേയമായ രണ്ട് സ്വരൂപങ്ങളാണ് ചുഴലി സ്വരൂപവും, നരിയോട്ട് സ്വരൂപവും. എ.ഡി ഒമ്പതു മുതൽ പന്ത്രണ്ടുവരെയുള്ള നൂറ്റാണ്ടുകളിൽ മഹോദയപുരം ആസ്ഥാനമാക്കി കേരളം ഭരിച്ച ചേരരാജാക്കൻമാരുടെ കീഴിൽ ഈ പ്രദേശം പുറൈക്കിഴനാട് എന്നറിയപ്പെട്ടിരുന്നതായി ഐതിഹ്യങ്ങളും ആരാധനകളും വ്യക്തമാക്കുന്നു. പുറത്തു നിന്ന് വന്നവർ എന്നു തന്നെയാണ് ഇതിനർത്ഥം. പുറയാട്ട് കരസ്വരൂപം എന്നും പ്രാട്ടരസ്വരൂപം എന്നും മുത്തപ്പൻ വാചാലുകളിലും തോറ്റങ്ങളിലും പരാമർശിക്കപ്പെടുന്നത് ഈ പ്രദേശം തന്നെയാണ്. കോലത്തു നാടിന്റെ തെക്കു കിഴക്കൻ ഭാഗത്തായി ഉണ്ടായിരുന്ന കോറ്റിയാട്ടു സ്വരൂപം കാലാന്തരത്തിൽ കോട്ടയം രാജവംശം എന്ന പേരിൽ അറിയപ്പെടാൻ തുടങ്ങി. രാജാക്കന്മാർ സ്വരൂപ തലസ്ഥാനത്തിന്റെ പേര് മാറ്റുന്ന പതിവ് അക്കാലത്ത് ഉണ്ടായിരുന്നു. പുരളിമലയിലെ മുഴക്കുന്ന് കേന്ദ്രമാക്കി ഭരണം നടത്തിയ രാജവംശം തലസ്ഥാനം പിന്നീട് കോട്ടയത്തേക്ക് മാറ്റുകയായിരുന്നു. തലസ്ഥാനം കോട്ടയത്തേക്ക് മാറ്റിയതിനു ശേഷമാണ് കോലത്തിരിമാരുടെ ആശ്രിതരായി കഴിഞ്ഞുവന്ന നാടുവാഴികളുടെയും ഇടപ്രഭുക്കന്മാരുടെയും അധികാര ശക്തി പൊടുന്നനെ പ്രബലമാവുന്നത്. അറബികളുമായുള്ള അവരുടെ ബന്ധം ഇക്കാര്യത്തിൽ അവരെ സഹായിച്ചിട്ടുണ്ടാകാം. കൂടാളി, മുഴക്കുന്ന്, ശിവപുരം, പിണറായി, പട്ടാനൂർ, കണ്ണവം, പഴശ്ശി, നിട്ടൂർ, ചാവശ്ശേരി, മണത്തണ, കണ്ടങ്കുന്ന്, കതിരൂർ, വെളിയമ്പ്ര, പടുവിലായി, കോട്ടയം പ്രദേശങ്ങളായിരുന്നു ഈ രാജാധിപത്യത്തിന് കീഴിൽ .മഹാശിലാസംസ്കാരാവശിഷ്ടങ്ങൾ വ്യാപകമായി കണ്ടെടുക്കപ്പെട്ട സ്ഥലങ്ങളാണിവ. കോട്ടയം സ്വരൂപത്തിൽ വടക്കേ മലബാറിൽ ബ്രാഹ്മണരുടെ രക്ഷാധിപത്യം വഹിക്കുകയും ബ്രാഹ്മണശക്തിയുടെ ചോദ്യം ചെ

യ്യപ്പെടാത്ത പ്രാധാന്യത്തെ പരീക്ഷിക്കുകയും ക്ഷത്രിയരുടെ പ്രബലമായ ആധിപത്യത്തെ പുലർത്തുകയും ചെയ്തു പോന്ന രാജകുടുംബം ആയിരുന്നു കോട്ടയം രാജവംശം. ഹരിശ്ചന്ദ്രപ്പെരുമാളത്രേ ഈ രാജവംശ സ്ഥാപകൻ

അരിശ്ചന്ദിര ചിത്തിര പീഠത്തിന്മേൽ
പൊമ്പട്ടം കെട്ടീറ്റും വാണു ദൈവം
പൊന്മുടി ചൂടിറ്റും വാണു ദൈവം.

എന്ന കളിക്കപ്പാട്ടിലെ പരാമർശത്തിൽ നിന്ന് മുത്തപ്പന്റെ നേതൃത്വത്തിലുള്ള സൈന്യം ഹരിശ്ചന്ദ്രക്കോട്ട പിടിച്ച വസ്തുതയാണ് തെളിയുന്നത്. കിഴക്ക് തറക്കാലികടവ് മുതൽ പടിഞ്ഞാറ് മാമാനിക്കുന്ന് കടവുവരെയും വടക്കു മാണിയൂർ കോട്ട മുതൽ തെക്കു തൃച്ചലൂർ വരെയും വ്യാപിച്ചു കിടക്കുന്ന പ്രദേശമാണ് കോട്ടയം. രണ്ടായിരം വർഷങ്ങൾക്കപ്പുറത്ത് തന്നെ കോട്ടയം പ്രദേശത്തിന് റോം തുടങ്ങിയ വിദേശ രാജ്യങ്ങളുമായി വാണിജ്യ ബന്ധം നിലവിലുണ്ടായിരുന്നു. അറേബ്യ, ചൈന തുടങ്ങിയ രാജ്യങ്ങളുമായുണ്ടായിരുന്ന വാണിജ്യം വഴി സമ്പന്നമായിരുന്നു കോട്ടയം സ്വരൂപം. ആഭ്യന്തര പ്രശ്നങ്ങളിൽ പെട്ട് കോലത്തുനാട് ക്ഷീണിച്ചു കൊണ്ടിരുന്ന സന്ദർഭത്തിൽ വിദേശ വ്യാപാരത്താലും സമർഥമായ ഭരണനയങ്ങളാലും കോട്ടയം രാജവംശം ഒന്നിനൊന്ന് മെച്ചപ്പെട്ടു കൊണ്ടിരുന്നു. തീണ്ടീസ് എന്ന തുറമുഖത്തിനടുത്താണ് കോട്ടനാരയുടെ സ്ഥാനമെന്നും സൂചിപ്പിച്ചു കാണുന്നു. തീണ്ടീസ് ധർമ്മടം തുറമുഖമാണെന്നും കോട്ടനാരയാണ് കോട്ടയമായതെന്നും ചില ചരിത്രകാരന്മാർ സൂചിപ്പിക്കുന്നു. കോട്ടയം രാജവംശം നാല് ശാഖകളായി പിരിഞ്ഞ് മൂന്ന് ശാഖകൾ കോട്ടയത്തും ഒരു ശാഖപഴശ്ശിയിലും താമസമാക്കിയതായി കാണാം. കിഴക്കേ കോവിലകം, വടക്കേ കോവിലകം, തെക്കേ കോവിലകം, പടിഞ്ഞാറെ കോവിലകം എന്നിങ്ങനെയായിരുന്നു ഇത്. അതിൽ വയസ്സ് കൂടുതലുള്ളയാളെ രാജാവായി വാഴിക്കുന്നതായിരുന്നു കീഴ്‌വഴക്കം. വടക്കേ കോവിലകം നൂറ്റാണ്ടുകൾക്കു മുൻപുതന്നെ അന്യം നിന്നു പോയിരുന്നുവത്രേ. കോട്ടയം രാജാക്കന്മാരാണ് കഥകളിയുടെ ഉപജ്ഞാതാക്കൾ എന്ന് ചില പണ്ഡിതൻമാർ വിശ്വസിക്കുന്നു. കൂത്ത്, കൂടിയാട്ടം തുടങ്ങിയ അനുഷ്ഠാനകലകളെ ഇവർ പ്രോത്സാഹിപ്പിച്ചിരുന്നു. വടക്കേ മലബാറിൽ ബ്രാഹ്മണരുടെ രക്ഷാധിപത്യം വഹിക്കുകയും പരിരക്ഷിക്കുകയും ചെയ്തു പോന്ന രാജകുടുംബമായിരുന്നു കോട്ടയം. വേദവിധിക്കൊത്തവണ്ണം പൂർവ്വമീമാംസ പദ്ധതിയനുസരിച്ചുള്ള ബ്രാഹ്മണ സമ്പ്രദായങ്ങൾ, പലതരം യാഗങ്ങൾ

നടത്താനുമൊക്കെ കോട്ടയം രാജവംശം സശ്രദ്ധം നിഷ്ക്കർഷിച്ചിരുന്നു.എട്ടുകെട്ടുകളായി നിലനിന്നിരുന്ന കോവിലകങ്ങളുടെ സ്ഥാനത്ത് ഇന്ന് വലുപ്പം കുറച്ച നിലയിൽ കോവിലകങ്ങൾ സ്ഥിതി ചെയ്യുന്നുണ്ട്. അന്യം നിന്നു പോയെന്നു കരുതുന്ന വടക്കേ കോവിലകത്തിന്റെ അവശിഷ്ടങ്ങൾ എലിപ്പറ്റ ചിറ എന്ന ഭാഗത്ത് കാണപ്പെടുന്നുണ്ടെന്ന് പഴമക്കാർ അവകാശപ്പെടുന്നു.

കോട്ടയം രാജഭരണകാലത്താണ് ആദിവാസികളുടെ ജീവിത ഘടനയിൽ സാരമായ മാറ്റം സംഭവിച്ചത്. ആദിവാസികൾ സ്വതന്ത്രമായി കൃഷിയിറക്കിയിരുന്ന ഭൂമിയും വനവിഭവങ്ങൾക്കു വേണ്ടി ആശ്രയിച്ചിരുന്ന കാടുകളും പരമ്പരാഗതമായ ആരാധനാ കേന്ദ്രങ്ങളും ക്രമേണ അവർക്ക് അന്യമായി. ഭൂമിയുടെമേൽ ആദിവാസികൾക്കുണ്ടായിരുന്ന അവകാശങ്ങൾ ഇതോടെ നായർ പ്രമാണിമാരുടെ വരുതിയിലേക്ക് മാറ്റപ്പെട്ടു. കൃഷിഭൂമിയുടെയെല്ലാം ആധിപത്യം ദേശവാഴികൾക്കായതോടെ അവരെ ആശ്രയിച്ചു കഴിയുകയേ ആദിവാസികൾക്ക് നിർവാഹമുള്ളു എന്നു വന്നു. കുറുമ്പ്രനാട്ട് കോവിലകത്ത് ഉണ്ടായിരുന്ന ചടങ്ങുകൾക്ക് ആയിരത്തിലധികം വർഷത്തെ പഴക്കം ചരിത്രകാരന്മാർ രേഖപ്പെടുത്തിയിട്ടുണ്ട്. കുറുമ്പ്രനാട്ട് രാജാവിന്റെ അരിയിട്ട് വാഴ്ചക്ക് എണ്ണ കൊടുക്കേണ്ടത് പെരുവാണിയൻ നമ്പ്യാർ ആണത്രെ. പണ്ട് കോട്ടയം രാജാവിന്റെ ഭാര്യ പാനോളി കെട്ടിലമ്മ ഒരു ലക്ഷ്മി വിളക്ക് പ്രാർത്ഥനയായി നൽകിയിരുന്നു. ഈ വിളക്ക് പാട്ടത്തിന് കൈമാറ്റം ചെയ്ത് വർഷങ്ങളായിട്ടും കാവിലെത്താതായി. ഒരു ദിവസം ലക്ഷ്മി വിളക്കിൽ നിന്നും വലിയ പ്രകാശം പരന്നെന്നും അങ്ങനെ പിറ്റേദിവസം തന്നെ ഒന്നും ആവശ്യപ്പെടാതെ ലക്ഷ്മിവിളക്ക് കാവിലെത്തിച്ചെന്നും പറയുന്നു. കോട്ടയം രാജാക്കൻമാർ ഒരു സ്ഥിരസൈന്യത്തെ നിർത്തിപ്പോന്നതായി കാണുന്നില്ല. ശത്രുക്കളെ എതിർക്കേണ്ടിവരുമ്പോൾ സ്വരൂപികൾ, നാടുവാഴികൾ മുതലായവർ തങ്ങളുടെ കീഴിലുള്ള നായർ ഭടൻമാരെ വിളിച്ചുകൂട്ടി യുദ്ധത്തിനു പുറപ്പെടുന്നു. മറ്റു ജാതികളെ പോലെ കുറുമ്പ്രനാട് രാജാക്കന്മാരുടെ പടനായക - സൈനിക വൃത്തിയിൽ തീയ്യർ ഏർപ്പെട്ടിരുന്നു എന്ന് വില്ല്യം ലോഗന്റെ മലബാർ മാനുവലിനെ ഉദ്ധരിച്ച് കെ. കെ. എൻ. കുറുപ്പ് പ്രതിപാദിച്ചിരിക്കുന്നു. കോട്ടയം അങ്ങാടിയിലും പരിസരങ്ങളിലുമുള്ള കബറുകളിൽ മുസ്ലീങ്ങളും ഹിന്ദുക്കളും നേർച്ചയായി വെളിച്ചെണ്ണ, നെയ്വിളക്കുകളിൽ പകർന്ന് തിരിതെളിയിക്കുന്ന സമ്പ്രദായം ഇന്നും നിലനിന്നുവരുന്നു. കോട്ടയം രാജവംശത്തിൽ തീയ്യത്തറകൾ പ്രചാരത്തിലുണ്ടായിരുന്നു. തീയ്യരുടെ സാമുദായികഘ

ടകമാണ് ചേരി. കോട്ടയം സ്വരൂപത്തിൽ ജനങ്ങൾ കൂട്ടമായി താമസിക്കുന്ന സ്ഥലം എന്ന അർത്ഥമാണ് ചേരിക്കുള്ളത്. മേലാളർ താമസിക്കുന്ന സ്ഥലം മേലാച്ചേരിയും കീഴാളർ താമസിക്കുന്ന സ്ഥലം കീഴാച്ചേരിയും കീക്ക് (പടിഞ്ഞാറ്) ദിക്കിലുള്ളവർ താമസിക്കുന്നത് കച്ചേരിയും മേക്ക് (കിഴക്ക്) ദിക്കിലുള്ളവർ പാർക്കുന്നത് മേച്ചേരിയും ആയത് ഇങ്ങനെയാവാം. ഓരോ ചേരികൾക്കും കേന്ദ്രമായി ഓരോ അറകൾ കാണാം. കോട്ടയം രാജാക്കൻമാർ ഇവരുടെ രാജ്യങ്ങളിൽ മനുഷ്യർക്കും മൃഗങ്ങൾക്കുമുള്ള ചികിത്സാക്രമം നടപ്പിലാക്കിയിരുന്നു. വഴിയരികിൽ വൃക്ഷങ്ങള് നടുവിക്കുകയും കിണറുകൾ കുഴിപ്പിക്കുകയും ചെയ്തു. മരുന്നുചെടികളും കിഴങ്ങുകളും കായ്കളും കിട്ടാത്ത സ്ഥലത്ത് അവ പുറമേ നിന്ന് കൊണ്ടുവന്ന് കൃഷി ചെയ്യിച്ചിയിരുന്നു

ശ്രീമുത്തപ്പനും കോട്ടയം രാജവംശവും

പുരാണകാലം തൊട്ടേ അതിപ്രശസ്തമായിരുന്ന മടപ്പുരയിൽ പണ്ടു മുതൽ തന്നെ ആചാരപ്രകാരമുള്ള പയങ്കുറ്റി വെള്ളാട്ടം നടത്താറുണ്ടായിരുന്നു. അക്കാലത്ത് വീട്ടിക്കൻ എന്ന മടയനായിരുന്നു കർമ്മി. മടപ്പുരയിലെ പയങ്കുറ്റി വെള്ളാട്ടം കഴിഞ്ഞ് മദ്യലഹരിയിൽ ഓർമ നഷ്ടപ്പെട്ട മടയൻ വീട്ടിലേക്ക് തിരിച്ച് പോകുമ്പോൾ സ്ഥാനവേഷമായ പൂഞ്ചേലയും കച്ചിലയും അഴിച്ചുവെക്കാൻ മറന്നു പോയി. മാത്രമല്ല ശ്രീ മുത്തപ്പന്റെ തിരുവായുധമായ ചുരികയും കൈയിലെടുത്തു കൊണ്ടായിരുന്നു അദ്ദേഹത്തിന്റെ യാത്ര. ശിവപുരത്തെ പടുപാറ എന്ന സ്ഥലത്തെത്തിയപ്പോൾ ഏറെ ക്ഷീണിതനായ വീട്ടിക്കൽ മടയൻ അവിടെയുണ്ടായിരുന്ന വലിയ ഒരു പാറപ്പുറത്ത് കയറിക്കിടന്നു. മദ്യലഹരിയിൽ അദ്ദേഹം വളരെ പെട്ടെന്ന് തന്നെ ഉറക്കത്തിലേക്ക് വഴുതിവീണു. ഈ സമയത്താണ് അതു വഴി കോട്ടയം തമ്പുരാൻ പരിവാരസമേതം എഴുന്നള്ളിയെത്തിയത്. കൊട്ടിയൂരുത്സവത്തിന് പ്രാക്കുഴം (പറക്ക് ഊഴം) അളക്കുന്നതിനു വേണ്ടി മണത്തണ ചപ്പാരത്തിലേക്ക് പോവുകയായിരുന്നു തമ്പുരാൻ. പടുപാറയിലെ പാറയ്ക്ക് സമീപമെത്തിയ തമ്പുരാൻ പാറയുടെ മുകളിൽ നിന്നും അപൂർവ്വമായ ഒരു പ്രകാശം ജ്വലിക്കുന്നതായി കണ്ടു. ഉടൻ തന്നെ തമ്പുരാൻ പല്ലക്ക് നിറുത്താൻ ആജ്ഞാപിച്ചു.
പാറയ്ക്കു മുകളിൽ എന്താണ് തിളങ്ങുന്നത്? പെട്ടെന്ന് അന്വേഷിച്ചു വന്ന തമ്പുരാന്റെ കല്പനകേട്ട് പരിചാരകർ പാറയിലേക്ക് ഓടിച്ചെന്നു. അവിടെ ഉറങ്ങിക്കിടക്കുകയായിരുന്ന മടയൻ ധരിച്ച പുഞ്ചേലയിലെ തിളങ്ങുന്ന തകിടുകളിൽ അസ്തമയ സൂര്യന്റെ പ്രകാശകിരണങ്ങൾ തട്ടി

പ്രതിഫലിക്കുന്നതു കണ്ട പരിചാരകൻ വിവരം രാജാവിനോടു പറഞ്ഞു. ഒരു തീയ്യന്റെ ശരീരത്തിൽ നിന്ന് ഇങ്ങനെയൊരു പ്രകാശധാരയോ? രാജാവ് കോപാകുലനായി. ദുഷ്ചിന്തകൾ രാജഹൃദയത്തിൽ നുരഞ്ഞു പൊങ്ങി. ഒരു സാധാരണക്കാരനായ തീയ്യന് ഇത്രയും ചൈതന്യം എങ്ങനെ കിട്ടി? അഹങ്കാരിയായ അവനെ വകവരുത്തിയില്ലെങ്കിൽ ഉയർന്ന ജാതിക്കാർക്ക് രക്ഷയുണ്ടാവില്ല. കോപാന്ധനായ അദ്ദേഹം അലറി. ആരവിടെ? ആ അഹങ്കാരിയെ വെട്ടിക്കൊല്ലുക. രാജകിങ്കരന്മാർ തമ്പുരാന്റെ ആജ്ഞ നിറവേറ്റി. വീട്ടിക്കൻ എന്ന മടയന്റെ തല ശരീരത്തിൽ നിന്നും വേർപെട്ട് രക്തത്തിൽ കുളിച്ച് കിടന്നു. പിടഞ്ഞൊടുങ്ങുന്ന കബന്ധത്തെ നോക്കി രാജാവ് ആർത്തട്ടഹസിച്ച് കൊണ്ട് യാത്ര തുടർന്നു.

സാധുജന പരിപാലകനായ മുത്തപ്പന് കോട്ടയം രാജാവിന്റെ പ്രവൃത്തി തീരെ ഇഷ്ടപ്പെട്ടില്ല. തന്റെ പരിപാലകനായ മടയനെ നിർദാക്ഷിണ്യം കൊന്നിരിക്കുന്നു. ഇതിനുള്ള ശിക്ഷ നല്കിയേ തീരൂ. യാത്ര അധികനേരം തുടരാൻ രാജാവിനായില്ല. ശരീരമാസകലം ഒരു തരം ക്ഷീണം പടർന്നു കയറുന്നതായി അദ്ദേഹത്തിനു തോന്നി. പ്രാക്കൂഴം അളക്കാനുള്ള അളവുപാത്രവും ഗോപുരത്തിന്റെ താക്കോലും പല്ലക്കിൽ നിന്ന് ഏതോ അദൃശ്യകരങ്ങൾ തട്ടിയെടുത്ത് വലിച്ചെറിഞ്ഞതുപോലെ പുറത്തേക്ക് തെറിച്ച് വീണു.. ആർത്തട്ടഹസിച്ച് നടന്ന രാജാവിന്റെ ശരീരത്തിൽ എന്തോ ശക്തി കയറിയിരിക്കുന്നു. തലക്ക് ഭാരം കൂടുന്നതായി തോന്നി. ആകെ ഒരു ക്ഷീണം. രാജാവിന് തിരികെ കോവിലകത്തേക്ക് എത്രയും പെട്ടെന്ന് എത്തിച്ചേരണം എന്നൊരു തോന്നൽ. പണ്ട് ചന്തനെ ചതിച്ച വാണവരെ വരെ വധിച്ച മുത്തപ്പനെക്കുറിച്ചോ ഹരിചന്ദ്രകോട്ട കീഴടക്കി പാവങ്ങൾക്ക് ധാന്യം നല്കിയ മുത്തപ്പനെക്കുറിച്ചോ അറിയാത്ത രാജാവ് ഒരു തെറ്റും ചെയ്യാതെ ഒന്നുറങ്ങിപ്പോയി എന്ന കുറ്റത്തിന് ഒരു മടയനെ ശിക്ഷിച്ചിരിക്കുന്നു. അതും മുത്തപ്പന്റെ സേവകനായ മടയനെ. സമയം കടന്നു പോയി. ചുറ്റുപാടും ഇരുട്ടുവ്യാപിക്കാൻ തുടങ്ങി. ബോധരഹിതനായ രാജാവിനു ചുറ്റും ആശങ്കയോടെ പരിചാരകർ കാവൽ നിന്നു. രാജാവിന് അകമ്പടി സേവിക്കുന്നവർക്ക് ഇത്തരമൊരനുഭവം ആദ്യത്തേതാണ്. രാജാവിന് ബോധക്കേടുണ്ടാവുക എന്നത് അവർക്ക് സങ്കല്പിക്കാനാവുന്നതിലുമപ്പുറമായിരുന്നു. പെട്ടെന്ന് രാജാവിന്റെ ശരീരത്തിൽ നേരിയ ചലനം ദൃശ്യമായി.

രാജാവ് പതുക്കെ എഴുന്നേറ്റു. എന്നാൽ കണ്ണു തുറക്കാൻ ശ്രമിച്ച തമ്പുരാൻ ഒരു ഞെട്ടിക്കുന്ന യാഥാർത്ഥ്യം തിരിച്ചറിയുകയായിരുന്നു.

തന്റെ കണ്ണുകളുടെ കാഴ്ചശക്തി നഷ്ടപ്പെട്ടിരിക്കുന്നു. ഭൂമിയാകെ കറങ്ങുന്നതുപോലെ അദ്ദേഹത്തിനു തോന്നി. അദ്ദേഹം വാവിട്ട് നിലവിളിച്ചു. തങ്ങളുടെ തമ്പുരാൻ നിലവിളിക്കുന്നത് കണ്ട് പരിചാരകർ എന്തു ചെയ്യണമെന്നറിയാതെ പകച്ചു നിന്നു. ആശങ്കകൾക്കിടയിൽ പരിഭ്രാന്തനായ രാജാവ് പല്ലക്ക് കോവിലകത്തേക്ക് തിരിക്കാൻ ആജ്ഞ പുറപ്പെടുവിച്ചു. സാധാരണയായി ചോതിനാളിൽ പ്രാക്കൂഴം അളക്കാൻ പോയാൽ തൃക്കലശാട്ട് കഴിയാതെ കോവിലകത്തേക്ക് മടങ്ങാത്ത തമ്പുരാനിതാ ചടങ്ങുകൾക്കൊന്നും പോകാതെ പല്ലക്ക് തിരിച്ചു വിടാൻ ആജ്ഞാപിച്ചിരിക്കുന്നു. രാജകല്പന നിറവേറ്റപ്പെടാതെ നിവൃത്തിയില്ലല്ലോ. പല്ലക്ക് കോട്ടയത്തേക്ക് തിരിച്ചു. കോവിലകത്തെത്തിയപ്പോഴാണറിയുന്നത് അവിടത്തെ സ്ഥിതിഗതികളെല്ലാം വഷളായിരിക്കുകയാണ്. അവിടെ പരിചാരകരും വേലക്കാരും തമ്മിൽ തർക്കവും വാക്കേറ്റവും ആരംഭിച്ചിരിക്കുന്നു. എന്തൊക്കെയോ പാകപ്പിഴകൾ എവിടെയൊക്കെയോ സംഭവിച്ചിരിക്കുന്നു.

നെല്ലുകുത്തി പുരയിൽ നിന്നായിരുന്നു കുഴപ്പങ്ങളുടെ ആരംഭം. നെല്ലുകുത്തുപുരയിൽ നിന്ന് പൊടിയരിയും തവിടും കാണാതായതിന്റെ പേരിൽ ഒരു വേലക്കാരി മറ്റൊരുത്തിയെ കുറ്റപ്പെടുത്തി. അവർ തുടങ്ങിവെച്ച തർക്കങ്ങൾ മറ്റുള്ളവർ ഏറ്റെടുത്തു. അങ്ങനെ തർക്കം ഇരുവിഭാഗങ്ങൾ തമ്മിലുള്ള കയ്യാങ്കളിയിലും പോരാട്ടത്തിലും എത്തിച്ചേർന്നു. കോവിലകത്തുള്ള വാളും കത്തിയും മറ്റ് ആയുധങ്ങളുമൊക്കെയെടുത്ത് ആളുകൾ പോരാട്ടം തുടങ്ങി. തുടർന്ന് യുദ്ധസമാനമായ രംഗങ്ങൾ അരങ്ങേറി. ഒടുവിൽ രാവേറെയായപ്പോൾ എല്ലാം ശാന്തമായി.

പ്രഭാതത്തിൽ മുതിരേരി അമ്പലത്തിൽ ശാന്തികർമ്മത്തിന് പോകാറുള്ള നമ്പൂതിരി പതിവുപോലെ അന്നും ആ വഴി വന്നു. പതിവിനു വിപരീതമായി കോവിലകത്തെ നിശ്ചലതയും നിശ്ശബ്ദതയും നമ്പൂതിരിയെ അസ്വസ്ഥനാക്കി. കോവിലകത്തു കയറിയപ്പോൾ അവിടെ കണ്ട കാഴ്ച അതിഭീകരമായിരുന്നു. എങ്ങും കൈയും കാലും അറ്റു കിടക്കുന്ന മൃതദേഹങ്ങൾ. നിലത്താകെ ചോരപ്പാടുകൾ. ചിതറിക്കിടക്കുന്ന വാളുകളും കത്തിയും പരിചയും കുന്തവും. മറ്റൊരു ഭാഗത്ത് നിശ്ചലമായി കണ്ണ് മിഴിച്ച് ബീഭത്സഭാവത്തിൽ കിടക്കുന്ന തമ്പുരാന്റെ മൃതശരീരം. കരൾ നടുങ്ങുന്ന കാഴ്ചകൾ കണ്ട് നമ്പൂതിരി ഭയചകിതനായി നിന്നു മടങ്ങിപ്പോകുവാൻ പടിയിറങ്ങാനാരംഭിച്ചപ്പോഴാണ് നമ്പൂതിരി മറ്റൊരു കാഴ്ച കണ്ടത്. ലക്ഷണമൊത്ത അതിസുന്ദരിയായ ഒരു പെൺകുഞ്ഞ് അമ്മയുടെ മുല വലിച്ചു കുടിക്കാൻ ശ്രമിക്കുന്നു. ശവശരീരങ്ങൾക്കിട

യിൽ അവർമാത്രം മരണത്തിന്റെ കരാളഹസ്തങ്ങളിൽ പെടാതെ അവശേഷിച്ചിരിക്കുന്നു. അവളെ അവിടെ വിട്ട് പോകുവാൻ അദ്ദേഹത്തിനു കഴിഞ്ഞില്ല.അയാൾ പതുക്കെ കുഞ്ഞിനെയെടുത്ത് സ്വന്തം ഇല്ലത്തേക്ക് നടന്നു. ഈ പെൺകുട്ടിയാണ് പിന്നീട് കോട്ടയം കോവിലകത്തിന്റെ ഭരണാധികാരിയായി മാറിയതെന്ന് വടക്കൻ പാട്ടു കഥകളിൽ പരാമർശിക്കപ്പെട്ടിട്ടുണ്ട്. മടയനെ കൊന്നതറിഞ്ഞ് കോപാകുലനായ മുത്തപ്പൻ കോട്ടയം രാജവംശത്തിന്റെ അന്ത്യം കുറിക്കുന്നതിനായി പുറപ്പെട്ടു. വംശം നശിപ്പിക്കരുതെന്നും ഒരാളെയെങ്കിലും ബാക്കി വെക്കണമെന്നും കൊട്ടിയൂർ പെരുമാൾ മുത്തപ്പനോട് അപേക്ഷിച്ചു. ആ അപേക്ഷ പ്രകാരമാണ് ഒരു പെൺകുഞ്ഞിനെ മാത്രം കൊല്ലാതിരുന്നതെന്നാണ് ഐതിഹ്യം പറയുന്നത്. ഈ സംഭവങ്ങൾക്കൊണ്ട് മുടങ്ങിപ്പോയ കൊട്ടിയൂർ യാഗോത്സവം ഇനി മുടങ്ങാതിരിക്കാൻ ശ്രദ്ധിക്കാമെന്ന് ഭക്തന്മാർക്ക് ഉറപ്പ് നൽകിയ ശ്രീ മുത്തപ്പൻ മുതിരേരി അമ്പലത്തിലെ വാൾ വരവിന്റെ ദിവസത്തിൽ കൊട്ടിയൂരിൽ പ്രത്യക്ഷപ്പെടുന്നു. കൊട്ടിയൂരിലെ യാഗോത്സവത്തിനു മുതിരേരി അമ്പലത്തിലെ വാൾ അക്കരെ കൊട്ടിയൂരിലെത്തണം. വാൾ അവിടെയെത്തിയോ എന്നറിയാനെത്തുന്ന മുത്തപ്പനെ തന്ത്രി വാളെടുത്തു കാണിക്കും. ഉത്സവം നടക്കുമെന്ന വിശ്വാസത്തിൽ മുത്തപ്പൻ അപ്രത്യക്ഷനാകുമെന്നാണ് വിശ്വസിക്കപ്പെടുന്നത്.

അധ്യായം - 6

മുത്തപ്പന്റെ ജനനം മന്ദനാരുടെ അരമനയിൽ

മന്ദനാർ രാജവംശം

വടക്കേ മലബാറിൽ ഒരു തീയ്യരാജവംശം ഉണ്ടായിരുന്നതായി തഴ്സ്റ്റൺ പ്രസ്താവിക്കുന്നു. കേരളം കണ്ട ഒരേയൊരു തീയ രാജവംശമായിരുന്നു മന്ദനാർമാർ. മന്ദനാർ എന്ന പ്രസ്തുത രാജാവ് വാരക്കോട്ട് ഇല്ലം എന്ന കുടുംബത്തിൽപെട്ട ഒരാളായിരുന്നു. അക്കാലത്തു നായർ, അതിലും താഴെയുള്ള തീയ്യർ എന്നിവരുമായി ബന്ധത്തിൽ ഏർപ്പെടുകയും പിടിക്കപ്പെടുകയും ചെയ്യുന്ന ബ്രാഹ്മണ ക്ഷത്രിയ സ്ത്രീകളെ സ്മാർത്ത വിചാരം അഥവാ കുറ്റവിചാരണ കഴിയുന്നവരെ ഒരു പ്രത്യേക കേന്ദ്രങ്ങളിൽ താമസിപ്പിക്കുകയായിരുന്നു പതിവ്. നമ്പൂതിരി സമുദായത്തിലെ ഒരു വിഭാഗമായ തമ്പ്രാക്കൾക്കായിരുന്നു അതിന്റെ ചുമതല. കോലത്തിരി നാട്ടിൽ ഈ പുനരധിവാസ കേന്ദ്രം മൂത്തേടത്തരമനയായിരുന്നു. അതിന്റെ രക്ഷാകർതൃത്വം കുറുമാത്തൂർ തമ്പ്രാക്കന്മാർക്കും. അക്കാലത്തൊരിക്കൽ പറമ്പിൽ തെങ്ങ് ചെത്താൻ വന്ന ഒരു തീയനുമായി ചിറയ്ക്കൽ കോവിലകത്തെ ഒരു തമ്പുരാട്ടിക്ക് അവിഹിതബന്ധം ഉണ്ടായി.തുടർന്ന് ജാതിഭ്രഷ്ട് കല്പ്പിക്കപ്പെട്ട തമ്പുരാട്ടിയെ മൂത്തേടത്ത് അരമനയിൽ താമസിപ്പിക്കണമെന്ന് ചിറയ്ക്കൽ തമ്പുരാന്റെ നിർദ്ദേശം വന്നു.എന്നാൽ ഇക്കാര്യം കുറുമാത്തൂർ മനയിലെ തിരുമേനിക്ക് സ്വീകാര്യമായില്ല. തമ്പുരാട്ടി ക്ഷത്രിയ കുല ജാതയാണെന്നും മൂത്തേടത്ത് അരമന ഭ്രഷ്ടാക്കപ്പെടുന്ന അന്തർജനങ്ങൾക്കു മാത്രമുള്ളതാണെന്നും കുറുമാത്തൂർ വാദിച്ചു. ഗർഭിണിയായിരുന്ന ചിറയ്ക്കൽ തമ്പുരാട്ടിയുടെ പ്രസവം കഴിയും വരെയെങ്കിലും അരമനയിൽ കഴിയട്ടെ എന്ന് ചിറയ്ക്കൽ തമ്പുരാൻ നിർദ്ദേശിച്ചിട്ടും കുറുമാത്തൂർ തിരുമേനി വഴങ്ങിയില്ല. ക്ഷത്രിയ തമ്പുരാട്ടിയെ അരമനയിൽ കയറ്റില്ല എന്നു തന്നെ കുറുമാത്തൂർ കടുംപിടിത്തം പിടിച്ചു. കോപിഷ്ഠനായ ചിറയ്ക്കൽ തമ്പുരാൻ കുറുമാത്തൂരിന്റെ തമ്പ്രാക്കൾ സ്ഥാനം എടുത്തു കള

ഞ്ഞു. ഒപ്പം മൂത്തേടത്ത് അരമന, കുടിയാന്മല എന്നീ പുനരധിവാസ കേന്ദ്രങ്ങളുടെ ഭരണച്ചുമതലയും കുറുമാത്തൂരിൽ നിന്നും എടുത്തുമാറ്റപ്പെട്ടു.ജാതി ഭ്രഷ്ട് കല്പിക്കപ്പെട്ട തമ്പുരാട്ടിയെ ചിറക്കൽ രാജാവ് ആ പുരുഷന് തന്നെ വിവാഹം കഴിച്ചു കൊടുത്തു. കൂട്ടത്തിൽ ചിറയ്ക്കൽ തമ്പുരാന്റെ ഏക്കർ കണക്കിന് വരുന്ന സ്വത്തുവകകളും മരുമകന് നൽകി. കൂടാതെ മന്ദനാർ എന്ന പേരിൽ നാട്ടു രാജാവിന്റെ സ്ഥാനമാനങ്ങൾ നൽകി മൂത്തേടത്ത് അരമനയുടെ ഭരണാധിപനായി വാഴിക്കുകയും ചെയ്തു അങ്ങനെയായിരുന്നു കേരളത്തിലെ ആദ്യത്തേയും അവസാനത്തെയും തീയ്യരാജവംശം ഉദയം കൊണ്ടത്.

തളിപ്പറമ്പിന് വടക്ക് കിഴക്ക് എരുവേശി എന്ന പ്രദേശത്തായിരുന്നു മന്ദനാർ വംശക്കാർ പാർത്തിരുന്നത്.എരുവേശ്ശി മുതൽ പൈതൽമല വരെയുള്ള അരമനക്കാട് വരെ മന്ദനാർമാർ ഭരണം നടത്തിയിരുന്നു. മൂത്തേടത്ത് അരമന, ഇളയേടത്ത് അരമന, പുതിയേടത്ത് അരമന, മുണ്ടായ അരമന, കൂരാരി അരമന എന്നിങ്ങനെ മന്ദനാർ കുടുംബക്കാർക്ക് താമസിക്കാൻ എരുവേശ്ശിപ്പുഴയ്ക്കക്കരെയിക്കരെയായി അഞ്ച് അരമനകൾ ഉണ്ടായിരുന്നു. നാടുവാഴി മൂപ്പിൽസ്ഥാനത്തിരിക്കുന്ന ആളെ പുരുഷനാണെങ്കിൽ മന്ദനാർ എന്നും സ്ത്രീയാണെങ്കിൽ മക്കച്ചിയാർ എന്നും വിളിച്ചിരുന്നു. ഇവർ നടത്തുന്ന സ്ഥാപനങ്ങൾക്ക് ഇടവകകൾ പോലെ സ്വതന്ത്രപദവിയും അധികാരവകാശങ്ങളുമുണ്ടായിരുന്നു. മന്ദനാർ ഇടവകകാര്യങ്ങളുടെ നോക്കിനടത്തിപ്പിനായി പഴയകാലത്ത് പുറത്തേക്ക് പോകുമ്പോൾ ഇരുന്നൂറ് നായൻമാർ അകമ്പടി സേവിച്ചിരുന്നു എന്ന് ചരിത്രം. പ്രസ്തുത കുടുംബത്തിൽ അനന്തരാവകാശികളില്ലാതെ വരുമ്പോൾ കോലത്തുനാട്ടിലെ തീയ്യർ ഒരു ഘോഷയാത്രയായി കുറുമാത്തൂർ നമ്പൂതിരിയുടെ മനയ്ക്കൽ ചെല്ലുകയും മന്നനാരുടെ സഹോദരിയെ ദത്തെടുക്കുന്നതിന് അവിവാഹിതയായ ഒരു നമ്പൂതിരി സ്ത്രീയെ ആവശ്യപ്പെടുകയും ചെയ്തിരുന്നുവത്രേ. നമ്പൂതിരിമാർ കൂടിയാലോചിച്ച് തീയ്യരുടെ ആവശ്യം വകവെച്ചുകൊടുക്കുകയായിരുന്നു പതിവ്.നമ്പൂതിരി സ്ത്രീകൾക്ക് ഭ്രഷ്ട് വിധിച്ചാൽ അവരെ മന്ദനാർ രക്ഷിക്കണം. വടക്കേവാതിലിൽ കൂടി അകത്തുകടന്നാൽ മന്ദനാരുടെ പെങ്ങളാകും, കിഴക്കേ വാതിലിൽക്കൂടി കടന്നുചെന്നാൽ ഭാര്യയാകുമായിരുന്നുവെത്രേ. തീയ്യസമുദായത്തിലോ അതിലും ഉയർന്ന ഒരു സമുദായത്തിലോ പെട്ട പുരുഷനുമായി ജാരസമ്പർക്കം പുലർത്തിയതിന് സ്മാർത്തവിചാരത്തിൽ ശിക്ഷിക്കപ്പെട്ട് സ്വസമുദായം പുറംതള്ളുന്ന സ്ത്രീയാണ് മുത്തേടത്ത് അരമനയ്ക്കൽ എത്തുന്നതും അവിടത്തെ അന്തേ

വാസിയായിത്തീരുന്നതും എന്ന് വില്യംലോഗൻ സാക്ഷ്യപ്പെടുത്തുന്നുണ്ട്.തീയ്യരിലും താണജാതിക്കാരുമായുള്ള വേഴ്ചയിൽ സമുദായഭ്രഷ്ടിനിരയാകുന്ന പ്രതിയായ സ്ത്രീയെ സ്വീകരിക്കാൻ ഇവിടന്നു വളരെ കിഴക്കായി പശ്ചിമഘട്ടനിരകൾക്ക് കീഴെ വനാന്തരങ്ങളിൽ കുതിരമല എന്ന സ്ഥലമുണ്ടായിരുന്നു.മൂന്നാം മന്ദനാരായ വ്യക്തി മന്ദനാർ വംശജർക്ക് ചിറയ്ക്കൽ കോവിലകത്തെ പോലെ അഞ്ചുകൂർ വാഴ്ച ഏർപ്പെടുത്തി, അതോടെ മന്ദനാർക്ക് അരമനയ്ക്കൽ വാഴുന്നോർ എന്ന സ്ഥാനപ്പേരും ലഭിച്ചു. പിൽക്കാലത്ത് ഇത് മന്ദനാർകോട്ട എന്ന് അറിയപ്പെട്ടു .ചിറയ്ക്കൽ കോവിലകം രേഖകളിൽ ഇത് മന്ദനാർപാടിയാണ്.അഞ്ചുകുറുവാഴ്ചകളായിട്ടായിരുന്നു കുടുംബങ്ങൾ പാർത്തിരുന്നത്. നാട്ടാർ യോഗം ചേർന്ന് അരിയിട്ടുവാഴ്ച കഴിച്ചിട്ടാണ് മന്ദനാർ ആകേണ്ടത്. മൂത്തയാൾക്ക് മാത്രമേ മന്ദനാർ എന്ന സ്ഥാനമുള്ളൂ. അദ്ദേഹത്തിന്റെ ഭാര്യയ്ക്കും അരിയിട്ട് വാഴിച്ച് മന്നത്തി സ്ഥാനം കൊടുക്കണം. ഒടുവിലത്തെ മന്ദനാർ ആയ കുഞ്ഞിക്കേളപ്പൻ മന്ദനാർ പരലോകം പ്രാപിച്ചത് 1902 ൽ ആയിരുന്നു. 1847 ൽ ആണ് അവസാനത്തെ മന്ദനാരായ കുഞ്ഞിക്കേളപ്പന്റെ ജനനം. 18 വയസ്സിൽ കുഞ്ഞിക്കേളപ്പൻ മന്ദനാരായി അധികാരമേറ്റു. കുഞ്ഞിക്കേളപ്പൻ മന്ദനാരെയും ഭാര്യ ചീരു മന്ദത്തിയെയും നാട്ടുകാർ അരിയിട്ട് വാഴിയ്ക്കുകയായിരുന്നു. അക്കാലത്ത് മന്ദനാരുടെ കമ്മട്ടത്തിൽ നിന്ന് പുത്തൻ നാണയം വരെ ഇറങ്ങിയിരുന്നു. ഒരു കോണിൽ ദ്വാരത്തോടു കൂടിയ ചതുര ഇരുമ്പ് നാണയങ്ങൾക്ക് പക്ഷെ മന്ദനാരെപ്പോലെ ആയുസ്സ് കുറവായിരുന്നു എന്നു മാത്രം..

മന്ദനാരുടെ അധികാര പെരുമ

ചുഴലി സ്വരൂപത്തിലേയും നേരിയാട് സ്വരൂപത്തിലേയും നായന്മാരെ പേരു വിളിക്കാനുള്ള അധികാരം മന്ദനാർക്കുണ്ട്. ഈ മന്ദനാർപ്പാടിയുടെ പ്രസിദ്ധിയും അധികാരവും അറിയുമ്പോഴാണ് മന്ദനാരുടെ യഥാർത്ഥ അധികാരവും പെരുമയും ബോധ്യപ്പെടുക. നായന്മാർ അവർക്ക് ലഭിച്ചിട്ടുള്ള വീരച്ചങ്ങലയോ മറ്റേതെങ്കിലും പദവികൾ സൂചിപ്പിക്കുന്ന ചിഹ്നങ്ങളോ അടയാളങ്ങളോ പാരിതോഷികങ്ങളോ ധരിച്ച് മന്ദനാരുടെ അരമനയിൽ പോകുന്നത് നിഷിദ്ധമായിരുന്നു. അതുകൊണ്ട് അവ പടിക്ക് പുറത്തുവെച്ചശേഷം മാത്രമേ അരമന പരിധിയിൽ കടക്കാൻ അവർക്ക് അനുവാദം ഉണ്ടായിരുന്നുള്ളൂ. പ്രശസ്ത വൈദേശികൻ എഡ്ഗാർ തേഴ്സ്റ്റൺ മന്ദനാരുടെ വസ്ത്രവിതാനത്തെ പറ്റി വർണ്ണിക്കുന്നത് ഇങ്ങനെയാണ്. മന്ദനാർമാര വരകത്ത് ഇല്ലം സമ്പ്രദായത്തിൽ നി

ന്നുള്ളവർ ആയിരുന്നു. കഴുത്തിൽ സ്വർണ്ണാഭരണങ്ങളും സിൽക്ക് തുണി യും ധരിച്ചിരുന്നു. അരയ്ക്ക് ചുറ്റും വാൾ തൂക്കി പരിചയും വഹിച്ചിരുന്നു. വാള് നേർത്ത വഴക്കമുള്ള ഉരുക്ക് കൊണ്ട് നിർമ്മിച്ചിരുന്നു. ചിറക്കൽ തമ്പുരാന്റെ പല്ലക്ക് എതിരായി വരികയാണെങ്കിൽ മന്ദനാർ ഒരു കാൽപ്പുറത്തുതാഴ്ത്തും അപ്പോൾ ചിറക്കൽ തമ്പുരാൻ മന്ദനാരാണെന്ന് മനസ്സിലാക്കുന്നു.

മന്ദനാരെ മുഖം കാണിക്കുന്നവർ ആരായാലും ഇതര കോവിലകത്തേതു പോലെ തിരുമുൽകാഴ്ചവെച്ച് തൊഴുതു വണങ്ങി വിനയാന്വിതനായി അടിയാൻ എന്ന് സ്വയം വിശേഷിപ്പിച്ച ശേഷമാണ് സംസാരിക്കുന്നത്. ചിറക്കൽ കോവിലകത്തെ കണിശനെ മൂത്താനശ്ശേരി കണിശൻ എന്നതുപോലെ മന്ദനാർ അരമനയിലെ കണിശനെ ഇളയാനശ്ശേരി എന്നാണ് വിളിച്ചിരുന്നത്. മന്ദനാരുടെ അകമ്പടിക്കാരെല്ലാരും നായന്മാരാണ്. നായന്മാർക്ക് വേതനം അരിയായിട്ടാണ് കൊടുത്തിരുന്നത്. നായന്മാർ ആ അരി ഉടുമുണ്ടിന്റെ അറ്റം കാണിച്ച് വാങ്ങണമെന്നതാണ് ആചാരം. പാത്രം കൊണ്ട് പോയി വാങ്ങാൻ പാടില്ല. മലബാറിലെ സ്പെഷ്യൽ സെറ്റിൽമെന്റ് ഓഫീസറായിരുന്ന സി.എ. ഇൻസ് 30.03.1905 നു കോഴിക്കോട് നിന്ന് പ്രസിദ്ധപ്പെടുത്തിയ മലബാർ ജില്ല ചിറക്കൽ താലൂക്ക് 81ാം നമ്പർ എരുവേശി ദേശത്തിന്റെ സർവ്വെ സെറ്റിൽമെന്റ് രജിസ്റ്റർ പ്രകാരം മൂത്തേടത്ത് അരമനയ്ക്കൽ കുഞ്ഞികേളപ്പൻ മന്ദനാർക്ക് എരുവേശി ദേശത്ത് അനവധി ഏക്കർ സ്ഥലമുണ്ടായിരുന്നതായി കാണുന്നു. അതിൽ 23 മലകൾ പ്രത്യേക പട്ടികയിൽ കാണിച്ചിരിക്കുന്നു. പശ്ചിമ ഘട്ടത്തിന്റെ കിഴക്കേ കർണ്ണാടക അതിർത്തി വരെ വ്യാപിച്ചു കിടക്കുന്ന മലമ്പ്രദേശങ്ങളുടെ മാത്രം വ്യാപ്തി 3230 ഏക്കറുണ്ട്. ഇത് കൂടാതെ നിരവധി സർവ്വേ നമ്പരുകളിലായുള്ള ധാരാളം കൃഷിഭൂമിയും കേളപ്പൻ മന്ദനാരുടെ പേരിൽ രേഖപ്പെടുത്തിയിട്ടുണ്ട്. ജന്മി കുടിയാൻ വ്യവസ്ഥ നിലവിൽ വന്ന ശേഷം 1905ൽ ആണ് ഈ പറഞ്ഞ സ്ഥലങ്ങൾ ഉൾപ്പെടുത്തി ബ്രിട്ടീഷ് ഭരണകൂടം സെറ്റിൽമെന്റ് രജിസ്റ്റർ പ്രസിദ്ധപ്പെടുത്തിയിട്ടുള്ളത്.

മൂത്തേടത്ത് അരമന ചിറയ്ക്കൽ കോവിലകത്തോളം സമ്പന്നമായിക്കഴിഞ്ഞിരുന്നു. 1851 – ൽ കണ്ടെടുത്ത ചില സ്വർണനാണയങ്ങളിൽ അഗസ്റ്റസ്, ടിബേരിയസ്, ക്ലൗഡിയസ്, കലിഗുല തുടങ്ങിയ രാജാക്കന്മാരുടെ ശിരസ്സ് ആലേഖനം ചെയ്തിട്ടുണ്ട്. ഈ നാണയങ്ങൾ സൂചിപ്പിക്കുന്നത് രാജവംശത്തിന്റെ പുരാതന മെഡിറ്ററേനിയൻ ബന്ധത്തെയാണ്. കുരുമുളക് വ്യാപാരം കൊണ്ടാണ് രാജവംശം പ്രബലവും സ

മ്പൽ സമൃദ്ധവും ആയിത്തീരുന്നത്. കുരുമുളക് തന്നെയാണ് പ്രദേശത്തിന്റെ സമ്പൽ സമൃദ്ധിക്ക് നിദാനം എന്ന് നിസ്സംശയം പറയാം. ചിറക്കൽ കോവിലകത്തേക്ക് എന്തെങ്കിലും ആവശ്യത്തിനായി മന്ദനാർ പോകേണ്ടതുണ്ടെങ്കിൽ വിവരം മുൻകൂട്ടി തകര് മൂലം തമ്പുരാനെ അറിയിക്കും. വിളക്കും നിറനാഴിയും വെച്ച് തമ്പുരാൻ തന്നെ പടിക്കൽ കാത്തുനിൽക്കും. അരിയെറിഞ്ഞു സ്വീകരിച്ച് മുൻപേ തന്നെ വിരിച്ചു തയ്യാറാക്കിയിട്ടുള്ള വീരാളി പുല്ലുപായയിൽ ഇരുത്തി സംഭാഷണം നടത്തുന്നു. ചിറക്കൽ കോവിലകത്തു നിന്ന് മന്ദനാർ രാജാവിനു ചോറുവിളമ്പേണ്ടത് പട്ടില എന്ന ആചാരവാക്കു പറയുന്ന വിരിഞ്ഞു വരുന്ന തളിരിലയിലാണ്. പ്രത്യേകം പാകം ചെയ്തതും ചൂടാറാത്തതുമായ ചോറു മാത്രമേ വിളമ്പാൻ പാടുള്ളു. ഊണു കഴിച്ച ഇല കോവിലകത്തെ നായരാണ് എടുത്ത് കൊണ്ടുപോയി നിലം തളിക്കേണ്ടത്. ഈ വസ്തുത ചിറക്കൽ കോവിലകത്തെ പഴയ രേഖകൾ സാക്ഷ്യപ്പെടുത്തുന്നതായി ചിറക്കൽ ടി. ബാലകൃഷ്ണൻ നായർ രേഖപ്പെടുത്തിയിട്ടുണ്ട്.

1822 ൽ ബ്രിട്ടീഷുകാർ ഭൂനികുതി വ്യാപകമായി ഏർപ്പെടുത്തിയതോടെ മന്ദനാർ രാജവംശം ക്ഷയോന്മുഖമായി. അതുമായി ബന്ധപ്പെട്ട് തലശ്ശേരി സബ്ബ് കോടതിയിലും പയ്യന്നൂർ തുക്കിപ്പിടി (തുക്കിടി) മജിസ്ട്രേറ്റ് കോടതിയിലും വ്യവഹാരം നടന്നിരുന്നു. പയ്യന്നൂർ കോടതിയിൽ 1859 ൽ രജിസ്റ്റർ ചെയ്ത 3070ാം നമ്പർ കേസ് മന്ദനാർ വംശചരിത്രത്തിലെ പ്രധാനപ്പെട്ട ഒരു വസ്തുതയാണ്. അതുപോലെ പെരിഞ്ചെല്ലൂർ ഗ്രാമാധിപനായ നമ്പൂതിരിയുടെ ഇല്ലത്തേക്കും മന്ദനാർ പോകാറുണ്ടായിരുന്നു. അവിടെയും പുല്ലുപായ വിരിച്ചു നമ്പൂതിരി കാത്തുനിൽക്കും. ഇവിടെയും പട്ടിലയിൽ പ്രത്യേകം പാകം ചെയ്ത ചോറാണ് വിളമ്പുക.അവിടത്തെ പരിചാരകർ ഇല എടുത്തു നിലം തളിക്കും. മന്ദനാർ കാലധർമ്മം പ്രാപിച്ചാൽ തീപ്പെട്ടു എന്ന് ആചാരവാക്ക് പറഞ്ഞാണറിയിക്കുക. സാധാരണ പോലെ മരിച്ചെന്ന് പറയാൻ പാടില്ല. പട്ടുമേലാപ്പോടും വാളും പരിചയും ധരിച്ച് അകമ്പടിയോട് കൂടിയാണു ശ്മശാനയാത്ര. ചിതയ്ക്ക് ചുറ്റും ശാലിയർ പുതുവസ്ത്രം കൊണ്ട് മറ നിർമ്മിക്കണം. ശവദാഹം നടന്നതു മുതൽ 12 ദിവസം അവിടെ ചെണ്ടവാദ്യം ചെയ്യണം. മക്കച്ചിയാൻമാരുടെ ആൺമക്കളാണ് പിന്നീട് മന്ദനാർമാരാവുന്നത്. അരമനയ്ക്കലെ സ്ത്രീകൾ ഭർത്താക്കൻമാരായി എടുക്കുന്നത് തീയ്യസമുദായത്തിൽ നിന്നുള്ളവരായിരിക്കണം. മന്ദനാർ മഞ്ചൽ, രത്നാഭരണം, പട്ടുവസ്ത്രം എന്നിവ ഉപയോഗിച്ചിരുന്നു. മന്ദനാരുടെ മൂത്ത സ്ത്രീക്ക് അമ്മച്ചിയാർ എന്ന സ്ഥാനം കൊടുത്തിരുന്നു. ഭർത്താവ്

മരണപ്പെട്ട ബ്രാഹ്മണ വിധവകളെ ഒഴിവാക്കാനായി അവർ അവളിൽ പരപുരുഷബന്ധം ആരോപിച്ച് ഇല്ലത്തു നിന്നും നട തള്ളിയിരുന്നു. ആ കാലത്ത് അങ്ങനെ ഉപേക്ഷിക്കപ്പെടുന്ന സ്ത്രീകളെ അവൾ നമ്പൂതിരിയോ, നായരോ, പറയിയോ ആരുമായിക്കോട്ടെ ഒരു സ്ത്രീ എന്ന പരിഗണന നൽകും എന്ന് പറഞ്ഞ് മുന്നോട്ട് വന്ന രാജാവാണ് മന്ദനാർ രാജാവ്. സ്ത്രീയാണ് സമൂഹത്തെ നിലനിർത്തുന്നത്. സ്ത്രീ സംരക്ഷിക്കപ്പെടേണ്ടവളാണ്. സ്ത്രീത്വം നിസ്സംഗമായി നടതള്ളാനുള്ളതല്ല എന്ന മഹത്തായ ദർശനമാണു മന്ദനാർ രാജവംശം പ്രവർത്തിപഥത്തിലെത്തിച്ചത്. കോട്ട, കൊട്ടാരം, കൊട്ടിൽ, കൊട്ടുമ്പ്രം, അരമന എന്ന അഞ്ചു സ്ഥാനങ്ങൾക്കും അധിപതി മന്ദനാർ ആയിരുന്നു. കേരളത്തിൽ അരമന എന്ന് മന്ദനാർക്കും ആഴ്‌വാഞ്ചേരി തമ്പ്രാക്കളുടെ ഭവനത്തിനും മാത്രമേ പറഞ്ഞുവരാറുള്ളു. മറ്റുള്ളതെല്ലാം കൊട്ടാരമോ കോവിലകമോ ആണ് 64 തറകൾക്കധിപൻ മന്ദനാർ എന്നാണ് മന്ദനാരെ വിശേഷിപ്പിക്കുന്നത്. 64 തറകൾ തീയ്യരുടെ പരമ്പരാഗത ഭരണ വ്യവസ്ഥയാണ്.

മന്ദനാർ രാജവംശത്തിന്റെ അസ്തമനം

ബ്രിട്ടീഷ് ഭരണം ആരംഭിച്ചതോടെ ഭൂമിയുടെ ഭരണം മന്ദനാരുടെ അകമ്പടിക്കാരായ ഇട പ്രഭുക്കന്മാർക്ക് ലഭിച്ചു. അതനുസരിച്ച് എരുവേശിയുടെ നിയന്ത്രണം മുണ്ടോടൻ, മുതുകുറ്റി, എടവന, പാപ്പിനിശ്ശേരി എന്നീ പേരിലറിയപ്പെടുന്ന തറവാട്ടുകാരുടെ കയ്യിൽ എത്തിച്ചേർന്നു. ഇവർ നായർ - നമ്പ്യാർ തറവാട്ടിൽപെട്ടവരായിരുന്നു. എടക്ലവൻ കുടുംബക്കാരാണു എരുവേശിയിൽ അധികാരിമാരാത്തിയത്. അക്കാലത്ത് വില്ലേജിലെ എല്ലാത്തരം അധികാരവുമുള്ള ആളായിരുന്നു അധികാരി. തന്റെ ഗ്രാമത്തിലെ തീയ്യനായ മന്ദനാരെ വണങ്ങുന്നത് അധികാരിക്ക് അപമാനമായി തോന്നി. ജാതികൾ തമ്മിലുള്ള ഉച്ചനീചത്വം അന്ന് പരമകാഷ്ടയിലെത്തിയിരുന്നു. അതോടൊപ്പം തന്നെ തീയ്യനു അകമ്പടിക്കാരായി നായന്മാർ നടക്കുന്നതും അവർക്ക് അസഹ്യതയുണ്ടാക്കി. മന്ദനാർക്കെതിരെ ഗൂഢാലോചന നടത്തി മന്ദനാരെ കൊലപ്പെടുത്തുന്നതിനായി അക്കാലത്ത് കുപ്രസിദ്ധരായ മലപ്പുറം സ്വദേശികളായ വെള്ളയന്മാരുമായി രഹസ്യമായി ഗൂഢാലോചന നടത്തി. കുറേ വെള്ളോന്മാരെ കടത്തനാട്ടു നിന്നും ഇറക്കുമതി ചെയ്ത് മുൻകൂട്ടി നിശ്ചയിച്ച പ്രകാരം നല്ല മഴയുള്ള രാത്രിയിൽ വെള്ളയന്മാർ അരമന വളഞ്ഞു. അടുക്കളയിൽ ഒളിച്ച മന്ദനാരെ അവർ ആഞ്ഞുവെട്ടി. വെട്ട് തടുത്ത മന്ദനാരുടെ കൈപ്പ

ത്തി മുറിഞ്ഞു. പിടിച്ചു നിൽക്കാൻ കഴിയില്ലെന്നറിഞ്ഞ മന്ദനാർ അടുക്കളക്കിണറിൽ എടുത്തു ചാടി രക്ഷപെട്ടു. വെട്ടേറ്റ മന്ദനാർ കിണറ്റിൽ വീണു മരിച്ചു എന്നാണ് നിഗമനം. വെള്ളയന്മാർ അരമനയിൽ ചാക്കുകളിലാക്കി സൂക്ഷിച്ചിരുന്ന വൻ സ്വർണശേഖരം കൊള്ളയടിച്ചു. മന്ദനാർ ഓടി രക്ഷപ്പെട്ടു. കുറെ കാലത്തിനു ശേഷം തിരിച്ചു വന്ന മന്ദനാർ പിന്നെ എരുവേശ്ശിക്ക് വന്നില്ല പിന്തുടർച്ചാവകാശികളായി മരുമക്കൾ ഇല്ലാതിരുന്ന കുഞ്ഞിക്കേളപ്പൻ മന്ദനാർ തന്റെ സ്വത്ത് മുഴുവൻ (ഏകദേശം മുപ്പതിനായിരം ഹെക്ടർ ഭൂമി) ബ്രിട്ടീഷ് ഗവൺമെന്റിന് എഴുതിക്കൊടുത്തു. മന്ദനാരുടെ ആ പ്രവൃത്തി സ്വന്തം ബന്ധുക്കളെക്കൂടി ശത്രുക്കളാക്കി. മന്ദനാരുടെ ശത്രുവായിരുന്ന ഒരു നായനാർ ബന്ധുക്കളെ സ്വാധീനിച്ച് പോത്തിറച്ചിയിൽ നരിനാവ് ചേർത്ത് നൽകി കൊന്നു എന്നാണ് പറയപ്പെടുന്നത്. എന്നാൽ പോലീസ് രജിസ്റ്റർ പ്രകാരം 1902 മാർച്ച് 27 ന് അഞ്ച് അകമ്പടിക്കാരുടെ കൂടെ നുച്ചിയാട്ട് അമ്പലത്തിലെ കണക്ക് പരിശോധന കഴിഞ്ഞ് മടങ്ങി വരികയായിരുന്ന കുഞ്ഞിക്കേളപ്പൻ മന്ദനാരെ അജ്ഞാതർ വളഞ്ഞുവെച്ച് കഠാരകൊണ്ട് കുത്തിക്കൊന്നു എന്നാണ് റെക്കോർഡുകൾ കാണിക്കുന്നത്. എരുവേശി ഉൾപ്പെടുന്ന ചുഴലി സ്വരൂപത്തിലെ നികുതി പിരിക്കാൻ അനുമതി ലഭിച്ചത് മന്ദനാരുടെ സാമന്തർ ആയിരുന്ന കരക്കാട്ടിടം നായനാർക്കായിരുന്നു. നികുതി പിരിക്കാനുള്ള അധികാരം ലഭിച്ചതോടെ നായനാർമാർ മന്ദനാരുടെ സ്വത്ത് കൈക്കലാക്കാൻ ആരംഭിച്ചു. നികുതി ചുമത്തപ്പെട്ട സ്ഥലം ആരുടെ പേരിലാണോ നികുതി ചുമത്തപ്പെട്ടത് അയാൾക്ക് സ്വയമേവ അർഹതപ്പെട്ടതായിത്തീരുമെന്നാണു അക്കാലത്തെ വ്യവസ്ഥ. പോരാത്തതിനു ചിറക്കൽ കോവിലകവും മന്ദനാർക്കെതിരും കരക്കാട്ടിടത്തിനു അനുകൂലവുമായിരുന്നു. കോവിലകത്തിന്റെ പിൻബലം കൂടി ലഭിച്ചതോടെ നായനാർമാർ അക്ഷരാർത്ഥത്തിൽ മന്ദനാരെ ഞെക്കിക്കൊല്ലാനാരംഭിച്ചു.തന്റെ ഭൂമി മുഴുവൻ മന്ദനാർ സർക്കാരിനു എഴുതിക്കൊടുക്കുകയാണുണ്ടായത് എന്നാണ് പറയപ്പെടുന്നത്.

കതിവന്നൂർ വീരൻ തോറ്റം

കതിവന്നൂർ വീരൻ തോറ്റത്തിലെ പരാമർശവും മറ്റ് തോറ്റങ്ങളിലെ പരാമർശവും മന്ദനാർ രാജവംശത്തിന്റെ പുരാതനത്വം അടിവരയിടുന്നു. 200 നായർ പടയാളികൾ അകമ്പടി സേവിച്ചിരുന്ന തീയ്യരാജാവിന്റെ സ്ഥാനവും പ്രൗഢിയും പുരാതനത്വവും ഊഹിക്കാവുന്നതേയുള്ളൂ. തീയ്യരാജാവിന്റെ തറകൾ തീയ്യസമുദായത്തിൽ പ്രകടമായ സ്വാധീനം

ചെലുത്തിയ സാമൂഹികഘടകങ്ങളാണ്. കതിവന്നൂർ വീരനായി മാറിയ മാങ്ങാട്ട് മന്ദപ്പൻ കുടകുമലയിലേക്ക് പോകുന്ന വഴി മന്ദനാരുടെ അരമനയിൽ ചെന്നതായും

കണ്ടാരല്ലോ അഞ്ചരമനക്ക് വാഴുന്നവരെ
എങ്ങേക്ക് വഴി പോകുന്ന് മന്ദപ്പാനീ

അകത്തെ ശീലം മെയ് ചങ്ങാത്തം എന്നും പറയുന്നതായി കതിവന്നൂർ വീരൻ തോറ്റത്തിൽ പറയുന്നു. ചൊല്ലിത്തരാമെന്ന് വാഴുന്നവർ അഭ്യാസിയായ മന്ദപ്പനോട് പറയുന്നത് മന്ദനാർപ്പാടിയിലെ പിൻബലത്താലാണ് എന്നാണ് പറയപ്പെടുന്നത്. അകത്തെ ശീലം മെയ്ച്ചങ്ങാത്തം കളരിയുമായി ബന്ധപ്പെട്ട പദങ്ങളാണ്. മന്ദനാർ രാജാവിന്റെയും മന്ദപ്പന്റെയും ഇല്ലം തീയ്യരിലെ പരക്കയില്ലമാണ് എന്ന് തോറ്റങ്ങളിൽ നിന്നും മനസ്സിലാക്കാം.കണ്ണിന്റെ ദേവതയാണ് നന്ദാദേവി. മന്ദനാർ രാജവംശം നന്ദയാർ എന്ന് പറഞ്ഞിരുന്നു. നന്ദാവലിയും ശാസനങ്ങളിൽ പരാമർശിച്ചിട്ടുണ്ട്. ദേവിയുടെ പേരിലുള്ള മന്ദനാരുടെ നേത്രചികിത്സാകേന്ദ്രമായിരുന്നു നന്തയാർവട്ടം.

കട്ടൻ രാജവംശം

കട്ടൻ രാജവംശം എന്നറിയപ്പെട്ടിരുന്ന ഇന്നത്തെ കണ്ണൂർ ജില്ലയിൽ പുരളിമല എന്ന സ്ഥലത്ത് ഭരണം നടത്തിയിരുന്ന ഒരു പഴയ രാജകുടുംബമായിരുന്നു കട്ടൻ രാജവംശം. പഴയ തോറ്റങ്ങളിലും ഇവരെ പറ്റി പരാമർശം കാണുന്നുണ്ട്. പുരളിമല താഴ്വരയിലാണ് കട്ടൻ രാജവംശത്തിന്റെ ആസ്ഥാനം. മലയോടൻ രാജവംശം എന്നും ഇത് അറിയപ്പെടുന്നു. പർവ്വതരാജാവ് എന്നർത്ഥമുള്ള (മലയാളഘട്ടൻ) എന്ന വാക്കിൽ നിന്നാണ് ഈ പേര് ഉരുത്തിരിഞ്ഞത്, മലയുടെ ഉടയോൻ എന്ന പേരിൽ നിന്നാണ് മലയോടൻ എന്ന വാക്ക് ഉണ്ടായത്. പെരുമാൾ ദേവനായിരുന്നു തീയ്യർ സമുദായത്തിൽപ്പെട്ട കട്ടൻ രാജവംശത്തിന്റെ കുലദൈവം, അവർക്ക് നാഗാരാധനയും ഉണ്ടായിരുന്നു. പെരുമാൾ ശിവനാണ്. ഈ കുടുംബങ്ങൾ ഇന്ന് രണ്ട് ശാഖകളായി താമസിക്കുന്നു. പെരുമാളിന്റെ ആരാധനയ്ക്ക് ഭംഗം വരാതിരിക്കാൻ വേണ്ടി ആണ് അവർ പുലയും വേലയും ആചരിക്കാത്തത്. ഒരു ശാഖയ്ക്ക് കുടുംബത്തിലെ മൂത്തയാൾക്ക് മൂത്തോൻ, ഇളയത് എന്നിങ്ങനെ ഉള്ള പദവിയാണ് ഇവർക്ക് നൽകിയിരുന്നത്. അരിയിട്ടു വാഴ്ച നടത്തിയായിരുന്നു രാജാവായി തിരഞ്ഞെടുക്കുന്ന പദവി നൽകിയിരുന്നത്. ഇത് തറയിൽ അച്ചന്മാരുടേയും നാട്ടുകാരുടെയും സദസ്സിൽ വച്ചാണ് നിർവ്വഹിച്ചിരുന്നത്. മതി

ലൂർ ഗുരുക്കൾ എന്ന സ്ഥാനപ്പേർ ഉള്ള ഒരു കണിശന്റെ ആഭിമുഖ്യത്തിലാണ് ചടങ്ങ് നടക്കുന്നത്. ഇന്ന് ഈ രാജവംശത്തിന്റെ അടയാളമോ അവശിഷ്ടങ്ങളോ ശേഷിക്കുന്നില്ല. അവസാനത്തെ ഭരണാധികാരി എന്ന് അവസാനിച്ചു എന്നും വ്യക്തമല്ല. മലയാളത്തിലെ പ്രധാന ചില ചരിത്രകാരന്മാർ ഇവരുടെ ചരിത്രം രേഖപ്പെടുത്തിയിട്ടുണ്ട്.

അധ്യായം - 7

ശ്രദ്ധേയമായ ശ്രീമുത്തപ്പൻ മടപ്പുരകൾ

ശ്രീമുത്തപ്പൻ മടപ്പുരകളെക്കുറിച്ച് എഴുതാൻ തുടങ്ങിയാൽ അവസാനിപ്പിക്കുവാനില്ല. അത്രയുമുണ്ട് മടപ്പുരകളുടെ എണ്ണം. എല്ലായിടങ്ങളിലും ശ്രദ്ധേയമായ രീതിയിൽ മുത്തപ്പ ആരാധന നടന്നു വരുന്നു. അവയിൽ ശ്രദ്ധേയമായ രീതിയിൽ പ്രവർത്തനങ്ങൾ നടത്തുന്ന ചില മടപ്പുരകൾ അടുത്തകാലത്ത് ജനശ്രദ്ധയാകർഷിച്ചു കൊണ്ട് ഉയർന്നു വന്നിട്ടുണ്ട്. അത്തരത്തിലൊന്നാണ് ചേടിച്ചേരി മടപ്പുര.

ചേടിച്ചേരി മടപ്പുര

കരക്കാട്ടിടവും, ചേടിച്ചേരിയും അക്കാലത്തെ പ്രധാന ഗ്രാമമുഖ്യൻമാരായിരുന്നു അക്കാലത്ത് കോലത്തിരി, കോട്ടയം രാജാക്കൻമാർ നികുതി പിരിവും മറ്റും ജന്മിതറവാട്ടുകാർ വഴിയാണ് നടത്തിയിരുന്നത്. ഓരോ പ്രദേശവും ഓരോ ജന്മി തറവാടിന് നല്കിയിരുന്നു. ആ പ്രദേശത്തെ രാജാവിന്റെ കൃഷിയും മറ്റും നോക്കി നടത്തി വർഷാവർഷം പാട്ടം നല്കിയിരുന്നു. അതുപോലെ ഓരോ പ്രദേശത്തെയും ക്ഷേത്രങ്ങളുടെയും കാവുകളുടെയും ചുമതല അതാത് ഗ്രാമമുഖ്യനാണ്. ചേടിച്ചേരി ഇടം ഊരായ്മയിലായിരുന്ന ചുഴലി ഭഗവതി ക്ഷേത്രം കാലാന്തരത്തിൽ കരയ്ക്കാട്ടിടത്തിന്റെ ഊരായ്മയിൽ എത്തി. ഇതിന്റെ അപമാനത്തിൽ നിന്നും മുക്തി നേടാൻ ഇതിനേക്കാൾ കൂടുതൽ ശക്തിയുള്ള ഒരു ക്ഷേത്രം പ്രശ്നവശാൽ കണ്ടെത്തിയതിനാൽ ചേടിച്ചേരി ഇടത്തിലെ കാരണവർ പൈതൽ മലയിൽ തപസ്സ് ചെയ്യുകയും ഒരു പൈതൽ പ്രത്യക്ഷപ്പെടുകയും, കാരണവരുടെ ചുമലിൽ കയറി കാരണവരുടെ കൂടെ വരുമെന്ന് പറഞ്ഞ് അപ്രത്യക്ഷമാവുകയും അദ്ദേഹം അറിയാതെ അദ്ദേഹത്തിന്റെ ചുമലിൽ ഇരുന്ന് ഇടത്തിലേക്ക് വരികയും ചെയ്തു. ഇടത്തിലെ കാരണവർ അടുക്കളത്തളത്തിൽ കാൽ കഴുകി പുറത്തേക്ക് നോക്കുമ്പോൾ സുന്ദരമായ ഒരു രൂപം ചേടിച്ചേരി ഇടത്തിന് അകത്തേക്ക് കയറുന്നതാ

യി തോന്നുകയും, പ്രശ്നചിന്തയിൽ അത് ശ്രീമുത്തപ്പൻ ആണെന്ന് മനസ്സിലാക്കുകയും, മുത്തപ്പൻ മദ്യ മാംസാദികൾ ഭക്ഷിക്കുന്ന സ്വഭാവം ഉള്ളതിനാലും ഇടത്തിലുള്ളവർ സസ്യഭുക്കുകൾ ആയതിനാലും, ഒരു പ്രത്യേക സ്ഥാനം കണ്ടെത്തി മടപ്പുരയും കഴകപ്പുരയും നിർമ്മിക്കുകയും മടയനെ ഇടത്തിൽ നിന്ന് നിശ്ചയിച്ച് നിയോഗിക്കുകയും ചെയ്തു. അത് പ്രകാരം ഈ മടപ്പുര മറ്റ് മടപ്പുരകളുമായി ബന്ധമില്ല. വളർന്ന് പുത്രൻ എന്ന നിലയിലാണ് ചേടിച്ചേരിയിൽ കുടികൊള്ളുന്നത്. ചേടിച്ചേരി ഇടത്തിന് കീഴിലുള്ള പ്രത്യേക സ്ഥലത്ത് ഒരു മടയനെ നിശ്ചയിച്ച് മടപ്പുര നിർമ്മിച്ച് വർഷാവർഷം തിരുവപ്പന നടത്തുകയും ചെയ്തു. അത് പ്രകാരം പുത്രൻ എന്ന നിലയിൽ എല്ലാവർഷവും തിരുവപ്പന മഹോൽസവദിവസം തിരുവപ്പനയും വെള്ളാട്ടവും ചേടിച്ചേരി ഇടത്തിൽ വന്ന് തറവാട്ടിൽ ഉള്ളവരേയും നാട്ടുകാരേയും അനുഗ്രഹിക്കുന്നു.

ചിറക്കൽ ശ്രീ മുത്തപ്പൻ മടപ്പുര

പുതിയ തെരുവിനടുത്ത് വളപട്ടണം ഭാഗത്ത് ഹൈവേയിൽ നിന്ന് അല്പം അകന്ന് ചിറക്കൽ ശ്രീ മുത്തപ്പൻ മടപ്പുര കാണാം. കണ്ണൂരിലെ പ്രധാനപ്പെട്ട മടപ്പുരകളിലൊന്നാണിത്. ഇവിടെ ക്ഷേത്രം ആരംഭിക്കുന്നതിനു മുമ്പു തന്നെ ശ്രീ മുത്തപ്പന് പയംങ്കുറ്റി വെച്ച് ആരാധിക്കുക പതിവായിരുന്നു. കണ്ണൂർ തളാപ്പിലെ ശ്രീ സുന്ദരേശ്വര ക്ഷേത്രം ഉത്സവത്തോടനുബന്ധിച്ച് ഇവിടെ നിന്നും കാഴ്ചപുറപ്പെടാറുണ്ടായിരുന്നു. ഈ കാഴ്ച ആരംഭിക്കുന്നതിന് മുമ്പ് മുത്തപ്പന് പയംകുറ്റിവെക്കുകയായിരുന്നു പതിവ്. കൊട്ടിയൂർ ഉത്സവാരംഭകാലത്ത് ഇളനീർക്കാവുമായി പോകുന്നവർ ഇവിടെയെത്തിയാണ് വിശ്രമിക്കുന്നത്. മടപ്പുരയുള്ള സ്ഥലത്തിനടുത്തു നിന്ന് നാഗകന്നി എന്ന തെയ്യം വർഷം തോറും കെട്ടിയാടിയിരുന്നു. ഇതൊക്കെ കാരണം ഇവിടെ ഒരാത്മീയ സാന്നിദ്ധ്യം നിലനിന്നിരുന്നു.

മടപ്പുര പണിയാനുണ്ടായ സാഹചര്യവുമായി ബന്ധപ്പെട്ട് ഐതിഹ്യമുണ്ട്. ഒരിക്കൽ രാത്രി ഇതുവഴി ഒരു ആശാരി നടന്നുപോവുകയായിരുന്നു. നേരിയ നിലാവും ഇളംകാറ്റും അന്തരീക്ഷത്തിന് ഒരു അനുപമമായ ചാരുത പകർന്നിരുന്നു. ആത്മീയമായ ഒരു പ്രത്യേകാനുഭൂതി ആശാരിയുടെ മനസ്സിൽ നിറഞ്ഞു തുളുമ്പി. അദ്ദേഹം പ്രാർത്ഥനാ നിരതനായി. ഇന്ന് ചിറയ്ക്കൽ ശ്രീ മുത്തപ്പ സന്നിധാനം സ്ഥിതി ചെയ്യുന്ന സ്ഥലത്ത് അദ്ദഹം ഒരു ചെത്ത് കല്ലെടുത്തു വെച്ചു. അല്പസമയം പ്രാർത്ഥിച്ച ശേഷം അദ്ദേഹം കടന്നു പോയി. പിന്നീടെപ്പോഴോ ഈ സ്ഥലം

ക്ഷേത്രത്തിനു ചേർന്ന സ്ഥലമാണെന്ന് കുറ്റിക്കാരനായ ആശാരി അഭിപ്രായപ്പെടുകയും അവിടെ മടപ്പുര സ്ഥാപിക്കപ്പെടുകയും ചെയ്തു. 1980 മകരം 10ാം തിയ്യതിയാണ് കുന്നത്തൂർപാടിയിൽ നിന്ന് ദീപം കൊണ്ടുവന്ന് മടപ്പുരയിൽ തെളിയിച്ചതെന്ന് പ്രദേശത്തെ ഭക്തജനങ്ങൾ ഓർക്കുന്നു. ഇപ്പോൾ മകരം 1, 2 തീയ്യതികളിൽ ഇവിടെ തിരുവപ്പന മഹോത്സവം കൊണ്ടാടുന്നു. വർഷാവർഷം വൻജനാവലി തന്നെ ഉത്സവത്തിനെത്തിച്ചേരാറുണ്ടെന്നതും ശ്രദ്ധേയമാണ്. ദു:ഖവും ദുരിതവും ഉള്ളിലൊതുക്കിയെത്തുന്ന ഭക്തൻമാർക്ക് ആശ്വാസമേകാൻ എല്ലാ വെള്ളിയാഴ്ചകളിലും വെള്ളാട്ടം കെട്ടിയാടുന്നുണ്ട്. സംക്രമദിനങ്ങളിലും ഉത്സവനാളുകളിലും അന്നദാനപ്രിയനായ ഭഗവാന്റെ ഓർമ നിലനിർത്താൻ അന്നദാനവും നടത്തുന്നു.

വള്ളുവൻകടവ് ശ്രീ മുത്തപ്പൻ മടപ്പുര

കണ്ണൂർ ജില്ലയിലെ കണ്ണാടിപ്പറമ്പിൽ നിന്ന് പടിഞ്ഞാറായി പുല്ലൂപ്പിക്ക് അടുത്താണ് ഈ മടപ്പുര സ്ഥിതിചെയ്യുന്നത്. കണ്ണൂർ ജില്ലയിലെ ഏറ്റവും ആകർഷകമായ മടപ്പുരകളിലൊന്നാണിത്. അത്രയും വിദഗ്ധമായും ആരിലും ശില്പകലാചാതുരിയുണർത്തുന്ന വിധത്തിൽ മനോഹരമായുമാണ് ഈ ക്ഷേത്രം നിർമ്മിച്ചിരിക്കുന്നത്. അതിപ്രശസ്തരായ തച്ചു ശാസ്ത്രവിദഗ്ധന്മാരാണ് നിർമ്മാണ പ്രവർത്തനങ്ങൾക്ക് നേതൃത്വം നൽകിയിരിക്കുന്നത്. മനോഹരമായി രൂപകല്പന ചെയ്ത ശ്രീകോവിൽ മറ്റെല്ലാ ക്ഷേത്രങ്ങളിൽ നിന്നും വ്യത്യസ്തമായാണ് നിർമ്മിച്ചിരിക്കുന്നത്. പിച്ചളയും ചെമ്പും കൊണ്ടു പൊതിഞ്ഞ മേൽഭാഗവും ചുറ്റമ്പലവും ഒക്കെ കാണുന്നവരുടെ ഹൃദയങ്ങളിൽ ഭക്തിസാഗരമായ ലയടിക്കുന്നു.

അമ്പലത്തിന്റെ പ്രവേശനകവാടത്തിൽ വെള്ളാട്ടത്തിന്റേയും തിരുവപ്പനയുടേയും രൂപങ്ങൾ അതിമനോഹരമായി കൊത്തിവച്ചിട്ടുണ്ട്. കർണാടകയിൽ നിന്നും കൊണ്ടുവന്ന കൊത്തുപണികളാലലങ്കരിച്ച ശിലാനിർമിതികൾ പഴയകാലങ്ങളിലെ ക്ഷേത്രങ്ങളിലെ കൊത്തുപണികളെ അനുസ്മരിപ്പിക്കുന്നു. തൂണുകളും ചുറ്റുമതിലും ഒക്കെ വാക്കുകൾക്കതീതമായ ശില്പഭംഗിയിലാണ് ഒരുക്കിയിരിക്കുന്നത്. ദൂരെ നിന്നും വരുന്ന ഭക്തന്മാർക്ക് താമസിക്കുന്നതിനു വേണ്ടി വിശ്രമകേന്ദ്രങ്ങൾ ഇവിടെ ഒരുക്കിയിട്ടുണ്ട്. വളരെ മനോഹരമായി രൂപകൽപ്പന ചെയ്ത ശീതികരിച്ച മുറികളിൽ കുടുംബങ്ങളായി വരുന്നവർക്ക് തൃപ്തികരമായും സുഖകരമായും താമസിക്കാവുന്നതാണ്. ഇവിടേക്ക് ഭക്തന്മാരെയും സ

ഞ്ചാരികളെയും മാടിവിളിക്കുകയാണ് പ്രകൃതി സൗന്ദര്യവും കാലാവസ്ഥയും.

പടവിൽ മുത്തപ്പൻ മടപ്പുര

തളിപ്പറമ്പിനു സമീപമുള്ള കുപ്പം പുഴയുടെ തീരത്ത് നാഷണൽ ഹൈവെയുടെ പടിഞ്ഞാറു ഭാഗത്തായി പടവിൽ ശ്രീമുത്തപ്പൻ മടപ്പുര സ്ഥിതി ചെയ്യുന്നു. ത്രേതായുഗത്തിൽ ശ്രീരാമന്റെ പാദസ്പർശത്താൽ അനുഗ്രഹീതമായ പുണ്യഭൂമിയാണ് പടവിൽ എന്നു വിശ്വസിക്കപ്പെടുന്നു.

കുന്നത്തൂർ പാടിയിൽ മുത്തപ്പനും (മഹാവിഷ്ണു) വെള്ളാട്ടവും (പരമശിവൻ) രണ്ടവസരങ്ങളിലായിട്ടാണ് ഭക്തജനങ്ങളുടെ ബാഹ്യദൃഷ്ടിയിൽ പ്രത്യക്ഷപ്പെടുന്നത്. രണ്ടു പേർക്കും ഒരേ സമയം ആറാട്ടിനും അലങ്കാരത്തിനുമായി ഉചിതമായ വേറൊരിടം കണ്ടെത്തണമെന്നുറച്ച് ഇരുവരും പടിഞ്ഞാറോട്ടു തിരിഞ്ഞു നോക്കിയപ്പോൾ കടലോടു കണ്ണാപുരം കണ്ടു. കണ്ണാപുരത്തേക്കു പുറപ്പെട്ട തിരുവപ്പനും വെള്ളാട്ടവും പെരിഞ്ചെല്ലൂർ ഗ്രാമത്തിലെത്തുകയും ത്രേതായുഗത്തിൽ ശ്രീരാമൻ പർണ്ണശാല കെട്ടി വസിച്ചിരുന്ന പരിപാവനമായ ഒരു സ്ഥലം കാണുകയും അവിടെ സാന്നിദ്ധ്യമുറപ്പിക്കാൻ തീരുമാനിക്കുകയും ചെയ്തു. തങ്ങളുടെ വില്ലും ശരവും ഇന്ന് മടപ്പുരയോടു ചേർന്ന് നിൽക്കുന്ന പ്ലാവുവൃക്ഷച്ചുവട്ടിൽ വെച്ചു. ഉദ്ദേശം 700 കൊല്ലങ്ങൾക്ക് മുമ്പ് വരെ അന്നത്തെ കാരണവന്മാർ ഈ പ്ലാവുവൃക്ഷച്ചുവട്ടിൽ പതി കെട്ടി വിഷ്ണമൂർത്തിയെ കെട്ടിയാടിച്ചിരുന്നു. എന്നാൽ ചുട്ടെടുത്ത മത്സ്യം നിവേദ്യത്തിൽ പ്രത്യക്ഷപ്പെടുക, നായ വന്നു നിവേദ്യം അശുദ്ധമാക്കുക മുതലായ നിമിത്തങ്ങൾ തുടരെത്തുടരെ കാണുമായിരുന്നു. പ്രശ്നചിന്തയിൽ, മുത്തപ്പനും വെള്ളാട്ടവും ഒരേ സമയം ആറാട്ടിനും അലങ്കാരത്തിനും ജാതിമതഭേദമെന്യേ ഭക്തജനങ്ങൾക്ക് ദർശനം നൽകാനും തിരഞ്ഞെടുത്ത പുണ്യസ്ഥലമാണെന്നും അവിടെ മണ്ണിന്നടിയിൽ (പ്ലാവു വൃക്ഷച്ചുവട്ടിൽ) മുത്തപ്പന്റെ ആയുധങ്ങളുണ്ടെന്നും പ്ലാവിനെ സ്വയം ഭൂപ്രതിഷ്ഠയായി സങ്കല്പിച്ച് മടപ്പുര പണിയണമെന്നും ഈ സ്ഥലത്തിന് മുത്തപ്പന്റെ പടവില്ലിന്റെ പേർ നൽകണമെന്നും (പടവിൽ) കണ്ടു. അങ്ങനെ മുത്തപ്പന്റെ അഭീഷ്ടമനുസരിച്ച് മടപ്പുര നിർമ്മിച്ച് പ്രതിഷ്ഠ നടത്തി പടവിൽ മടപ്പുര എന്നു നാമകരണം ചെയ്തു. നവചണ്ഡികായാഗം നടന്ന ഏക മടപ്പുരയാണ് പടവിൽ മടപ്പുര. ഇവിടുത്തെ മണ്ണ് പല പുണ്യ കർമ്മങ്ങൾക്കും കൊണ്ടു പോകാറുണ്ട്. ഈ മടപ്പുരയുടെ പ്രതിഷ്ഠ നടന്നത് 700 കൊല്ലങ്ങൾക്ക് മുമ്പ് കുംഭമാസം 19ാം തീയതിയാണെന്നു കരുത

പ്പെടുന്നു. ഇതുവരെയായി രണ്ടു പ്രാവശ്യം പുനഃപ്രതിഷ്ഠ നടന്നു. പ്രസ്തുത ദിനങ്ങളിൽ (മകരം 6, 10 തീയ്യതികളിൽ) കല്പനയായി മുത്തപ്പന്റെ വെള്ളാട്ടം കെട്ടിയാടിക്കുന്നുണ്ട്. കുംഭം 19, 20, 21 തീയ്യതികളിൽ മഹോത്സവവും തുലാവം 9, 11 തീയതികളിൽ പുത്തരിയും എല്ലാം സംക്രമത്തിനും വൃശ്ചികം 16 നും വെള്ളാട്ടവും മകരം 22 ന് പ്രത്യേകം നിർമ്മിച്ച ക്ഷേത്രത്തിൽ വിഷ്ണുമൂർത്തിയുടെ കെട്ടിയാട്ടവും നടത്തി വരുന്നു. കൂടാതെ കുംഭം 14 ന് ഗുരുസ്ഥാനത്തു വെച്ച് ഗുരുപൂജയും നടത്താറുണ്ട്. എല്ലാ ദിവസവും രാവിലെയും സന്ധ്യയ്ക്കും പൈങ്കുറ്റിയും ഭക്തന്മാരുടെ നേർച്ചയായി ഉച്ചപൈങ്കുറ്റിയും നടക്കാറുണ്ട്. ഇപ്പോൾ എല്ലാ ഞായറാഴ്ചയും മുത്തപ്പൻ വെള്ളാട്ടം ഉണ്ട്. ശ്രീകോവിലിനകത്തുള്ള ഭദ്രദീപം 700 കൊല്ലത്തോളമായി കെടാവിളക്കായി കത്തി ജ്വലിച്ചു കൊണ്ടിരിക്കുന്നു എന്നാണ് വിശ്വാസം. ഇവിടെ ഭക്തജനങ്ങൾക്ക് ജാതി - മത ഭേദമെന്യേ ഉച്ചഭക്ഷണം നൽകിപ്പോരുന്നു. പടവിൽ മടപ്പുര ഉള്ളേടത്തോളം കാലം പട്ടിണി കിടക്കേണ്ടി വരില്ല എന്ന വിശ്വാസം ജനങ്ങളിൽ വളർത്തിയെടുക്കാനുള്ള ഉദ്യമത്തിലാണ് ക്ഷേത്രഭാരവാഹികൾ.

റെയിൽവെ ശ്രീ മുത്തപ്പൻ

പാലക്കാടു മുതൽ മംഗലാപുരം വരെ മലബാറിലെ സ്റ്റേഷനുകളോട് ചേർന്നാണ് ഈ മുത്തപ്പൻ ക്ഷേത്രങ്ങളെ കാണാൻ സാധിക്കുക. കണ്ണൂർ പട്ടണത്തിന്റെ തിരുനെറ്റിയിൽ ഒരു തിലകക്കുറിയെന്ന പോലെയാണ് റെയിൽവെ മുത്തപ്പൻ ക്ഷേത്രം നിലകൊള്ളുന്നത്. പട്ടണത്തിലെത്തുന്ന ഏതൊരു ഭക്തനും എത്രയും പെട്ടെന്നും സൗകര്യപ്രദമായും ഈശ്വരാരാധന നടത്താൻ ഏറ്റവും ഉചിതമായിട്ടുള്ള ഈ ക്ഷേത്രം നഗരമധ്യത്തിലാണ് സ്ഥിതിചെയ്യുന്നത്. ഈ റെയിൽവെ മുത്തപ്പൻ മടപ്പുര ആരംഭിച്ച കാലത്തെ കുറിച്ച് ആധികാരിക രേഖകളോ അനുഭവാഭിപ്രായങ്ങളോ ഒന്നും തന്നെയില്ല. റെയിൽവെസ്റ്റേഷനിൽ സാധാരണയായി ക്ഷേത്രങ്ങൾ ആരംഭിക്കുന്നതിന് പൗരാണികമായോ സാംസ്കാരികമായോ ആയ കാരണങ്ങൾ ഉണ്ട്. ബ്രിട്ടീഷ് ഭരണകാലത്ത് ആരംഭിച്ച മുത്തപ്പന് ക്ഷേത്രത്തിന്റെ കഥയൊന്നു കേൾക്കണം. മുപ്പത്തി മുക്കോടി ദൈവങ്ങളുണ്ടെങ്കിലും ജനകീയ ദൈവമായി കണക്കാക്കുന്നത് മുത്തപ്പനെ മാത്രമാണ്. സാധാരണക്കാരോട് ഏറ്റവും അടുത്ത് നില്ക്കുന്നത് തികച്ചും സാധാരണക്കാരനായ ദൈവമെന്നാണ് മുത്തപ്പനെ കരുതുന്നത്.ചരിത്രപരമായ സാഹചര്യങ്ങൾ വളരെ കുറവാണ്. ഇന്ത്യൻ സ്വാതന്ത്ര്യ സമര പോരാട്ട കാലഘട്ടങ്ങൾക്കും എത്രയോ

മുമ്പ് തന്നെ ഈ മടപ്പുര ഇവിടെ ഉണ്ടായിരുന്നുവെന്ന് പഴയകാലത്തെ ഭക്തന്മാർ അഭിപ്രായപ്പെടുന്നു. ആർക്കും ഓർമകളിൽ നിന്ന് കൃത്യമായി തിരഞ്ഞുപിടിക്കാനാവാത്ത ഏതോ സൗഭാഗ്യ നിമിഷത്തിലായിരിക്കണം മുത്തപ്പചൈതന്യം കണ്ണൂരിനെ ഐശ്വര്യപൂർണ്ണമാക്കുവാനെത്തിച്ചേർന്നത്.

ബ്രിട്ടീഷ് ഭരണാധികാരികളുടെ ഉഗ്രശാസനകൾക്കും കൊടും ക്രൂരതകൾക്കും കീഴിൽ ഭാരതമാകെ വിറങ്ങലിച്ചു നിന്നിരുന്ന കാലഘട്ടങ്ങളിൽ സൗത്ത് ഇന്ത്യൻ റെയിൽവെ (SIR) എന്നായിരുന്നു സതേൺ റെയിൽവേ അറിയപ്പെട്ടിരുന്നത്. വളരെ ചുരുക്കം ജീവനക്കാർ മാത്രമേ അന്ന് കണ്ണൂർ റെയിൽവെയിൽ ജോലി ചെയ്തിരുന്നുള്ളൂ. ജീവനക്കാരോട് അധികാരികൾ വളരെ ക്രൂരമായി പെരുമാറിയിരുന്ന, ബ്രിട്ടീഷ് അടിമത്തത്തിന്റെ കാലമായിരുന്നു അത്. ജീവനക്കാരുടെ അശ്രദ്ധകൊണ്ട് എന്തെങ്കിലും സംഭവിച്ചാൽ യാതൊരു കാരണം ചോദിക്കലുമില്ലാതെ പിരിച്ചു വിടുകയോ കടുത്ത നടപടികളെടുക്കുകയോ ആയിരുന്നു അന്നത്തെ രീതി. അങ്ങനെയിരിക്കെ ഒരു നാൾ കണ്ണൂർ റെയിൽവെ സ്റ്റേഷനിലേക്ക് വിലകൂടിയ ഒരു കെയ്സ് വിദേശമദ്യം പാർസലായി എത്തി. ബ്രിട്ടീഷ് അധീനതയിലുള്ള പട്ടാളജീവനക്കാർക്കുള്ളതായിരുന്നു മദ്യം. സ്റ്റേഷനിലെത്തിയ പാർസൽ റെയിൽവെ സൂപ്രണ്ട് തന്റെ ഓഫീസിൽ സൂക്ഷിച്ചു. എന്നാൽ അടുത്ത ദിവസം ആ മദ്യം ഓഫീസിൽ നിന്നും എങ്ങനെയോ നഷ്ടപ്പെട്ടു. വിവരം പട്ടാളമേധാവികളറിഞ്ഞു. അവർ റെയിൽവെയുടെ മേധാവികളോട് പരാതിപ്പെട്ടു. പരാതി കിട്ടിയ റെയിൽവെ അധികാരികൾ അന്വേഷണമൊന്നും നടത്താതെ സ്റ്റേഷൻ മാസ്റ്ററെയും ജീവനക്കാരെയും പിരിച്ചുവിട്ടു. പട്ടാളക്കമ്പനിക്ക് അയച്ച വിദേശമദ്യം ഗുഡ്സ് വാഗണിൽ നിന്ന് സ്റ്റേഷൻമാസ്റ്ററും കൂട്ടുകാരും മോഷ്ടിച്ചു എന്നായിരുന്നു റെയിൽ ഇവർക്ക് നൽകിയ ഉത്തരവിലെ കുറ്റാരോപണം. ഈ ആരോപണങ്ങളൊക്കെ തങ്ങൾ നിഷേധിക്കുന്നുവെന്നും മദ്യം മോഷണം പോയതിൽ തങ്ങൾക്ക് പങ്കില്ലെന്നും ആരോപണവിധേയരായവർ മേലധികാരികളെ ധരിപ്പിക്കാൻ ശ്രമിച്ചുവെങ്കിലും അവർ അത് ചെവിക്കൊണ്ടില്ല. ദു:ഖവും അപമാനവും സഹിക്കാനാകാതെ പറശ്ശിനിക്കടവ് മുത്തപ്പനെ പ്രാർത്ഥിച്ചു. ആശ്രിതവത്സലനും സർവ്വദുരിതനിവാരിയുമായ മുത്തപ്പാ ഞങ്ങളുടെ നിരപരാധിത്വം തെളിയിച്ചു തന്നാലും മുത്തപ്പൻ റെയിൽവെ സ്റ്റേഷനിൽ മാസത്തിൽ ഒരു ദിവസം പയംകുറ്റിവെച്ച് ആരാധിച്ചുകൊള്ളാം എന്നു പറഞ്ഞു. ദു:ഖവും അപമാനവും കൊണ്ട് കുനിഞ്ഞ ശിരസ്സുമായി അവർ പറശ്ശിനി മുത്തപ്പന്റെ സ

ന്നിധാനത്തിൽ അഭയം തേടി. അവർ തങ്ങളുടെ ആരാധ്യദേവനായ മുത്തപ്പനോട് കേണപേക്ഷിച്ചു.

അവരുടെ കണ്ണീരിനുമുമ്പിൽ മുത്തപ്പന്റെ മനസ്സറിഞ്ഞുവെന്ന് തെളിയുന്ന സംഭവങ്ങളാണ് പിന്നീടുണ്ടായത്. അടുത്ത ദിവസം കാലത്ത് 5 മണിയുടെ പരേഡിന് പോകാൻ പട്ടാളക്കാർ ഉണർന്നില്ല. പട്ടാളമേധാവികൾ ടെന്റിൽ നോക്കിയപ്പോൾ പട്ടാളക്കാർ ബോധം കെട്ട് മയങ്ങുന്നതായാണ് കണ്ടത്.ഈ സംഭവത്തെ തുടർന്ന് പട്ടാളമേധാവികൾ വിശദമായ അന്വേഷണത്തിന് ഉത്തരവിട്ടു. അന്വേഷണത്തിൽ വാദികൾ തന്നെയാണ് പ്രതികൾ എന്ന് തെളിഞ്ഞു. റെയിൽവെ സ്റ്റേഷനിൽ എത്തിയ മദ്യക്കുപ്പികൾ അടങ്ങിയ കെയ്സ് പട്ടാളക്കാർ തന്നെ മോഷ്ടിച്ചുകൊണ്ടു പോവുകയായിരുന്നു. അങ്ങനെ അളവിൽ കൂടുതൽ മദ്യം കഴിച്ചതു കൊണ്ടാണ് പരേഡിന്റെ സമയത്ത് അവർക്ക് ഉണരാൻ സാധിക്കാതിരുന്നതെന്നും പരിശോധനയിൽ തെളിഞ്ഞു. പറശ്ശിനീശ്വരനായ ഭഗവാൻ ശ്രീ മുത്തപ്പൻ തങ്ങളുടെ നിരപരാധിത്വവും സത്യസന്ധതയും തെളിയിച്ചുവെന്ന് ബോധ്യമായ റെയിൽവെ ജീവനക്കാർ സന്തുഷ്ടരായി. അന്നുമുതൽ റെയിൽവെ സ്റ്റേഷനിൽ വെച്ച് മാസത്തിൽ ഒരു ദിവസം പയംകുറ്റി വെച്ച് ശ്രീ മുത്തപ്പനെ ആരാധിക്കാൻ തുടങ്ങി. പിന്നീട് റെയിൽവെ സ്റ്റേഷനിൽ സൗകര്യം കുറവാണെന്നു കണ്ട് സ്റ്റേഷന് അല്പം മാറി പടിഞ്ഞാറ് ഭാഗത്ത് മാവിൻചുവട്ടിൽ വിളക്ക് വെച്ച് ആരാധിച്ചു തുടങ്ങി. പിന്നീട് ഭക്തജനങ്ങളുടെ തിരക്കു വർദ്ധിച്ചു. അങ്ങനെ കണ്ണൂരിലെ റെയിൽവെ സ്റ്റേഷന്റെയും ജീവനക്കാരുടെയും ഭാഗമായി റെയിൽവെ മുത്തപ്പൻ മാറുകയായിരുന്നു.ക്രമേണ ഭക്തജനങ്ങളുടെ വരവ് വർദ്ധിച്ചപ്പോൾ ഇന്നു കാണുന്ന വിധത്തിൽ കെട്ടിടം പണിയുകയും എല്ലാവർഷവും മഹോത്സവവും പിന്നീട് മാസത്തിൽ വെള്ളാട്ടവും നടത്താൻ ആരംഭിച്ചു. ഭക്തജനങ്ങളുടെ ആശയാഭിലാഷങ്ങൾ സാക്ഷാത്കരിക്കുവാൻ തിരുവപ്പന്റെ തിരുമുടിയും ക്ഷേത്രത്തിന് തിലകച്ചാർത്തായി അണിഞ്ഞൊരുങ്ങി. ഓരോ വർഷവും ഉത്സവം അരങ്ങേറാൻ തുടങ്ങി. ഭക്തജനങ്ങളുടെ തിരക്ക് വീണ്ടും ക്രമാതീതമായി വർദ്ധിച്ചതോടെ മടപ്പുരയും കഴകപ്പുരയും ഊട്ടുപുരയും പടുത്തുയർത്തുവാൻ ഇതിന്റെ നിസ്വാർത്ഥ സേവകരായ സംഘാടകർക്ക് കഴിഞ്ഞു. മടപ്പുരയുടെ ശ്രേയസ്സ് ഉയർന്നതോടെ എല്ലാ വെള്ളിയാഴ്ചകളിലും വെള്ളാട്ടവും അന്നദാനവും നടത്താൻ ആരംഭിച്ചു. മാസത്തിൽ രണ്ടു നാൾ തിരുവപ്പനയും കെട്ടിയാടുന്നു. പുത്തരിയുള്ള ദിവസങ്ങളിൽ കടും പായസമാണ് വഴിപാട്. അന്ന് പ്രസാദമായി നൽകുന്നതും പായസം തന്നെ

യാണ്. ഓരോ വർഷവും നിലവിലുള്ള ഭരണസമിതി അംഗങ്ങൾ ഉത്സവ ദിവസങ്ങൾ തീരുമാനിക്കും. വ്യാഴം വെള്ളി, ശനി, ഞായർ എന്നീ നാല് ദിവസങ്ങളിലാണ് ഉത്സവം നടക്കുന്നത്. ആദ്യ ദിവസം ഗണപതി ഹവനത്തോടെയാണ് ചടങ്ങുകൾ ആരംഭിക്കുന്നത്. ഉത്സവം ആരംഭിക്കുന്നതിനു മുമ്പെ തന്നെ ക്ഷേത്ര ഭാരവാഹികൾ ശ്രീ മുത്തപ്പന്റെ ആരൂഢസ്ഥാനമായ കുന്നത്തൂർ പാടിയിൽ ചെന്ന് ഭണ്ഡാരം പെരുക്കി തൊഴും.ക്ഷേത്രത്തിലേക്ക് യാതൊരു ആവശ്യത്തിനും പൊതുപിരിവ് നടത്താറില്ല. റെയിൽവേ ജീവനക്കാരുടെ ഇഷ്ടദേവനാണ് ഈ റെയിൽവെ മുത്തപ്പൻ.

റെയിൽവെ സ്റ്റേഷനുകളിലെ മുത്തപ്പൻ മടപ്പുരകളിൽ വളരെ അടുത്തകാലത്തായി തെക്കൻ ഗുളികൻ പുറങ്കാലനായി പ്രത്യക്ഷപ്പെട്ടുതുടങ്ങിയത് ഇത്തരുണത്തിൽ ശ്രദ്ധിക്കേണ്ടകാര്യമാണ്. മുത്തപ്പൻ വെള്ളാട്ടം കഴിച്ച് ആഗ്രഹനിവർത്തി കഴിക്കുന്നതുപോലെ ഇപ്പോൾ ഗുളികൻ വെള്ളാട്ടവും കഴിക്കാം.

പറശ്ശിനിക്കടവ് മുത്തപ്പനും മുച്ചിലോട്ട് കാവും

കേരളക്കരയാകെ അനുഗ്രഹം തേടിയെത്തുന്ന പറശ്ശിനിക്കടവ് മുത്തപ്പൻ മടപ്പുര ചുഴലി സ്വരൂപത്തിലാണ് സ്ഥിതിചെയ്യുന്നത്. മുയ്യം ശ്രീ മുച്ചിലോട്ട് കാവിൽ മുത്തപ്പന് പ്രത്യേക സ്ഥാനം തന്നെയുണ്ട്. മറ്റ് മുച്ചിലോട്ട് കാവുകളിൽ നിന്നും മുയ്യം ശ്രീ മുച്ചിലോടിനെ വ്യത്യസ്തമാക്കുന്ന പ്രധാന വസ്തുതയും അതുതന്നെയാണ്. നാലുദിവസത്തെ ഭഗവതിയുടെ കളിയാട്ടത്തിനു ശേഷം അഞ്ചാം ദിവസമാണ് മുത്തപ്പൻ സന്നിധിയിൽ കെട്ടിയാട്ടം. വാണിയർ വീടുകളിൽ സാർവ്വത്രികമായി കെട്ടിയാടിക്കാറുള്ള തെയ്യം മുത്തപ്പനാണ്. മയ്യിൽ പഞ്ചായത്തിൽ കയരളം ദേശത്ത് നമ്പ്രം പ്രദേശത്താണ് ശ്രീ നമ്പ്രം മുച്ചിലോട് ക്ഷേത്രം. വളപട്ടണം പുഴക്കരയിൽ മുത്തപ്പൻ ക്ഷേത്രത്തിന് കിഴക്കായിട്ടാണ് മുച്ചിലോട് സ്ഥിതി ചെയ്യുന്നത്. കോടല്ലൂർ നമ്പൂതിരിയുടെ ജന്മദേശത്തെ കാരണവൻമാർ ക്ഷേത്രം സ്ഥാപിച്ചതായാണ് ഐതിഹ്യം. ഭഗവതിയുടെ തോറ്റംപാട്ടിൽ പരാമർശിക്കുന്ന പതിനെട്ട് മുച്ചിലോട് കാവുകളിൽ ഏഴാം സ്ഥാനമാണ് നമ്പ്രത്തിനുള്ളത്. പറശ്ശിനിക്കടവ് ശ്രീമുത്തപ്പൻ ക്ഷേത്രവുമായി മുച്ചിലോടിന് ബന്ധമുണ്ട്. പറശ്ശിനി മുത്തപ്പൻ ക്ഷേത്രത്തിൽ എല്ലാവർഷവും തുലാം 9ന് നടക്കുന്ന പുത്തരി ദിവസത്തെ വിളക്കിനുള്ള എണ്ണ മുച്ചിലോട് ഭഗവതി ക്ഷേത്രത്തിൽ നിന്നാണ് കൊണ്ടുവരുന്നത്. മുച്ചിലോട്ടെ കളിയാട്ടം കഴിയുന്നതിന്റെ തലേന്നാൾ കോമര

വും പരിവാരങ്ങളും പറശ്ശിനിക്കടവിലേക്ക് എഴുന്നെള്ളാറുണ്ട്.ഒൻപതില്ലേ എന്നാണ് മുത്തപ്പൻ വാണിയൻമാരെ വിളിക്കുന്നത്. ഒൻപതില്ലം പതിനാറ് കഴകം പതിനെട്ട് വീട്ടിൽ ഊരാളൻമാർക്കും മനുഷ്യങ്ങളും... പതിനേഴ് നാട്ടിൽ പതിനെട്ട് സ്ഥാനം ഭവനിമാതാവ് മുച്ചിലോട്ട് ഭഗവതി എന്നിരിക്കുന്ന തായിരസം ഉണ്ടല്ലോ എന്നിങ്ങനെയാണ് വാചാല്.

കളിക്കപ്പാട്ട്

തിരുവപ്പനയുടെ പ്രാരംഭമായി നടത്തുന്ന കളിക്കപ്പാട്ട് പുരളിമല മുത്തപ്പന്റെ കഥ വിസ്തരിക്കുന്നു. പാട്ട് എന്നാണ് പറയുന്നത് എങ്കിലും ഫലത്തിൽ അതൊരു ആനന്ദനൃത്തമാണ്. സന്ധ്യയ്ക്കു മുമ്പായി വണ്ണാന്മാർ കോപ്പുകളുമായി സ്ഥലത്തെത്തിയിരിക്കും. മടയൻ സന്ധ്യാദീപം വെച്ച് മറ്റുകർമ്മങ്ങളെല്ലാം ചെയ്തു കഴിഞ്ഞാൽ കളിക്കപ്പാട്ടിന്നു സമയമായി. എല്ലാവരും ഓരോ മുട്ടി കള്ളെടുത്ത് തൊണ്ടയിലേക്കൊഴിക്കുന്നു. ഇതിന്ന് വീഴ്ത്ത് എന്നു പറയുന്നു. വീഴ്ത്ത് കഴിയുമ്പോൾ കൂട്ടത്തിൽ മൂപ്പൻ ദൈവത്തിന്റെ കളിക്കപ്പാട്ട് പാടുന്നു എന്ന് ഉറക്കെ വിളിച്ചു പറയുകയായി. ഉടനെ എല്ലാവരും ചേർന്ന് ഓ എന്നൊരാഹ്ലാദധ്വനി മുഴക്കും. ഇത് നായാട്ടു വിളിയാണ്. മുത്തപ്പന്മാർ മലദൈവങ്ങളും നായാട്ട് അവരുടെ ചര്യയുമാണല്ലോ. വണ്ണാന്മാരിൽ ചിലർ ചുമലിൽ തൂക്കിയ ചെണ്ട മദ്ദളം പോലെ വിലങ്ങനെ പിടിച്ചാവും നില്പ്. വെറും കൈയ്യോടെയും ചെണ്ടക്കാർ പതുക്കെ ചെണ്ടയിൽ താളമിട്ടുകൊണ്ട് പാട്ടു തുടങ്ങുകയായി.

പുരളിമല മുത്തപ്പന്റെ കഥ വർണ്ണിക്കുന്ന തിരുവപ്പനയുടെ കൂടെ നടത്തുന്ന പാട്ടാണ് കളിക്കപ്പാട്ട്. പ്രാചീന കാലം മുതൽ തന്നെ തങ്ങളുടെ ആരാധ്യദേവന്റെ വീരഗാഥകൾ കൂട്ടമായിച്ചേർന്ന് പാടുന്ന ഒരു ആരാധനാ സമ്പ്രദായം ഉണ്ട്. ഇത് ഒരു തരത്തിലുള്ള ആഹ്ളാദനൃത്തമാണ്. മണ്ണിൽ എല്ലു മുറിയെ പണിയെടുത്ത് വൈകുന്നേരങ്ങളെ ആനന്ദകരമാക്കാൻ അടിയാൻ ചെയ്യുന്ന ആനന്ദനൃത്തമാണ്. പല സംസ്കാരത്തിലും കാണാൻ കഴിയും. മടയൻ സന്നിധിയിൽ ചില കർമ്മങ്ങളൊക്കെ ചെയ്യുന്നു. അതിന് ശേഷം പീഠക്കല്ലിൽ മൺമുട്ടികൾ നിർത്തിവെച്ച് ഒരു കുടം കള്ള് അതിലും ഒഴിക്കുന്നു. ശുദ്ധമായ കള്ള് മുത്തപ്പാരാധനയുടെ പ്രധാനഭാഗമാണ്. വണ്ണൻമാർ കൈ മുന്നോട്ടും പിന്നോട്ടും താളത്തിലെറിഞ്ഞ് പാടുന്നു. ചിലയിടങ്ങളിൽ കൈമണിയും ഉപയോഗിക്കും. കളിക്കപ്പാട്ട് ഒരു തരത്തിലൊരു നായാട്ട് വിളിയാണ്. തിരുനെറ്റിക്കല്ലും, അയ്യങ്കരവാണവരും, മുത്തപ്പന്റെ നായാട്ടും അടങ്ങിയ കഥ വ

ളരെ ലളിതമായി പാടുന്നു. കാലിൽ ഒരു പ്രത്യേക താളത്തിലൂടെ ചലിപ്പിച്ച് കൊണ്ട് വണ്ണാൻമാർ സംഘമായി പാടുന്നു. കുന്നത്തൂർ പാടിയിലെത്തിയും ചന്തനെ കല്ലാക്കുന്ന രംഗമാകുന്നതോടെ താളവും ചുവടുകളും വേഗത്തിലാവുന്നു. ചെണ്ടയുടെ മേൽ വെറും കൈകൊണ്ടുള്ള താളത്തിന്റെ വേഗതകൂടുന്നതോടെ മൂട്ടിൽ നിന്നുള്ള വീഴ്ത്തിന്റെ എണ്ണവും കൂടുന്നു. ആകെ ഒരു ആഘോഷത്തിന്റെ മൂഡിലേക്ക് മാറുന്നു. കോട്ടയം രാജാവിന്റെ ഹരിശ്ചന്ദ്രകോട്ട പിടിക്കാൻ പോയ കരിമ്പാല സൈന്യത്തെ, ചേകോന്മാരേ എന്ന് വിളിക്കുന്നുണ്ട്. കളിക്കപാട്ടിലും ഈ ചേകോന്മാർ കടന്ന് വരുന്നുണ്ട്. മുത്തപ്പന്റെ അനുചരന്മാരയ അടിയാളന്മാരുടെ മുത്തപ്പ അനുഭൂതിയാണ് കളിക്കപ്പാട്ട്.

താലേലം താലേലം താലേലം പൂവേ
താലേലാ ലേലേലം പാടുന്നേ പാട്ട്

പാട്ടിനൊത്ത കാൽവെപ്പുകളുമായി മന്ദമായി അവർ മുന്നോട്ട് നീങ്ങുന്നു. കളിക്കപ്പാട്ടിന്റെ ഭാഷ ലളിതവും ഈണം പഴമയുടെ ഗന്ധമുണർത്തുന്നതുമായതുകൊണ്ട് കഥാഗതി കേൾവിക്കാർക്ക് ശരിക്കു ഗ്രഹിക്കാൻ സാധിക്കുന്നു. തിരുവഞ്ചിറയും തിരുനെറ്റിക്കല്ലും പാടിക്കുറ്റിയമ്മയുടെ നീരാട്ടും മറ്റും ആ സംഘഗാനത്തിലൂടെ തെളിഞ്ഞു വരും. സംഭവഗതിക്കു വേഗം കുടുന്നതിന്നൊപ്പം പാട്ടുകാരുടെ ഈണവും ചലനഗതിയും മുറുകുന്നു. അന്തിനേരത്ത് കള്ളെടുക്കാൻ പനയുടെ ചുവട്ടിലെത്തിയ ചന്തൻ മധുപൻപന മേലൊരാളെക്കണ്ടു എന്ന ഘട്ടത്തിലെത്തുമ്പോഴേക്കു രംഗം ആകെ കൊഴുക്കുന്നു. പാട്ടും താളവും ദ്രുതതരമായെന്നു മാത്രമല്ല പാട്ടുകാരുടെ ചലനം നൃത്തമായി പരിണമിക്കുകയും ചെയ്യുന്നുണ്ടാവും. പിന്നെ ചക്കി മുത്തപ്പനെ ദർശിച്ച് വാഴ്ക പൊലി പൊലി പൊൻമുത്തപ്പാ എന്നു സ്തുതിക്കുമ്പോൾ പാട്ടുകാരും ശ്രോതാക്കളും ഒരു പോലെ ഭക്തിലഹരിയിലാവുന്നു. വണ്ണാൻമാർക്ക് പീഠക്കല്ലിൽ നിന്ന് കുടക്കൂടെ മുട്ടികളെടുത്ത് കള്ളു കുടിക്കാം. പിന്നെ കളിതമാശകളോടു കൂടിയുള്ള ഒരാനന്ദനൃത്തം തന്നെ.

പാട്ടിന്റെ ആദ്യഘട്ടത്തിൽ ചേകോന്മാരെ പാട്ടുപാടിക്കളിക്കാൻ വിളിക്കുന്നുണ്ട്. ഇതിൽ നിന്ന്, വില്ലാളികളായ വനവാസികൾ മുത്തപ്പനെ വാഴ്ത്തി നൃത്തമാടിയതിന്റെ അനുസ്മരണമാണ് കളിക്കപ്പാട്ടെന്നു മനസ്സിലാക്കാം. കരിമ്പാലന്മാരെന്നറിയപ്പെടുന്ന വനവാസികളാണല്ലോ കുന്നത്തൂർ പാടിയിൽ ഇന്നും മുത്തപ്പന്മാരുടെ പരിചാരകന്മാർ.

കുന്നത്തൂർ പാടിയിലെ ആചാരാനുഷ്ഠാനങ്ങൾ

തളിപ്പറമ്പിൽ നിന്ന് 34 കിമി കിഴക്ക് പൊടിക്കളം കുന്നത്തൂർ പാടി ജംഗ്ഷനിൽ നിന്ന് ഒരു കി.മീ കിഴക്ക് കുന്നിൻ മുകളിൽ 400 മീ അകലെയാണ് ഗുഹാക്ഷേത്രം (കണ്ണൂർ-ഇരിക്കൂർ, ശ്രീകണ്ഠാപുരം-പയ്യാവൂർ) പയ്യാവൂരിൽ നിന്ന് കഞ്ഞിരക്കൊല്ലി കുന്നിന്റെ മുകളിൽ കലശസ്ഥാനം എന്നറിയപ്പെടുന്ന തുറന്ന സ്ഥലമുണ്ട്. ഇവിടെ പടിഞ്ഞാറ് മുഖമായ ഗുഹയിൽ മുത്തപ്പന്റെ വിഗ്രഹമുണ്ട്. പ്രവേശന കവാടത്തിന്റെ ഇരു വശത്തും പനയോലകൾ. ഗുഹക്ക് 3 മീ നീളവും 1.8 മീ ഉയരവുമുണ്ട്. കുന്നത്തൂർ പാടിയിൽ മുത്തപ്പന് ക്ഷേത്രമില്ല. ഉത്സവകാലത്ത് താൽക്കാലിക മടപ്പുരയുണ്ടാക്കുന്നു. ഇതിന്റെ പടിഞ്ഞാറ് ഭാഗത്ത് ഒരു കല്ലും പാറ കൊണ്ടുള്ള ഒരു പീഠമുണ്ട്. മുത്തപ്പന് മുട്ടോളം കൂർക്കഇലകൾ നിറഞ്ഞതും പനമുരടുകൾക്കിടയിലുള്ളതുമായ കുന്നത്തൂർ പാടിയിൽ അഞ്ചില്ലം അടിയാന്മാരുടെ കൂട്ടത്തിൽ പുല്ലായിക്കൊടി കുടുംബത്തിൽ ഉള്ളവർ ചന്തനായും കല്ലായിക്കൊടി കുടുംബത്തിൽ ഉള്ളവർ കോമരമായും മുത്തപ്പനെ ആരാധിക്കാൻ തുടങ്ങി. മുത്തപ്പൻ ആരാധന ഒരു അടിയാൻ വർഗത്തിന്റേതായി സൃഷ്ടിക്കപ്പെട്ടതായി തീരുമ്പോൾ, ആരാധിക്കുന്ന അവരുടെ പിൻതുടർച്ചക്കാർ എത്രത്തോളമുണ്ടെന്നത് കുന്നത്തൂർ പാടിയിൽ ഉത്സവത്തിന്റെ ചടങ്ങുകളിൽ കാണാവുന്നതാണ്. അവരുടെ പിൻതുടർച്ചക്കാർ കുന്നത്തൂർ പാടിയിൽ ദിവസവും പൈങ്കുറ്റി വെച്ചു. കൂടെ അകത്ത് അകപൂജ, പുറത്ത് വെള്ളാട്ടം, തിരുവപ്പന, വെച്ചൂട്ട്, ഇടങ്ങിനായി, മറയൂട്ട്, മധുകലശം എന്നിവ നേരുന്നു. പാടിയിലെത്തിയാൽ ആദി നായകനായ പിതാമഹപ്രതീകമായ ആദിദേവരിലൊരാളായ മുത്തപ്പന്റെ സന്നിധിയായി കാട്ടുചോലയും ഉണക്കിലകൂമ്പാരവും ശിലാപീഠവും എല്ലാം കാണാവുന്നതാണ്. മലമുകളിലുള്ള ഇവിടെ പാടിക്കുറ്റിയമ്മയുടെ പ്രതിഷ്ഠയുണ്ട്. ഉത്തരകേരളത്തിലെ മറ്റ് ആരാധനാലയങ്ങളിൽ നിന്നൊക്കെ തികച്ചും വ്യത്യസ്തമാണ് ഇവിടം. മുത്തപ്പന്റെ കരിങ്കൽ ഇരിപ്പിടമുള്ള അപൂർവ്വ ആരാധനാലയങ്ങളിലൊന്നാണിത്. കുന്നത്തൂർ പാടിയിലെ ദാരുശില്പങ്ങൾ വലുപ്പമേറിയവയും കുറേയെണ്ണം ഒറ്റമരത്തിൽ കൊത്തിവച്ചിരിക്കുന്നവയുമാണ്. പുരാവസ്തുരേഖ പ്രകാരം ഈ ക്ഷേത്രത്തിന് വലിയ പഴക്കമുണ്ട്. പാടിയിൽ ചന്തൻ ഉപയോഗിക്കുന്ന വാളിൽ, തിരുവായുധത്തിൽ ബ്രഹ്മി, വട്ടെഴുത്ത് ലിപികളുണ്ടെന്ന് പുരാലിഖിത വായനയിൽ പ്രാവിണ്യം നേടിയ ചരിത്ര ഗവേഷകൻ ഡോ. ടി. പവിത്രൻ പറയുന്നു. മധ്യേന്ത്യയിലെ ബസ്തറിലും മറ്റുമുള്ള ചില ശില്പങ്ങൾ മാത്രമാണ് ഒറ്റമരത്തിൽ കൊത്തിവച്ചി

രിക്കുന്ന വിഭാഗത്തിലുള്ളത്. കുന്നത്തൂർ പാടിയിലുണ്ടായിരുന്ന സവിശേഷമായ ശില്പശേഖരം ഉപയോഗശൂന്യമായി കിടക്കുകയാണ്. കുന്നത്തൂർ പാടിയിൽ കൊല്ലം തോറും ഉത്സവം തുടങ്ങുന്നത് ധനു രണ്ടിനാണ്. മുപ്പതു ദിവസം നീണ്ടു നിൽക്കുന്ന ഉത്സവകാലത്ത് മുത്തപ്പന്റെ കുടുംബാംഗമായ മന്ദനാർ തിനക്കഞ്ഞി കുടിച്ച് വ്രതമെടുക്കേണ്ടതുണ്ട്. മന്ദനാർക്കും പത്നി മക്കച്ചിയാർക്കും മാത്രമേ ഇവിടെ ഇരിപ്പിടങ്ങളുള്ളു. ഉത്സവത്തിനെത്തുന്ന ബാക്കിയുള്ള സകലനാടുവാഴികളും പ്രഭുക്കന്മാരും കാട്ടിലകൾ പൊട്ടിച്ച് നിലത്ത് വിരിച്ച് അതിലിരിക്കണം എന്ന് പുരാവൃത്തം. ആദ്യകാലങ്ങളിൽ കുന്നത്തൂർ പാടിയിലെ ആരാധനാസ്ഥാനം ഇന്നു കാണുന്ന സ്ഥാനത്തായിരുന്നില്ലത്രേ. ഇപ്പോഴുള്ളതിന് കുറച്ചു കൂടി മുകളിലായിരുന്നു.

കുന്നത്തൂർ പാടിയിലെ ഉത്സവം

തോറ്റം നടന്നുകൊണ്ടിരിക്കെ ഭഗവതിക്കോമരത്തിന് ദർശനവും നിയോഗവും ഉണ്ടായിരിക്കും. ദർശനം ഉണ്ടായാൽ ഉടൻ കലശം എടുത്ത് ചില ശബ്ദങ്ങൾ പുറപ്പെടുവിച്ചുകൊണ്ട് തിരുവപ്പനയുടെ കോമരം, ചന്തൻ, വണ്ണാൻ, മലയൻ, കർത്താവ്, കുടുപതി ഇവർക്കെല്ലാം മധുവീത്ത് കൊടുക്കും. ഈ വീത്ത് കിണ്ണത്തിലാണ് കൊടുക്കുക. അപ്പോഴേക്കും ഭഗവതി മുടി വയ്ക്കും. മുള, നാര് ഇവ കൊണ്ട് ഗോപുരാകൃതിയിൽ കെട്ടിയുണ്ടാക്കി മലവാഴയില കൊണ്ട് അലങ്കരിച്ചതായിരിക്കും മൂലം പെറ്റ ഭഗവതിയുടെ മുടി. പട്ടുകൊണ്ട് ഉടയാടയും ആഭരണങ്ങളും വേണം. കുന്നത്തൂർ പാടിയിൽ ഉത്സവം തുടങ്ങുന്ന അന്നേ ദിവസം ആദ്യമായി കെട്ടിയാടുന്നതാണ് നാടുവാഴീശൻ ദൈവം. ധനു 2 മകരം 2 ഉത്സവം ഒന്നാം ദിവസം മുത്തപ്പന്റെ ബാല്യകാലത്തെയും യൗവ്വന പ്രാപ്തിയും കാണിക്കുന്ന 4 കോലങ്ങൾ ഒരേ ആൾ തന്നെ കെട്ടിയാടുന്നു. മൂലം പെറ്റ ഭഗവതിയുടെ തിരുമുടി മുത്തപ്പൻ അമ്മയെ കാണണമെന്ന് ആവശ്യപ്പെടുന്ന ദിവസങ്ങളിൽ മാത്രം കെട്ടിയാടും.

തിരുവപ്പനയും വെള്ളാട്ടവും ഒരേ സമയത്ത് ഉണ്ടാവില്ല മുത്തപ്പൻ രാത്രി വന്നു പോകുന്നു. നൃത്തത്തിനു ശേഷം ഇരിക്കുന്ന മുത്തപ്പൻ പട്ടോല വായിക്കുന്നു. അതിനു ശേഷം ഭണ്ഡാരം കൊണ്ടു വരുന്നു. ഭക്തന്മാർ ഭണ്ഡാരത്തിൽ നേരിട്ട് ഒന്നും ഇടുന്നില്ല. ഭഗവാന്റെ കൈയ്യിൽ കൊടുക്കുന്നത് ഭഗവാൻ തന്നെ ഇടുന്നു. അതിനുശേഷം അരുളപ്പാട്, ഭക്തരുടെ സങ്കടങ്ങൾ കേട്ട് പരിഹാരങ്ങൾ നിർദ്ദേശിക്കുന്നു. വെള്ളാട്ടം മുത്തപ്പന്റെ ശൈശവ ദശയെ കുറിക്കുന്ന കോലമാണ്. ശൈശവത്തിൽ

നാടുവാഴിയുടെ വളർത്തുമകൻ ആയിരുന്നു മുത്തപ്പൻ. ഇവിടെ മന്ദക്കുറുപ്പ്, രൈരുക്കുറുപ്പ് എന്നീ സ്ഥാനപ്പേരോടു കൂടിയ രണ്ടു തീയ്യസമുദായത്തിൽപെട്ടവർ ആണ് ശാന്തിക്കാർ. കുന്നത്തൂർ പാടിയിൽ ഉത്സവത്തിന്റെ ചടങ്ങുകളിൽ ഏറ്റവും പ്രധാനികൾ അടിയാന്മാരാണ്. വയനാട്ടിലെയും കുടകിലെയും അടിയാന്മാരിൽ നിന്നും ചില വ്യത്യസ്ത ആചാരങ്ങൾ കുന്നത്തൂർ പാടിയിലെ അടിയാന്മാർക്കുണ്ട്. കുന്നുമ്മൽ ഇടത്തിൽ വാഴുന്നവരുടെയും കുഴിപ്പള്ളി കരുമനയുടേയും മേൽ നോട്ടത്തിലാണ് കുന്നത്തൂർ പാടിയിലെ ആചാരാനുഷ്ഠാനങ്ങൾ നടന്നുവരുന്നത്. മന്ദനാരുടെ അധികാര പരിധിയിൽ നായന്മാർക്കുള്ള ക്ഷേത്രത്തിൽ നിന്നും ശാന്തിക്കാരൻ എംബ്രാന്തിരി പുല്ലത്തരങ്ങളിലേക്ക് വാൾ എഴുന്നള്ളിച്ച് കൊണ്ടുവരേണ്ടതുണ്ട് ഈ വാൾ മന്ദക്കുറുപ്പും രൈരുക്കുറുപ്പും ഏറ്റുവാങ്ങി ക്ഷേത്രത്തിനകത്തേക്ക് വെക്കുന്നു. പടിഞ്ഞാറ് ദർശനമായാണ് ഈ ക്ഷേത്രത്തിന്റെ സ്ഥാനം. വാൾ എഴുന്നള്ളിച്ച് കൊണ്ട് വരുന്നത് ഇന്ന് കരക്കാട്ടിടം നായനാരുടെ കീഴിലാണ്. പാടിയിൽ മുത്തപ്പൻ ഇരിക്കുന്ന കരിങ്കൽ ഇരിപ്പിടത്തിലും വട്ടെഴുത്ത് ലിപികളുണ്ട്. മുത്തപ്പൻ കുന്നത്തൂർ പാടിയിലെത്തിയ ശേഷം പാടിയിലെ പഴയ ദേവസ്ഥാനത്ത് എല്ലാ വർഷവും ഉത്സവം നടക്കുക പതിവാണ്.

ഉത്സവസമയത്ത് ആഹ്ലാദപ്രകടനങ്ങളും ആർപ്പു വിളികളുമായി സാധാരണക്കാരായ ഭക്തന്മാർ അവരുടെ സ്വന്തമായ ശ്രീ മുത്തപ്പനോടുള്ള സ്നേഹവും ഭക്തിയും പ്രകടിപ്പിക്കുന്നു. അവരുടെ ആഘോഷങ്ങൾ ശ്രീ മുത്തപ്പന്റെ സാന്നിധ്യം കൊണ്ട് മഹനീയവും ശ്രദ്ധേയവുമാകുന്നു. ഓരോ വർഷവും പാടി നിവാസികൾ കാത്തിരിക്കുന്നത് ആ ഒരു ദിവസത്തിനു വേണ്ടിയാണ്. തന്നെ ആരാധിക്കാൻ ഭഗവാൻ തന്നെ കണ്ടെത്തി ഏൽപിച്ചതാണ് കരക്കാട്ടിടം വാഴുന്നവരെ.

ഭണ്ഡാരം മണ്ണിലേക്ക് പോയ സംഭവം

കരക്കാട്ടിടം വാണവരുടെ പിന്മുറക്കാർ ഇന്നും തികഞ്ഞ ചിട്ടയോടെയും ഭക്തിയോടെയും ദേവസ്ഥാനത്ത് മുടക്കം വരാതെ ആരാധനാകർമങ്ങൾ നടത്തി വരികയും ചെയ്യുന്നു. എന്നാലൊരിക്കൽ ഇതിനു വിപരീതമായ ഒരു സംഭവമുണ്ടായി. ഒരു വർഷം കുന്നത്തൂർ പാടിയിൽ ഭക്തന്മാർ അല്പം കുറവായിരുന്നു. വേണ്ടത്ര വരുമാനം പാടിയിലെത്തിയില്ല. പതിവുപോലെ ഉത്സവത്തിന്റെ അവസാന ദിവസം മുത്തപ്പൻ ഭണ്ഡാരം പൊക്കി നോക്കി. ഭണ്ഡാരത്തിന് പതിവിനു വിപരീതമായി ഭാരം കുറവായിരുന്നു. മുത്തപ്പൻ ക്രുദ്ധനായി. ആ കണ്ണുകളിൽ നി

ന്ന് കോപത്തിന്റെ അഗ്നിജ്വാലകൾ പ്രവഹിച്ചു. ഭണ്ഡാരത്തിൽ പണം കുറഞ്ഞത് ഭക്തന്മാർക്ക് തന്നോടുള്ള വിശ്വാസക്കുറവും താൽപര്യക്കുറവുമായി മുത്തപ്പൻ തെറ്റിദ്ധരിച്ചിരിക്കാം. ഉയർത്തിയ ഭണ്ഡാരം മുത്തപ്പൻ അമർഷത്തോടെ വലിച്ചെറിഞ്ഞു. മുത്തപ്പൻ വലിച്ചെറിഞ്ഞ ഭണ്ഡാരം വീഴ്ച്ചയുടെ ശക്തിയിൽ മണ്ണിലേക്ക് ആഴ്ന്നു പോയി. പിന്നീട് ഈ ഭണ്ഡാരം വീണ്ടെടുക്കുന്നതിനായി മണ്ണുനീക്കി നോക്കിയെങ്കിലും അത് കണ്ടെത്താനായില്ല. ആ സ്ഥാനത്താണ് ഇന്നത്തെ മടപ്പുര നിൽക്കുന്നതെന്ന് പഴമക്കാർ പറയുന്നു.

മട തന്നെ പുരയാക്കി താമസിച്ച സ്ഥലം മടപ്പുര, മടപ്പുരയിൽ പൈങ്കുറ്റിവെക്കുന്നവർ മടയർ. മുത്തപ്പന്റെ ആവിർഭാവം കരുതപ്പെടുന്നതുപോലെ സമീപ നൂറ്റാണ്ടുകൾക്കപ്പുറമല്ല. സംഘകാലത്തിനുമപ്പുറത്തേക്ക് നീണ്ടേക്കാവുന്നതാണെന്നും അഭിപ്രായങ്ങളുയർന്നിട്ടുണ്ട്. പാടിയിലെ മടയ്ക്കുള്ളിൽ കടന്ന് പൂജകൾ ചെയ്യാൻ അവകാശം അടിയാത്തിക്കുമുണ്ട്. സ്ത്രീകൾ പൂജചെയ്യുന്ന സ്ഥലങ്ങളിൽ ഒന്നാണ് കുന്നത്തൂർ പാടി. എല്ലാവർഷവും അവർ അവരുടെ സമ്പാദ്യങ്ങൾ ഭൂരിഭാഗവും മുത്തപ്പന്റെ ഭണ്ഡാരത്തിലർപ്പിച്ച് പ്രാർത്ഥനാനിരതരാവും. ഉത്സവം അവസാനിക്കുന്ന ദിവസം മുത്തപ്പൻ തന്റെ ഭണ്ഡാരം പൊക്കി നോക്കി ആഹ്ലാദത്തോടെ പൊട്ടിച്ചിരിക്കും. അപ്പോൾ അപൂർവ്വമായി മരണം പോലും സംഭവിക്കാറുമുണ്ട്. ഭക്തന്മാരൊക്കെ ആ ചിരിയിൽ പങ്കുചേരും. ഇല്ലത്ത് നിന്ന് കാലെടുത്ത് പുറത്തുവെച്ച മുത്തപ്പനെയാണ് പുറങ്കാല മുത്തപ്പൻ എന്ന് പറഞ്ഞു വരുന്നത് . ഈ പേരിൽ ഒരു മുത്തപ്പനെ കുന്നത്തൂർ പാടിയിൽ ധനു രണ്ടിന് അവതരിപ്പിക്കുന്നു. മുത്തപ്പന്റെ മുഖ്യ വിനോദം നായാട്ടാണ്. നായാട്ട് ശീലമുള്ള മുത്തപ്പന് ഒരിടത്ത് മാത്രമായി ഒതുങ്ങിക്കൂടുക സാദ്ധ്യമല്ല. അങ്ങനെ ശ്രീ മുത്തപ്പൻ ആറാട്ടിനും അലങ്കാരത്തിനും അധികമധികം മെച്ചപ്പെട്ട മറ്റു സ്ഥലങ്ങളും വേണം, പട്ടം കെട്ടി മുടികമിച്ച് കുത്താടിവാഴും പുരളിമല മുത്തപ്പൻ എന്ന് തോറ്റംപാട്ട് പറയുന്നു. പുരളിമലമുത്തപ്പൻ, നമ്പലമുത്തപ്പൻ, നാടുവാഴി മുത്തപ്പൻ, പുറങ്കാലമുത്തപ്പൻ, പുതിയമുത്തപ്പൻ എന്നീ ഐവർ മുത്തപ്പൻമാരേയും മൂലം പെറ്റമാതാവിനേയുമാണ് കുന്നത്തൂർപാടിയിൽ കെട്ടിയാടിക്കുന്നത്. തലമുറകളായി അനുവർത്തിച്ചുവരുന്ന ഈ ഭക്തവൽസലഭാവം ഇന്നും തുടർന്നുപോരുന്നു. ചന്തന്റെ പിൻമുറക്കാരും അടിയാൻമാരുമായുള്ള സൗഹൃദബന്ധവും നിലനിന്നുപോരുന്നു.

ഉത്സവകാലം

ഓലപ്പുരകളും മൺപീഠവും ഓലച്ചൂട്ടും എന്നിങ്ങനെ ലളിതമായ സംവിധാനങ്ങൾ അതേപടി നിലനിർത്തി പോരുന്നു. പാടിയിൽ ഭക്തജനങ്ങൾക്കായി അടിസ്ഥാനസൗകര്യങ്ങൾ മികച്ച രീതിയിൽ ഒരുക്കുകയും ഉത്സവകാര്യങ്ങളും മറ്റും ചിട്ടയോടും ഭംഗിയായും നടന്നുവരികയും ചെയ്യുന്നു. ഉത്സവകാലത്ത് പാടിയിലെത്തുന്ന ഭക്തജനങ്ങൾക്ക് അന്നദാനം ഏർപ്പെടുത്തിയിട്ടുണ്ട്.

തിരുവായുധങ്ങൾ കടയൽ

കുത്തുവിളക്ക് സമർപ്പിക്കുന്നതും ദൈവത്തിന്റെ തിരുവായുധങ്ങൾ കടഞ്ഞ് മിനുക്കുന്നതും ഈ ദിവസമാണ്. കടഞ്ഞെടുത്ത ആയുധങ്ങൾ തേങ്ങയുടച്ച് വെള്ളമെടുത്ത് കലശമാടി ശുദ്ധിവരുത്തും. പാരമ്പര്യമായി പയ്യാവൂർ കൊല്ലൻമാരിലാണ് ഈ അവകാശം നിക്ഷിപ്തമായിരിക്കുന്നത്. കാലങ്ങളായി ചെയ്തുപോരുന്ന ഈ കർമ്മത്തിന് നിശ്ചയപ്രകാരമുള്ള കയ്യിട്ടവും (കൈനീട്ടം -വെറ്റിലടക്ക) നെല്ലും തേങ്ങയും അവകാശപ്പണവും നൽകും.

കളത്തിൽത്തിറ

പാടിയിൽ ഇന്നു കാണുന്ന പൊടിക്കളവും മഠവും നിലവിൽ വരുന്നതിന് മുമ്പ് നിത്യ പൈങ്കുറ്റിയും സംക്രമവെള്ളാട്ടവും പുത്തരിയും കോമരം അന്ന് താമസിക്കുന്ന പുരയിൽവെച്ചാണ് നടത്തിയിരുന്നത്. വാണവരുടെ പുത്തരിയും കളത്തിൽത്തിറയും പുനംകൃഷി സ്ഥലത്തുള്ള കളപ്പുരയിൽവെച്ചും നിർവ്വഹിച്ചു പോരുന്നു. അടിയാളന്മാരുടെയും കർഷകരുടെയും രക്ഷകനും കൃഷികളുടെയും കളപ്പുരകളുടെയും കാവലാളുമായ മുത്തപ്പനെ കളത്തിൽവെച്ച് കെട്ടിയാടുന്ന സന്ദർഭങ്ങളിൽ കളത്തിൽത്തിറ എന്ന് വിളിച്ചു വരുന്നു. (ചാമ, നെല്ല്, മുത്താറി, ചോളം എന്നിവ കൊയ്തു കൊണ്ടു വന്ന് കളത്തിൽ ഇട്ടതിന് ശേഷം കളത്തിൽ വെച്ചു തന്നെ തിറ കെട്ടിയാടിക്കുന്ന പതിവാണ് ഉണ്ടായിരുന്നത്. പുനംകൃഷി ഇല്ലാതായതോടെ കളത്തിൽത്തിറ താഴെ പൊടിക്കളത്തിലേക്ക് മാറ്റുകയാണ് ചെയ്തത്.) രാത്രിയിലാണ് ഈ തിരുരൂപം കെട്ടിയാടുന്നത്. ആയതിനാൽ അന്തിത്തിറ എന്നു പറയുന്നു. പൊടിക്കളങ്ങളിൽ കെട്ടിയാടുന്ന ഒരു കോലമാണിത്. തിരുവപ്പന കെട്ടിയാടുന്ന സ്ഥാനങ്ങളിൽ അന്തിത്തിറ കെട്ടുന്ന പതിവില്ല.

പാടിയിലെ ശ്രീകോവിലിന്റെ ശുചീകരണ പണി

പൊടിക്കളം മുതൽ പാടി വരെയുള്ള വഴി വൃത്തിയാക്കുകയാണ് ആദ്യ പ്രവർത്തനങ്ങൾ. അതിനുശേഷം പാടിയിൽ കാടുതെളിക്കുകയും ശ്രീകോവിലിന്റെയും അനുബന്ധ ആലയ (അണിയറ, കങ്കാണിയറ, ചന്തന്റേയും കോമരത്തിന്റെയും കയ്യാലകൾ)ങ്ങളുടെയും നിർമ്മാണം നടത്തുന്നു. കാട്ടു കൊമ്പുകളും ഞെട്ടിയോലയും കൊണ്ട് ഗുഹാമുഖത്തുണ്ടാക്കുന്ന മടപ്പുരയ്ക്ക് ശ്രീകോവിലിന്റെ സ്ഥാനമാണ് കൽപ്പിക്കുന്നത്. വഴിപ്പണിക്ക് ഇരുമ്പ് കൊണ്ടുള്ള ആയുധങ്ങൾ ഉപയോഗിക്കാം. എന്നാൽ പാടിയിൽ മൂർച്ചയേറിയ ആയുധങ്ങൾ ഒരു കാരണവശാലും ഉപയോഗിക്കാറില്ല. പകരം മുളങ്കമ്പിന്റെ അറ്റം കൂർപ്പിച്ചുകൊണ്ട് മാത്രമേ പരിപാവനമായ തിരുമുറ്റവും മടപ്പുരയും ശുചീകരിക്കുവാനും മറ്റു പണികൾ ചെയ്യുവാനും പാടുള്ളു. അടിയാന്മാർ മാത്രമേ പാടിയിൽ പണിയിൽ പങ്കെടുക്കാൻ പാടുള്ളു. തലയടിയാനാണ് പണിയുടെ മേൽനോട്ടം വഹിക്കുക. ഇന്നും ചിട്ടയോടെ തന്നെയാണ് പാടിയിൽ പണി നിർവ്വഹിക്കുന്നത്.

അഞ്ഞൂറ്റാനെ കൂട്ടിക്കൊണ്ടുവരൽ

ഈ ദിവസം തന്നെ വാണവർ നൽകിയ അടയാളപ്പണവും കൊണ്ട് അഞ്ഞൂറ്റാനെ കൂട്ടിക്കൊണ്ടുവരാൻ രണ്ട് അടിയാന്മാരെ നിയോഗിക്കും. ഇവർ കാൽനടയായാണ് സഞ്ചരിക്കുക. വാണവർ വഴിച്ചെലവ് നൽകും. ധനു ഒന്നാം തിയ്യതി അഞ്ഞൂറ്റാനെയും കൂട്ടി യഥായോഗ്യം വിവിധ ചടങ്ങുകൾക്ക് ധരിക്കേണ്ട പുടവകളും പട്ട്, ഉത്തരീയം, മറ്റു വിശേഷ വസ്ത്രങ്ങൾ തുടങ്ങിയവയും അടിയന്തിരാദികൾക്കുള്ള നെല്ലും അരിയും മറ്റും ഓരോ തരക്കാർക്കും അർഹതപ്പെട്ട രീതിയിൽ നൽകും. തന്ത്രിയുടെ അനുവാദവും അനുഗ്രഹവും തേടിയ കോമരം വേഷവിതാനങ്ങൾ അണിയുന്നു. വാണവർ നൽകിയ കറുത്ത വലിയ കരയുള്ള പുടവയുടുത്ത് പട്ടുകൊണ്ടു അരയിൽ കെട്ടിയുറപ്പിക്കും. അതിനു മുകളിൽ കച്ചിലയും ചൊറയും കെട്ടും. ആചാരപ്രകാരമുള്ള സ്വർണ്ണപ്പട്ടവും കൈവളകളും ധരിക്കും. നെറ്റിയിലും മാറിലും മഞ്ഞച്ചാന്ത് വരക്കും (അരിയും മഞ്ഞളും കൂട്ടിയരച്ച കുറിക്കൂട്ട്) അതിനുശേഷം വാണവരെ വണങ്ങി പൈങ്കുറ്റി വെയ്ക്കും. നിയോഗം വന്നാലുടൻ തിരുവായുധങ്ങൾ എടുത്തു പാടിയിലേക്ക് പുറപ്പെടും. തിരുവാഭരണങ്ങൾ, ഭണ്ഡാരപ്പെട്ടി, നിവേദ്യപാത്രങ്ങൾ തുടങ്ങിയ എല്ലാവിധ സന്നാഹങ്ങളും വഹിച്ചുകൊണ്ട് അടിയാൻമാർ കോമരത്തിന് അകമ്പടി സേവിക്കുന്നു. വിശേ

ഷ വാദ്യങ്ങളും കതിനാവെടിയും പാടിയിൽ കയറ്റത്തിന് കൊഴുപ്പേകും. ഇതേ സമയം ചന്തന്റെ പുരയിൽ നിന്നുള്ള ഭണ്ഡാരപ്പെട്ടിയും തിരുവായുധങ്ങളും വഹിച്ചു കൊണ്ടുള്ള യാത്ര തുടങ്ങിയിരിക്കും. പാടിയിലേക്കുള്ള പടവുകൾക്കടുത്തു വെച്ച് രണ്ടു സംഘങ്ങളും യോജിക്കും. അപ്പോൾ അഞ്ഞൂറ്റാൻ കളിക്കപ്പാട്ട് തുടങ്ങും. ആദ്യം തന്ത്രി പാടിയിൽ പ്രവേശിച്ച് ശുദ്ധി കർമ്മങ്ങൾ നടത്തുകയും തുടർന്ന് കോമരം, ചന്തൻ തുടങ്ങിയവർ പാടിയിൽ പ്രവേശിച്ച് അടിയന്തരാദി കർമ്മങ്ങൾ നിർവ്വഹിക്കുകയും ചെയ്യുന്നു.

ധനു രണ്ടാം തീയ്യതി പാടിയിൽ മുത്തപ്പന്റെ നാല് അവസ്ഥകളിലുള്ള രൂപങ്ങൾ കെട്ടിയാടുന്നു. ആരൂഢസ്ഥാനമായ പാടിയിൽ മാത്രമേ ഇങ്ങനെ നാലു മുത്തപ്പൻ ദൈവങ്ങളെ കെട്ടിയാടുകയുള്ളു. പുതിയ മുത്തപ്പൻ ശിശുവായിരിക്കുന്ന കാലത്തെ സ്വരൂപമാണിത്. താടിയും മീശയും അണിയുകയില്ല. വരവിളിയും പ്രത്യേകമായ മലയിറക്കിത്തോറ്റവും ഉണ്ട്. പൈങ്കുറ്റിയും വീഞ്ഞും (മദ്യം നിവേദിക്കൽ) പാടില്ല. (ബ്രാഹ്മണ്യത്തിന്റെ ചിട്ടകളിൽ ജീവിച്ചിരുന്ന ശൈശവകാലത്തെ സൂചിപ്പിക്കുന്ന കോലമായതിലാണ് ഉണക്ക മത്സ്യം ചേർത്ത പൈങ്കുറ്റിയും വീത്തും നിഷിദ്ധമായി കരുതുന്നത്) പകരം അവിലും പയറുനിവേദ്യവും

കുന്നത്തൂർപാടിയുടെ വടക്കു ഭാഗത്ത് കാളയുടെ രൂപം കൊത്തിവെച്ചതായി കാണുന്നു. അടിയാന്മാരുടെ മുത്തപ്പൻ മടപ്പുരയായ നൂഞ്ഞിങ്കര മുറ്റത്ത് സവിശേഷമായ ശില്പരൂപങ്ങൾ കണ്ടെത്തിയിട്ടുണ്ട്. ഒരു ഭാഗത്ത് ആൾ രൂപങ്ങളും മറുഭാഗത്ത് കാളയുടെ രൂപവും ചിത്രീകരിച്ചു കാണുന്നു. ഈ മനുഷ്യശില്പങ്ങൾ ശാസ്ത്രീയമായ അളവുകോലുപയോഗിച്ചു ചെയ്തതാണെന്ന് പരിശോധനയിൽ ബോധ്യമാകും. ഈ ശില്പങ്ങളും അനുബന്ധസാമഗ്രികളും കേരളത്തിന്റെ പ്രാചീന സാംസ്കാരിക ഔന്നത്യത്തിലേക്ക് വെളിച്ചം വീശുന്നു.

വെള്ളമുത്തപ്പൻ

കണ്ണൂർ ജില്ലയുടെ കിഴക്കൻ മലയോര പ്രദേശങ്ങളിലാണ് വെള്ളമുത്തപ്പനെ അധികവും കെട്ടിയാടിക്കുന്നത്. അതായത് പ്രാട്ടറ അഥവാ പ്രയാട്ട് കര സ്വരൂപത്തിനും ചുഴലി സ്വരൂപത്തിനും പരിധിയിൽ ഉള്ള മലയോര മേഖലകളിലെ ആദിവാസി സമൂഹമായ കരിമ്പാലർ ഉൾപ്പെടെയുള്ള ജനതയാണ് അപൂർവ്വമായ ഈ മുത്തപ്പൻ ആരാധന നടത്തുന്നത്. അന്തിത്തിറ എന്നും കളത്തിൽ തിറ എന്നുമൊക്കെ പല പേരുകളിൽ ഈ പ്രദേശങ്ങളിൽ ഈ മുത്തപ്പാനുഷ്ഠാനം അറിയപ്പെടുന്നു. ആ

ലക്കോട് നടുവിലിലെ അയ്യപ്പ വനദുർഗ്ഗാ ക്ഷേത്രത്തിലെ കളിയാട്ട മഹോത്സവത്തോടനുബന്ധിച്ച് വെള്ളമുത്തപ്പനെയും കെട്ടിയാടുന്നു. കരിമ്പാലർക്ക് പ്രത്യേക അധികാരമുള്ള ക്ഷേത്രമാണിത്.

മലകീക്കലും വെള്ളകെട്ട് ചടങ്ങും കഴിഞ്ഞ ശേഷമാണ് വെള്ള മുത്തപ്പന്റെ പുറപ്പാട്. മുഖത്തും ശരീരത്തിലും വെളുത്ത നിറമാണ് ഈ മുത്തപ്പന്. മഞ്ഞൾപ്പൊടിയുടെ അംശം ഒട്ടുമുണ്ടാകില്ല. അതുകൊണ്ടാണ് വെള്ളമുത്തപ്പനെന്ന വിളിപ്പേര്. വളരെ നാടകീയവും രസകരവുമാണ് അന്തിത്തിറ എന്ന ഈ ചടങ്ങ്. നായാട്ടുമായി ബന്ധപ്പെട്ട ചില കഥകൾ ഉൾപ്പെടെ കനലാടിമാരുമായും വാദ്യക്കാരുമായുമുള്ള നാടകീയമായ സംഭാഷണങ്ങളും മറ്റുമാണ് ഈ അനുഷ്ഠാനത്തിൽ മുഖ്യം. നായാടിക്കിട്ടിയ ചില മൃഗങ്ങളെക്കുറിച്ചുള്ള സൂചനകൾ വില്ലുകൊണ്ട് നിലത്ത് ചിത്രം വരച്ചു കാണിക്കും മുത്തപ്പൻ. ചിലപ്പോൾ ആംഗ്യഭാഷ മാത്രം. കനലാടികൾ അതിന്റെ രസകരമായ വ്യാഖ്യാനം നടത്തും. ചിലപ്പോൾ മുത്തപ്പനെ കളിയാക്കും. ദേഷ്യം വരുന്ന മുത്തപ്പൻ അവരോട് വഴക്കിടും. ഓരോരോ പറച്ചിലുകൾക്കും ശേഷം വാദ്യത്തോടൊപ്പമുള്ള മുത്തപ്പന്റെ ചുവടുവയ്പ്പുകളും അതീവ രസകരമാണ്. തന്റെ കിരീടം കോമരത്തിന്റെയും മറ്റും തലയിൽ അണിയിക്കാൻ ശ്രമിക്കുന്ന മുത്തപ്പനെയും ഇവിടെ കാണാം.

വെള്ളമുത്തപ്പൻ പുരളിമല മുത്തപ്പന്റെ യൗവ്വന കാലത്തെയാണ് പ്രതിനിധീകരിക്കുന്നത് എന്നൊരു വാദമുണ്ട്. എന്നാൽ അങ്ങനെയല്ല, ഇത് ഐവർ മുത്തപ്പന്മാരിൽ ഏറ്റവും പഴക്കമുള്ള ആരാധനയായ പുറങ്കാല മുത്തപ്പന്റെ മറ്റൊരു അനുഷ്ഠാന രീതിയാകാം എന്ന് മറ്റൊരു വിഭാഗവും വാദിക്കുന്നു. പുനം നെല്ല് വിരിയാൻ തുടങ്ങുന്ന കാലത്ത് പണ്ട് കിഴക്കൻ മലയോരത്തെ ജനങ്ങൾ പുറങ്കാളമുത്തപ്പനെ കെട്ടിയാടിച്ചിരുന്നു എന്നതാണ് രണ്ടാമത്തെ വാദത്തിൽ വിശ്വസിക്കുന്നവർ ഇതിന് മുന്നോട്ടു വയ്ക്കുന്ന മുഖ്യ തെളിവ്. ഒരു കാലത്ത് പുനംകൃഷിയിൽ നിപുണരായിരുന്ന കരിമ്പാലർ ഈ അനുഷ്ഠാനം നടത്തുന്നു എന്നതും തെളിവായി ഈ വിഭാഗം ചൂണ്ടിക്കാട്ടുന്നു. ഈ തർക്കങ്ങൾ എന്തൊക്കെയായാലും മലവാസികളുടെ പുരാതന ദൈവമാണ് മുത്തപ്പൻ എന്നത് തർക്കമില്ലാത്ത കാര്യം.

പുതിയ മുത്തപ്പൻ

പുതിയ മുത്തപ്പൻ യഥാർത്ഥത്തിൽ ഹരിശ്ചന്ദ്ര പെരുമാളെന്നാണ് വിശ്വാസം കൊട്ടാരം ജീവിതത്തിലെ ആർഭാടത്തേക്കാൾ സുഖവും സ

ന്തോഷവും നായാടി ജീവിക്കുന്ന കുറുമ്പാലരുടെ ഇടയിലാണെന്ന് മുത്തപ്പനാൽ മനസ്സിലാകുന്ന രാജാവ് മുത്തപ്പന്റെ കടുത്ത ആരാധകനാവുകയും മുത്തപ്പന്റെ കൂടെ ഇറങ്ങി പുറപ്പെടുന്നതുമാണ് പുരാവൃത്തം അതാണ് പൈങ്കുറ്റി നിഷിദ്ധമായി കരുതുന്നത് പുതിയ മുത്തപ്പൻ ശിശുവായിരിക്കുന്ന കാലത്തെ സ്വരൂപമാണിത്. താടിയും മീശയും അണിയുകയില്ല. വരവിളിയും പ്രത്യേകമായ മലയിറക്കത്തോറ്റവും ഉണ്ട്. പൈങ്കുറ്റിയും വീത്തും (മദ്യം നിവേദിക്കൽ) പാടില്ല. ഹരിശ്ചന്ദ്ര പെരുമാളെ ബ്രാഹ്മണ്യത്തിന്റെ ചിട്ടകളിൽ ജീവിച്ചിരുന്ന ശൈശവകാലത്തെ സൂചിപ്പിക്കുന്ന കോലമായതിലാണ് ഉണക്ക മത്സ്യം ചേർത്ത പൈങ്കുറ്റിയും വീത്തും നിഷിദ്ധമായി കരുതുന്നത്) പകരം അവിലും തേങ്ങയും കൊണ്ട് മുതിർച്ച വെക്കുന്നു. അച്ഛന്റെയും അമ്മയുടെയും അടുത്തു കളിച്ചു നടക്കുന്ന രീതിയിലുള്ളതാണ് പുതിയ മുത്തപ്പന്റെ തോറ്റം. അമ്പും വില്ലുമാണ് തിരുവായുധങ്ങൾ.

പുറങ്കാല മുത്തപ്പൻ

പുറങ്കാല മുത്തപ്പൻ എന്നാണ് പറയുന്നത്. കോട്ടയം തമ്പുരാക്കന്മാരുടെ ഹരിശ്ചന്ദ്ര കോട്ടപിടിച്ചടക്കാൻ മുത്തപ്പനെ സേനാനായകനായി സഹായിച്ച ആളാണ് പുറങ്കാല മുത്തപ്പൻ. ബാലസ്വരൂപനായ മുത്തപ്പന്, താടിയും മീശയുമില്ല വീത്തും പൈങ്കുറ്റിയുമില്ല പകരം മേൽപ്പറഞ്ഞ തരത്തിൽ മുതിർച്ച നിവേദിക്കും ആയുധങ്ങൾ അമ്പും വില്ലും തന്നെ. തോറ്റത്തിലും ഉരിയാട്ടിലുമുള്ള വ്യത്യാസങ്ങളാണ് പുറങ്കാല മുത്തപ്പനെ നാടുവാഴിശ്ശൻ ദൈവത്തിൽ നിന്ന് വ്യത്യസ്തനാക്കുന്നത്. നായാട്ടുരൂപത്തിലുള്ള തോറ്റമാണ് പുറങ്കാലമുത്തപ്പന്റേത്.ചുറ്റുമുള്ളവരെ സഹായിക്കാനായി പുറങ്കാല മുത്തപ്പന്റെ നേതൃത്വത്തിലാണ് ഹരിശ്ചന്ദ്ര കോട്ട പിടിച്ചടക്കി നെല്ലറ തകർക്കുന്നത് നമ്പിമലക്കോട്ട വേട്ടക്കൊരുമകന്റെ തോറ്റത്തിലൊക്കെ നമ്പിമല കോട്ടയെക്കുറിച്ച് പറയുന്നുണ്ട്. നമ്പല മുത്തപ്പന്റെ സേനാനായകനാണ്. കർമ്മം കൊണ്ട് ശേഷി കൊണ്ടും ശക്തനായ ആളാണ് പുറങ്കാല മുത്തപ്പൻ. കച്ചും ചുരികയും ധരിച്ച മുത്തപ്പൻ സൈന്യത്തിന്റെ തലവനാണ്. എന്റെ പുറങ്കാലൻ എന്നാണ് മുത്തപ്പൻ പറയുന്നത് എന്റെ പുറങ്കാലനെ ചൊല്ലി അയച്ച് ഞാൻ സാധ്യമാക്കും എന്ന് പറയുന്നു. കുറിച്ച്യൻമാർ പുറങ്കാല മുത്തപ്പൻ എന്ന് പറയുന്നുണ്ട്. ഹരിശ്ചന്ദ്ര കോട്ടയിൽ പറം കാത്ത മുത്തപ്പനാണ് ഏതൊരു പധാന പ്രവൃത്തിയും മുത്തപ്പൻ ഏൽപ്പിക്കുന്നത് പുറങ്കാലനാണ്. പ്രവർത്തികളെ മുത്തപ്പൻ വിശ്വാസപൂർവ്വം ഏൽപ്പിക്കുന്ന ആളാ

ണ് അത് കൊണ്ട് പണ്ട് കാലത്ത് പുറങ്കാലനെ ചൊല്ലി അയച്ചു എന്ന് പറഞ്ഞാൽ ഭയമാണ്. പുറങ്കാല മുത്തപ്പൻ ആ കാര്യത്തിലിടപെട്ടാൽ പിന്നെ ഒരു തിരിച്ച് പോക്കില്ല എന്നാണ് വിശ്വാസം. ആ വിശ്വാസമാണ് ഒരു കാലത്ത് മലബാറിന്റെ നിയമ വ്യവസ്ഥയെ നിലനിർത്തിയത്.

നാടുവാഴിശ്ശൻ ദൈവം

കൗമാരഭാവത്തിലുള്ള മുത്തപ്പന്റെ രൂപം. തൂക്കുതാടിയും മീശയുമുണ്ട്. അമ്പും വില്ലും ആയുധങ്ങൾ. അയ്യങ്കരയില്ലത്തു നിന്ന് മലനാടു കൊള്ളക്കായി പുറപ്പെടും മുമ്പുള്ള അവസ്ഥ. അവശരുടെ രക്ഷയ്ക്കായി നാടുവാഴാൻ തുടങ്ങുന്ന കാലത്തെ വിവരിക്കുന്ന തോറ്റമാണ് നാടുവാഴിശ്ശൻ ദൈവത്തിന്റേത്. കുന്നത്തൂർ പാടിയിൽ മാത്രമേ ഈ രൂപം കെട്ടിയാടുക പതിവുള്ളു. ധനു രണ്ടാം തീയ്യതി പാടിയിൽ മുത്തപ്പന്റെ നാല് അവസ്ഥകളിലുള്ള രൂപങ്ങൾ കെട്ടിയാടുന്നു. ആരൂഢസ്ഥാനമായ പാടിയിൽ മാത്രമേ നാലു മുത്തപ്പൻ ദൈവങ്ങളെ കെട്ടിയാടുകയുള്ളു.

എന്റെ കോടതിയിൽ ശിക്ഷ ഞാൻ വിധിക്കും

അമ്പതു വർഷങ്ങൾക്കു മുമ്പ് ചീമേനിയിൽ നടന്ന ഒരു സംഭവമാണ് ഇവിടെ വിവരിക്കുന്നത്. മുത്തപ്പന്റെ വ്യത്യസ്ഥമായ കഥകൾ വായ്മൊഴിയായി പ്രചരിച്ചിട്ടുണ്ട്. അതിൽ പ്രധാനപ്പെട്ട കഥയാണ് ചീമേനിയിലേത്. മുത്തപ്പന്റെ കോടതിയിൽ ശിക്ഷ മുത്തപ്പനാണ് വിധിക്കുന്നത്. സ്ത്രീകളുടെയും കുട്ടികളുടെയും ദു:ഖങ്ങൾ കാണാൻ കഴിയുന്ന ഒരു മനസ്സ് അതാണ് മുത്തപ്പന്റെ പ്രത്യേകത. പുറനാട് കര രാജാവിനോട് എതിരിടാനുള്ള കാരണം തന്നെ ഇതാണ് യുദ്ധാനന്തരം അതിന്റെ ദുരന്തഫലം അനുഭവിക്കുന്നത് സ്ത്രീകളാണ്. ഇങ്ങനെ സ്ത്രീയോടുള്ള അക്രമത്തിനെതിരെ മുത്തപ്പന്റെ തന്റെ കോടതിയിൽ ശിക്ഷ വിധിച്ച കഥയാണ് ചീമേനിയിലേത്. ചീമേനി സ്കൂളിൽ ഏഴാംതരത്തിൽ പഠിച്ച ഒരു പാവപ്പെട്ട പെൺകുട്ടിയുടെ കഥയാണിത്. സ്കൂൾ വിട്ട് വീട്ടിലേക്ക് മടങ്ങുന്ന വഴി വിജനമായ പറമ്പിൽ വെച്ച് ഈ കുട്ടിയ സ്ഥലത്തെ ധനികനായ ഒരാളും അനുചാരന്മാരും ചേർന്ന് അതിക്രൂരമായി പീഡിപ്പിച്ച് കൊന്നു. ഈ സംഭവം നേരിൽ കണ്ട കുട്ടിയുടെ ബന്ധുവിനെ അവർ ഭീഷണിപ്പെടുത്തി നിശ്ശബ്ദനാക്കി. കേസ് നടത്താനോ അയാളെ എതിർക്കാനോ നിർദ്ധന കുടുംബത്തിൽപ്പെട്ട മാതാപിതാക്കൾക്ക് സാധിക്കുമായിരുന്നില്ല. പക്ഷെ ഏതാനും സാമൂഹ്യ പ്രവർത്തകർ

ഇടപെട്ട് കേസ് നടത്തിയെങ്കിലും കേസിൽ നിന്നും പ്രതി നിരുപാധികം രക്ഷപെട്ടു. ഏറെ ദു:ഖിതരായ മാതാപിതാക്കൾ ഒരു ദിവസം പറശ്ശിനി മടപ്പുരയിൽ എത്തി. അവർ ദൈവത്തെ തങ്ങളുടെ സങ്കടമറിയിച്ചു. എല്ലാം ശ്രവിച്ച മുത്തപ്പൻ എന്റെ കോടതി അവരെ വെറുതെ വിടില്ലെന്ന് അരുളി ചെയ്തു. അവർ തിരിച്ച് നാട്ടിലേക്ക് മടങ്ങി. ഏതാനും ദിവസം കഴിഞ്ഞപ്പോൾ കുട്ടിയ പീഡിപ്പിച്ചു കൊന്ന ഒന്നാം പ്രതി സംഭവസ്ഥലത്ത് മരത്തിൽ കെട്ടിത്തൂങ്ങി മരിച്ചതായാണ് കണ്ടത്. പിറ്റേ ദിവസം ആ മാതാപിതാക്കൾ വീണ്ടും മടപ്പുരയിൽ എത്തി ദൈവത്തെ പ്രാർത്ഥിച്ചു.

അധ്യായം - 8
ജനസംസ്കാര പഠനം

തീയ്യ സമുദായം

ഉത്തരകേരളത്തിലെ ഗ്രാമീണ ജീവിതം ഒരു കാലത്ത് വളരെ സുസംഘടിതമായിരുന്നു. തൊഴിൽപരമായ ജാതിക്കൂട്ടായ്മകളുടെ, കൊണ്ടും കൊടുത്തുമുള്ള പ്രവർത്തനത്തിന്റെ ഫലമായിട്ടാണ് സുഖകരമായ ജീവിതം സാധ്യമായിരുന്നത്. ഓരോ ജാതിയും ഉത്പാദന പ്രകിയയിൽ പങ്കാളിയായിരിക്കുകയും അവരവർ ഉത്പാദിപ്പിക്കുന്ന ഉൽപ്പന്നം മറ്റുള്ളവർക്ക് നൽകുകയും മറ്റുള്ളവർ ഉണ്ടാക്കുന്നത് സ്വയം സ്വീകരിക്കുകയും ചെയ്യുന്ന ഒരു സംവിധാനമായിരുന്നു ഉത്തരകേരളീയ ഗ്രാമങ്ങൾക്കുണ്ടായിരുന്നത്. അതുകൊണ്ട് തീയ്യനും വാണിയനും ചാലിയനും ഉത്പാദകരായി പരസ്പരാശ്രിതത്വത്തിലായിരുന്നു ജീവിച്ചിരുന്നത്. സംഘകാലകൃതികളിലൊന്നും തന്നെ ജാതിയെക്കുറിച്ച് പരാമർശമില്ല. ബ്രാഹ്മണകുടിയേറ്റത്തോടെ ജാതിയും അയിത്തവും രൂപം കൊണ്ടതെന്ന് ചരിത്രകാരന്മാരും പരാമർശിക്കുന്നത് ബ്രാഹ്മണർ ഇവിടെയുണ്ടായിരുന്ന ജൈന - ബുദ്ധമതവിശ്വാസികളെ പല സൂത്രങ്ങളും ഉപയോഗിച്ച് തങ്ങളിലേയ്ക്ക് അടുപ്പിക്കാൻ ശ്രമിച്ചെങ്കിലും വലിയൊരു വിഭാഗം ഈ പ്രലോഭനത്തിലൊന്നും പെടാതെ അകന്നുമാറി നിന്നു. ഇവരായിരിക്കാം തീയ്യന്മാർ എന്നാണ് ഭൂരിഭാഗം വിശ്വസിക്കുന്നത്. ശ്രീലങ്ക കീഴടക്കിയ കരികാലചോളൻ തന്റെ സുരക്ഷയ്ക്കും, കിടങ്ങുകൾ കുഴിക്കാനും, യുദ്ധാവശ്യങ്ങൾക്കും മറ്റു കടുപ്പമേറിയ തൊഴിലുകൾക്കുമായി ഏർപ്പെടുത്തിയ ജനവിഭാഗമാണ് തീയ്യരെന്ന് വാദമുണ്ട്. തീയ്യൻ ദ്വീപനാണെന്നും സിലോൺ ദ്വീപത്തിൽ തീയ്യം എന്നാൽ മാധുര്യവും ദ്വീപുമാണെന്നൊക്കെ വ്യാഖ്യാനിക്കപ്പെടുന്നുണ്ട്.

പദനിഷ്പത്തി

തീയ്യരെ തണ്ടാൻ, ചേകോൻ, ചേകവർ തുടങ്ങിയ പേരുകളിൽ വി

ളിച്ചു വരുന്നുണ്ട്. തീയ്യർ മറ്റ് ചില സമുദായങ്ങളെപ്പോലെ കുടിയേറിപ്പാർത്തവരാണെന്നാണ് ഭൂരിഭാഗം ചരിത്രകാരന്മാരും വിശ്വസിക്കുന്നത്. തിറയോർ, ഉഴവോർ, വോൾട്ടോരെന്നും പലനാമങ്ങളിൽ അറിയപ്പെട്ട ഇവർ തിരമാലകളോട് എതിരിടുന്നവരെന്ന അർത്ഥത്തിൽ തിറയോരറെന്ന് അറിയപ്പെട്ടെന്നും പിന്നീട് തീയ്യറായെന്നുമാണ് പി.വി.കെ വാലത്ത് പറയുന്നത്. തീയർ അമ്പെയ്ത്തിൽ നിപുണരായിരുന്നു അതിനാലാണ് തീ എയ്യുന്നവൻ എന്നർത്ഥത്തിലാണ് തീയ്യൻ എന്ന പേര് വന്നത് എന്നും പറയുന്നു. ചേകവർ എന്ന വാക്കിന് പടയാളി അഥവാ യോദ്ധാവെന്ന് ഗുണ്ടർട്ട് അർത്ഥം പറയുന്നു. ചേകോൻ, ചേകവർ - അങ്കം വെട്ടുന്നവൻ. അവർക്ക് രാജപദവി പോലും ഉണ്ടായിരുന്നതായി വടക്കൻ പാട്ടുകളിൽ പറയുന്നു. വടക്കൻ പാട്ടിലെ പുത്തൂരം കഥകളിൽ പരാമർശിക്കുന്ന ചോകോന്മാർ തീയ്യന്മാരായിരുന്നുവെന്ന് പറയുന്നു. തണ്ടാൻ എന്ന പേരിലറിയപ്പെടുന്നവർ രാജാക്കന്മാരിൽ നിന്നു സ്ഥാനമാനങ്ങൾ സ്വീകരിച്ചവരാണ്. സമുദായത്തിലെ വിവാഹം മുതൽ മരണം വരെയുള്ള ചടങ്ങുകൾക്ക് നേതൃത്വസ്ഥാനം വഹിക്കാനുള്ള അധികാരം തറയിലെ തണ്ടാനാണ്. ചിറക്കൽ രാജാവിൽ നിന്നും കച്ചും ചുരികയും വാങ്ങി ആചാരപ്പെടുന്ന തണ്ടാൻ സ്ഥാനമുള്ള തറവാടുകൾ കാണാൻ സാധിക്കുന്നതാണ്. പലതും ഇന്നില്ലെങ്കിലും തെയ്യങ്ങളുടെ ഉരിയാട്ടത്തിൽ നിന്നും ഉരുത്തിരിഞ്ഞ് വരുന്നത് കാണാം.

തീയ്യർ പഴയ മദ്രാസ് പ്രവിശ്യയിലെ മലബാർ ജില്ലയിലുണ്ടായിരുന്ന ഒരു പ്രബലവിഭാഗമാണ്. അവർ ബ്രിട്ടീഷ് ഇന്ത്യയിലെ ഗവൺമെന്റ് ഉദ്യോഗങ്ങളിൽ വലിയൊരു ഭാഗം കയ്യാളിയവരായിരുന്നെന്നാണ് ഡോ. സദാശിവ ശങ്കറെയുടെ അഭിപ്രായം. വടക്ക് സീതപ്പുഴവരെയുള്ള പ്രദേശത്ത് അധിവസിച്ച തീയ്യൻമാരെ, തുളുനാട്ടിൽ മലയാളി ബില്ലവൻമാർ എന്നപേരിൽ അറിയപ്പെട്ടു. പൂജാരി, വെളിച്ചപ്പാടൻ, സുവർണ്ണൻ എന്നറിയപ്പെടുന്നവരും ഒരേ വംശത്തിന്റെ അവാന്തര വിഭാഗങ്ങളാണ്. തുളുനാട്ടിൽ കള്ള് ചെത്തുന്നവർ മൂർത്തദാർ എന്നും അറിയപ്പെടുന്നു. തീ കൊണ്ട് യുദ്ധം ചെയ്യുന്ന പടയാളികളെക്കുറിച്ചും, എട്ടില്ലങ്ങളെക്കുറിച്ചും വയനാട്ടു കുലവന്റെ തോറ്റത്തിൽ പറയുന്നു. തോറ്റത്തിൽ തീക്കനൽ നിറച്ച ഏറാച്ചട്ടി എറിയുന്ന യുദ്ധത്തിൽ പടയാളികളുടെ കൈ പൊള്ളാതിരിക്കാൻ തണ്ടൊറകളെ തടുപ്പോരു ആയുധം ഉണ്ടാക്കി കൊടുത്തു ദേവൻ എന്നു പറയുന്നു. വയനാട്ടു കുലവൻ തെയ്യം വിശേഷിപ്പിക്കുന്നതിങ്ങനെയാണ്. എട്ടില്ലം കരിമനമാർക്ക് മാലയെന്നും പുതിയവരെന്നും, പുലിക്കിടാങ്ങളെന്നും കണ്ടനാർ കേളനെന്നും ദൈവം കതി

വന്നൂർ വീരനെന്നും നിലയും കൂട്ടുകെട്ടും വിശ്വാസവും ഉണ്ടായതെങ്കിലും കുലശ്രേഷ്ഠനായി വയനാട്ടു കുലവൻ തന്നെയല്ലേ.

വംശോല്പത്തികഥ

തീയ്യരുടെ ഉൽപത്തി സംബന്ധിച്ച് അലൗകിക പരിവേഷമുള്ള കഥകളുണ്ട്. ഈ പുരാവൃത്തങ്ങൾ എല്ലാം ശിവനുമായി ബന്ധപ്പെട്ടവയാണ്. അഗ്നിരൂപം പൂണ്ട ശിവശങ്കരനിൽ നിന്നാണ് എട്ടില്ലത്തിന്റെ ആവിർഭാവം. തീയ്യ സമുദായക്കാരുടെ ആദി ദേവനായ വയനാട്ടു കുലവനെ തൊണ്ടച്ചൻ എന്നാണു പൊതുവായി വിളിച്ചു പോരുന്നത്. ആനകളുടെ രൂപം ധരിച്ച് ശിവപാർവ്വതിമാർ കാമകേളികളാടി. രതിമൂർച്ഛയിൽ നിലത്തുവീണ ബീജബിന്ദുത്രയം ക്ഷണമാത്രത്താൽ വളർന്ന് മൂന്നു വൃക്ഷങ്ങളായി. ഈ വൃക്ഷങ്ങൾക്ക് കരിമകൾ, തിരുമകൾ, തേന്മകൾ എന്നു പേരുമിട്ടു. അൽപനാളുകൾക്ക് ശേഷം തന്റെ അരുമക്കിടാങ്ങളെ കാണാനെത്തിയ ശിവൻ തെങ്ങിന്റെ ചുവട്ടിൽ നിന്നും പരന്നൊഴുകുന്ന സുഗന്ധവാഹിയായ മദ്യം കണ്ട് വിസ്മയിച്ചുപോയി. ഇതു വേണ്ടുവോളം കുടിച്ചാസ്വദിച്ച് മത്തനായി പാർവ്വതീ സമീപത്തെത്തിയ ശിവനോട് പാർവ്വതി കയർത്തു. ഈ ശിവഭ്രാന്തിന്റെ കാരണം ദിവ്യദൃഷ്ടിയിലൂടെ കണ്ടറിഞ്ഞ പാർവ്വതി ശിവനറിയാതെ തേന്മകളുടെ ചുവട്ടിലെ മധു കൈകൊണ്ടു തടവി അതിന്റെ മണ്ടയിലാക്കി തിരിച്ചുവന്നു. ശിവൻ സുരപാനത്തിനു ചെന്നപ്പോൾ തന്റെ പ്രിയപ്പെട്ട പാനീയം കാണായ്കയാൽ കോപാക്രാന്തനായി കലിതുള്ളി. ജടാഗ്രങ്ങളെ ചുഴറ്റി പിടിച്ചുകൊണ്ട് തൃത്തുടയിൽ തുടരെ തുടരെ അടിച്ചു. ഈ സംഘട്ടനം ഒരു പുരുഷനു ജന്മം നൽകി. കൂപ്പുകൈകളോടെ തന്റെ മുന്നിൽ നിൽക്കുന്ന ദിവ്യനോട് മധുവിനെ ശേഖരിച്ചു തിരിച്ചു വരിക എന്ന് ശിവൻ ആജ്ഞാപിച്ചു.

ദിവ്യൻ തെങ്ങിന്റെ മുകളിൽ കയറി ഭഗവാനു കള്ള് എത്തിച്ചു കൊടുക്കുന്ന ജോലി ചെയ്യാൻ തുടങ്ങി. നായാടിയും മധുപാനം ചെയ്തും ദിവ്യൻ മധുവനത്തിൽ രസിച്ചു ഉല്ലസിച്ചു നടന്നു. കൈലാസത്തിന് സമീപമുള്ള എല്ലാ വനത്തിലും നായാടി നടക്കാം എന്നാൽ പാർവ്വതി പരമേശ്വരൻമാർ എന്നും സന്ദർശിക്കുന്ന കദളീവനത്തിൽ കയറരുത് എന്നും പറഞ്ഞിരുന്നു. അതു കേൾക്കാതെ ദിവ്യൻ കദളീവനത്തിൽ ചെല്ലുകയും അവിടെ മഹാദേവനു വേണ്ടി വച്ചിരുന്ന മധു പാനം ചെയ്യുകയും കാഴ്ചശക്തി പോകുകയും ചെയ്തു. ശിവകോപത്തിന് പാത്രീഭൂതനായ കുലവൻ ഭൂമിയിൽ തീയ്യ കുലശ്രേഷ്ഠനായി ജനിച്ചു. ശൗണ്ഡിക പുരാണഗദ്യത്തിലും തീയോല്പത്തി പരാമർശിക്കുന്നുണ്ട്. സമു

ദായത്തിന്റെ ഉല്പത്തി പരാമർശിക്കുന്ന താളാത്മകമായ ഒരു ഗദ്യം തൊഴുതു പറയാറുണ്ട്. ഈ ഗദ്യമാണ് ശൗണ്ഡികപുരാണം അഥവാ ശൗണ്ഡികോല്പത്തി. ജഗദ്പിതാക്കളായ പാർവ്വതീപരമേശ്വരന്മാർ പള്ളിവേട്ടക്ക് എഴുന്നള്ളുമ്പോൾ ശോണിക (ശൗനിക) തടാകക്കരയിൽ സുന്ദരികളായ ഏഴുകന്യകമാർ ജലക്രീഡ ചെയ്യുന്നത് കാണാൻ ഇടയായി. കന്യകമാരെ കണ്ട് കാമപരവശനായ ശിവൻ കന്യകമാർക്ക് അതിശൈത്യം ദാനം ചെയ്യുകയും അഗ്നിസ്വരൂപനായി തടാകക്കരയിൽ നിലകൊള്ളുകയും ചെയ്തു. നഗ്നശരീരികളായ കന്യകമാർ തണുപ്പ് സഹിക്കാൻ കഴിയാതെ തീരത്തെത്തി. തടാകക്കരയിൽ കണ്ട അഗ്നിക്കു ചുറ്റുമിരുന്ന് തണുപ്പകറ്റി. അഷ്ടമൂർത്തിയായ അഗ്നിജ്വാലയ്ക്ക് ചുറ്റും നിന്ന് കുളിരകറ്റിയ എട്ട് സുന്ദരിമാരും ദിവ്യഗർഭം ധരിച്ച് എട്ട് പെൺകുട്ടികളെ പ്രസവിച്ചു. ഭൂലോകവാസത്തിന് ദേവേന്ദ്രൻ അനുവദിച്ച സമയപരിധിയായപ്പോൾ കുട്ടികളെ ഉപേക്ഷിച്ച് ദേവതരുണിമാർ തിരിച്ചുപോയി. ഉടനെ മഹാദേവൻ കുട്ടികളുടെ സംരക്ഷണ ചുമതല പുത്രനായ ദിവ്യനെ ഏൽപ്പിക്കുകയും ചെയ്തു. എട്ട് ഇല്ലങ്ങളിൽ ദിവ്യനായ കുലവന്റെ രക്ഷകർതൃത്വത്തിൽ വളർന്ന, തീയിൽ നിന്നുണ്ടായ സന്തതി പരമ്പരയാണത്രെ ഇന്നത്തെ എട്ടില്ലം.

തീയരുടെ കുടിയേറ്റം

ക്രീറ്റ് ദ്വീപസമൂഹത്തിലെ അക്രോത്തരി പർവ്വതത്തിനിടയിലെ അഗ്നിപർവ്വതം പൊട്ടിയപ്പോൾ ക്രീറ്റിന്റെ വടക്കുപടിഞ്ഞാറൻ ദിക്കിൽ നിന്നു പാലായനം ചെയ്ത വർഗമാണ് തീയ്യർ എന്ന് തീയരുടെ കുടിയേറ്റ കഥയിൽ എം.എം.ആനന്ദറാം അഭിപ്രായപ്പെടുന്നു. ബി.സി 1450 – 1470 കാലഘട്ടത്തിനിടയിലാണ് ഇതു നടന്നതെന്നാണ് അദ്ദേഹത്തിന്റെ നിഗമനം. ഈ ഭാഗത്തു നിന്നും നരവംശ ശാസ്ത്രജ്ഞന്മാർ കണ്ടെത്തിയ ആയിരക്കണക്കിനു മനുഷ്യാസ്ഥികൾ ഇതിനു തെളിവായി അദ്ദേഹം ചൂണ്ടിക്കാട്ടുന്നു. കേരളത്തിലെ തീയ്യന്മാർ ഇന്നു ഉപയോഗിക്കുന്ന ഓട്ടുപാത്രങ്ങൾ, വെള്ളി ആഭരണങ്ങൾ, വീടു നിർമ്മാണം എന്നിവയെല്ലാം തെളിവായി അദ്ദേഹം ചൂണ്ടിക്കാട്ടുന്നു. മററൊരുകഥ കരികാല ചോളൻ ശ്രീലങ്ക ആക്രമിച്ച സമയത്ത് അവിടത്തെ വില്ലാളി വീരരായ സൈനികരുടെ കഴിവിൽ സംതൃപ്തനായ ചോള രാജാവ് തിരിച്ച് ചോളരാജ്യത്ത് വന്നത് അനേകം സിംഹള സൈനിക കുടുംബത്തോടെയാണ് അവരുടെ ആത്മാർത്ഥതയും ചുറുചുറുക്കും കണ്ട ചോളൻ തന്റെ അംഗരക്ഷകരായി അവരെ അവരോധിച്ചു. അവർക്ക് ആവശ്യമുള്ള സ്ഥലങ്ങ

ളും അനുവദിച്ചു. തിറയോർ, വോൾട്ടോരെന്നും പലനാമങ്ങളിൽ അറിയപ്പെട്ട ഇക്കൂട്ടർ, തമിഴ് നാട്ടിലെ കാഞ്ചി മേഖലകളിൽ താമസിച്ചുവെന്നും ചോളരാജാവിന്റെ അംഗരക്ഷകരായി തുടർന്ന് വന്ന കാലത്ത് രാജകൊട്ടാരത്തിലെ അസ്വാരസ്യങ്ങൾ കാരണം സിംഹളൻമാർ തമിഴ്നാട് അതിർത്തികടന്ന് കേരളത്തിലെ വയനാടൻ പർവ്വത സാനുക്കളിൽ അഭയം കണ്ടെത്തി. തുറസായ സ്ഥലത്ത് ജീവിച്ച അവർക്ക് വയനാടൻ പ്രദേശങ്ങൾ ബുദ്ധിമുട്ടാവാൻ തുടങ്ങിയ സമയത്ത് വിശാലമായ പരന്ന പ്രദേശങ്ങൾ തേടി അവർ ചുരം കടന്ന് കോലത്ത് നാട്ടിലെത്തുകയും അവിടുന്ന് തെങ്ങിൻ തോട്ടങ്ങൾ ഉള്ള ഭാഗങ്ങളിലേക്ക് നീങ്ങുകയും തങ്ങളുടെ അധിവാസ മേഖലകളിൽ കഴകങ്ങൾ ഉണ്ടാക്കുകയും പിന്നീട് അവർ കർണ്ണാടകയും കടന്ന് സീതാനദിക്കരയിലെ കല്യാണപുരം വരെ എത്തി എന്നും ഡോ. മുണ്ടേക്കരും അഭിപ്രായപ്പെടുന്നു. വയനാട്ട് കുലവന്റെ തോറ്റം പാട്ടിൽ ഈ അധിനിവേശത്തിന്റെ നേർച്ചിത്രം കാണാവുന്നത് തീയ്യരെകുറിച്ച് പഠനം നടത്തിയ ശ്രീനപ്പ ഹെഗഡെയും ഇതേ അഭിപ്രായമാണ് പറയുന്നത്. കാരണം സിംഹളന്റെ ഡി.എൻ.എ ടെസ്റ്റ് നടത്തിയപ്പോഴുള്ള സാമ്യത ഈ വർഗപരമായ ബന്ധം തെളിയിക്കുന്നു.

ഡോ.എൻ. സി. ശ്യാമളന്റെ ഹാപ്ലോ ഗ്രൂപ്പ് സംബന്ധിച്ച വിവരണം ഈ അഭിപ്രായമാണ് പറയുന്നത് 30,000 വർഷം മുമ്പ് ഏഷ്യയിലേക്ക് കുടിയേറിയ സമൂഹമാണ്. - ഹാപ്പ്ലോഗ്രൂപ്പ് കെ.ചരിത്രപുസ്തകമായ ഫിൻലൻഡിലെ എഡ്ഢയിൽ ഇതു പ്രതിപാദിച്ചിട്ടുണ്ട്. ഹാപ്പ്ലോഗ്രൂപ്പ് കെ.യുടെ ഉപവിഭാഗമായ - ഹാപ്പ്ലോഗ്രൂപ്പ് എൽ - സമൂഹം 7000 വർഷം മുമ്പ് തിയാൻ - ഷാനിൽ നിന്ന് ഇന്ത്യയിലേക്ക് യാത്ര തിരിച്ചു. ഒരേ ജനിതക പൈതൃകം പേറുന്ന ജന സമൂഹമാണ് ഹാപ്പ്ലോഗ്രൂപ്പ്. മദ്ധ്യേഷ്യയിലെ റഷ്യയുടെ കിർഗിസ് റിപ്പബ്ലിക്കിന്റെ തെക്കുഭാഗത്തുള്ള മലനിരകൾക്ക് തീയാൻ ഷാൻ എന്നു പറയുന്നു. ഈ മലനിരകളുടെ ഇടയിലുള്ള പാമീർ പീഠഭൂമിയിലെ കെട്ടാൻ എന്ന നഗരം ഒരു അന്തർദേശീയ കച്ചവട കേന്ദ്രമായിരുന്നുവെന്നും ചൈനക്കാരും ഇന്ത്യാക്കാരും അവിടെ വ്യാപാരകേന്ദ്രങ്ങൾ തുടങ്ങിയിരുന്നുവെന്നും പൂർവ്വകാല ചരിത്രരേഖകൾ സാക്ഷ്യപ്പെടുത്തുന്നു. 1500 വർഷം മുമ്പ് തൂർക്കികൾ ഈ നഗരം ആക്രമിച്ചു അഗ്നിക്കിരയാക്കി ലിസാങ് തീയ്യൻ എന്നൊരു രാജാവായിരുന്നു അന്ന് നാട് ഭരിച്ചിരുന്നത്. ആക്രമണത്തിൽ സർവ്വതും നഷ്ടപ്പെട്ട വലിയൊരു വിഭാഗം ജനത ജീവൻരക്ഷാർത്ഥം തെക്കോട്ട് നീങ്ങിയിരിക്കാം. ധീരരും യുദ്ധപാരമ്പര്യമുള്ളവരുമായ ഈ

ജനതയായിരിക്കാം തീയ്യർ. Indian Scythin Studies പുസ്തകത്തിൽ എച്ച്.ഡബ്ല്യു. ബാൻക് എന്ന ചരിത്രകാരൻ ഈ അഭിപ്രായമാണ് രേഖപ്പെടുത്തിയിരിക്കുന്നത്. കിർഗിസ്ഥാനിലെ സ്വർഗ്ഗമലയിൽ നിന്നു പുറപ്പെട്ട് ചിലർ തെക്കു പടിഞ്ഞാറു സഞ്ചരിച്ച് സിന്ധു നദീ തടത്തിലെ പഞ്ചാബിലെത്തി, ഇവരിലെ ഒരു വലിയ ജനവിഭാഗം കർണ്ണാടകയിലെ കുടകിലും, തമിഴ്നാട്ടിലെ നീലഗിരിയിലും താമസമുറപ്പിച്ച് വയനാട് വഴി തെക്കു പടിഞ്ഞാറേക്കു നീങ്ങി. ഇവരാണ് പിന്നീട് ഏഴിമലക്ക് തെക്ക് കോരപ്പുഴയ്ക്ക് വടക്ക് തീയ്യരെന്നു അറിയപ്പെട്ടതെന്ന് പറയപ്പെടുന്നു. ബ്രാഹ്മണകുടിയേറ്റത്തോടെയാണ് ജാതിയും അയിത്തവും രൂപം കൊണ്ടതെന്ന് ഭൂരിഭാഗം ചരിത്രകാരന്മാരും വിശ്വസിക്കുന്നു. അവർ ഇവിടെയുണ്ടായിരുന്ന ജൈന - ബുദ്ധമതവിശ്വാസികളെ പല സൂത്രങ്ങളും ഉപയോഗിച്ച് തങ്ങളിലേയ്ക്ക് അടുപ്പിക്കാൻ ശ്രമിച്ചെങ്കിലും വലിയൊരു വിഭാഗം ഈ പ്രലോഭനത്തിലൊന്നും പെടാതെ അകന്നുമാറി നിന്നു. ഇവരായിരിക്കാം തീയ്യന്മാർ.

ഡോ. സദാശിവന്റെ അഭിപ്രായത്തിൽ ബുദ്ധമതക്കാരായിരുന്നു തീയ്യൻമാർ. എന്നാൽ ബ്രാഹ്മണ ആധിപത്യത്തോടെ ഇവർ കുടിയാൻമാരാവുകയും ഇവരെ താഴ്ന്ന ജാതിയിലേക്ക് തരംതാഴ്ത്തുകയും ചെയ്തു. ബ്രിട്ടീഷ് ഗവർണർ മൺറോ പ്രഭു റയറ്റ് വാരി സിസ്റ്റം നടപ്പാക്കിയത് ജന്മി കുടുംബങ്ങൾക്ക് ഇവരുടെ മേലുള്ള അധീശത്വം വർദ്ധിപ്പിക്കുന്നതിന് കാരണമായി എന്നാണ് അദ്ദേഹം പറയുന്നത്. തീയ്യന്മാർ സിലോണിൽ നിന്നുവന്ന ബുദ്ധമതാനുയായികളാണെന്നും കേരളത്തിൽ വന്നതിനു ശേഷമാണ് ഹിന്ദുമതം സ്വീകരിച്ചതെന്നും പൊതുവേ ഒരഭിപ്രായമുണ്ട്. ധർമ്മടത്തെ അണ്ടലൂർ കാവ് പുരാതനമായൊരു ബുദ്ധമത കേന്ദ്രമായിരുന്നുവെന്നും ഇവരും സമ്മതിക്കുന്നു. തലശ്ശേരിക്കടുത്ത ധർമ്മടം, പാലയാട്, അണ്ടലൂർ മേലൂർ പ്രദേശങ്ങൾ ചേർന്ന ധർമ്മടം ഗ്രാമത്തിലാണ് അണ്ടലൂർ കാവ് സ്ഥിതി ചെയ്യുന്നത്. എന്നാൽ ശ്രീലങ്കയിൽ നിന്നല്ല ബുദ്ധമതാനുയായികൾ ഇവിടെയെത്തിയത്. ദ്വീപെന്ന് അവർ ഉദ്ദേശിച്ചത് ലക്ഷദ്വീപാണെന്നാണ് ഈ ചരിത്രകാരന്മാരുടെ വാദം. ശ്രീ. സി.വി കുഞ്ഞുരാമനെപ്പോലുള്ള പണ്ഡിതന്മാർ ഇതിനോടുയോജിക്കുന്നില്ല. യഥാർത്ഥത്തിൽ തീയ്യന്മാർ ആദികാലം മുതൽക്കേ കേരളത്തിലുണ്ടായിരുന്നുവെന്നും മറ്റുള്ളവരുടെ സങ്കടവൃത്തിക്കായി ബലിദാനികളാവാൻ തയ്യാറായിരുന്ന ചേകവന്മാരായിരുന്നുവെന്നും അഭിപ്രായപ്പെടുന്നുണ്ട്. പരശുരാമന്റെ നേതൃത്വത്തിൽ നമ്പൂതിരിമാർ കേരളത്തിൽ പ്രവേശിക്കുന്നതിനുമുൻപു തന്നെ കേരളത്തിലുണ്ടായിരുന്ന

പരിഷ്കൃതജനവിഭാഗമാണ് തീയ്യരെന്നും അവർ വ്യക്തമാക്കുന്നുണ്ട്. വടക്കേ മലബാറിൽ ഒരു തീയ്യരാജവംശം ഉണ്ടായിരുന്നതായി തഴ്സ്റ്റൺ പ്രസ്താവിക്കുന്നു. തൊട്ടുകൂടായ്മയും തീണ്ടിക്കൂടായ്മയും നടമാടിയിരുന്ന ആ കാലഘട്ടത്തിൽ ഇങ്ങനൊരു രാജവംശത്തെക്കുറിച്ച് മിക്ക ചരിത്രകാരന്മാരും എഴുതിയിരുന്നില്ല. മന്ദനാർ എന്ന രാജാവ് വാരക്കോട്ട് ഇല്ലം എന്ന കുടുംബത്തിൽ പെട്ടിരുന്നു.1902 കുഞ്ഞിക്കേളപ്പൻമന്ദനാർ മരിക്കുമ്പോൾ ചരിത്രത്തിലെ ഒരേയൊരു തീയ്യരാജവംശത്തിലെ അവസാനത്തെ രാജാവായിരുന്നു. ബ്രിട്ടീഷ്കാർ ഇന്ത്യ വിട്ടപ്പോൾ മന്ദനാരുടെ സാമ്രാജ്യം ചിറക്കൽ കോവിലകത്തു വന്നു ചേർന്നു.

ബ്രിട്ടീഷ് മലബാറിലെ കലക്ടറായിരുന്ന വില്യം ലോഗൻ തീയ്യരെക്കുറിച്ച് പറഞ്ഞിട്ടുള്ളത് ഇങ്ങിനെയാണ്. തീയ്യസമുദായക്കാരായ സ്ത്രീകളെയും പുരുഷന്മാരെയും നായന്മാരെപോലെ നോക്കിലും നടപ്പിലും അനന്യസാധാരണമായ വൃത്തിയും ശുചിത്വവും പുലർത്തുന്നു. വിവാഹ ചടങ്ങുകളിലും ആചാരാനുഷ്ഠാനങ്ങളിലും ഇവർ തമ്മിൽ കാര്യമായ വ്യത്യാസമില്ല. കണ്ണൂരേയും തലശ്ശേരിയിലെയും സ്ത്രീകൾ യൂറോപ്യൻ സ്ത്രീകളെപ്പോലെ സുന്ദരികളാണെന്ന് വില്യം ലോഗൻ രേഖപ്പെടുത്തിയിട്ടുണ്ട്. നാളികേരവും അവയുടെ പ്രാധാന്യത്തേയും കുറിച്ച് 520 – 550 എ.ഡിയിൽ ചെമ്പുതകിടിലും മലബാർ മാമ്പലിലും എഴുതപ്പെട്ടതായ രേഖകളിലുണ്ട്. ഇതിൽ തീയ്യർ നാളികേരവുമായി ബന്ധപ്പെട്ട ജാതിസമൂഹമാണെന്ന് വ്യക്തമാക്കുന്നു. സംസ്കാരത്തിലും സമ്പത്തിലും പ്രാബല്യം സിദ്ധിച്ച ചില ഇതരവർഗം പ്രമാണിമാർ തീയ്യ സമുദായത്തിൽ വേഴ്ചക്കാരായി വന്നു ചേർന്നിട്ടുണ്ട്. അവരാണ് ചാന്നാന്മാർ. ചാർന്നോൻ എന്ന പദമാണ് ചാന്നാൻ ആയത്. 1921 ൽ ഒരു തീയ്യൻ അബദ്ധവശാൽ കോഴിക്കോട് തളിയിൽ ക്ഷേത്ര റോഡിൽ കൂടി ഒരു ഉന്തുവണ്ടി കൊണ്ടുപോയി. വിവരമറിഞ്ഞ സാമൂതിരി രാജാവ് ബ്രിട്ടീഷ് സർക്കാരിലേക്കെഴുതിയ ഒരു കത്ത് ഇതിലേക്ക് വെളിച്ചം വീശുന്നു. ഇന്നൊരു തീയ്യൻ തളിക്ഷേത്രറോഡിൽ കൂടി ഉന്തുവണ്ടികൊണ്ടുപോയി. നാളെ ഇതൊരു മുക്കുവൻ ആവർത്തിക്കും. പിന്നെ അവർ ഹിന്ദുക്കളാണെന്നു പറയും. ഇത് അനുവദിക്കാൻ പാടില്ല. ഈ സംഭവത്തിൽ നിന്ന് 1921 വരെ തീയ്യനും മുക്കുവനും ഹിന്ദുജാതിയിൽപ്പെട്ടിരുന്നില്ലെന്ന് മനസ്സിലാക്കാം.

സംഘകാലത്തിന്റെ നഷ്ടാവശിഷ്ടമാണ് ഈ സമുദായമെന്നും അതിനാൽ ഇവരൊരിക്കലും പുറമേ നിന്നും വന്നവരെല്ലെന്നുമാണ് ഡോ. സുധീർ പറയുന്നത്. തീയ്യന്മാരും നായന്മാരും തമ്മിൽ കൂട്ടായ്മയിൽ

വലിയ വ്യത്യാസമില്ലെന്ന് ഇ.എം.എസ് മലയാളികളുടെ മാതൃഭൂമിയെന്ന പുസ്തകത്തിൽ പറയുന്നുണ്ട്. ചേകോൻ, ചേകവർ - അങ്കം വെട്ടുന്നവൻ. അവർക്ക് രാജപദവി പോലും ഉണ്ടായിരുന്നതായി വടക്കൻ പാട്ടുകളിൽ പറയുന്നു. കോഴിക്കോടിന് വടക്ക് കണ്ണൂർ വരെയാണ് ചേകവന്മാരുടെ കേന്ദ്രങ്ങൾ. വടക്കൻ പാട്ടിൽ ഇത് സവിസ്തരം പ്രതിപാദിക്കുന്നു. തീയ്യർക്ക് കളരിയും കളരി ആശാൻമാരും ഉണ്ടായിരുന്നു എന്ന് മഹാകവി ഉള്ളൂർ കേരളസാഹിത്യചരിത്രത്തിൽ എഴുതിയിട്ടുണ്ട്. സ്റ്റേറ്റുമാന്വലിൽ നാഗമയ്യ ഇങ്ങനെ പറയുന്നു. പതിനെട്ടാം നൂറ്റാണ്ടിന്റെ അവസാന കാലം വരെ രാമവർമ്മ മഹാരാജാവിന് അമ്പും കുന്തവും വാളും യുദ്ധക്കോടാലിയും ധരിച്ചവരായി നായന്മാരും ചേകോന്മാരുമുൾപ്പെടെ ഒരു ലക്ഷം സൈന്യമുണ്ടായിരുന്നു. നാടുവാഴികൾക്കും രാജാക്കന്മാർക്കും വേണ്ടി അങ്കം വെട്ടി ചാകുന്ന ഈ ചേകവന്മാരെക്കുറിച്ച് അവരുടെ മാതാപിതാക്കൾക്ക് അഭിമാനവും സംതൃപ്തിയുമുണ്ടായിരുന്നു. ഇന്നത്തെ മടിയൻ കൂലോം പ്രദേശത്തെ അടക്കി ഭരിച്ചിരുന്ന അല്ലോഹലനും ഉദിനൂർ കേന്ദ്രമാക്കി ഭരിച്ചിരുന്ന മന്നോനും -തീയ്യ രാജാക്കന്മാരായിരുന്നു. ഇവരെ പരാജയപ്പെടുത്തിയാണ് ചിറക്കൽ കോവിലകം വടക്കൻ മേഖലകളിലേക്ക് വളരുന്നത്. അന്ന് തീയ്യരുടെ പട കവ്വായി പുഴയോരത്തും ഉദിനൂരും ചെറുവത്തൂർ എടോടക്കം വയലിലും അതിഞ്ഞാലിലും ഏറ്റുമുട്ടിയിരുന്നു. അന്ന് ഏറ്റുമുട്ടി പരാജയപ്പെട്ട എട്ടുകുടക്കൽ പ്രഭുക്കളൊക്കെ തീയ്യരായിരുന്നു. എം.ആർ.രാഘവവാര്യർ വടക്കൻ പാട്ടുകളുടെ പണിയാലയിൽ പറഞ്ഞതുപോലെ സംസ്കൃതാലങ്കാരികന്മാരുടെ ആര്യർനാട്ടിലെ ആര്യരാജാവിന്റെ മകളായ പൂമാല ആയിരം തോഴിമാരോടൊപ്പം ആയിരക്കണക്കിന് ചേകോന്മാരുടെയും അകമ്പടിയോടെ കുറുവന്തട്ടയിൽ കപ്പലിറങ്ങി.

ഓരായിരമേറും ചേകോരരും താനുമായ്
കപ്പലും കൈക്കൊണ്ടിട്ടാർത്താരേ
ഏഴായിരമേറും കപ്പലും താനുമായ്
ഏഴിമുനമ്പുകണ്ടാർത്താരേ.

പൂമാലയ്ക്ക് അകമ്പടിയായി വന്ന യോദ്ധാക്കൾ ആയിരക്കണക്കിനു ചോകോന്മാരാണെന്ന് മരക്കലപ്പാട്ടിൽ പലയിടത്തും പരാമർശമുണ്ട്. കലിയനും കലിച്ചിയും എന്ന പുലയരുടെ പാട്ടിലും തീയ്യന്റെ ഉല്പത്തി സംബന്ധിച്ച സൂചനകൾ ഉണ്ട്. തീയ്യസമുദായത്തിന് കൊടുങ്ങല്ലൂരിൽ

പ്രത്യേക പദവിയുണ്ട്. വ്രതനിഷ്ഠയോടുകൂടി കൂടി വരാനും പാട്ടുപാടാനും വടകരയിലെ കടത്തനാട്ടിലെ - തീയ്യർക്കാണവകാശം. പുരുഷന്മാരും സ്ത്രീകളും വ്രതത്തോടെ വെളിച്ചപ്പാടന്മാരായി ഉറഞ്ഞു തുള്ളുന്നു. ചെല്ലിയർ എന്നാണ് ഇവർക്ക് പറയുക. കാവു തീണ്ടുന്നതിനു ആദ്യം അവകാശം ലഭിക്കുന്നത് കടത്തനാടൻ അഭ്യാസികൾക്കാണ്.

മലബാറിൽ തീയ്യരുടെ പ്രധാന ദേവി ചീർമ്പയാണ്. ഓരോ ചീർമ്പ ക്ഷേത്രവും കൊടുങ്ങല്ലൂരിന്റെ ദൃഷ്ടിയിലാണെന്നാണ് സങ്കല്പം. അതുകൊണ്ട് കൊടുങ്ങല്ലൂരിലെ മധുപൂജയ്ക്ക് തുല്യമായ കലശാട്ടം നടത്താൻ ചീർമ്പക്കാവുകളിൽ വ്യവസ്ഥയുണ്ട്. മുഴപ്പിലങ്ങാടാണ് ഇപ്രകാരം കലശാട്ടം കെങ്കേമമായി നടക്കുന്ന ഒരു കാവുള്ളത്. പുരാതനമായ സംഘകാലകൃതികളിൽ കാണുന്ന പല സാങ്കേതിക സംജ്ഞകളും മുന്നുതറക്കാർ എന്നറിയപ്പെടുന്ന തീയ്യരുടെ പാലക്കുന്ന് കഴകത്തിലെ ആചാരാനുഷ്ഠാനങ്ങളിൽ കണ്ടെത്താൻ കഴിയും. കൊറ്റവൈ എന്ന വിജയദേവതയുടെ തിണയാണ് പാലൈ. ഉയർന്ന പ്രദേശത്തുള്ള (കുന്ന്) പാലച്ചുവട്ടിലെ പോതി (ഭഗവതി) യുടെ സാന്നിധ്യവുമായി ബന്ധപ്പെട്ട കാര്യവിചാര മണ്ഡപം കേന്ദ്രമാക്കി ജീവിച്ചിരുന്ന സംസ്കാരസമ്പന്നരായ ജനവിഭാഗമായിരുന്നു പാലക്കുന്ന് കഴകത്തിലെ മൂന്നു തറക്കാരായ തീയ്യർ. തീയ്യരെക്കുറിച്ച് ദക്ഷിണേന്ത്യയിലെ ജാതികൾ എന്ന പുസ്തകത്തിൽ രേഖപ്പെടുത്തിയിരിക്കുന്നത് വടക്കേ മലയാളത്തിൽ തീയ്യർ മരുമക്കത്തായക്കാരാണ്. ഈഴവരെ തങ്ങളെക്കാൾ കീഴെയായിട്ടാണ് തീയ്യർ വിചാരിച്ചു കാണുന്നത്. തീയ്യർ ഒരു പ്രത്യേകവംശമാണ് എന്നതിന് ഏറ്റവും വലിയ തെളിവാണ് അവരിൽ കാണുന്ന ഗോത്രീയത (ഇല്ലം സമ്പ്രദായം). എട്ട് ഇല്ലങ്ങൾ ചേർന്ന വംശമാണ് തീയ്യർ. പൗരാണികത്വവും പാരമ്പര്യവും നിലനിർത്തുന്ന വംശങ്ങളുടെ പ്രത്യേകതയാണിത്.

തീയ്യരുടെ അലക്കുവേലകൾ നിർവ്വഹിക്കുന്നത് വണ്ണാത്തിയാണ്. അതുപോലെ തീയ്യരുടെ ക്ഷുരകവൃത്തി/മരണാനന്തര കർമ്മങ്ങൾ ചെയ്യുന്നത് കാവുതീയ്യനും. തീയ്യകഴകങ്ങൾ/കാവുകൾ/ക്ഷേത്രങ്ങളിൽ ആചാരസ്ഥാനികരായവർക്ക് വേണ്ടി ഇവരിത് തുടർന്ന് പോരുന്നു. എന്നാൽ ഈഴവരിൽ ഗോത്രീയത എന്ന സമ്പ്രദായമില്ല. ഈഴവർ ബൗദ്ധ പാരമ്പര്യം പേറുന്നു എന്ന് ഭൂരിഭാഗം ചരിത്രകാരന്മാരും വാദിക്കുന്നവരാണ്.അതുപോലെ തീയ്യരുടെ തണ്ടാൻ എന്ന സ്ഥാനപ്പേർ പാരമ്പര്യവും നിലനിർത്തുന്ന വംശങ്ങളുടെ പ്രത്യേകതയാണ്. തണ്ടാന്റെ കെട്ടും ചുറ്റും കുറിയും ഞൊറിയും തീയ്യ സമുദായത്തിലെ പ്രമാണിത്തത്തിന്റെ

തെളിവാണ്. അധികാരി, ന്യായാധിപൻ എന്നൊക്കെയാണ് തണ്ടാൻ അറിയപ്പെടുന്നത്. സാമന്ത നാടുവാഴിസ്ഥാനം വരെയുള്ള തണ്ടാൻ തറവാടുകൾ കാണാം. പണ്ട് വലിയ നായർ തറവാട്ടിലെ കാരണവർ മരിച്ചാൽ മൃതശരീരം ദഹിപ്പിക്കാൻ വേണ്ടിയുള്ള മരം മുറിക്കാൻ തണ്ടാന്റെ അനുവാദം തേടിയുള്ള ചടങ്ങുണ്ട്. മരം മുറിക്കാൻ തണ്ടാൻ അനുവാദം നൽകണം. കഴിഞ്ഞ 50 വർഷം മുമ്പ് വരെ കോഴിക്കോട് ഈ ആചാരം നിലവിൽ ഉണ്ടായിരുന്നു. ഇംഗ്ലീഷുകാരുടെ കടന്നുവരവോടെ തണ്ടാൻമാരുടെ സ്വാധീനം സമൂഹത്തിൽ കുറഞ്ഞു വരുന്നതായി കാണാം. തീയ്യർ അധഃപതിച്ചു കിടന്നിരുന്ന ഒരു സമുദായമാണെന്നും ശ്രീനാരായണ ഗുരുവാണു തീയ്യരെ ഉയർത്തിയതെന്നും പ്രചരിപ്പിക്കുന്നു. അത് തെറ്റാണ്. ഗുരു തന്നെ കണ്ണൂരിൽ വന്നിട്ട് തീയ്യരെ കുറിച്ച് പറഞ്ഞത്, തീയ്യർക്ക് സാമൂഹ്യ പരിഷ്കരണത്തിന്റെ ആവശ്യകത ഇല്ലെന്നാണ്. കുമാരനാശാൻ തീയ്യരെക്കുറിച്ച് തയ്യാറാക്കിയ റിപ്പോർട്ടിൽ പറഞ്ഞത് തീയ്യർ മലബാറിലെ ഉയർന്ന സാമൂഹ്യ സാംസ്കാരിക സ്ഥിതി ഉള്ള, വളരെ പുരോഗമിച്ച ഒരു സമുദായമാണെന്നാണ്.

ചേകോൻ

ചേകോൻ, ചേകവർ - അങ്കം വെട്ടുന്നവൻ. അവർക്ക് സ്വരൂപത്തിൽ രാജപദവി പോലും ഉണ്ടായിരുന്നതായി വടക്കൻ പാട്ടുകളിൽ പറയുന്നു. പതിനെട്ടാം നൂറ്റാണ്ടിന്റെ അവസാന കാലം വരെ രാജാവിന് അമ്പും കുന്തവും വാളും ചേകോന്മാരുമുൾപ്പെടെ ഒരു സൈന്യമുണ്ടായിരുന്നു. നാടുവാഴികൾക്കും രാജാക്കന്മാർക്കും വേണ്ടി അങ്കം വെട്ടി ചാകുന്നവരുണ്ടായിരുന്നു. വടകരയിലെ ആറ്റുമണമ്മൽ പുത്തൂരം വീട്ടിൽ ആരോമൽ ചേകവരും സഹോദരി ഉണ്ണിയാർച്ചയും കടത്തനാട്ടിലെ ചേകവന്മാരാണ്. ആയുധാഭ്യാസമുള്ളവരാണ് തീയ്യരെന്നും പ്രധാന തൊഴിൽ ആയുധാഭ്യാസവും യുദ്ധവുമാണെന്നും ഏഴെട്ടുവയസ്സു മുതൽ കളരികളിൽ പോയി ആയുധാഭ്യാസം ശീലിക്കുന്നവരാണെന്നും സഞ്ചാരിയായ ജോൺ ഹ്യൂഗൺ രേഖപ്പെടുത്തിയിട്ടുണ്ട് തീയ്യൻ ചേകവൻ ആവുന്നത് അങ്കം ജയിച്ചിട്ടാണ്. അങ്കം ജയിച്ചാലെ ചേകോൻ ആവൂ എന്നാണ് പഴമൊഴി. ചേകോൻ തീയ്യർക്ക് ലഭിക്കുന്ന സ്ഥാനപ്പേർ ആണ്. തണ്ടാൻ, കൈക്കോൻ തുടങ്ങിയ ആചാരപ്പേർ പോലെ ജാതിപ്പേർ അല്ല. ഹെർമൻ ഗുണ്ടർട്ടിനെ മലയാളവും സംസ്കൃതവും പഠിപ്പിച്ച ഊരാച്ചേരി ഗുരുക്കൻമാർ, പണ്ഡിതന്മാരായ മറുത്തു കളിപണിക്കന്മാർ, ബാലചികിത്സകർ കോലത്തിരി രാജാവിന്റെ കൊട്ടാരം വൈദ്യർ എ

ളബക്ക ചിരുകണ്ഠൻവൈദ്യർ, ചാത്തമ്പള്ളി കണ്ടൻ എന്ന പിന്നീട് തെയ്യമായി മാറിയ വിഷവൈദ്യൻ, തച്ചോളി ഒതേനനേ പൂഴി കടകൻ പഠിപ്പിച്ച പയ്യം പള്ളി ചന്തു ഗുരുക്കൾ, കുമ്പള രാജാവിന്റെ പടനായക സ്ഥാനം അലങ്കരിച്ചിരുന്ന കുന്നത്തു വീട്ടുകാർ, വില്ലാളി വീരൻമാരായ കേട്ടി ചെന്നയ്യമാർ, കളരി വീരനായകൻ കതിവന്നൂർ വീരൻ, കോല ത്തിരിയുടെ വാളോർ പെരുങ്കളരിക്ക് ഗുരുവായ വയനാട്ടുകുലവൻ ഇങ്ങനെ വീരൻമാരും പ്രമാണിമാരും, വൈദ്യൻമാരും ഉള്ളവരാണ് തീയ്യ സമുദായം.സമാന്തനാടു വാഴി പദവി പലങ്കരിച്ച ചിറക്കൽ രാജാവിൽ നിന്നും കച്ചും ചുരികയും വാങ്ങി ഇന്നും ആചാരപ്പെടുന്ന അനേകം തണ്ടാൻ സ്ഥാനക്കാർ ചേകവന്മാരാണ്.തീയ്യരുടെ പൂരക്കളിയും മറ ത്തു കളിയും കാവും കഴകവുമെല്ലാം ഈഴവർക്ക് തീർത്തും അജ്ഞാ തമാണ്.വടക്കൻപാട്ടുകളിലെ ഒരു വിഭാഗമായ പുത്തൂരംപാട്ടുകളിൽ വലി യ ആരോമലിന്റെ അങ്കയാത്ര എന്നഭാഗത്തു പരാമർശിച്ചു കാണുന്നു. തമ്പുരാന്റെ വഴിപാടു കണക്കിൽ തീയ്യക്കളരികളിലെ പരദേവതമാർ ക്ക് ആണ്ടുവഴിപാടുകൾ കൽപിച്ച് അനുവദിച്ചിരുന്നു.കളരിയെ നികുതി യിൽ നിന്ന് ഒഴിവാക്കിയതായും കളരി ഗുരുക്കൻമാർക്ക് പ്രത്യേക പരി ഗണനന നല്കുന്നതിനും കോലത്തിരിരാജാവ്ഉത്തരവിട്ടിരുന്നു.ജീവിതവീ ക്ഷണത്തെ രൂപപ്പെടുത്തിയെടുക്കുന്നതിൽ ഈ തീയ കളരിയുടെ സ്വാ ധീനം വലുതായിരുന്നു എന്ന് തഴ്സ്റ്റൻ എഴുതിയിട്ടുണ്ട്.

തുളു തീയ്യർ

വടക്ക് സീതപ്പുഴവരെയുള്ള പ്രദേശത്ത് അധിവസിച്ച തീയ്യന്മാർ തു ളുനാട്ടിൽ മലയാളി ബില്ലവൻമാർ എന്നപേരിൽ അറിയപ്പെട്ടു, ബില്ലവ രിൽ പൂജാരി, വെളിച്ചപ്പാടൻ, സുവർണ്ണൻ എന്നറിയപ്പെടുന്നവരും ഒരേ വംശത്തിന്റെ അവാന്തര വിഭാഗങ്ങളാണ്. തുളുഗ്രന്ഥങ്ങളിൽ പശ്ചിമ ഘട്ടത്തിലെ മലയടിവാരത്തിൽ താമസിക്കുന്ന വില്ലോറെക്കുറിച്ച് സൂചന കളുണ്ട്. തുളുതെയ്യങ്ങളുടെ തോറ്റങ്ങളിൽ പ്രത്യേകിച്ച് കുണ്ടോറ ചാമു ണ്ഡിയുടെ തോറ്റത്തിൽ കുറിഞ്ചിമലയിലെ വില്ലും അമ്പും ആയുധമാ ക്കി മലമടക്കുകളിൽ നായാട്ടുജീവിതം നയിച്ചിരുന്ന വില്ലോർ എന്ന ബി ല്ലവരെക്കുറിച്ചു വ്യക്തമായി പറയുന്നുണ്ട്. കേരളോൽപ്പത്തിയിൽ പറ യുന്ന ബ്രാഹ്മക്ഷാത്ര കുടിയേറ്റത്തിന്റെ കഥയിലും കുടിയേറ്റം എതിർ ത്ത ബില്ലവജനതയിലെ ഒരു തീയ്യ ആണ്ടവനെക്കുറിച്ച് പരാമർശമുണ്ട്. വെളിച്ചപ്പാടൻമാർ മിക്കസ്ഥാനങ്ങളിലെയും കലശക്കാരനാണ്. വെളിച്ച പ്പാട സമുദായത്തിന് കുദ്രോളിയിൽ വളരെ പ്രസിദ്ധമായ ഒരു ക്ഷേത്ര

മുണ്ട്. കുദ്രോളി ഭഗവതീക്ഷേത്രം എന്ന പേരിലാണ് അതറിയപ്പെടുന്നത്. സീതപ്പുഴയ്ക്ക് വടക്ക് കുദ്രോളി അയ്യായിരം വട്ടത്തിനകത്ത് എട്ട് കുടിത്താനം അവയുടെ തീയ്യ കഴക സ്ഥാനമാണ് കുദ്രോളി. മുവായിരം വട്ടം പത്തും, അയ്യായിരം വട്ടം എട്ടും കൂടി പതിനെട്ട് കുടിതാനങ്ങളുടെ കൂട്ടക്കഴകം കൂടിയാണ് കുദ്രോളി. സുപ്രീംകോടതിയാണ് കുദ്രോളി ഭഗവതിയുടെ സന്നിധി. കാഞ്ഞിരോട് പെരുമ്പുഴയ്ക്ക് വടക്ക് കുമ്പള മൂവായിരം വട്ടം നാട്ടിനകത്ത് തീയ്യ സമുദായത്തിന്റെ പത്ത് സ്ഥാനം ഉള്ളതിന്റെ മേൽക്കോയ്മസ്ഥാനമാണ് പുലിക്കുന്ന്. കാഞ്ഞിരോട്, മൊഗ്രാൽ, ഏരിയാൽ, ആദൂർ എന്നിങ്ങനെയാണ് തീയ്യ താനങ്ങളുടെ കിടപ്പ്. ഓരോ താനത്തേയും വില്ലു കൂട്ടിയാണ് തെയ്യം അഭിസംബോധന ചെയ്യുക. കാഞ്ഞിരോട് നാല്പത് വില്ല്, ഏരിയാൽ എൺപത് വില്ല്, മഞ്ചേശ്വരം നൂറ് വില്ല്, മോരാ നാൽപ്പത് വില്ല്, കുദ്രോളി നൂറ് വില്ല് ഇങ്ങിനെയാണ് വിളിക്കപ്പെടുക. മന്ത്രദേവതയുടെ തോറ്റത്തിൽ കുണ്ടാർ തന്ത്രികകളുടെ ഗോവിന്ദരാജ പട്ടണത്തിൽ നിന്ന് കുദ്രോളി അയ്യായിരം വട്ടത്തിനകത്ത് കാന്തണ്ണവൈദ്യർ എന്ന തീയ്യ പ്രമാണിയുടെ തറവാട്ടിൽ വന്ന തെയ്യമാണ് മന്ത്രദേവത എന്നു വ്യക്തമായി പറയുന്നുണ്ട്.

മംഗലാപുരത്തിനടുത്തുള്ള ബില്ലവരുടെ മഹാക്ഷേത്രസോവനീറിൽ ശ്രീ അനന്തയുടെ ശ്രദ്ധേയമായ ചിലവിരുത്തൽ കാണാം. ബില്ലവൻ ബല്ലാള രാജാക്കൻമാരുടെ അംഗരക്ഷകരും സൈനികരുമായിരുന്നു. അവർ മികച്ച വില്ലാളികളായിരുന്നുവെന്നും അമ്പെയ്ത്തിൽ നിപുണരായിരുന്നു എന്നും അതിനാൽ തീ എയ്യുന്നവൻ എന്നർത്ഥത്തിലാണ് തീയ്യൻ എന്ന പേര് വന്നത് എന്നും പറയുന്നു. നിശ്ചിത ദുരത്തേക്ക് തീ ഘടിപ്പിച്ച അമ്പുകൾ എയ്ത് ശത്രുസൈന്യത്തിന് വൻ നാശം വിതക്കുന്നവരാണ് ബില്ലവൻ എന്ന് സോവനീറിൽ പറയുന്നുണ്ട്.ആയോധനപഠനത്തിന്റെ കേന്ദ്രങ്ങളായിരുന്ന കളരിക്കലിലെ ഗുരുനാഥൻമാർ ആശാൻ, പണിക്കർ എന്ന പേരുകളിലാണ് അറിയപ്പെട്ടിരുന്നത്. ഇവർ നായൻമാർക്കും ഈഴവർക്കും യുദ്ധമുറകളിലും കായികാഭ്യാസങ്ങളിലും പരിശീലനം നൽകിയിരുന്നു. വില്ലാളി വീരൻമാരായ ബില്ലവർ അമ്പെയ്ത്ത് പരിശീലനം നടത്തിയത് ഇഡു കേന്ദ്രീകരിച്ചായിരുന്നു. കേരളം സന്ദർശിച്ച ഫൗസാററ് ഇഡുവിനെകുറിച്ച് പറയുന്നുണ്ട്. അദ്ദേഹം കുറുമ്പ്രനാടിന്റെ തെക്കൻ ഭാഗത്ത് എത്തിയപ്പോൾ യുദ്ധവീരൻമാർ ചേർന്ന് പ്രത്യേക രീതിയിലുള്ള മണൽതിട്ടയിലേക്ക് അമ്പ് എയ്ത് പരിശീലിക്കുന്നത് കണ്ടെന്ന് തന്റെ യാത്രാവിവരണത്തിൽ വിശദീകരിക്കുന്നുണ്ട്. തീയ്യർക്ക് കർണ്ണാടകയിലെ ബില്ലവരോടാണ് കൂടുതൽ ആത്മബന്ധം.

കാസർകോഡ് ജില്ലയിൽ ഒരേ കുടുംബത്തിൽപ്പെട്ടവരുടെ സർട്ടിഫിക്കേറ്റുകളിൽ ജാതികോളത്തിൽ ചിലരുടേത് തീയ്യരെന്നും മറ്റു ചിലരുടേത് ബില്ലവയെന്നും രേഖപ്പെടുത്തിയിട്ടുണ്ട്.

പൂജാരികൾ ഒരു പ്രബല സമുദായമായി തെങ്ങ് ചെത്തിയും മറ്റു തൊഴിലുകളിലും ഏർപ്പെട്ടു വളർന്നു വരികയുണ്ടായി. ഭൂതാരാധനയിൽ അവിഭാജ്യഘടകമാണ് പൂജാരികളുടെ സ്ഥാനം. ഹേരൂർ ലിഖിതത്തിൽ ഇവരെ ബില്ല ബൈരവർ എന്നാണ് പരാമർശിക്കുന്നത്. തുളു പാഡ്ദണകൾ ബില്ലവർ ഒരു കാർഷിക സമുദായം എന്ന നിലയിൽ പരാമർശിക്കുന്നു. ബില്ലവർക്ക് ഉയർന്ന തോതിലുള്ള കൃഷി പ്രവൃത്തികൾ പരിചിതമായിരുന്നുവെന്ന് പാഡ്ദണകൾ സാക്ഷ്യപ്പെടുത്തുന്നു. ബില്ലവർ ആദ്യകാലത്ത് രാജാക്കൻമാരുടെ സൈനികരായും, വൈദ്യന്മാരായും ജോലി ചെയ്തിരുന്നു എന്ന തെളിവുകൾ തുളുവിൽ രേഖപ്പെടുത്തിയിട്ടുണ്ട് ബോബി രാഘവന്റെ കോട്ടിയും ചെന്നയ്യയും എന്ന ഗ്രന്ഥം തീയ്യസമുദായത്തിന്റെ സാമൂഹിക ചരിത്രം വ്യക്തമാക്കുന്നു. കോട്ടിയും ചെന്നയ്യനും ബില്ലവ അഥവ തീയ്യസമുദായത്തിലെ വില്ലാളി വീരൻമാരായിരുന്നു. ബല്ലാളൻമാർ തുളുനാട് ഭരിച്ചിരുന്ന കാലം. അതിൽ പെരമല ബല്ലാളന് കലശലായ അസുഖം വന്നപ്പോൾ ചികിത്സിക്കാൻ പേരുകേട്ട തീയ്യവൈദ്യനായ സായന വൈദ്യരെ തേടി രാജസേനാപതി എത്തി. സഹോദരിയായ ദേയി വൈദ്യത്തി രാജാവിന്റെ അസുഖം മാറ്റുന്നു. അന്ന് പേരുകേട്ട വൈദ്യൻമാരൊക്കെ തീയ്യൻമാരാണ്. 1886 ൽ റവ. എ. മാനർ എന്ന അച്ഛൻ വിശദമായി തന്റെ ഇംഗ്ലീഷ് പുസ്തകത്തിൽ കോടി ചെന്നയ്യൻമാരുടെ ചരിത്രം വർണ്ണിക്കുന്നുണ്ട്. ഈ പുസ്തകത്തിന്റെ വിവരണം അനുസരിച്ചും കന്നഡയിലെ പാഡ്ദണം എന്ന തോറ്റം പാട്ടിന്റെയും അടിസ്ഥാനത്തിൽ തീയ്യർ ആദ്യകാലത്ത് രാജാക്കൻമാരുടെ സൈനികരായും, വൈദ്യൻമാരുമായി ജോലി ചെയ്തിരുന്നു. ഇവർക്ക് രാജാവ് പ്രത്യേകം പരിഗണന നൽകിയതായി ചില ശിലാ ശാസനകളിൽ രേഖപ്പെടുത്തിയിട്ടുണ്ട്. ഗരോഡി എന്ന കളരിയെ നികുതിയിൽ നിന്ന് ഒഴിവാക്കിയതായും കളരി ഗുരുക്കൻമാർക്ക് പ്രത്യേക പരിഗണന നല്കുന്നതിനും ശാസനകളിൽ പറയുന്നു. കോട്ടിയും ചെന്നയ്യനും കോമര ബല്ലാളനെ കാണാൻ പോകുന്ന വേളയിൽ വെള്ളം നൽകുന്നത് ബ്രാഹ്മണനാണ്. അക്കാലത്ത് വില്ലാളിവീരൻമാരെ സമൂഹം അംഗീകരിച്ചിരുന്നു എന്നതിന് തെളിവാണിത്. അന്ന് ആശാരി, അലക്കുകാരൻ, ബാക്കുഡർ, മുശേരൻ എന്നിവരെല്ലാം കൊടിചെന്നയ്യൻമാരുടെ ആരാധകരായി മാറുന്നതായാണ് തോറ്റം പാട്ട് പറയുന്നത്. മലയപ്പുലയന്റെ

മലയപ്പാട്ടിൽ വലിയ വലിയ ബണ്ടനെന്നും പറയുന്നു. മലയൻ തന്റെ യജമാനനെ യശ്മാ എന്ന് വിളിച്ച് കരയുന്ന പാട്ടാണ്. ഈ പാട്ടിലും തീയ്യരെക്കുറിച്ച് പറയുന്നത്. ബാരഗൻ എന്നും ബണ്ടനെന്നും ബബെലെന്നും ഒക്കെ വിളിക്കുന്നത് തീയ്യരെകുറിച്ചാണ്. കൊറഗതനിയന്റെ തോറ്റം പാട്ട് പ്രകാരം അനാഥനായ കൊറഗ തനിയനെ എടുത്ത് വളർത്തിയ ബെരക്ക തീയ്യസമുദായത്തിൽപെട്ട വൈദ്യസ്ത്രീയാണ്. കദിരിയിൽ നിന്ന് ബദിരിയിലേക്ക് കള്ളുകുടം കൊണ്ട് പോവുകയായിരുന്ന വേളയിലാണ് തന്റെ ഏണസൂർ തറവാട്ടിലേക്ക് കൊണ്ടു പോയത്. മിക്ക തെയ്യങ്ങളും തീയ്യരുമായി ബന്ധപ്പെട്ടിരിക്കുന്നു. കാളഭൈരവൻ, മൈസന്തായ, മലക്കാരത്തി എന്നീ തെയ്യങ്ങളുടെ തോറ്റം പാട്ടുകൾ പ്രകാരം അക്കാലത്ത് തീയൻമാർ വളരെ ഉദാരമതികളും മറ്റ് സമുദായത്തിന്റെ വിശ്വാസം നേടിയവരുമായിരുന്നു എന്നാണ് പറയുന്നത്.ക്രി. വ 10ാം നൂറ്റാണ്ടിനോടടുത്ത് കുമ്പള സീമയെ ഒന്നാം ജയസിംഹവർമ്മനെന്ന രാജാവ് ഭരിച്ചുകൊണ്ടിരുന്ന കാലം. കാഞ്ഞിരോടു ഭാഗത്തെ ഇടവാഴ്ചക്കാരനായിരുന്നു മഹാലിംഗ ബല്ലാൾ. തളങ്കര ആസ്ഥാനമാക്കി വാണ ബല്ലാളിനു വേണ്ടി കച്ചവടത്തിനായി കൊടുങ്ങല്ലൂരിൽ പോയ തീയ്യരുടെ കൂടെ ഭഗവതി എഴുന്നള്ളി എന്നൊരു ഐതിഹ്യമുണ്ട്. സ്ത്രീഭൂതമായ ഭദ്രകാളിയാണ് തീയ്യരുടെ പ്രധാന ആരാധനാമൂർത്തി, ശാസ്താവിനെയും വീരഭദ്രനെയും പൂർവ്വികരുടെ പ്രേതങ്ങളെയും അവർ ആരാധിക്കാറുണ്ട് എന്നാണ് സാമുവൽ മറ്റീർ എഴുതിയിരിക്കുന്നത്.1674 ൽ കേളദിനായക്കനെതിരെ നടന്ന പ്രതിഷേധത്തിൽ രാജാവിനെ സഹായിച്ച പ്രമുഖരിൽ ഒരാൾ കാസർകോട്ടെ ബില്ലവ കുടുംബത്തിലെ തിമ്മണ്ണനായിരുന്നുവെന്ന് ഒരു രേഖയിൽ പറയുന്നു. തീയ്യസമൂഹം ജന്മിമാർക്കെതിരെ മധ്യകാലഘട്ടത്തിലുടനീളം പ്രതിഷേധ കലാപങ്ങൾക്ക് രൂപം കൊടുത്തിട്ടുണ്ട്.

ജൈന, ബുദ്ധമതങ്ങളും തീയ്യരും

ഏ.ഡി. 11-ാം നൂറ്റാണ്ടിനുമുമ്പ് ശ്രീലങ്കയിൽ നിന്നും ആയിരക്കണക്കിന് സിംഹളർ ഈ രാജ്യത്തിലേക്ക് കുടിയേറി. തെങ്ങായിരുന്നു ഇവിടെ അവർ ചെയ്തിരുന്ന പ്രധാന കൃഷി. തെങ്ങ് കൃഷിയിൽ നിന്നും കള്ള് ചെത്തൽ എന്ന ജോലിയും വികസിച്ചു വന്നു. ഇവരുടെ അനന്തര തലമുറയാണ് കേരളത്തിലെ തീയ്യൻമാർ എന്ന് പറയപ്പെടുന്നു. സിംഹളമതത്തിലെ ഏറ്റവും വലിയ ആശയമായിരുന്നു എങ്ങും മരങ്ങൾ നട്ടുപിടിപ്പിക്കുക എന്നത്. അന്ന് അവർ നട്ട മരങ്ങൾ വളർന്ന് പടർന്ന് പന്ത

ലിച്ച് ധാരാളം തീയ്യകാവുകൾ ഉണ്ടായി. വീണ്ടുവിചാരമില്ലാത്ത വികസനത്തിന്റെ പേരിൽ വ്യാപകമായി വെട്ടി നശിപ്പിക്കപ്പെട്ടിട്ടും കാവ് സംസ്ക്കാരത്തിന്റെ അടയാളങ്ങൾ ഇന്നും ബാക്കിയാണ്. കോലത്തുനാട്ടിൽ ബുദ്ധവിഹാരത്തിന്റെ മാതൃകയിലാണ് കാവുകൾ. പിൽക്കാലത്ത് ശൈവമതക്കാരായ ഹിന്ദുക്കൾ ഇതിൻമേൽ അധിനിവേശം നടത്തി അതൊരു ക്ഷേത്രമാക്കി മാറ്റിയതാണ്-തീയ്യക്കാവുകളെക്കുറിച്ച് നിലനിൽക്കുന്ന ഈ അഭിപ്രായം നമുക്ക് തള്ളിക്കളയാനാവില്ല. പല കാവുകളുടെയും ഘടനയിൽ പഴയ ബുദ്ധവിഹാരത്തിന്റെ മാതൃക കാണാനുണ്ട്.

കോലത്തുനാടിന്റെ പൂർവ്വികരൂപമായ മൂഷിക രാജ്യത്തിൽ ജൈനമതവും സജീവമായിരുന്നു. തീയ്യരുടെ വെളിച്ചപ്പാടുകളും, ആചാരസ്ഥാനികരും, തലമുണ്ഡനം ചെയ്യുന്ന പതിവ് ഇന്നും മുറതെറ്റാതെ നടക്കുന്നുണ്ട്. തീയ്യർ ഒഴിച്ചുള്ള ഇതര സമുദായക്കാരുടെ ക്ഷേത്രേശന്മാർക്ക് മുടി വട്ടത്തിൽ ചെത്തുന്ന രീതിയാണ് ഉള്ളത്. മറ്റ് സമുദായങ്ങളിൽ നിന്നും ആചാര അനുഷ്ഠാനങ്ങളിൽ വ്യത്യസ്ഥത തീയ്യർക്കുള്ളതായി കാണാം. ക്ഷേത്ര ഉൽസവാഘോഷങ്ങളിലും മറ്റും കൃത്യമായ ബുദ്ധ ആഹാരനീഹാര ചിട്ടകൾ അവർ പുലർത്തിപ്പോരുന്നു.കച്ചവടം ചെയ്യാനെത്തിയ കർണ്ണാടക-തമിഴ് വണിക്കുകളാണ് ഇവിടെ ജൈനമതത്തിന്റെ വിത്ത് പാകിയത്. പഴയ മൂഷിക രാജ്യത്തിൽ നിരവധി ബൗദ്ധ ജൈനവിഹാരങ്ങളുണ്ടായിരുന്നതായി അതുലന്റെ മൂഷിക വംശം ചരിത്രകാവ്യവും സ്ഥിരീകരിക്കുന്നുണ്ട്. ബൗദ്ധ വിഹാരങ്ങൾ ക്ഷേത്രങ്ങളായി മാറിയതും ബുദ്ധസംസ്കാരം തന്നെ ഹിന്ദുമതത്തിനു വഴിമാറിയതും ഡോ.കെ.എൻ. എഴുത്തച്ഛൻ തന്റെ കേരളോദയം സംസ്കൃത മഹാകാവ്യത്തിൽ വിശദമാക്കുന്നു പഴയ ബുദ്ധമുനി, ക്ഷേത്രങ്ങളിൽ ശിവനായി രൂപാന്തരം പ്രാപിച്ചു. ബൗദ്ധാഗമങ്ങളിൽ പ്രസിദ്ധയായ താരാദേവി ദുർഗയുടെ രൂപത്തിൽ ആരാധിക്കപ്പെട്ടു. കേരളത്തിലെ ഹിന്ദു ദേവീദേവന്മാർ ബൗദ്ധ ജൈന പ്രതാപകാലത്ത് അവരുടെ ദേവീദേവന്മാരായിരുന്നെന്ന് ചരിത്രം പറയുന്നു.എഡി 300 മുതൽ 500 വരെയുള്ള കാലത്താണ് പാലക്കാട് ചുരം വഴി തമിഴ്നാട്ടിൽ നിന്നും കർണ്ണാടകത്തിൽ നിന്ന് വയനാട് വഴിയും വടക്ക് കൊങ്കണ ദേശത്തുനിന്നുമാണ് ജൈനമതക്കാർ ഈ നാട്ടിലെത്തിയത്.

ശ്രീലങ്കയിൽ നിന്നും തെക്കൻ തമിഴ് നാട്ടിൽ നിന്നും വന്ന ബുദ്ധമതക്കാരും ഇവിടെയെത്തി. ജൈന- ബൗദ്ധ സംസ്കാരങ്ങളുടെയും ഈ നാട്ടിലുണ്ടായിരുന്ന ജൈനസംസ്കാരത്തിന്റെയും ആദാനപ്രദേശങ്ങളിലൂടെ സംസ്കാരം കൂടുതൽ സമ്പന്നമായി.സംഘകാലത്തു ബുദ്ധമത

വിശ്വാസികളുണ്ടായിരുന്നതുപോലെ ജൈനരുടെ സ്വാധീനവും പ്രകടമാണ്. പുലയർ, പണിയർ, പാണർ, പറയർ, കുറവർ, വേടരെന്നിവർ ഉന്നതശ്രേണിയിലായിരുന്നു. ചേരഭരണാധികാരികൾ അവർക്കു വിദ്യാഭ്യാസം നൽകുകയും അവരെ നല്ല നിലയിൽ ജീവിക്കാനനുവദിക്കുകയും ചെയ്തു. ജൈനരുടെ പത്മാവതി ദേവിയെ മുന്നുതറക്കാർ എന്നറിയപ്പെടുന്ന തീയ്യരുടെ പാലക്കുന്ന് കഴകത്തിലെ കൊറ്റവൈ എന്ന വിജയദേവതയായി ആരാധിക്കുന്നു. ഭഗവതിയുടെ സാന്നിധ്യവുമായി ബന്ധപ്പെട്ട കാര്യവിചാര മണ്ഡപം കേന്ദ്രമാക്കി പാലക്കുന്ന് കഴകത്തിലെ മൂന്നു തറക്കാർ ജീവിക്കുന്നു. പുരാതന കേരളത്തിലെ ഏറ്റവും ചെറിയ ഘടകത്തെ തറ എന്നാണ് വിളിക്കുന്നത്. അക്കാലത്ത് ജൈന ഗ്രാമസഭ തന്നെയായിരുന്നു തറക്കൂട്ടം. കൂട്ടമടിയന്തരത്തിനുശേഷം പത്മാവതി ദേവിയുടെ കന്നിക്കൊട്ടിലിൽ വെച്ചു നടത്തുന്ന കാര്യവിചാരം പ്രാചീന കേരളത്തിലെ പ്രശ്നപരിഹാരസ്ഥാനങ്ങളെ ഓർമ്മിപ്പിക്കുന്നു. എ.ഡി 11-ാം നൂറ്റാണ്ടിൽ മൂഷിക വംശരാജാവായ ശ്രീകണ്ഠന്റെ സദസ്സിലെ കവിയായിരുന്ന അതുലന്റെ മൂഷികവംശം എന്ന സംസ്കൃത ചരിത്രകാവ്യത്തിലെ പരാമർശങ്ങളിൽ നിന്നും ഇവിടെയുണ്ടായിരുന്ന ബൗദ്ധ സംസ്കാരത്തിന്റെ വലിയ സ്വാധീനത്തെക്കുറിച്ചു നമുക്ക് തിരിച്ചറിയാൻ കഴിയും. ദക്ഷിണ പഥത്തിലെ ശ്രീ മൂലവാസം എന്ന പ്രസിദ്ധ ബുദ്ധവിഹാരം പള്ളിക്കുന്നിന്റെ പടിഞ്ഞാറുഭാഗത്താണെന്ന് മൂഷിക വംശം കാവ്യം സൂചിപ്പിക്കുന്നതായി ചിറക്കൽ ടി.ബാലകൃഷ്ണ നായർ നിരീക്ഷിക്കുന്നു.

ജൈന വിഹാരങ്ങളെക്കുറിച്ചും മൂഷിക വംശത്തിൽ പറയുന്നുണ്ട്. കണ്ണൂർ കോഴിക്കോട് ജില്ലകളിൽ വ്യാപിച്ചു കിടക്കുന്ന പഴയകാല കോട്ടയം രാജവംശത്തിനു പ്രാടസ്വരൂപം (പുറനാട്ടുകര) എന്നും പേരുണ്ട്. ഈ പ്രദേശം വഴി വന്ന കർണ്ണാടക ജൈനർ തന്നെയാണ് ജൈനമതാശയങ്ങൾ ഈ പ്രദേശങ്ങളിൽ പ്രചരിപ്പിച്ചത്. ഉത്തരേന്ത്യയിൽ നിന്നുള്ള കലപ്പകൾ ദക്ഷിണേന്ത്യയിൽ ആദ്യമായി പ്രചരിപ്പിച്ചത് ബുദ്ധമതക്കാരായിരുന്നു. പ്രദേശങ്ങളിലെ ജനങ്ങൾ മഴയെ ദൈവമായി ആരാധിച്ചിരുന്നു. വൈദ്യത്തിൽ മുഖ്യ പങ്ക് വഹിക്കുന്ന ബുദ്ധമതക്കാരുടെ ദൈവത്തെ മറ്റുള്ളവരും മുഖ്യദൈവമായി അംഗീകരിച്ചു. ആദ്യ കാല ബുദ്ധമതക്കാർ ഥേര വാദികളായിരുന്നു. സി. ഇ ഒന്നുമുതൽ മൂന്ന് വരെ നൂറ്റാണ്ടുകളിൽ ഥേരവാദം ഇവിടെ പ്രഭാവം ചെലുത്തിയെന്ന് പ്രൊഫ: പുരുഷോത്തമൻ അഭിപ്രായപ്പെടുന്നത് ഥേരവാദികളുടെ പരമലക്ഷ്യം അർഹത പദത്തിലെത്തിച്ചേരുകയെന്നാണ്. ബോധോദയം നേടുകയും

ജനിമൃതിചക്രത്തിൽ നിന്ന് രക്ഷപ്പെടുകയും ചെയ്ത പുണ്യവാൻമാരാണ് ആർഹതൻമാർ. ആർഹതൻമാരെ മനുഷ്യരൂപത്തിലാണ് ചിത്രീകരിക്കുന്നത്. ജൈന- ബൗദ്ധ സംസ്കാരം തുളുനാട്ടിൽ കൂടുതൽ സമ്പന്നമായി. ആളുപർ ശൈവരായിരുന്നുവെങ്കിലും മതാന്ധരായിരുന്നില്ല. ജൈന ബസ്തികൾ നിർമ്മിക്കുന്നതിന് പ്രോത്സാഹനവും സഹായവും നൽകുകയുണ്ടായി. ജൈന- ബൗദ്ധ വൈദ്യത്തിൽ പാണ്ഡിത്യം നേടിയ നിരവധി കുടുംബങ്ങളെ ഒരറ്റം മുതൽ മറ്റേയറ്റം വരെ കാണാമായിരുന്നു.

നമ്പൂതിരിമാരുടെ പ്രഭാവകാലഘട്ടങ്ങൾക്ക് മുമ്പ് ഇവിടെ ബുദ്ധജൈനമതങ്ങൾക്ക് നല്ല പ്രചാരവും വിശ്വാസവും ആദരവും ലഭിച്ചിരുന്നുവെന്നുള്ളതിന് ധാരാളം തെളിവുകളുണ്ട്. അവരുടെ ആരാധനാലയങ്ങളും വിഹാരങ്ങളും ഓരോ വിദ്യാപീഠങ്ങൾ കൂടി ഉൾക്കൊണ്ടവയായിരുന്നു. അവരുടെ വിദ്യാപീഠങ്ങളിൽ നിന്നും വിദ്യ അഭ്യസിക്കുകയും മഹാപണ്ഡിതൻമാരായി പുറത്ത് വരികയും ചെയ്തിരുന്നു. ഈ കാലഘട്ടത്തിൽ സർവ്വസംഗപരിത്യാഗികളായി സർവജ്ഞാനികളായി പട്ടണത്തിന്റെ വെളിയിലുള്ള തോപ്പുകളിൽ തപോവനം പടുത്തുയർത്തിയിരുന്ന ബുദ്ധജൈനമതാചാര്യന്മാർ ജനങ്ങളുടെ സന്മാർഗബോധം വളർത്തുവാനാണ് മുഖ്യമായും ശ്രമിച്ചത്. കാഞ്ഞിരങ്ങാട്ടെ വൈദ്യനാഥ ക്ഷേത്രം ഒരു കാലത്ത് ബുദ്ധ വിഹാരമായിരുന്നുവെന്നും കരുതേണ്ടിയിരിക്കുന്നു. ബൗദ്ധ ജൈന വിഹാരങ്ങളെ പള്ളി എന്നാണ് മുമ്പ് പറഞ്ഞിരുന്നത്. പള്ളിക്കുന്ന്, കാട്ടാമ്പള്ളി, കുഞ്ഞിപ്പള്ളി, പള്ളിക്കുളം, പള്ളിക്കര തുടങ്ങിയ പേരുകളെല്ലാം ആ പ്രദേശങ്ങളുടെ ബൗദ്ധ- ജൈന സ്വാധീനത്തെയാണ് വിളിച്ചറിയിക്കുന്നത്. പള്ളിക്കൊവ്വൽ, പള്ളിക്കീൽ പരപ്പ്, പള്ളിക്കണ്ടം എന്നീ പേരുകളെല്ലാം ജൈന - ബൗദ്ധ സംസ്കാരപ്പഴമകളിലേക്കു തന്നെയാണ് വിരൽ ചൂണ്ടുന്നത്. ജൈന-ബൗദ്ധ സംസ്കാരത്തിന്റെ സ്വാധീനം തീയ്യരുടെ ജീവിതത്തിൽ കാണാൻ കഴിയും. സമുദായത്തിന്റെ ആരാധനാകേന്ദ്രമായ കാവിലെ അന്തിത്തിരിയൻ, തലമുണ്ഡനം ചെയ്യുന്നതും ആചാരങ്ങൾ അനുഷ്ഠിക്കുന്നതും ജൈനസ്വാധീനത്തിന്റെ തുടർച്ചയായി നിരീക്ഷിക്കാം. തീയ്യരുടെ കോമരങ്ങളും തലമുണ്ഡനം ചെയ്ത് കുണ്ഡലങ്ങൾ ധരിക്കുന്നതും ഉത്സവസമയത്ത് സസ്യാഹാരം കഴിക്കുന്നതും ജൈനന്മാരുടെ പ്രത്യേകമായ സംസ്കാരിക പാരമ്പര്യത്തെയാണ് വെളിവാക്കുന്നത്. അക്കാലത്ത് കേരളത്തിൽ തെങ്ങുകൃഷി അഭിവൃദ്ധിപ്പെട്ടിരുന്നുവെന്ന് കമട്ടൂർ കണ്ണനാരുടെ ഗാനം (പതിറ്റുപത്ത്) വ്യക്തമാക്കുന്നു. ക്രിസ്തുവർഷാരംഭത്തിനു

മുമ്പ് പോളിനേഷ്യയിൽ നിന്ന് സിലോൺ വഴി ഈഴവർ എന്ന ജനവിഭാഗം കേരളത്തിൽ തെങ്ങ് കൊണ്ടുവന്നുവെന്ന് കെ.എം പണിക്കർ പറയുന്നു(41-136). സിലോണിൽ നിന്നുവന്ന ബുദ്ധഭിക്ഷുക്കളുടെ അനുയായികളാണ് തീയ്യരായിത്തീർന്നത്. അതുകൊണ്ടായിരിക്കും തീയ്യർ കേരളത്തിൽ തെങ്ങ് കൊണ്ടുവന്നുവെന്ന ധാരണ ഉണ്ടായത്. നമ്പൂതിരിമാരുടെ പ്രഭാവകാലഘട്ടങ്ങൾക്ക് മുമ്പ് ഇവിടെ ബുദ്ധജൈനമതങ്ങൾക്ക് നല്ല പ്രചാരവും വിശ്വാസവും ആദരവും ലഭിച്ചിരുന്നുവെന്നുള്ളതിന് ധാരാളം തെളിവുകളുണ്ട്. ആതുരശുശ്രൂഷ, സേവനസന്നദ്ധത, സമത്വബോധം, സ്വാശ്രയ ശക്തി, മഹിളകളോട് ആദരവ് മുതലായവയ്ക്കെല്ലാം നാം ബൗദ്ധധർമ്മത്തോട് കടപ്പെട്ടിരിക്കുന്നു. മൂഷികവംശത്തിന്റെ വലിയ നഗരത്തിൽ ഒരു ബുദ്ധവിഹാരമായിരുന്നു എന്ന് രേഖപ്പെടുത്തി വച്ചിരുന്നു. കരാട്ടെ യഥാർത്ഥത്തിൽ കളരിയിൽ നിന്നും വന്ന ആയോധനകലയാണെന്നാണ് ഡോ. സദാശിവ ശങ്കറെയുടെ അഭിപ്രായം ഉത്തരേന്ത്യയിൽ നിന്ന് വന്ന ബുദ്ധസന്യാസിമാർ സ്വയം രക്ഷക്ക് വേണ്ടി കളരി അഭ്യസിച്ചു. പിന്നീട് ചൈനയിലേക്കും ജപ്പാനിലേക്കും കുടിയേറി കളരിയെ അവർ കരാട്ടെ എന്ന പേരിൽ അവതരിപ്പിച്ചു. കളരി കന്നഡയിൽ കരോഡിയാണ്. ഈ കരോഡി ജപ്പാനിലെത്തിയപ്പോൾ കരാട്ടെ ആയെന്നാണ് ശങ്കറെയുടെ അഭിപ്രായം. തിരുവടി ക്ഷേത്രത്തിൽ മാനസികരോഗികൾക്കും, ക്ഷേത്രത്തിൽ കുഷ്ഠരോഗികൾക്കും ഇപ്പോഴും ചികിത്സ നിശ്ചയിച്ചു വരുന്നത് ബൗദ്ധകാലഘട്ടത്തെ അനുസ്മരിപ്പിക്കുന്നതാണ്. ഹിന്ദുക്ഷേത്രങ്ങളിൽ ചികിത്സ നിശ്ചയിക്കുകയോ മരുന്ന് കൊടുക്കുകയോ ചെയ്യുന്ന പതിവില്ല.

ഈഴവർ

തിറയോർ, ഉഴവോർ, ചാന്റോർ, വോൾട്ടോരെന്നും പലനാമങ്ങളിൽ അറിയപ്പെട്ട ഇവർ വലിയ തിരമാലകളോട് എതിരിടുന്നവരെന്ന അർത്ഥത്തിൽ തിറയോരറെന്ന് അറിയപ്പെട്ടെന്നും, പടയാളികളായ ഇക്കൂട്ടർ ആന്ധ്രയിലെ തിരുപ്പതി, തമിഴ് നാട്ടിലെ കാഞ്ചി മേഖലകളിൽ താമസിച്ചുവെന്നും ഇവർ വാദിക്കുന്നു. മദ്യാഹാരകത്വം ഇന്നും മിക്കവാറും ഈഴവരുടെ കുത്തകയാണ്. പ്രാചീന തമിഴകത്ത് മദ്യമുണ്ടാക്കുന്നവർക്ക് സമൂഹത്തിൽ മാന്യമായ സ്ഥാനം നൽകിയിരുന്നതുകൊണ്ട് ചാന്റോർ എന്ന പദത്തിന് മാന്യൻ എന്ന് അർത്ഥമുണ്ടായി. ചാന്റോർ ആയിരിക്കണം ചാന്നാർ ആയത്. 1871 ലെ മദ്രാസ് സെൻസസ് റിപ്പോർട്ട് ചാന്നാന്മാർ സിലോണിൽ നിന്നു വന്നവരാണെന്ന പരമ്പരാഗത വിശ്വാസത്തെ

ശരിവയ്ക്കുന്നുണ്ട്. ഈഴവർക്ക് അവരുടെ ജാതിപ്പേര് ലഭിച്ചത് ഈഴ ദ്വീപ് അല്ലെങ്കിൽ സിംഹള ദ്വീപിൽ നിന്നാണ്. രണ്ടും സിലോണിനെ കുറിക്കുന്നു.തിരുനെൽവേലി ജില്ലയിലും തിരുവനന്തപുരം ജില്ലയുടെ തെക്കൻ ഭാഗങ്ങളിലും ചാന്നാന്മാരുണ്ട്. അവർ 13-ാം നൂറ്റാണ്ടിൽ തന്നെ ഈഴവർ എന്നാണ് അറിയപ്പെട്ടിരുന്നതെന്ന് എം. ശ്രീനിവാസയ്യങ്കാർ ചൂണ്ടിക്കാട്ടുന്നു. ഈഴവരുടെ വിവാഹത്തിന് ചാന്നാരുടെ അനുമതിയും സാന്നിദ്ധ്യവും ചില സ്ഥലങ്ങളിൽ അടുത്ത കാലം വരെ ആവശ്യമായിരുന്നു. അഗ്നിമീളേ പുരോഹിതം എന്നാണ് ഋഗ്വേദത്തിലെ ആദ്യമന്ത്രം. കാട്ടുവാസിയെ ദേവനാക്കു എന്ന ദൗത്യവുമായി വന്ന ദേവനാണ് അഗ്നി. അഹവനീയം എന്നൊരു വിശേഷണവുമുണ്ട്. ഋഗ്വേദത്തിൽ അഗ്നിക്ക് അഹവനം എന്നാൽ യാഗം, ബലി എന്നൊക്കെയാണർത്ഥം. ബ്രാഹ്മണ ആധിപത്യത്തോടെ ഇവർ കുടിയാൻമാരാവുകയും ഇവരെ താഴ്ന്ന ജാതിയിലേക്ക് തരംതാഴ്ത്തുകയും ചെയ്തു എന്നാണ് എം. ശ്രീനിവാസയ്യങ്കാർ ചൂണ്ടിക്കാട്ടുന്നത് .ബ്രിട്ടീഷ് ഗവർണർ മൺറോ പ്രഭുവാണ് റയറ്റ് വാരി സിസ്റ്റം നടപ്പാക്കിയത്. ജന്മി കുടുംബങ്ങൾക്ക് ഇവരുടെ മേലുള്ള അധീശത്വം വർദ്ധിപ്പിക്കുന്നതിന് കാരണമായി. അറബിയിൽ നാവികന് സുതിയ്യ എന്നാണ് പറയുന്നത്. ഈഴവ എന്നത് പരസ്പര ബന്ധം ഇല്ലാത്ത പലജാതികൾ ചേർന്ന ഒരു കൂട്ടം അണ് ഇഴുവ, ഇഴവ, ഇരുവ, ഇരവ, ഇളവ, ഇളുവ, ചോവൻ, ചോൻ, പണിക്കർ, ചാന്നാർ, ഈഴവാത്തി തുടങ്ങിയ ഒരുപാട് ജാതികളുടെ ഒരു കൂട്ടം ഇതിൽ പല ജാതികൾക്കും മറ്റൊരു ജാതിയുമായി പാരമ്പര്യമായി ഒരു ബന്ധവുമില്ല.

തീയ്യ എന്നത് വ്യക്തമായ ഒരു വംശം തന്നെയാണ്. തെക്കൻ ദിക്കുകളിൽ ഈഴവരെ ചേകോൻ, ചോവൻ, ചോമൻ എന്നിങ്ങിനെ വിളിക്കുന്ന പതിവുണ്ട്. കർണ്ണാടകയുടെ കിഴക്കൻ പ്രദേശങ്ങളിലും ആന്ധ്രയുടെ പടിഞ്ഞാറൻ പ്രദേശങ്ങളിലും ഇഡിക, ഈഡികയെന്നും തമിഴ് നാട്ടിൽ നാടാർ എന്നും ഇവർ അറിയപ്പെടുന്നു. പുരാതന ചേരരാജാക്കൻമാർ പ്രജകളിൽ പ്രമാണികളായിട്ടുള്ളവർക്ക് നൽകി വന്ന സ്ഥാനങ്ങളിൽ പ്രധാനമായുള്ളത് മുതലിയാർ സ്ഥാനമായിരുന്നു. ഈ വാക്കിന്റെ അർഥം സേനനായകൻ എന്നാണെന്ന് ഇന്ത്യൻ റിവ്യു എന്ന മാസികയിൽ ഒരു ലേഖകൻ വിവരിച്ചിരുന്നതായി സി.വി കുഞ്ഞുമോൻ എഴുതിയിട്ടുണ്ട്. കൊല്ലത്തും അതിനു തെക്കുമുള്ള ഈഴവരെ വാത്തികളും വണ്ണാന്മാരും എന്നാണ് വിളിച്ചിരുന്നത്. മറ്റു പല ജാതിക്കാരും മുതലിയാർ എന്നാണ് ഈഴവരെ വിളിച്ചിരുന്നത്. നെയ്യാറ്റിൻകരയിലും മറ്റും

മുതലിയാർ സ്ഥാനം എഴുത്തുകുത്തുകളിൽ ഉപയോഗപ്പെടുത്തിയതായി ജനാർദ്ദനൻ സി എഴുതിയിട്ടുണ്ട്.നെയ്യാറ്റിൻകരയിലും മറ്റും മുതലിയാർ സ്ഥാനം വരുന്ന ചില ഈഴവത്തറവാട്ടുകാർ ഉണ്ടെന്ന് 1930 ൽ സി.വി എഴുതിയിരുന്നു. സിംഹളരാജാക്കന്മാർ നൽകിവന്ന സ്ഥാനങ്ങളിൽ ഈഴവർക്ക് സിലോൺ ഗവർണർ സ്ഥാനം കൊടുക്കാൻ തുടങ്ങി. . മാർത്താണ്ഡ വർമ്മയുടേയും ധർമ്മരാജാവിന്റെയും പടയാളികളിൽ നല്ലൊരു പങ്ക് ഈഴവനായിരുന്നു എന്ന് 18-ാം നൂറ്റാണ്ടിൽ കേരളത്തിലുണ്ടായിരുന്ന കന്റർവിഷർ എന്ന ഡച്ചു പുരോഹിതൻ എഴുതിയിട്ടുണ്ട്. 1758- 1803 കാലത്ത് തിരുവാതാകൂർ ഭരിച്ചിരുന്ന രാമവർമ്മകുലശേഖരതിരുവടികളുടെ കാലത്ത് ഇവിടെയെത്തിയ ഫ: ബർത്തലോമിയോ അമ്പലപ്പുഴ രാജാവിന് അധികം നായർപടയാളിമാരില്ലെന്നും അവരുടെ സ്ഥാനത്ത് ചേകോൻമാരാണ് അദ്ദേഹത്തെ സേവിക്കുന്നത് എന്നും രേഖപ്പെടുത്തിയിട്ടുണ്ട്.

അധ്യായം - 9

ആരാധന

സാമൂഹ്യജീവിതത്തിൽ പണ്ടുമുതൽതന്നെ ആരാധനയ്ക്ക് നിഷേധിക്കാനാവാത്ത സ്ഥാനമുണ്ട്. ആരാധനാനുഷ്ഠാനങ്ങൾ ഇന്നും ഐക്യത്തിനും പരസ്പര സഹകരണത്തിനും വഴിയൊരുക്കുന്നുണ്ട് എന്നതു വാസ്തവമാണ്. നായാടി നടന്ന മനുഷ്യൻ കൂറ്റൻ മൃഗങ്ങളെ ആരാധനയിലൂടെ പ്രീതിപ്പെടുത്താൻ ശ്രമിച്ചിരുന്നു. മൃഗങ്ങളിലും നാഗങ്ങളിലും ദൈവശക്തി ആരോപിച്ച് അവരെ അമ്മമാരായി കണക്കാക്കുന്ന പതിവ് കേരളത്തിലുമുണ്ട്. നാഗക്കാളി, നാഗപ്പോതി, നാഗകന്നി, നാഗഭഗവതി തുടങ്ങിയ നാഗദേവതകളും പുലിയൂർ കാളി, പുള്ളിക്കരിങ്കാളി തുടങ്ങിയ മൃഗദേവതകളും ഈ വിഭാഗത്തിൽ പെടുന്ന അമ്മദൈവങ്ങളാണ്.അമ്മദൈവാരാധന ഭാരതത്തിൽ അറിയപ്പെടുന്നത് ശക്ത്യാരാധനയായാണ്.സാമ്പത്തിക സാമൂഹ്യസാംസ്കാരിക ഘടനയുടെ ശക്തമായ അടിത്തറ കൃഷിയായിരുന്ന എല്ലാസമൂഹങ്ങളിലും അമ്മദൈവാരാധനനിലനിന്നിരുന്നു. ബാബിലോണിയ, ഈജിപ്ത്, അർമേനിയ, ഇറാൻ, മെക്സിക്കോ, പെറു എന്നീ നാടുകളിലൊക്കെ ഭാരതത്തിലേതുപോലെ ഭൂമിയെ അമ്മയായി കാണുന്ന സങ്കൽപമുണ്ട്. പിതാവായ ആകാശത്തിന്റെ മഴയാകുന്ന രേതസ്സ് സ്വീകരിച്ച് ഗർഭവതിയാകുന്ന മാതാവാണ് ഭൂമി എന്ന സങ്കൽപം എല്ലാ ജനവിഭാഗങ്ങൾക്കിടയിലും നിലനിന്നിരുന്നു .ഉത്തരമലബാറിലെ ഒട്ടുമിക്ക അമ്മ ദൈവങ്ങളുടേയും പുരാവൃത്തത്തിൽ പാറചവുട്ടി ചേറാക്കിയ അച്ചി (ദേവി) എന്ന പ്രയോഗമുണ്ട്. സാക്ഷാൽ അന്നപൂർണേശ്വരിയായ ഭഗവതിമാർ കൃഷിപൊലിപ്പിക്കാനായി ഉറച്ച നിലം ചേറാക്കി മാറ്റി എന്ന സൂചന നൽകുന്നു. പ്രപഞ്ചസൃഷ്ടിക്ക് ആധാരം പുണ്യാത്മാക്കൾക്കു സദ്ഗതി ഉണ്ടാകുമെന്നും, പാപം ചെയ്ത ആത്മാക്കൾ ഗതികിട്ടാതെ വലയുമെന്നുമാണു വിശ്വാസം. ശ്മാശാന കർമ്മം തൊട്ടുള്ള പരേതക്രിയകളെല്ലാം പരേതാത്മാക്കളുടെ സദ്ഗതിക്കുവേണ്ടിയുള്ളവയാണ്. തെയ്യത്തെ കലയായും കാവുകളെ ക

ലാകേന്ദ്രങ്ങളായും, കളിയാട്ടങ്ങളെ കലാപ്രകടനവേദികളായും കാണുവാനാണു തീയ്യസമുദായത്തിന് കൂടുതൽ താൽപര്യം.വളരെ പണ്ടുകാലത്തുതന്നെ തീയ്യരുടെ ആരാധനാനുഷ്ഠാനങ്ങളിലും പരേതാരാധനയും പൂർവ്വികാരാധനയും നിലനിന്നിരുന്നു.അതിൽത്തന്നെ പ്രധാന തെയ്യങ്ങളായ കണ്ടനാർ കേളൻ, മുത്തപ്പൻ, വയനാട്ടു കുലവൻ, പാലന്തായിക്കണ്ണൻ, കതിവന്നൂർ വീരൻ തുടങ്ങിയ തെയ്യങ്ങളുടെ ഉത്ഭവം പരിശോധിച്ചാൽ പരേതാരാധനയും പൂർവ്വികാരാധനയും തെളിഞ്ഞു കാണാം. കോലത്തിരി വാണ വളപടത്ത് കോട്ടയിൽ പീഠവഴക്കം ചെയ്ത മുപ്പത്തെവർ തെയ്യങ്ങളിലും അതിനുമുമ്പുള്ള ഘട്ടത്തിലെ 'ഒന്നൂറെ നാല്പതു' തെയ്യങ്ങളിലും പെട്ട മിക്കവാറും തെയ്യങ്ങൾ തീയ്യർ കെട്ടിയാടിക്കപ്പെടുന്നുണ്ട്.തീയ്യരുടെ കഴകത്ത് നിന്നു വിലയ്ക്കുണ്ടായാൽ തമ്പുരാന്റെ രാജകൊട്ടാരത്തിൽ പോലും തെയ്യം കെട്ടാൻ പാടില്ല. തെയ്യത്തിന് ഓലയും കൊലയും കൊത്തേണ്ടതും കലശം വെയ്ക്കേണ്ടതും തീയ്യനാണ്. വിഷ്ണുമൂർത്തിയുടെ കൈപിടിച്ചു നടത്തുന്ന പറമ്പത്തെ കൂറനാണ് നെല്ലിക്കാത്തീയൻ. മരിച്ച കാർന്നോന്മാരെ കാർന്നോൻ തെയ്യമായി ആരാധിക്കുന്നത് കൊണ്ടായിരിക്കാം തീയ്യൻ മൂത്താൽ തെയ്യം എന്ന പഴമൊഴി രൂപപ്പെട്ടത്.

വീരാരാധന

തെയ്യങ്ങൾ വിശ്വാസബന്ധിതമായ അനുഷ്ഠാനങ്ങളുടെ ഭാഗമായി ജന്മം കൊണ്ടവയാണെങ്കിലും അവ ജനജീവിതത്തിന്റെ രേഖപ്പെടുത്തി വെച്ചിട്ടില്ലാത്ത ചരിത്രം കൂടിയാണ്. സാമാന്യേന അസാധാരണ സിദ്ധികൾ കാഴ്ചവച്ച വ്യക്തികൾ ആകസ്മിക മൃത്യുവിന്നിരയായാൽ കഥകൾ നെയ്തെടുക്കുമെന്നുള്ളത് സാധാരണം. ചില കുറ്റവാളികളും ഈ ഗണത്തിൽപ്പെടാറുണ്ട്. ജീവിതകാലത്ത് ദ്രോഹികളായിരുന്ന ഇവർ തെയ്യമാകുന്നതോടെ ആരാധകർക്ക് ക്ഷേമം കൈവരുത്തുന്ന അമാനുഷിക ശക്തികളായി മാറുന്നു.ധീരോദാത്തരായ രക്ഷാകർത്താക്കൾ, ആയുധാഭ്യാസ ചതുരരും ധീരരുമായ പുരുഷന്മാർ, അഭിമാനികളും പതിവ്രതകളുമായ സ്ത്രീ രത്നങ്ങൾ എന്നിങ്ങനെ പലരും ജനസമൂഹങ്ങളുടെ ആരാധനയ്ക്കു പാത്രമായിട്ടുണ്ട്. യഥാർത്ഥ ജീവിതത്തിൽ അതിസാഹസകൃത്യങ്ങൾ നിർവ്വഹിച്ച് അസ്വാഭാവിക മരണം വരിച്ച ധീരന്മാർ തെയ്യങ്ങളുടെ പദവിയിലെത്തുന്നു. ഇങ്ങനെ അതിമാനുഷികത്വം നേടിയവരാണ് കണ്ടനാർ കേളൻ, ചാത്തമ്പള്ളി വിഷകണ്ഠൻ, കോട്ടി ചെന്നയ്യന്മാർ, പാലന്തായിക്കണ്ണൻ, കതിവന്നൂർ വീരൻ, തോട്ടുങ്കര ഭഗവ

തി തുടങ്ങിയ തെയ്യങ്ങൾ. ഈ തെയ്യങ്ങളുടെ തോറ്റങ്ങളിലും ഉരിയാട്ടുകളിലും ഇവരുടെ സാഹസകഥകൾ പറയുന്നു. കുടകരുടെ വംശീയ ആധിപത്യത്തിനു മുന്നിൽ അടിപതറാതെയും സ്നേഹിച്ച പെണ്ണ് താഴ്ന്ന ഇല്ലത്തിൽ പെട്ടവളായാലും വാക്ക് കൊടുത്താൽ അവളെ വിവാഹം കഴിച്ചതിലൂടെയും ഭാര്യ എത്ര തന്നെ വെറുത്താലും ഭാര്യയോടുള്ള സ്നേഹത്തിൽ ഒരു കുറവും വരുത്താതെയും നമുക്ക് മുമ്പേ നടന്ന കതിവന്നൂർ വീരൻ വിളിപ്പുറത്തെത്തുന്ന ദൈവമാണ് കതിവന്നൂർ വീരൻ. വീട്ടുവളപ്പിലോ വയലിലോ പതികെട്ടിയിട്ടാണ് കതിവന്നൂർ വീരനെയും ഗുരുക്കൾതെയ്യത്തേയും ആടിക്കാറുള്ളത്. തീയ്യവിഭാഗത്തിൽ പെട്ട കോമരമാണ് കതിവന്നൂർ വീരന്റെ കർമ്മി. കോരേ... എന്നാണ് തെയ്യം സംബോധന ചെയ്യുക. മന്ദപ്പൻ എന്നും കതിവന്നൂർ വീരനെ വിളിക്കാറുണ്ട്. ചെമ്മരത്തി തറ എന്നത് കതിവന്നൂർ വീരൻ കാവുകളുടെ മാത്രം പ്രത്യേകതയാണ്.

തിയ്യരുടെ നാലുസ്ഥാനങ്ങൾ ഭഗവതിയോടൊപ്പം കെട്ടിയാടുന്ന തെയ്യമാണ് ആലിച്ചാമുണ്ഡി. കുമ്പള പഞ്ചായത്തിലെ കോപ്പാടി, കോർല, ഇച്ചിലംപാടി, ബമ്പ്രാണ എന്ന നാലുസ്ഥാനത്തെ ദേവസ്ഥാനത്തിൽ തീയ്യർ അവരുടെ ആലിച്ചാമുണ്ഡിയെ ആരാധിക്കുന്നു. ആലിഭൂതമെന്ന തെയ്യക്കോലത്തിന്റെ രൂപത്തിലും പെരുമാറ്റത്തിലും ഒട്ടേറെ സവിശേഷതകൾ ഉണ്ട്. ദേഹമാസകലം കരിതേച്ച്, മാപ്പിളക്കൈലിയുടുത്ത് തലയിൽ സ്വർണ്ണം കൊണ്ടുണ്ടാക്കിയ തുർക്കിത്തൊപ്പിയും വെച്ചാണ് തെയ്യക്കോലം വരുന്നത്. പൊന്നും പണ്ടവുമാണ് ആലിഭൂതമിഷ്ടപ്പെടുന്ന കാണിക്ക. തീയ്യരുടെ മിക്ക സ്ഥാനങ്ങളിലും കെട്ടിയാടുന്ന തെയ്യമാണ് പാലന്തായി കണ്ണൻ എന്ന വിഷ്ണുമൂർത്തി. അള്ളട സ്വരൂപത്തിന്റെ നീലേശ്വരത്തിനടുത്തുള്ള പള്ളിക്കരയിൽ കുറുവാട്ടു കുറുപ്പെന്ന ഒരു നാടുവാഴി. പാലാന്തായി കണ്ണനെ കദളിക്കുളത്തിൽ വെച്ച് വെട്ടിക്കൊന്ന് ഉടലും, തലയും കുളത്തിൽ വലിച്ചെറിയുന്നു. പരമഭക്തനായ പാലന്തായി വീരമൃത്യുവരിച്ച് വിഷ്ണുപദത്തിൽ ലയിച്ച് ദൈവക്കരുവായിമാറി. അള്ളട സ്വരൂപത്തിന്റെ ചാമുണ്ഡി പരദേവതമാർ, കോട്ടപ്പുറം ശ്രീ വൈകുണ്ഠത്തിൽ നിലയുറപ്പിച്ച ശേഷം അള്ളട സ്വരൂപം മുഴുവനും വ്യാപിച്ചു. കാവുകളിലും കോട്ടങ്ങളിലും വിഷ്ണുമൂർത്തിയായും, പുലിഭൂതമായും, കൈതച്ചാമുണ്ഡിയായും തീച്ചാമുണ്ഡിയായും കെട്ടിയാടുന്നു. തീയ്യ സമുദായത്തോട് പ്രതിപത്തിയുള്ള തെയ്യമാണ് വിഷ്ണുമൂർത്തി. നാട്ടുപരദേവത, വീട്ടുപരദേവത, കുലശേഷത്തിങ്കൽ പരദേവതമാർ, തായിപരദേവത തുടങ്ങി ഒട്ടനേകം പരദേവതമാരെ പറയു

മെങ്കിലും പരദേവത എന്നു മാത്രം പറഞ്ഞാൽ അത് വിഷ്ണുമൂർത്തിയാണ്. നിറഭക്തിയോടെ എന്റെ പരദേവത എന്നു തീയ്യർ വിളിക്കുന്നത് വിഷ്ണുമൂർത്തിയെ മാത്രമാണ്.

കണ്ണൂർ ജില്ലയിലെ കൊളച്ചേരിയിൽ ചാത്തമ്പള്ളികാവിൽ കെട്ടിയാടുന്ന വിഷകണ്ഠൻ തെയ്യം മേലാളവർഗത്തിന്റെ ശിക്ഷയ്ക്കിരയാകേണ്ടി വന്ന ഒരു കള്ളു ചെത്തുകാരന്റെ കഥയാണ്. വിഷം തീണ്ടിയ ആൾ മരണപ്പെട്ടതായി അറിയിക്കുകയും തിരികെ വരുന്നതിനിടയിൽ തെങ്ങിൽ ഏറിക്കൊണ്ടിരിക്കുന്ന ഒരു തീയ്യൻ ഈ രംഗം കാണുകയും ചില മന്ത്രങ്ങൾ ചൊല്ലി വിഷം തീണ്ടിയ ആളെ തിരിച്ച് ജീവിതത്തിലേക്ക് കൊണ്ടു വരികയും ചെയ്തു. ഈ വിവരമറിഞ്ഞ കരുമാരത്തില്ലത്തെ നമ്പൂതിരിയുടെ നിർദ്ദേശത്താൽ ഈ ഏറ്റുകാരൻ ക്രൂരമായി കൊലചെയ്യപ്പെടുകയും ചെയ്ത കഥയാണ് തെയ്യത്തിന്റെ പുരാവൃത്തം. പ്രധാന ദൈവങ്ങൾക്കൊപ്പം വിഷകണ്ഠൻ തെയ്യത്തെ കുടിയിരുത്തി ആരാധിക്കാറുണ്ട്.കോട്ടപ്പാറ തറവാട്ടിൽ വയനാട്ടുകുലവനും, ചങ്ങാതിയും നിലയുറപ്പിച്ചിട്ട് അപ്പോഴാണ് തനിക്കും, ചങ്ങാതിക്കും സഹായിയായിട്ട് ഒരാൾ വേണമെന്ന ചിന്ത കുലവനിലുണരുന്നത്. ആ സമയത്താണ് കോട്ടപ്പാറ തറവാട്ടിൽ ദൈവം കെട്ടുത്സവത്തിലെ പ്രധാനപൂജാരിയായിരുന്നു സത്യസന്ധനും, ഉറച്ച ഭക്തനും, സർവ്വോപരി നീതിമാനുമായിരുന്ന ശ്രീ കുഞ്ഞിക്കോരൻ. കുലവൻ കുഞ്ഞിക്കോരനെ തന്റെ മാറോടണച്ചു. കുലവന്റെ മുളവില്ലിന്റെ സ്പർശവും മാറിന്റെ ചൂടും കുഞ്ഞിക്കോരനെ ദൈവക്കരുവാക്കി. അങ്ങനെ കുഞ്ഞിക്കോരൻ കോരച്ചൻ ദൈവമായി. പരുത്തി വീരനെയാണ് സാധാരണയായി വീരൻ തെയ്യം എന്ന് മാത്രം പറയുന്നത്. എല്ലാ പുതിയ ഭഗവതിക്കാവുകളിലും ഈ തെയ്യം കെട്ടിയാടപ്പെടുന്നു. കതിവന്നൂർ വീരൻ, ചാത്തമ്പള്ളി വിഷകണ്ഠൻ തുടങ്ങിയ വീരൻമാരുടെ രൂപത്തിൽ തന്നെയാണ് പരുത്തിവീരന്റെ തെയ്യവും. എന്നാൽ ദേഹമാസകലം പരുത്തി ചെറുതുണ്ടുകളാക്കി പറ്റിച്ചു വെക്കുന്നതായി കണ്ടുവരുന്നു.

തുളുനാട്ടിൽ കെട്ടിയാടുന്ന ഇരട്ടത്തെയ്യമാണ് കോട്ടിയും ചെന്നയ്യനും. ബില്ലവ അഥവാ തീയ്യസമുദായത്തിലെ വില്ലാളി വീരൻമാരായിരുന്നു ഇവർ. കർണാടകത്തിലെ സുള്ള്യയിൽ ജനിച്ച ഇവർക്ക് ചെറുപ്പത്തിൽ തന്നെ മാതാപിതാക്കളെ നഷ്ടപ്പെടുകയും തുടർന്ന് പെരിമല ബെല്ലാളർ എന്ന രാജാവിന്റെ കൊട്ടാരത്തിൽ വളരേണ്ടിവരുന്നു. യുദ്ധത്തിൽ വിശ്രമിച്ച് കൊണ്ടിരിക്കുന്ന കോട്ടിയെ ശത്രുക്കൾ ചതിച്ച് കൊല്ലുന്നു. ജ്യേഷ്ഠന്റെ മരണത്തോടെ ചെന്നയ്യനും ആത്മഹത്യ ചെയ്യു

ന്നു. യുദ്ധത്തിൽ ജയിച്ച രാജാവ് ഈ രണ്ട് യോദ്ധാക്കൾക്ക് വേണ്ടി ബീർമേരിൽ ഒരു കളരി ഉണ്ടാക്കുകയും അവരെ ദൈവക്കരുവായി കുടിയിരുത്തി. തുളു തീയ്യരുടെ ഒരു പ്രധാന തെയ്യമാണ് തുളുവീരൻ തെയ്യം. വേട്ടയ്ക്കാരൻ, വേട്ടയ്ക്കൊരുമകൻ എന്നെല്ലാം വിളിക്കപ്പെടുന്ന വേട്ടക്കൊരുമകൻ യുദ്ധനായകനായ, തെക്ക് നിന്നും വടക്കോട്ട് വന്ന തെയ്യമാണ് ക്ഷത്രിയൻമാരുടെ കുല ദൈവമാണ് വേട്ടക്കൊരുമകൻ. നാട്ടുരാജാക്കൻമാരുടെ പടയാളികളായി വടക്കോട്ടു വന്ന് താമസമാക്കിയ തറവാടുകളുടെ ചരിത്രം വേട്ടക്കൊരുമകന്റെ ചരിത്രം കൂടിയാണ്. കുടിവീരൻ, പരുത്തിവീരൻ, കതിവന്നൂർ വീരൻ തുടങ്ങിയ വീരൻ തെയ്യക്കോലങ്ങൾ നാട്ടുരാജാക്കൻമാരുടെ പടയാളികളും കളരി അഭ്യാസികളായിരുന്നു. അടിയാളനും കർഷകതൊഴിലാളി പ്രതിനിധിയുമായ കാരി ഗുരുക്കൾ തെയ്യം കീഴാള പ്രാതിനിധ്യത്തിനും മാനുഷികതയ്ക്കും തക്ക ഉദാഹരണമാണ്.

പുലയ ദമ്പതികളായ വിരുന്തന്റെയും വിരുന്തിയുടെയും മകനായ കാരിയെ കുഞ്ഞമ്പു നമ്പ്യാർ അടിമച്ചന്തയിൽ നിന്നു വാങ്ങി ആയോധന കല അഭ്യസിപ്പിച്ച് കാരി ഗുരുക്കളായി മാറ്റി. ഗോത്രനായകനായ ഒരു യോദ്ധാവിന്റെ അനുസ്മരണമായാണ് മലക്കാരി തെയ്യത്തെ കെട്ടി ആടുന്നത്. ആദിവാസികളും തീയ്യസമുദായക്കാരും ഈ ദൈവത്തെ ആരാധിക്കുന്നുണ്ട്. സാധാരണ വീരൻ തെയ്യങ്ങളുടെ ഉടുത്തുകെട്ടുമായാണ് തെയ്യം പുറപ്പെട്ട് വരുന്നത്. ശരീരത്തിൽ മുഴുവൻ അരിച്ചാന്ത് തേച്ച് പിടിപ്പിക്കുന്നു. കതിവന്നൂർ വീരൻ തുടങ്ങിയ വീരൻമാർക്കുള്ള വിധമാണ് തെയ്യത്തിന്റെ മുടി. വണ്ണാൻ സമുദായക്കാരാണ് അണ്ടലൂർക്കാവിൽ ഈ തെയ്യം അവതരിപ്പിച്ച് കണ്ടിട്ടുള്ളത്. വീരാരാധനയാണ് ഈ തെയ്യാരാധനയിലെ അടിത്തറ. കൊറപ്പാളു സനിയറു,കുറവൻ കോഡി ദമ്പതികളുടെ മകനാണ് കെറഗ തനിയൻ. ചെറുപ്പത്തിൽ തന്നെ മാതാവിനെയും പിതാവിനെയും നഷ്ടപ്പെട്ടു ബൈര എന്ന ഏണസൂർ തീയ്യത്തറവാട്ടിലെ അംഗം കെറഗ തനയനെ സ്വന്തം തറവാട്ടിൽ കൊണ്ട് പോയി ഭക്ഷണവും വസ്ത്രവും നൽകി സംരക്ഷിച്ചു. നാടുവാഴിത്തത്തിന്റെ ഉഗ്രശാസനകൾക്കെതിരെ പ്രതികരിച്ച് മരണമടയേണ്ടിവന്നവനാണ് കെറഗ തനിയൻ. കെറഗതനിയൻ മിക്ക തീയ്യ തറവാടുകളിലും കെട്ടിയാടിക്കാറുണ്ട്.

അത്യുത്തരകേരളത്തിലെ തീയ്യസമുദായത്തിന്റെ ആരാധനാമൂർത്തിയാണ് ഭൈരവൻതെയ്യം. കുട്ടികളില്ലാതിരുന്ന ചെറുതണ്ടാനും ചെറുതണ്ടാത്തിയും ഒരു കുട്ടി ജനിച്ചു കാണാൻ ഏറെ പ്രാർത്ഥനകൾ നട

ത്തി. ഒടുവിൽ അവർ 41 ദിവസം വ്രതമെടുത്ത് ആദിത്യ ഭഗവാനെ പ്രസാദിപ്പിക്കാൻ പ്രാർത്ഥന നടത്തി. ഭഗവാൻ പ്രീതനായി ഒരു കുട്ടിയെ നൽകാൻ പ്രസാദിച്ചു. ബുദ്ധിയും ശക്തിയും കഴിവുമുള്ള കുട്ടിയാണെങ്കിൽ അവന് ഏഴു വർഷമേ ആയുസ്സുണ്ടാകുകയുള്ളൂവെന്നും ബുദ്ധി കുറഞ്ഞ കുട്ടിയാണെങ്കിൽ കൂടുതൽ ആയുസ് കൊടുക്കാമെന്നും ആദിത്യദേവൻ അറിയിച്ചു. ബുദ്ധിശക്തിയുള്ള ഏഴുവയസ്സ് ആയുസ്സുള്ള കുട്ടിമതി എന്ന് തണ്ടാത്തി ദേവനെ അറിയിച്ചു. ദൈവാനുഗ്രഹത്താൽ ജനിച്ച കുട്ടിക്ക് അവർ ചീരാളനെന്നു പേരിട്ടു. മിടുക്കനായി വളർന്ന കുട്ടി ഏഴുവയസു പൂർത്തിയാക്കി. ആ സമയത്ത് തണ്ടാത്തിയുടെ ഭവനത്തിൽ വന്നെത്തിയെ യോഗീവര്യൻമാർ നരമാംസം കൂട്ടിയുള്ള സദ്യ ആവശ്യപ്പെട്ടു. യോഗീമാരുടെ അപേക്ഷയിൽ നിന്നും ചീരാളന്റെ ആയുസ്സറുതിക്ക് സമയമായെന്നു മനസ്സിലാക്കിയ തണ്ടാത്തി ചീരാളനെ കൊല ചെയ്ത് യോഗിമാർക്ക് ഭക്ഷണം വിളമ്പി. യോഗികൾക്ക് വിളമ്പിയ മാംസക്കഷണങ്ങൾ തുള്ളിത്തെറിക്കാൻ തുടങ്ങി. യോഗിമാർ 21 ഹോമകുണ്ഡങ്ങൾ കൂട്ടി മാംസക്കഷണങ്ങൾ അതിൽ നിക്ഷേപിച്ചു. ഹോമകുണ്ഡത്തിൽ നിന്നും പലതരം ഭൈരവൻമാർ പൊടിച്ചുണ്ടായി എന്നാണ് ഐതിഹ്യം.

അത്യുത്തരകേരളത്തിലെ തീയ്യസമുദായത്തിന്റെ ആരാധനാമൂർത്തിയും അപൂർവ്വം ചിലയിടങ്ങളിൽ മാത്രം കെട്ടിയാടുന്നതുമായ തെയ്യമാണ് ആദിമൂലിയാടൻ. എളവല്ലിച്ചേകോൻ എന്നും ഈ തെയ്യത്തിന് പേരുണ്ട്. നമ്പിയാത്ത്, കൊറക്കുന്ന്, കാക്കനാങ്കോട്, പുതിയാണ്ടി കോരമ്പത്ത് എന്നീ തീയ്യക്കോട്ടങ്ങളിൽ മാത്രമാണ് ആദിമൂലിയാടൻ തെയ്യം കെട്ടിയാടുന്നത്. മന്ത്രമൂർത്തിയായ ഈ തെയ്യത്തിന് മാന്ത്രികാനുഷ്ഠാനങ്ങൾ ധാരാളമുള്ളതുകൊണ്ടാകാം അധിക സ്ഥലങ്ങളിൽ ഈ തെയ്യം കെട്ടിയാടാത്തത്. മുലിമല മുത്തപ്പന്റെയും ആദിമലക്കന്നിയുടെയും പുത്രനായി ജനിച്ച എളവല്ലിച്ചേകോൻ ചെറുപ്പം മുതൽക്കുതന്നെ അമാനുഷിക ശക്തി പ്രദർശിപ്പിച്ചിരുന്നു. അഞ്ചാം വയസ്സിൽ അഗ്നിഭഗവാനെ തപസ്സിനാൽ പ്രത്യക്ഷപ്പെടുത്തി വരം നേടുകയും ചെയ്തു. ഈ തെയ്യവും തുളുനാട്ടിൽ ലക്ഷണം പറയണോ, പാമ്പിനെ കാണിക്കണോ എന്ന് പറഞ്ഞ് തുടങ്ങുന്ന വ്യത്യസ്തമായ തെയ്യമാണ് ആട്ടക്കാരത്തി.

തീയ്യനെന്ന ബില്ലവനെ തൊട്ടതിലൂടെ അയിത്തമായി ജാതിഭ്രഷ്ടിനിരയായ സ്ത്രീയുടെ തെയ്യമാണ് ആട്ടക്കാരത്തി.ആട്ടക്കാരത്തി പണ്ട് വീടുവീടാന്തരം ഭിക്ഷയാചിച്ചിരുന്ന ഒരു സ്ത്രീയായിരുന്നു. ആലംബഹീനയായ സ്ത്രീ ഒരു ആട്ടക്കാരന്റെ വീട്ടിൽ അഭയം പ്രാപിച്ചു. ആ

സമയത്ത് കൈയ്യിൽ മുദ്ര ധരിച്ചിരുന്ന ഒരു ബില്ലവൻ അവളെതൊട്ടു. ബില്ലവൻ തൊട്ടതോടെ ആ സ്ത്രീ മായയായി മാറി. പിന്നീട് തുളുനാട്ടുകാർ മായയായ സ്ത്രീയെ ആട്ടക്കാരത്തി എന്ന തെയ്യമായി ആരാധിക്കാൻ തുടങ്ങി. മറ്റ് തുളു തെയ്യങ്ങളിൽ നിന്ന് വ്യത്യസ്തമായി കേരളത്തിൽ വന്ന തെയ്യമാണ് മന്ത്രദേവത. മുഖ്യമായും തുളുനാടിന്റെ തെക്ക് ഭാഗത്ത് മന്ത്രദേവതയെ പൂജിക്കുന്നു. മന്ത്രദേവതയ്ക്ക് തമ്പിലം നടത്താറുണ്ട്. പൊരി, പഴം, പാല് എന്നിവ നല്കുന്നു. കർക്കടക മാസത്തിൽ അഗലു അനുഷ്ഠിക്കുന്നു. മന്ത്രദേവതയുടെ അഗലു പ്രത്യേക രീതിയിലാണ് ചെറിയ വാഴയില നിരത്തി ചെറിയ കല്ലുകൾ വെച്ച് വെള്ളമൊഴിക്കുന്നു. മുട്ട ഇടാറായ കോഴിയെ കൊന്ന് കറിയാക്കി മന്ത്രദേവതയ്ക്ക് നല്കുന്നു. കാർക്കള നടുബൈെടു, പെർണങ്കില, കടപ്പാടി മൽപെടെ എന്നിവിടങ്ങളിലെ തീയ്യ തറവാടുകളിൽ ഗിഡിരാവന്തദൈവത്തെ കെട്ടിയാടിക്കാറുണ്ട്. തെയ്യത്തിന് കോഴിയെ ബലി നല്കാറുണ്ട് ഈ തെയ്യത്തിന്റെ വെളിച്ചപ്പാടൻമാർ തീയ്യരാണ്. തെയ്യം കെട്ടുന്നത് കോപ്പാളൻമാരാണ്. തെയ്യത്തിന് കഴുകന്റേതുപോലുള്ള കൊക്കുണ്ടാകും. ദൈവം കവുങ്ങിൻ പൂ ആണ് പ്രസാദമായി നല്കുന്നത്. മൈസൂർ രാജാവിന്റെ അടിയാനായി കന്നാലി മേയ്ച്ചിരുന്ന ഒരു കോപ്പാളന്റെ പശുവിനെ പുലി പിടിച്ചു. ദേഷ്യം വന്ന രാജാവ് കോപ്പാളനെ വഴക്ക് പറയുകയും ജോലിയിൽ നിന്ന് പിരിച്ചു വിടുകയും ചെയ്തു. സങ്കടം സഹിക്കാൻ കഴിയാതെ നാടുവിട്ട കോപ്പാളൻ തെയ്യക്കരുവായിമാറി. ഏറുകളെ മെയ്ച്ചുനടന്ന കോപ്പാളൻ ഏറുകോപ്പാള എന്ന തെയ്യമായി അറിയപ്പെട്ടു.പെർണങ്കില, കടപ്പാടി മൽപെടെ എന്നിവിടങ്ങളിലെ തീയ്യ തറവാടുകളിൽ ഏറുകോപ്പാളദൈവത്തെ കെട്ടിയാടിക്കാറുണ്ട്.

വൈദ്യം, മന്ത്രവാദം തുടങ്ങിയവയിൽ സിദ്ധിയുള്ളവർ, ദേവതയുടെ ഭക്തന്മാരോ കോമരമോ ആയിട്ടുള്ളവർ, പരിശുദ്ധാത്മാക്കളായ വനിതകൾ തുടങ്ങിയവർ മരണാനന്തരം ദേവതകളായി മാറുമെന്നും അവരെ ആരാധിക്കുക എന്നത് സമൂഹത്തിന്റെ യോഗക്ഷേമത്തിന് ആവശ്യമാണെന്നും വിശ്വസിക്കപ്പെട്ടുപോരുന്നു. തുളുനാടാകമാനം ആരാധിക്കപ്പെടുന്ന ഇരട്ടത്തെയ്യങ്ങളാണ് കൽക്കൂടനും കല്ലുരുട്ടിയും. കൽക്കൂടന്റെ പ്രശസ്തി ഭാരതം മുഴുവൻ അറിയപ്പെട്ടിരുന്ന കാലം. കർണ്ണാടകയിലെ കാർക്കളത്ത് ബാഹുബലിയുടെ ഭീമാകാരമായ ഒറ്റക്കൽ പ്രതിമ ഉണ്ടാക്കിയെങ്കിലും അത് ഉയർത്തി നിർത്താൻ പരാജയപെട്ടപ്പോൾ രാജാവ് കൽക്കൂടനെ തേടിയെത്തി. കൽക്കൂടൻ സ്വന്തം കഴിവും ബുദ്ധിയും ഉപയോഗിച്ച് രാജാവ് ഉദ്ദേശിച്ചതിലും വേഗത്തിൽ പണി പൂർത്തി

യാക്കി. സന്തോഷം കൊണ്ട് മതിമറന്ന രാജാവ് കൽക്കൂടന് ബഹുമതികളും പാരിതോഷികവും നൽകി. എന്നാൽ പിന്നീട് അസൂയാലുവായ രാജാവ് മറ്റൊരു പ്രതിമ ഉണ്ടാക്കാൻ പാടില്ലെന്ന് കരുതി അയാളുടെ ഇടത് കൈയും വലതു കാലും ഛേദിച്ചു കളഞ്ഞു മേലാളരുടെ നൃശംസതയ്ക്ക് വിധേയമാകുന്ന കീഴാളരുടെ ജീവിത ദുരന്തവും പ്രതികാര നടപടികളുമാണ് ഈ ഇരട്ടത്തെയ്യത്തോറ്റത്തിന്റെ പ്രമേയം. നിരാശനായ കൽക്കൂടൻ ആ രാജ്യം ഉപേക്ഷിച്ച് മറ്റൊരു രാജ്യത്ത് അഭയം തേടി. കാലം കഴിഞ്ഞപ്പോൾ സഹോദരനെതേടി എത്തിയ കല്ലുരുട്ടി കൈയും കാലും നഷ്ടപ്പെട്ട കൽക്കൂടനെയാണ് കണ്ടത്. പ്രതികാരാഗ്നിയിൽ ജ്വലിച്ച കല്ലുരുട്ടി ഇതിന് കാരണക്കാരനായ രാജാവിനോടും പരിവാരങ്ങളോടും പ്രതികാരം വീട്ടി. പിൽക്കാലത്ത് ഇവർ രണ്ടു പേരെയും നാട്ടുകാർ തെയ്യങ്ങളായി കുടിയിരുത്തി. സാധാരണക്കാരിൽ നിന്നും മനോഗുണം കൊണ്ടും ശരീരശക്തികൊണ്ടും മറ്റു പ്രത്യേകതകളാലും ശ്രേഷ്ഠരായിട്ടുള്ളവർ അപമൃത്യുവിനു വിധേയരാകുമ്പോൾ അവർ ബലിഷ്ഠരായ പ്രേതങ്ങളായിത്തീർന്നു. കരിങ്കുട്ടി ചാത്തൻ, ചാത്തമ്പള്ളി വിഷകണ്ഠൻ, കാരി ഗുരിക്കൾ, തോട്ടുങ്കരപ്പോതി തുടങ്ങിയവർ മരണാനന്തരം തെയ്യങ്ങളായി ഉയിർത്തെഴുന്നേറ്റാണ് പ്രതികാരം ചെയ്യുന്നത്. കുലപൂർവ്വികനെയും ശൗര്യവീര്യപരാക്രമികളായ വീരന്മാരെയും പ്രതാപികളായ കാരണവന്മാരെയും ഉത്തരകേരളത്തിൽ പ്രധാന ദൈവങ്ങൾക്കൊപ്പം കുടിയിരുത്തി ആരാധിക്കാറുണ്ട്.

വൈഷ്ണവാരാധന

തീയ്യസമുദായത്തിന്റെ വൈഷ്ണവ ആരാധനാമൂർത്തികളിൽ പ്രധാനിയാണ് പാലോട്ട് ദൈവം. പാലാഴിക്കോട്ട് ദൈവം എന്നതാണ് പാലോട്ട് ദൈവമായതെന്ന് മറ്റൊരൈതിഹ്യം. പാലാഴിയിൽ അനന്തശയനത്തിലുള്ള മഹാവിഷ്ണുവിന്റെ പൊൻകിരീടം മഹാദേവന്റെ സമ്മതത്തോടെ ഗംഗ ഇളക്കിമാറ്റി. പാലാഴിയിൽ കൂടി അത് തിരകളിൽ സൂര്യനുദിച്ച പോലെ ഒഴുകിനീങ്ങി. നൂറ്റെട്ടാഴിയും കടന്ന് പാലോട്ട് ദൈവം അഴീക്കോട് എന്ന അഴീക്കരയിൽ വന്നടുത്തു. പ്രസിദ്ധനായ കരുമന ചാക്കാട്ട് ശിതികണ്ഠനും നഗരത്തിലെ തട്ടാനും കൂടിയാണ് അഴീക്കൽ കടപ്പുറത്ത് വല വീശാൻ പോയത്. തീയ്യത്തറവാട്ടിലെ കാരണവരെ കണ്ടപ്പോൾ ഇദ്ദേഹം വഴി തനിക്ക് കോലത്ത്നാട്ടിൽ കുടികൊള്ളാമെന്ന് കരുതി പാലോട്ട് ദൈവം കാരണവർ എറിഞ്ഞ വലയിൽ ഒരു പൊൻമീനായി കയറി. കാരണവർ തനിക്ക് കിട്ടിയ സ്വർണ്ണ മത്സ്യത്തെ തലയി

ലെടുത്ത് വരുന്ന വഴി അഴീക്കോട് ഓലനടക്കൽ എത്തിയപ്പോൾ ക്ഷീണം കൊണ്ട് മത്സ്യം താഴെവെച്ചു. അശുദ്ധിയായി എന്നപ്പോൾ അശരീരികേട്ട് സംഭ്രമചിത്തനായ കാരണവർ കൂർത്തേടത്ത് കാരണവരുടെ സഹായത്തോടെ പുണ്യാഹാദികൾ നടത്തി. മത്സ്യമപ്പോൾ അപ്രത്യക്ഷമായി. തൽസ്ഥാനത്ത് ഒരു ശിലാരൂപം കാണപ്പെട്ടു. കാരണവർ ശില നളിയിൽ തറവാട്ടുകാർ സമർപ്പിച്ച വെള്ളത്തുണിയിൽ പൊതിഞ്ഞ് തന്റെ തറവാട്ടിൽ കൊണ്ടുപോയി. കണിശനെ വരുത്തി രാശി വെച്ച് നോക്കിയപ്പോൾ ദൈവക്കരുവാണ് കിരീടം എന്നും പാലാഴിക്കോട്ട് ദൈവം എന്ന പേരിൽ അതിനെ പൂജിക്കണമെന്നും കണ്ടു. ചിറയ്ക്കൽ തമ്പുരാന്റെ മേൽനോട്ടത്തിൽ വിഗ്രഹം പാലോട്ട് കാവിൽ കുടിയിരുത്തി ആരാധിച്ചു. നായരുടെ കോയ്മയിൽ തീയ്യൻമാരും തട്ടാൻമാരും ഒന്നുചേർന്ന് കുറേക്കാലം പാലോട്ട് കാവ് നടത്തി.

ആരംഭത്തിൽ ഏതാനും തീയ്യത്തറവാടുകൾ ചേർന്നാണ് പാലോട്ട് കാവുകൾ നടത്തിയതെങ്കിലും ക്രമേണ പ്രദേശത്തെ തീയ്യൻമാരുടെ പൊതു താനം (സ്ഥാനം) ആയി അത് മാറി. അഴീക്കോട് തറയിലെ മറ്റ് കാവുകളിൽ അതാത് ക്ഷേത്രാചാരപ്രകാരം സ്ഥാനങ്ങൾ ഏറ്റെടുക്കുമ്പോൾ രാജകഴകമായ പാലോട്ട് ദൈവത്താറീശ്വരന്റെ അനുഗ്രഹാശിസ്സുകൾ വാങ്ങി സ്ഥാനമേൽക്കണമെന്നുണ്ട്. മല്ലിയോട്ട്, അതിയടം, തെക്കുമ്പാട്, കീച്ചേരി എന്നീ പാലോട്ട് കാവുകളുടെ ആരൂഢസ്ഥാനം കൂടിയാണ് അഴീക്കോട് പാലോട്ട്കാവ്. തീയ്യസമുദായത്തിന്റെ വൈഷ്ണവ ആരാധനമൂർത്തിയാണ് ഒറ്റക്കോലം ദൈവം. പണ്ട് ഹിരണ്യൻ മഹാവിഷ്ണുവിന്റെ നരസിംഹാവതാരത്തെ ഭയന്ന് ഹിരണ്യൻ കോട്ടയിൽ ഒളിക്കുകയും കോട്ടയ്ക്ക് അഷ്ടദിക് പാലകരെ കാവൽനിർത്തുകയും ചെയ്തു. നരസിംഹത്തിന്റെ ഭീകരരൂപവും അലർച്ചയും ദർശിച്ച് അഷ്ടദിക് പാലകർ ഓടിയൊളിക്കുകയും ചെയ്തു. അഗ്നിയിൽ പ്രവേശിച്ച് നരസിംഹം ഹിരണ്യനെ വധിക്കുകയും ചെയ്യുന്നു. ഒറ്റക്കോലം ഹിരണ്യൻ കോട്ടയിലെ നരസിംഹത്തിന്റെ അഗ്നി പ്രവേശന ചടങ്ങാണ് അവതരിപ്പിക്കുന്നത്. തുളുനാട്ടിൽ ഒറ്റക്കോലം ഇഡുവിന്റെ മുന്നിൽ വെച്ച് അഗ്നിപ്രവേശനം നടത്താറുണ്ട്. പണ്ടേ പാലാഴി തന്നിൽ പരമസുഖത്തോടു വാഴുന്ന ശ്രീ വൈകുണ്ഠൻ മർത്ത്യമൃഗേന്ദ്രമായവതരിച്ചുണ്ടായ ശേഷം ഭുവിമുൻപായി വന്നള്ളടത്തിൽ പുകൾ പെരിയ സ്ഥലം നല്ല പാലാഴിദേശത്തൻവും പാലാഴിപ്പരപ്പേൻ പരമപദസാജ്ഞത്തിങ്കലേൽപ്പിച്ചു കോലം. പാലായി പരപ്പേൻ എന്ന മലയനാണ് പരദേവതയാം വിഷ്ണുമൂർത്തിയുടെ ദൈവക്കോലം ആദ്യമായി കെട്ടിയാടിയത് എന്ന്

ഈ വരികൾ സൂചിപ്പിക്കുന്നു.നാട്ടുപുരാവൃത്തമായ ചാമുണ്ഡി പരദേവതമാർ, കോട്ടപ്പുറം ശ്രീ വൈകുണ്ഠത്തിൽ നിലയുറപ്പിച്ച ശേഷം അള്ളട സ്വരൂപം മുഴുവനും വ്യാപിച്ചു.

വിഷ്ണുമൂർത്തിക്കായി ആദ്യം പണിതീർത്ത കോട്ടപ്പുറത്ത് നെല്ലക്കാൽ തുരുത്തി കഴകത്തിലെ തെക്കനും വടക്കനും അനന്തരവന്മാർക്കുമാണ് വിഷ്ണുമൂർത്തിയെ ആദ്യമായി ആരാധിക്കാൻ ഭാഗ്യം ലഭിച്ചത്.. കണ്ണച്ഛൻ ദൈവവും വിഷ്ണുമൂർത്തിയും ഒരുമിച്ചാണ് അരങ്ങത്ത് വരാറുള്ളത്.കോട്ടപ്പുറം വൈകുണ്ഠേശ്വരം ക്ഷേത്രത്തിൽ കളിയാട്ടത്തിനാവശ്യമായ എണ്ണ മുഴുവൻ മുസ്ലീങ്ങളാണ് നൽകുന്നത്. തീയ്യസമുദായത്തിന്റെ ആരാധനാമൂർത്തിയാണ് ഊർപ്പഴച്ചി ദൈവം. ഊർപ്പഴച്ചി ദൈവം എന്ന പേരിൽ പിൽക്കാലത്ത് ആരാധിക്കപ്പെടുന്ന മേലൂർ ദയരപ്പൻ എന്ന വീരപരാക്രമിയുടെ ജനനം ഗംഗാനദിയുമായി ബന്ധപ്പെട്ടാണുണ്ടായതെന്ന് തോറ്റം പാട്ട് വ്യക്തമാക്കുന്നു. ആദിലോകത്താദിനാഥൻ വിഷ്ണുഭഗവാനെ ചൂതുകളിയിൽ പരാജയപ്പെടുത്തുവാൻ മേലൂർ കോട്ടയിലെ കന്യാവിന് കഴിഞ്ഞു. ആ കന്യാവും വിഷ്ണു ഭഗവാനും ലക്ഷ്യം കുറിച്ച് ഗംഗയിൽ ചെന്ന് ക്രീഡിച്ച് മുങ്ങിക്കുളിച്ചു . ആ കന്യാവിന് അതോടെ വയറ്റകത്ത് വിഷ്ണു ഭഗവാന്റെ വരപ്രസാദമുണ്ടായി. അങ്ങനെ മേലൂരിളം കന്യാവ് ഗർഭം ധരിച്ച് പ്രസവിച്ച മകനാണ് മേലൂർ ദയരപ്പൻ. ദൈവാംശഭൂതമായ ദയരപ്പന്റെ അമാനുഷ പ്രഭാവം ശൈശവം മുതൽക്കേ വെളിപ്പെട്ടു. മുപ്പത്തിയാറ് തിരുവയസ്സിൽ അറുപത്തിനാല് കൊല കൊന്ന് ഊർപ്പഴച്ചിക്കാവിൽ വാണ ദൈവമായി.വയറ്റിലെ അസുഖം വന്നവർ ഐശ്വര്യ പ്രഭുവായ ഊർപ്പഴച്ചി ദൈവത്താറെ ആരാധിക്കുന്നു.ഊർപ്പഴച്ചിത്തെയ്യത്തിന്റെ പുരാവൃത്തത്തിലും തീയ്യരെക്കുറിച്ച് പറയുന്നുണ്ട്. ഊർപഴശ്ശിയുടെ ഗദ്യത്തോറ്റത്തിൽ മേലൂർ കോട്ട പണിതീർക്കണം. അതിനാലൊരു കുറവില്ലല്ലോ അവനും അവന്റെ മാടം തൊറന്ന് മൗ എട്ക്കണം കൂട്ടം തൊറന്ന് ഉളിയെടുക്കണം എന്നും പറയുന്നുണ്ട്. ഊർപ്പഴശ്ശി മേലൂർ കോട്ടയിൽ നിന്ന് ബാലുശ്ശേരി കോട്ടയിലെത്തി വേട്ടയ്ക്കൊരുമകൻ ദൈവവവുമായി സുഹൃദ്ബന്ധം സ്ഥാപിച്ച് അള്ളടം സ്വരൂപത്തിലും കോല സ്വരൂപത്തിലും നിരവധി തറവാടുകളിലും കാവുകളിലും സ്ഥാനം പിടിച്ചതായി തോറ്റത്തിൽ പറയുന്നുണ്ട്.

ശൈവാരാധന

തീയ്യസമുദായത്തിന്റെ ശൈവാരാധനമൂർത്തിയാണ് ഗുളികൻ ദൈവം. ഗുളികൻ ശ്രീമഹാദേവന്റെ ഇടത്തേപെരുവിരലിൽ നിന്ന് കാലനില്ലാകാ

ലത്ത് സൃഷ്ടിക്കപ്പെട്ട ദേവതയാണ്. മുഖത്ത് കരിമ്പാളയും അരയിൽ കുരുത്തോലയുടെ പൊലിയുടുപ്പും കൈയ്യിൽ ത്രിശൂലവും ഉയർന്ന കുരുത്തോലമുടിയുമുള്ള ഗുളികൻ. അഭ്യാസപടുവായ ദൈവമാണ്. മാർക്കണ്ഡേയപുരാവൃത്തവുമായി ഗുളികൻ ബന്ധപ്പെട്ടുകിടക്കുന്നു. പതിനാറുവയസ്സുവരെ ആയുസ്സുള്ള മാർക്കണ്ഡേയൻ ജീവിതകാലം നീട്ടികിട്ടാൻ ശിവാരാധനയിൽ മുഴുകിയസമയത്ത് കാലന്റെ ജോലി ചെയ്തുതീർക്കാൻ ഗുളികൻ എത്തിച്ചേരുന്നു. ഈ സമയം മാർക്കണ്ഡേയൻ ശിവലിംഗം കെട്ടിപ്പിടിച്ചു കരഞ്ഞു. കലിപൂണ്ട ശിവൻ കാലചക്രം എറിയുകയും പേടിച്ച് ഗുളികൻ പാതാളത്തിൽപോയൊളിക്കുകയും ചെയ്തു. കാലനില്ലാത്ത ജഗത്തിൽ ജനങ്ങൾ ബുദ്ധിമുട്ടാൻ തുടങ്ങി. പന്ത്രണ്ടു സംവത്സരങ്ങൾ കഴിഞ്ഞപ്പോൾ ത്രിമൂർത്തികളിൽപെടുന്ന ബ്രഹ്മാവും വിഷ്ണുവും ഇടപെട്ട് ഗുളികനെ ഭൂമിയിലേക്ക് തിരിച്ചുകൊണ്ടുവരികയും അഷ്ടനാഗങ്ങളിലൊന്നായി ഗുളികൻ പരിഗണിക്കപ്പെടുകയും ചെയ്തു. പാമ്പിന്റെ പത്തിയുമായി ഗുളികന്റെ മുഖത്തിനും മുടിക്കും സാദൃശ്യം കാണാം. ജനനമരണങ്ങളുടെ തുലനം നിലനിർത്താൻ ഗുളികന്റെ സാന്നിധ്യം ലോകത്ത് അനിവാര്യമാവുകയും ആ മരണമൂർത്തി പരക്കെ ആരാധിക്കപ്പെടുകയും ചെയ്യുന്നു. അമ്പലത്തിന് ചുറ്റുമുള്ള സർവ്വകാര്യങ്ങളുടെയും കാവലാളാണ് ഗുളികൻ. അതിനാൽ ഈ തെയ്യത്തിന് പള്ളിയറ പണിയിച്ചുകൂടാ എന്നാണ് തീയ്യരുടെ വിശ്വാസം.

ബ്രാഹ്മണ കുടിയേറ്റത്തോടെ വേദ സംസ്കാരം നാട്ടിൽ പരക്കാൻ തുടങ്ങിയതിന്റെ തുടർച്ചയാണ് പൊട്ടൻ, കുട്ടിച്ചാത്തൻ തുടങ്ങിയ തെയ്യങ്ങൾ. പ്രാദേശികമായ വൈരുദ്ധ്യങ്ങൾ തെയ്യങ്ങളിലുണ്ടെങ്കിലും ആചാരങ്ങളിലും അനുഷ്ഠാനങ്ങളിലും ഐക്യരൂപ്യം പ്രകടിപ്പിക്കുന്നുണ്ട്. നിങ്കളെ കൊത്ത്യാലും ചോപ്പല്ലേ ചോര-വിളിച്ചു ചോദിക്കുന്ന പൊട്ടൻ തെയ്യം അതിജീവനത്തിന്റെ ആൾരൂപമായി മാറുകയാണ്. അയിത്താചാരം വച്ചുപുലർത്തിയിരുന്ന ശങ്കരാചാര്യരോട് പുലയ വേഷത്തിൽ വന്ന ശിവൻ ജാതിചിന്തയുടെ നിരർഥകതയെക്കുറിച്ച് പറഞ്ഞ് ബോധവാനാക്കുന്ന കഥയാണ് പൊട്ടൻതെയ്യത്തിന്റെ പിന്നിലുള്ളത്. കുട്ടികളില്ലാതിരുന്ന കാളകാട്ട് ഇല്ലത്തെ നമ്പൂതിരി ഒരു കുട്ടിയുണ്ടായി കാണാൻ ഏറെ പ്രാർത്ഥനകൾ ചെയ്തു. നമ്പൂതിരിയിൽ കരുണതോന്നിയ പരമശിവൻ നമ്പൂതിരിക്ക് ഒരു കുട്ടിയെ ദാനം ചെയ്തു. ശ്രീമഹാദേവനും പരമേശ്വരിയും വള്ളുവനും വള്ളുവത്തിയുമായി വേഷം മാറിയ സന്ദർഭത്തിൽ പിറന്ന മകനെയാണ് ശിവൻ കാളകാട്ട് നമ്പൂതിരിക്ക് ദാനം ചെയ്തത്. ചെറുപ്പം മുതലേ ഒരു നമ്പൂതിരി ഇല്ലത്തിന്റെ ചിട്ടവട്ടങ്ങൾക്ക്

വഴങ്ങുന്നതായിരുന്നില്ല കുട്ടിയുടെ പ്രകൃതം. അതുകൊണ്ടുതന്നെ വളർത്തച്ഛനായ കാളകാട്ട് നമ്പൂതിരിയുമായും കാളകാട്ടമ്മയുമായും കുട്ടിക്ക് പലതവണ ഇടയേണ്ടി വന്നിട്ടുണ്ട്. പഠിക്കാനയച്ചപ്പോൾ പഠിപ്പിക്കുന്ന ഗുരുനാഥനുമായി കശപിശ വരെ ഉണ്ടായി. ഈ അതിശയങ്ങളെല്ലാം കുട്ടി കാളകാട്ടമ്മയോടും കാട്ടുന്നുണ്ടായിരുന്നു. കുട്ടിയെ കൊണ്ട് പൊറുതി മുട്ടിയ കാളകാട്ടച്ഛൻ കുട്ടിയെ വധിച്ചു. മൃതശരീരം ഒട്ടേറെ കഷ്ണങ്ങളാക്കി ഹോമത്തിൽ നിക്ഷേപിക്കാൻ തുടങ്ങി. ഓരോരോ ഹോമത്തിൽ നിന്നും ഓരോതരം കുട്ടിച്ചാത്തൻ തെയ്യങ്ങൾപൊടിച്ചുണ്ടാവാൻ തുടങ്ങി. പൂക്കുട്ടി, പറക്കുട്ടി, പൊറക്കുട്ടി എന്നിങ്ങനെയുള്ള തെയ്യങ്ങളിൽ ഏറ്റവും ഉഗ്രമൂർത്തിയായി കണക്കാക്കുന്നത് കരിംകുട്ടിച്ചാത്തനെയാണ്. വണ്ണാൻമാരും മലയൻമാരും മുന്നൂറ്റാൻമാരും ഈ തെയ്യം കെട്ടി ആടാറുണ്ട്.

ശ്രീമഹാദേവന്റെ വൈരത്തിൽ നിന്നും ജനിച്ച പുത്രനാണ് വൈരജാതൻ. ശിവന്റെ ആജ്ഞ ധിക്കരിച്ചു കൊണ്ട് സതി, ക്ഷണമില്ലാതിരുന്നിട്ടും തന്റെ പിതാവായ ദക്ഷൻ നടത്തുന്ന യാഗത്തിൽ പങ്കെടുക്കാൻ ചെന്നു. തന്റെ പതിയെ ധിക്കരിച്ചും അച്ഛന്റെ അടുക്കൽ വന്നു അപമാനം നേരിടേണ്ടി വന്നതിൽ ദു:ഖിതയായ സതി യാഗാഗ്നിയിൽ ചാടി ആത്മഹത്യ ചെയ്തു. വിവരമറിഞ്ഞ മഹാദേവൻ കോപിഷ്ഠനായി തന്റെ ജടപറിച്ചു നിലത്തടിച്ചു. അതിൽ നിന്നും വൈരജാതൻ പിറവികൊണ്ടു. ശിവന്റെ ആജ്ഞപ്രകാരം ശിവഗണങ്ങളെയും കൂട്ടി ദക്ഷന്റെ യോഗശാലയിൽ ചെന്ന് യാഗത്തിന് വന്നവരേയും യാഗം ചെയ്യുന്നവരേയും വധിച്ചു. ദക്ഷന്റെ തലയറുത്തു. എന്നിട്ടും അരിശം തീരാഞ്ഞ് യാഗശാല ചുട്ടുകരിച്ചു ശ്രീമഹാദേവൻ പുത്രനെ അനുഗ്രഹിച്ചു. ശ്രീമഹാദേവന്റെ ആജ്ഞപ്രകാരം മാനുഷ ലോകത്ത് എത്തിയ വൈരജാതൻ വേട്ടക്കൊരുമകന്റെയും ക്ഷേത്രപാലകന്റെയും കൂടെ ചേർന്ന് ദുഷ്ടനിഗ്രഹം നടത്തിയെന്നു പറയപ്പെടുന്നു. വൈരജാതന്തട്ടും തെയ്യമെന്നും ഉത്തരകോടി ദൈവമെന്നും പറയാറുണ്ട്. ഉഗ്രമൂർത്തിയായ ഈ തെയ്യക്കോലം കണ്ടു നിൽക്കുന്നവരെ പോലും തന്റെ പരിച കൊണ്ട് അടിക്കാറുണ്ട്. അതുകൊണ്ട് തന്നെയായിരിക്കാം തട്ടും തെയ്യമെന്ന പേരുവന്നതും. തീയ്യസമുദായത്തിന്റെ ശൈവാരാധനമൂർത്തിയാണ് വൈരജാതൻ. അസുര നിഗ്രഹത്തിന്റെ പ്രതീകമായുള്ള തേങ്ങയേറിൽ നാളികേരത്തിന് മുഖ്യമായ പങ്കുണ്ട്. കൂടാതെ വൈരജാതൻ തെയ്യത്തിന്റെ ലക്ഷണം നോക്കുന്ന ചടങ്ങിലും തേങ്ങയുടെ ഉപയോഗം കാണാം. തേങ്ങയുടെ മുക്കണ്ണ് ശിവനെ പ്രതീകവൽക്കരിക്കുന്നുണ്ട്. ശിവന്റെ വകഭേദമാണ്

ജടാധാരി തെയ്യം മുഖത്തെഴുത്തിന് നീല ചായം ഉപയോഗിക്കുന്നു. ചെറിയ മുടി, ശൂലം എന്നിവ ഉണ്ടായിരിക്കും. തെയ്യം കെട്ടുമ്പോൾ ഒരു പശു ഉണ്ടായിരിക്കും. മറ്റ് തെയ്യം കെട്ടിൽ നിന്ന് വിഭിന്നമായി ജടാധാരിയുടെ തെയ്യം കെട്ടിനെ മഹിമ എന്നർത്ഥം വരുന്ന മൈമ എന്നാണ് പറയുന്നത്. തുളുനാട്ടിൽ കിഴക്ക് പടിഞ്ഞാറ് ഭാഗത്ത് ഏറെ തീയ്യ തറവാടുകളിൽ കെട്ടിയാടിക്കുന്ന തെയ്യമാണ് കാളഭൈരവൻ. കോഴി, ഇളനീർ എന്നിവ നൽകി തെയ്യത്തെ തീയ്യത്തറവാടുകളിൽ ആരാധിക്കുന്നു.

ഊർവ്വാരാധന

ബാബിലോണിയ, ഈജിപ്ത്, എസ്തോണിയ, അർമേനിയ, ഇറാൻ മെക്സിക്കോ, പെറു എന്നീ നാടുകളിലൊക്കെ ഭാരതത്തിലേതുപോലെ ഭൂമിയെ അമ്മയായി കാണുന്ന സങ്കൽപമുണ്ട്. പിതാവായ അകാശത്തിന്റെ മഴയാകുന്ന രേതസ്സ് സ്വീകരിച്ച് ഗർഭവതിയാകുന്ന മാതാവാണ് ഭൂമി എന്ന സങ്കൽപം എല്ലാ ജനവിഭാഗങ്ങൾക്കിടയിലും നിലനിന്നിരുന്നു എന്ന് ജെയിംസ് ഫ്രെയ്സർ പറയുന്നു. ഊർവ്വാരാരാധനയും തീയ്യരുടെ പ്രധാന ആരാധനാരീതിയാണ്. പ്രകൃത്യാരാധനയും ഊർവരാധയുടെ ഭാഗമാണ്. കത്തിയും കുറ്റി മുറവും ധരിച്ച കാർഷിക ദേവതയാണ് തീയ്യരുടെ കുറത്തി അമ്മ. കുറത്തി പാർവ്വതിയുടെ വിവിധ ഭാവങ്ങൾ കാണിക്കുന്നതാണ്. വ്യത്യസ്ത പേരുകളിൽ പറയപ്പെടുന്നുവെന്നു മാത്രം. കൃഷി കാക്കുന്ന ദൈവമായാണ് ഈ തെയ്യത്തെ കാണുന്നത്. കൃഷി ആരംഭിക്കുന്നതിന് മുമ്പ് വെട്ടിത്തെളിക്കുന്നതും വിത്ത് വിതയ്ക്കുന്നതും വിളവെടുക്കുന്നതും ആയ കാര്യങ്ങളാണിതിന്റെ ഇതിവൃത്തം. കഴുത്തിനു മുകളിൽ അസുഖം ബാധിച്ചത് കാരൻ തെയ്യം. കാരൻ തെയ്യം കൂർമ്മാവതാര കഥയുമായി ബന്ധപ്പെട്ടതാണ്. തെക്കൻ ചെറുകീരൻ എന്ന നാമധേയം കൂടി കാരൻ തെയ്യത്തിനുണ്ട്. ധന്വന്തരി സങ്കൽപം കൂടി ഈ തെയ്യത്തിന്റെ പുരാവൃത്തം പരിശോധിക്കുന്നവർക്ക് കാണാൻ സാധിക്കും. നീലേശ്വരം തളിയിൽ നീലകണ്ഠേശ്വര ക്ഷേത്രത്തിലെ ഉത്സവാഘോഷത്തിന് അരയിൽ നിന്നും കാഴ്ച ദ്രവ്യങ്ങൾ സമർപ്പിക്കുന്ന ചടങ്ങുണ്ട്. വാഴക്കുല, ചക്ക, മാങ്ങാക്കുല എന്നിവ വാല്യക്കാർ തണ്ടിലേറ്റി ചുമന്നുകൊണ്ടു പോകും. ഓരോ സമുദായത്തിനും മുൻനിശ്ചയിച്ച പ്രകാരമുള്ള കാഴ്ച ദ്രവ്യങ്ങളുണ്ട്. പച്ചക്കറികൾ പച്ചോലകൊണ്ട് മെടഞ്ഞുണ്ടാക്കിയ കീരിക്കൊട്ടകളിലാക്കി തീയ്യസമുദായക്കാരും പൂക്കൾ തുന്നിയ ഓലക്കുടയേന്തി കണിശനും ഇരുമ്പുനാരായം (എഴുത്താണി) തൂക്ക കൊല്ലനും കാഴ്ച എഴുന്നള്ളിപ്പിന്റെ മുൻനിരയിലുണ്ടാകും. കൊ

ട്ടാരത്തിലെത്തിയാൽ കാഴ്ചകൊണ്ടുപോയവർക്കെല്ലാം അരിയളവുണ്ട്. ഈ ചടങ്ങ് ഇന്നും മുറതെറ്റാതെ ഇവിടെ നടന്നു വരുന്നു.

കിണാവൂർ പ്രദേശം പന്നികൾ പ്രവേശിക്കാത്ത ഭൂമിയാക്കി മാറ്റിയത് ക്ഷേത്രത്തിലെ ദേവീദേവന്മാരുടെ ചൈതന്യം കൊണ്ടു മാത്രമാണ്. ഈ വിശ്വാസത്തിന്റെ പേരിൽ കൃഷിക്കാർ കൊയ്ത്തു കഴിഞ്ഞാൽ നെല്ലിൽ നിന്ന് ഒരു വിഹിതം ക്ഷേത്രത്തിലേക്ക് നൽകുകയും ഒരു ദിവസത്തെ കളിയാട്ടം കഴിക്കുകയും ചെയ്തു വരുന്നു. കാർഷിക വിളകൾക്ക് നാശം വിതയ്ക്കുന്ന പന്നികളെ അമർച്ച ചെയ്യാനെന്നോണം പന്നിപ്പുറത്തേറി ചാമുണ്ഡിത്തെയ്യം വരുന്നു എന്നാണ് സങ്കല്പം. വലതുകൈയ്യിൽ ഓലച്ചൂട്ടും ഇടതുകൈയ്യിൽ പന്നിയുടെ മുഖാവരണവുമെടുത്ത് അട്ടഹാസമായിട്ടാണ് ചാമുണ്ഡിയുടെ പുറപ്പാട്. മടിക്കൈ എരിക്കുളം പാടശേഖരത്തിനു സമീപത്തെ കാവിലാണ് ഈ അപൂർവ്വ തെയ്യക്കോലം കെട്ടിയാടിക്കുന്നത്. കവുങ്ങിൻ പാളയും അഞ്ചാം മുണ്ടുമുടുത്ത് കാളയും കലപ്പയുമായി പാടങ്ങളിൽ വിത്ത് വിതയ്ക്കാനെത്തുന്ന കർഷകർക്കൊപ്പം നൂറുമേനി വിളയിക്കാൻ ചാമുണ്ഡിത്തെയ്യവുമെത്തുന്നു. ഒന്നാം വിള കൃഷിഭൂമിയുടെ അവസാനനാളിലാണ് തെയ്യം കെട്ടിയാടിക്കുന്നത്. പഴയകാലത്ത് കൃഷിഭൂമി ബല്ലാളരായ നാട്ടുരാജാക്കന്മാരുടെ അധീനതയിലായിരുന്നു. നാടിന്റെ ഐശ്വര്യത്തിനും കൃഷി സമൃദ്ധിക്കും വേണ്ടിയാണ് തെയ്യാട്ടം. പുതുക്കൽ ധൂമാവതി ചാമുണ്ഡി, നാർളത്തോർ തെയ്യക്കോലം, ഗുളികൻ എന്നീ തെയ്യങ്ങളെയാണ് കെട്ടിയാടിക്കുന്നത്.

ശ്രീപാർവ്വതിയാണ് കുറത്തി അമ്മ... മാച്ചിയും, കത്തിയും, കുറ്റി മുറവും ധരിച്ച് തുളുതീയ്യന്റെ വീട്ടിലാണ് ആദ്യം പ്രത്യക്ഷപ്പെട്ടത്. തുളുനാട്ടുകാരുടെ കാർഷിക ദേവതയാണ് കുറത്തി അമ്മ. കുറത്തി പല തരത്തിലുണ്ട്. കുറത്തിത്തെയ്യങ്ങൾ മുട്ടെക്കുറത്തി, അഗ്നിക്കുറത്തി, വിഷ്ണുക്കുറത്തി, പാളെക്കുറത്തി, അന്തിക്കുറത്തി തുടങ്ങിയ പേരുകളിൽ അറിയപ്പെടുന്നുവെങ്കിലും പുനം കൃഷി ആരംഭിക്കുന്നതിന് മുമ്പ് വെട്ടിത്തെളിക്കുന്നതും വിത്ത് വിതയ്ക്കുന്നതും വിളവെടുക്കുന്നതും ആയ കാര്യങ്ങളാണിതിന്റെ ഇതിവൃത്തം. വളരെയധികം ആരാധനാ പ്രാധാന്യമുള്ള തെയ്യമാണിത്. കത്തിയാണ് ആയുധം.

കാസർഗോഡ് കാറഡുക്ക കാടകം കോരിക്കണ്ടം ധൂമാവതിക്കാവിലെ കൃഷി സംരക്ഷകയായ പുതുക്കാൽ ധൂമാവതി ചാമുണ്ഡി കർഷകരായ പതിനായിരങ്ങൾക്ക് അന്നദാനം നൽകുന്ന വരദായിനിയായ ദേവതയാണ്.

അന്നപൂർണ്ണേശ്വരി, ശാകംഭരി, വിവിധ കുറത്തി തെയ്യങ്ങൾ, കടവത്ത് ഭഗവതി, പൂക്കോത്ത് ചാമുണ്ഡി, കാലിച്ചോൻ, കൊടുവാളൻ തെയ്യം, പാലിച്ചോൻ മുതലായ തെയ്യങ്ങളെല്ലാം കാർഷിക സമൂഹത്തിന്റെ ദേവതകളാണ്. വിത്ത് വിതക്കുമ്പോഴും വിളകൊയ്യുമ്പോഴും ഈ കാർഷിക ദേവതമാർക്കെല്ലാം കാണിക്കവെയ്ക്കുന്ന ചടങ്ങുകളുണ്ട്. ഒരു വിത്തിന് നൂറുമേനി എന്ന തോതിൽ പൊലിച്ചുതരുവാൻ ഇഷ്ട ദേവതകളോട് കർഷകർ മനമുരുകി തൊഴുത് പ്രാർത്ഥിക്കുന്ന ഇത്തരം അനുഷ്ഠാന കർമ്മങ്ങൾ ഇന്നും മുറതെറ്റാതെ നടന്നു വരുന്നുണ്ട്. ഭൂമിയെയും മഴയെയും അമ്മദേവതയായി സങ്കൽപ്പിക്കപ്പെടുന്നു. ഉത്തരകേരളത്തിൽ മുഹൂർത്തം കുറിച്ച് വിത്തിറക്കുമ്പോൾ തീയ്യർ നടത്തുന്ന ഭൂമി പൂജയാണ് പോതുകൊള്ളൽ. പാലക്കുന്ന് കഴകത്തിൽ ധനുമാസത്തിലും മകരമാസത്തിലും നടത്തുന്ന കലംകനിപ്പ് മഹാനിവേദ്യം തീയ്യർ നടത്തുന്ന പ്രത്യക്ഷത്തിലുള്ള ഉർവ്വരപൂജയാണ്. തമിഴ്നാട്ടിലെ തൈപൊങ്കൽ, ആറ്റുകാൽ പൊങ്കാല എന്നിവയോട് സാദൃശ്യമുള്ള കലംകനിപ്പ് മഹാനിവേദ്യം വൈവിധ്യംകൊണ്ടും ജനബാഹുല്യം കൊണ്ടും ജനശ്രദ്ധ പിടിച്ചുപറ്റിയിട്ടുണ്ട്. പത്താമുദയത്തിന് വീടുകളിലെ പശുത്തൊഴുത്തിന് മുന്നിൽ കാലിച്ചാനെ സങ്കൽപിച്ച് പാൽപ്പായസം നിവേദിക്കും. ഈ ഉർവ്വരതാമൂർത്തി ഗോപാലകനായ ശ്രീകൃഷ്ണൻ തന്നെയാണ് എന്ന് ഇതിൽ നിന്നും അനുമാനിക്കാം.

കാസർഗോഡ് ജില്ലയിൽ പിലിക്കോട് പഞ്ചായത്തിൽപ്പെട്ട നെല്ലറയായ തിമിരി വയലേലകളിൽ പ്രത്യേകം തിരഞ്ഞെടുക്കുന്ന പാടങ്ങളിലൊന്നിലാണ് സമൃദ്ധിനിറക്കാനുള്ള ചടങ്ങുകൾ നടക്കുക. ചെത്തിക്കോരി വൃത്തിയാക്കിയ പാടത്ത് നേരത്തെ വ്രതം നോറ്റ വാല്യക്കാർ വന്ന് മുറത്തിന്റെ ആകൃതിയുള്ള പ്രതിഷ്ഠാചിഹനമൊരുക്കുന്നു. ചെണ്ടമേളത്തിനൊപ്പം തെയ്യം വയൽ നടുവിലേക്ക് ഉറഞ്ഞെത്തുമ്പോൾ പരികർമ്മി മുറരൂപത്തിനരികിലായി കുത്തുവിളക്ക് സ്ഥാപിക്കുന്നു. തെയ്യം ഇതിനു ചുറ്റും മൂന്നുതവണ പ്രദക്ഷിണം വെച്ച ശേഷം നൃത്തച്ചുവടുകളോടെ വയലിൽ വിത്തെറിയും. കുണ്ടോറ ചാമുണ്ഡി തെയ്യത്തിന്റെ തോറ്റത്തിൽ ഗ്രാമ്യമായ ഒരു പ്രപഞ്ച സങ്കൽപം തെളിയുന്നുണ്ട്. അതിൽ ഭൂമിക്ക് മൂന്ന് മണ്ഡലങ്ങളുള്ളതായി പറയുന്നു. മലയരികെ, കടലരികെ, രണ്ടിനുമിടയിൽ എന്നിവയാണ് മൂന്ന് മണ്ഡലങ്ങൾ. ഓരോ മണ്ഡലവും വിവിധ സമുദായങ്ങളുടെ ആവാസസ്ഥലമായും കണക്കാക്കിയിരിക്കുന്നു.

തീയ്യ സമുദായത്തിന്റെ ആവാസനിലമായ മലയരികെ അവരുടെ ആരാധനാമൂർത്തികളായി പുലി ദൈവങ്ങളും പുതിയോതിയുമാണുള്ളത്.

കടലരികെ ചീർമ്പ അവരുടെ ആരാധനാമൂർത്തിയായി നിലകൊള്ളുന്നു. രണ്ടിന്നുമിടയിലുള്ള സ്ഥലം ദാരികന്റെതാണെന്നും തോറ്റത്തിൽ പറയുന്നു. തിണ സങ്കൽപ്പത്തിൽ മലമ്പ്രദേശമായ കുറിഞ്ചിയിൽ - മലയരികെ നായാട്ട് തൊഴിലാക്കിയ വില്ലോരാണ് പ്രധാന നിവാസികൾ. ശ്രീ കുറുംമ്പ ക്ഷേത്രത്തിൽ കളിയാട്ടത്തോടനുബന്ധിച്ചു കെട്ടിയാടി വരുന്ന തെയ്യങ്ങളിൽ തികച്ചും വ്യത്യസ്തനാണ് പുലീന്റീൽ. ക്ഷേത്രത്തിന്റെ വടക്കു കിഴക്കെ മൂലയിൽ പൂൽ എന്ന മരത്തിന്റെ ചുവട്ടിൽ കീഴാള പുലയന്റെ സ്മരണാർത്ഥം കെട്ടിയാടുന്ന തെയ്യമാണ് പുലിന്റീൽ.ഭക്തർ നേർച്ചയായി നൽകുന്ന നെൽവിത്ത് വാങ്ങി നൂറുമേനി പൊലിപ്പിക്കുന്ന ദൈവമാണ് പൂലിൻകീഴിൽ ദൈവം. തെയ്യങ്ങളുടെ തനത് രൂപഭാവങ്ങളും മുഖത്തെഴുത്തും ഇല്ലാതെ കർഷക വേഷത്തിലാണ് ഈ അപൂർവ്വ തെയ്യം ക്ഷേത്രമുറ്റത്തെത്തുക. പുലയ വേഷം ധരിച്ച പരമശിവന്റെ സങ്കൽപത്തിലുള്ള പൂലിൻകീഴിൽ ദൈവത്തിന് നെൽവിത്ത് സമർപ്പിക്കാനായി സ്ത്രീകളടങ്ങിയ നൂറുകണക്കിന് ഭക്തജനം വർഷം തോറും കളിയാട്ടത്തിനെത്തുന്നുണ്ട്. അഗലു എന്ന വിളമ്പ് അല്പം ചില വ്യത്യാസങ്ങളോടെ നടത്താറുണ്ട്. അതാണ് മുദ്ര. കർക്കിടകം പതിനാറിന് കോലത്തുനാട്ടിലെ ഭഗവതി സ്ഥാനങ്ങളിൽ നടത്തുന്ന ചടങ്ങ് മുദ്രയാണ്. തുളുനാട്ടിലെ മുദ്രയ്ക്ക് ചോറും പുഴുക്കുമാണ് പ്രധാനം.ഒപ്പം നൂറും മഞ്ഞളും ചേർന്ന കുരുതിയും തെച്ചിപ്പൂവും ഉണ്ടായിരിക്കും. ജുമാദി, പഞ്ചുരുളി, ബബ്ബരിയൻ. ആദിയായ ദൈവങ്ങൾക്ക് വില്ലോർ മുദ്രവിളമ്പ് നടത്തുന്നു. ബബ്ബരിയന് ഉപ്പിടാത്ത അട കനലിൽ ചുട്ടെടുത്ത് വിളമ്പുന്നു.

അമ്മദൈവാരാധന

വിവിധ ലോകസമൂഹങ്ങളിൽ നിലനിന്നിരുന്ന അമ്മദൈവാരാധന ഭാരതത്തിൽ അറിയപ്പെടുന്നത് ശക്ത്യാരാധനയായാണ്. സാമ്പത്തിക - സാമൂഹ്യ - സാംസ്കാരിക ഘടനയുടെ ശക്തമായ അടിത്തറ കൃഷിയായിരുന്ന എല്ലാ സമൂഹങ്ങളിലും അമ്മദൈവാരാധന നിലനിന്നിരുന്നു എന്നു കാണാം. ഭാരതീയ സങ്കൽപം പോലെതന്നെ വിവിധ രാജ്യങ്ങളിലെ പുരാ സങ്കൽപങ്ങളനുസരിച്ച് പലപേരുകളിലും രൂപങ്ങളിലും പ്രപഞ്ചസൃഷ്ടിക്ക് കാരണമായ അമ്മദൈവങ്ങളുണ്ട്. അമ്മദൈവങ്ങളിൽ പ്രധാന ദേവത ശ്രീകുരുംബമ്മയാണ്. ഓരോ ചീർമ്മക്ഷേത്രവും കൊടുങ്ങല്ലൂരിന്റെ ദൃഷ്ടിയിലാണെന്നാണ് സങ്കല്പം. കുരുമ്പ, കുറുമ്പ, ചീർമ്മ എന്നിങ്ങനെ ഈ പദത്തിന് പല അഭിപ്രായങ്ങളുമുണ്ട്. കുരു എന്നാണ് വസൂരിക്ക് പറയുക. വെളിച്ചപ്പാടിന്റെ അരുളപ്പാട് കുരുപ്പുവിത്ത് വിതയ്ക്കുകയും നീക്കുകയും ചെയ്യുന്നതിനെക്കുറിച്ചാകാറുണ്ട്. ഇ

ങ്ങനെ കുരുവിന്റെ നിയന്ത്രണമുള്ള കുരുവമ്മ - ശ്രീകുരുംബ ചീർമ്മ യാകുന്നു. ചീർമ്മയും പെരുന്തോഴിയും ഘണ്ടാകർണ്ണൻ, വസൂരിമാല, ദണ്ഡൻ എന്നീ പരിവാരങ്ങളും കുടികൊള്ളുന്ന കാവുകളാണ് ചീർമ്മ ക്കാവുകൾ. കാനത്തൂർ കാവാണ് ചീർമ്മക്കാവുകളിൽ ഏറെ പ്രധാന പ്പെട്ടത്. നീലേശ്വരം, അഴീക്കോട്, ഇരിണാവ് തുടങ്ങിയ ചീർമ്മക്കാവു കൾ പ്രധാനങ്ങളാണ്. കുഞ്ഞിമംഗലത്തെ മല്ലിയോട്ട്കാവിലും പാലക്കു ന്ന് കഴകത്തിലും ചീർമ്മയ്ക്ക് ആരാധനയുണ്ട്. കൊടുങ്ങല്ലൂരിലെ മധു പൂജയ്ക്ക് തുല്യമായ കലശാട്ടം നടത്താൻ ചീർമ്മക്കാവുകളിൽ വ്യവ സ്ഥയുണ്ട്. മുഴപ്പിലങ്ങാടാണ് ഇപ്രകാരം കലശാട്ടം കെങ്കേമമായി നട ക്കുന്ന ഒരു കാവുള്ളത്. കോമര (വെളിച്ചപ്പാട്) ത്തിന്റെ കാതിലെ കാ തിലയും കഴുത്തിലെ മാലകളും തലപൊതിഞ്ഞ ചുവപ്പിന്റെ വാലറ്റം മുടി പോലെ പിന്നിലേക്കു വകയുന്നതും നെറ്റിപ്പൊന്നും തോൾ വള യും കടകവും വിളിച്ചോതുന്നതും മറ്റൊന്നല്ല. തായിപ്പരദേവതയായും അച്ചിയായും മാതാവായും ചാമുണ്ഡിയായും കാളികാംബയായും ത മ്പുരാട്ടിയായും കാവായ കാവിലെല്ലാം അമ്മദൈവങ്ങളുണ്ട്.

കന്യകാ സങ്കല്പമാണെങ്കിലും അമ്മയായാണ് കൈകൂപ്പുക. ദേവീ ഭാഗവതം, ദേവീമാഹാത്മ്യം മുതലായ പുരാണങ്ങളനുസരിച്ച് ആര് ഏ ത് ഭാവത്തിൽ ഭജിച്ചാലും ഫലം നിശ്ചയമാണ്. ഓരോരുത്തരും തങ്ങ ളുടെ അഭിരുചിക്കനുസരിച്ച് ഒരേ ദേവിയുടെ വിഭിന്ന രൂപങ്ങളെ ധ്യാനി ച്ചു സേവിയ്ക്കുന്നു. നാടിന്റേയോ വാസസ്ഥലത്തിന്റേയോ പേരുമായി ചേർന്ന് നാമവ്യത്യാസത്തിൽ അനേകം സ്ഥാനങ്ങളിൽ ദേവി ആരാ ധിക്കപ്പെടുന്നതായി തെയ്യത്തിന്റെ മുമ്പ് സ്ഥാനങ്ങളിൽ നിന്ന് വ്യക്തമാ കുന്നു. വല്ലാർക്കുളങ്ങര ഭഗവതിയും ചാമക്കാവിലമ്മയും അഷ്ടമ ച്ചാൽ ഭഗവതിയും എല്ലാം കോല സ്വരൂപത്തിങ്കൽ തായി തന്നെ. കാളി യെന്ന അമ്മദൈവത്തെ ഹിന്ദുസമൂഹത്തിലെ എല്ലാ വിഭാഗങ്ങളും ആ രാധിച്ചു പോരുന്നുണ്ടെങ്കിലും ബ്രാഹ്മണമതം പൊതുവിൽ വൈഷ്ണ വാരാധനയെ കേന്ദ്രീകരിച്ചുള്ളതാണ്. അതുകൊണ്ടുതന്നെ അമ്മ ദൈ വാരാധന ബ്രാഹ്മണേതര ആരാധനയായി കണക്കാക്കപ്പെടുന്നു. പ്രകൃ ത്യാരാധനയുടെ ഭാഗമായി രൂപംകൊണ്ട അമ്മ ദൈവാരാധന ശക്തിപൂ ജയായി പരിണമിക്കുകയും സാർവ്വജനീനത നേടിയ ഈ ആരാധനാരീ തിയിൽ നിന്ന് ഭാരതത്തിൽ ക്രമേണ ഗ്രാമദേവതകൾ ആവിർഭവിക്കുക യും ചെയ്തുവെന്നാണ് സിന്ധുനദീതട ഉത്ഖനനത്തിന് നേതൃത്വം നൽ കിയ സർ ജോൺ മാർഷൽ രേഖപ്പെടുത്തിയത്. ധീരന്മാരുടെ നാടായ കേരളത്തിൽ ധീരയായ ഒരു പതിവ്രതയെ ആരാധിക്കുന്നതിന് പ്രസ

ക്തി കൂടുതലാണ്. തല്ലുകയും തലോടുകയും യഥായോഗ്യം ചെയ്തു. മക്കളെ പരിപാലിക്കുന്ന അമ്മയായിട്ടാണ് ശ്രീ കുരുംബഭഗവതിയെ കേരളം ആരാധിക്കുന്നത്. കുരുംബ ഭഗവതിക്കും, ദേവതകൾക്കും ഭക്തർ സമർപ്പിക്കുന്നത് കൊമ്പുമഞ്ഞൾ, കുരുമുളക്, എണ്ണ, ചുകന്നപട്ട് എന്നിവയാണ്. കാളീസങ്കൽപ്പത്തിലാണ് ചോപ്പ് നേർച്ച. വസൂരിയും ചിക്കൻപോക്സും ഉണ്ടായിരുന്ന പഴയകാലത്ത് രോഗം ഭേദമാകാനായി കുറുംബയ്ക്ക് മുളകും മഞ്ഞളും ഭക്തർ പ്രാർത്ഥിക്കാറുണ്ട്.

മഹാദേവന്റെ തൃക്കണ്ണിൽ ജനിച്ച ദേവിയാണ് തീയ്യരുടെ കാളരാത്രി. പരശുരാമനെ പോലും തോൽപ്പിച്ച കാളാസുരനെ വധിക്കാൻ ദേവന്മാർ ശിവനെ സമീപിച്ചപ്പോൾ കോപാകുലനായ മഹാശിവന്റെ മൂന്നാം കണ്ണിൽനിന്നും കാളാഭമേഘം പോലെ കറുത്ത ഒരു സ്ത്രീ രൂപം പൊട്ടിപ്പുറപ്പെട്ടുവെന്നും കാളാസുരനെ രാത്രിയിൽ വധിച്ചത് കൊണ്ട് കാളരാത്രി എന്ന് പേരുവരികയും ചെയ്തു. പാതാളത്തിൽ ചെന്നൊളിച്ച ചണ്ഡമുണ്ഡൻമാരെ പിൻതുടർന്ന് ചെന്ന കാളിയുടെ സങ്കലപ്മാണ് ചാമുണ്ഡി തെയ്യം. മാടായിക്കാവിലമ്മ തിരുവർകാട്ട് ഭഗവതിയായി നാമം കൊള്ളുന്നു അഭീഷ്ട വരദായിനിയായി ഭൂമിയിലെത്തിയ ദാരികാന്തകി നൂലിട്ടാൽ നിലയില്ലാതൊരു സമുദ്രം മുന്നേ മൂക്കാൽ നാഴിക കൊണ്ട് വ്ളാകി കരപ്പെടുത്തി മാടാക്കി ചമച്ചു. അന്നുമുതൽ കാളി മാടായിക്കാവിലമ്മയായി. ദാരികനെ എറിഞ്ഞ് കൊന്ന സ്ഥലമാണ് എറുകാട്. ബഹുമാന സൂചകമായി തിരുശബ്ദം മുന്നിൽ ചേരുമ്പോൾ എറുകാട് തിരട എറുകാട് ആയി. അത് തിരുവർക്കാട്ട് ആയി മാറി. ഇത്രയധികം പേരു പകർച്ചയുള്ള മറ്റൊരു തെയ്യം ഇല്ലെന്ന് തന്നെ പറയാം. തലയിൽ നീള മുടിയും അരയിൽ വലിയ ഓടയും വിതാനത്തറയും ആണ് തായ്പരദേവതയുടെ വേഷ വിധാനം. മാറിടത്തിൽ ഏഴുതരം എന്ന പ്രത്യേക ആഭരണക്കൂട്ടം ധരിച്ചിരിക്കും. പ്രതികാര ദേവതകൂടിയായ പുതിയ ഭഗവതി അരയിൽ പന്തവും കോത്തിരിയുമായി അഗ്നി നൃത്തം ചെയ്യുന്ന ദേവതയാണ്.വസൂരിയോ, കരുവനോ പടരുമ്പോൾ തീയ്യരൊത്തുകൂടി വയലിൽ പതികെട്ടി പുതിയ ഭഗവതിയെ കെട്ടിയാടിക്കുന്ന പതിവുണ്ട്. വയൽത്തിറ എന്നാണതിന് പേര്. വയൽതന്നെ ക്ഷേത്രം.

ഒരു പ്രതികാര ദേവതകൂടിയായ പുതിയ ഭഗവതി അരയിൽ പന്തവും നല്ല നിറവിൽ കോത്തിരിയുമായി അഗ്നി നൃത്തം ചെയ്യുന്ന ദേവതയാണ്. പരമശിവന്റെ മകളായ ചീർമ്പ ദേവലോകത്ത് വസൂരി വിതച്ച് നാശം കൊയ്തപ്പോൾ വസൂരിയിൽ നിന്നും ജനങ്ങൾക്ക് മോചനം കൊടുത്തത് പുതിയ ഭഗവതിയാണ്. തീയ്യരുടെ പ്രധാന ദേവതയാണ് കു

ണ്ടോറചാമുണ്ഡി. ചാമുണ്ഡി തോറ്റം പറയുന്നതു ഇങ്ങനെയാണ് തുളുനാട്ടിൽ നിന്ന് മലനാട്ടിലേക്ക് വരികയും തൃക്കണ്യാവിലപ്പൻ, പനയാലപ്പൻ, പയ്യന്നൂർ പെരുമാൾ, അന്നൂർദേവര് എന്നിവരെ കണ്ട് വണങ്ങി തീയ്യരുടെ വീട്ടുപരദേവതയായും, നാട്ടുപരദേവതയായും ശേഷിപ്പെട്ടു. ഉത്തരകേരളത്തിലെ തീയ്യസമുദായക്കാരാണ് പ്രധാനമായി പൂമാലയെആരാധിക്കുന്നത്. പൂമാലയ്ക്ക് അകമ്പടിയായി വന്ന യോദ്ധാക്കൾ ആയിരക്കണക്കിനു ചോകോന്മാരാണെന്ന് മരക്കലപ്പാട്ടിൽ പലയിടത്തും പരാമർശമുണ്ട്. പൂമാല ഭഗവതി മംഗലാപുരം ഭാഗത്തുള്ള 108 അഴിമുഖങ്ങൾ താണ്ടിയാണ് ഏഴിമലയിലേക്ക് എത്തിയത്. ആര്യനാട്, ആര്യക്കരനാട് എന്നീ തുളുനാട്ടുപ്രദേശം തന്നെയായിരിക്കും, മരക്കലപ്പാട്ടിൽ പരാമർശിക്കുന്ന ആര്യൻനാട്. തീയ്യസ്ഥാനങ്ങളിൽ നിന്നാണ് പൂമാല മറ്റു ചില സമുദായക്കാരുടെ കാവുകളിലേക്ക് പിന്നീട് കുടിയേറിയത്.

രാമായണം മധുരമധുരമായി പാരായണം ചെയ്ത അവർണ്ണയായ തീയ്യത്തി വനിത നാടുവാഴിയുടെ കണ്ണിൽ കരടാകയാൽ തലയിൽ ത്തറച്ച തീപ്പന്തത്തോടെ തോട്ടിൽ ഒഴുകേണ്ടിവന്ന ദിവ്യചരിതമാണ് തോട്ടുങ്കര ഭഗവതി. തുളുനാട്ടിലെ രാജദൈവമാണ് സറാല ജുമാദി. പശ്ചിമഘട്ടത്ത് വസിച്ചിരുന്ന പാർവ്വതി എന്ന യുവതിക്ക് സൂര്യന്റെ കിരണം പതിച്ചതിനാൽ ഗർഭം ധരിക്കേണ്ടി വന്നു. തുളുനാട്ടിലെ ബബുകോട്ടയിൽ ആദ്യം തന്നെ തന്റെ സാന്നിധ്യം അറിയിച്ചു. പൂവും നിലവും നൽകി അവർ ജുമാദിയെ കുടിയിരുത്തി തുടർന്ന് ജുമാദി ബാർകുർ വരെയുള്ള തറവാടുകളിൽ കൊട്ടിലിൽ ആരാധനാമൂർത്തിയായി വാഴുന്നു. ജുമാദിക്ക് തമ്പിലം ഉണ്ടാകാറുണ്ട്. തെയ്യം നടക്കുമ്പോൾ ബണ്ടൻ എന്ന ചെറിയ കോലവും ഉണ്ടാകാറുണ്ട്. 66 ദേവസ്ഥാനങ്ങളിലും പിലിചാമുണ്ഡിയെ ആരാധിക്കുകയും ദൈവത്തിന് വെറ്റില, അടക്ക എന്നിവ സമർപ്പിക്കുകയും ചെയ്യുന്നു. ബില്ലവരുടെ പ്രധാന ആരാധ്യ ദേവതയാണ് പീലിചാമുണ്ഡി. തുളുനാട്ടിലെ പുലിച്ചാമുണ്ഡിതെയ്യം ധൂമവതി തെയ്യത്തിന്റേത് പോലുള്ള മുടിയുണ്ടാകും. മുഖത്ത് പുലിയുടേതുപോലുള്ള മഞ്ഞയും കറുപ്പും ചേർന്ന വരകളും മുടിയിൽ പുലിയുടെ മുഖവും ഉണ്ടാകും. പുലിയുടെ രൂപത്തിലുള്ള വണ്ടിയുടെ പുറത്ത് കയറി ദേവസ്ഥാനത്തൂടെ സഞ്ചരിക്കുന്നത് തുളുനാടിന്റെ ചില ഭാഗങ്ങളിൽ തറവാടുകളിലെ അനുഷ്ഠാനമാണ് കരിഞ്ചാമുണ്ഡിതെയ്യം. യക്ഷീസങ്കല്പത്തിലുള്ളതാണെന്ന വിശ്വാസം നിലവിലുണ്ട്.

പായ്യത്തു കരിഞ്ചാമുണ്ഡി എന്നാണ് ഈ ദേവതയെ തോറ്റം പാട്ടിൽ

വിശേഷിപ്പിച്ചു കാണുന്നത്. പായ്യത്ത് ഒമ്പതാള് എന്ന് ഒൻപത് ദേവതകളെക്കുറിച്ചുള്ള പരമാർശമുണ്ടെങ്കിലും അവരിൽ പുള്ളിഭഗവതി, കരിഞ്ചാമുണ്ഡി എന്നീ ദേവതകൾക്കു മാത്രമേ തെയ്യമായി കെട്ടിക്കോലമുള്ളൂ. ചെറിയ കുരുത്തോല ഉറകൾ വിരലുകളിൽ ധരിച്ച് തിരിവെച്ച് കത്തിച്ച് ഉഗ്ര നർത്തനം ചെയ്യുന്ന ദേവതയാണ് പുള്ളി ഭഗവതി. ഐവർ പരദേവതമാരുടെ കൂട്ടത്തിൽ പുള്ളൂർ കാളി കാളകൾക്ക് ഔഷധ ദേവതയാണ്. പാമ്പുകടിയേറ്റവർ പ്രാർത്ഥനാപൂർവ്വം പുള്ളൂർ കാളിയെ ആരാധിക്കുന്നു. ഭഗവതിക്കും, ദേവതകൾക്കും ഭക്തർ സമർപ്പിക്കുന്നത് കൊമ്പുമഞ്ഞൾ, കുരുമുളക്, എണ്ണ, ചോപ്പ് (ചുകന്നപട്ട്) എന്നിവയാണ്. മഞ്ഞൾ പൊടിയും കുരുമുളകുപൊടിയുമാണ് ദൈവങ്ങളുടെ പ്രസാദം. ഭക്തരിൽ നിന്നും തൊഴുത് കിട്ടുന്ന മഞ്ഞളും കുരുമുളകും കഴകപ്പുരയിൽ വലിയ ചെമ്പുകലത്തിലാണ് സൂക്ഷിച്ചുവയ്ക്കുന്നത്. വർഷങ്ങളായികിട്ടിയ എണ്ണ കരപ്പനും മറ്റു ത്വക്ക് രോഗങ്ങൾക്കും ഔഷധമായി ഉപയോഗിക്കുന്നു. തുളുവേലൻമാർ കെട്ടിയാടുന്ന പുള്ളിച്ചാമുണ്ഡി എന്ന തെയ്യം കരിഞ്ചാമുണ്ഡിയുടെ സങ്കല്പത്തിലുള്ളതത്രെ.കുടക്കത്ത് ഭഗവതിക്കാവ്, തലയന്നേരി പൂമാലഭഗവതിക്കാവ് തുടങ്ങി ഒട്ടേറെക്കാവുകളും കൊട്ടണച്ചേരി, കൊവ്വൽ തുടങ്ങി അറകളും തീയ്യരുടെ ഭഗവതിആരാധനാകേന്ദ്രങ്ങളായുണ്ട്.

മൃഗാരാധന

ചില മൃഗങ്ങളെയും പക്ഷികളെയും ശ്രേഷ്ഠതരമായി കണക്കാക്കുന്നത് അവ ദേവീദേവന്മാരുടെ വാഹനമായതുകൊണ്ടാണ്. ദേവേന്ദ്രന്റെ വാഹനം ഐരാവതം എന്ന ആനയും പരമശിവന്റെ വാഹനം നന്ദി എന്ന കാളയും യമന്റെ വാഹനം പോത്തും ദുർഗയുടേതു സിംഹവും ഗണപതിയുടേത് എലിയുമാണ്. മഹാവിഷ്ണുവിന്റെ വാഹനമായ ഗരുഡനെയും സുബ്രഹ്മണ്യന്റെ വാഹനമായ മയിലിനെയും പുണ്യപക്ഷികളായാണ് കണക്കാക്കുന്നത്.കണ്ടപുലി, മാരപുലി, കാളപുലി, പുലിമാരുതൻ, പുലിയൂർ കണ്ണൻ, പുലിയൂർ കാളി പഞ്ചുരുളി, മൗസന്തായൻ ആദിയായ തെയ്യങ്ങളെ തീയർ കെട്ടിയാടിക്കപ്പെടുന്നുണ്ട്. ദേവന്മാർ മൃഗരൂപങ്ങൾ പൂണ്ടതായ സങ്കൽപ്പങ്ങളും കുറവല്ല.പുലിരൂപത്തിൽ ക്രീഡിച്ചതിന്റെ ഫലമായി കണ്ടപ്പുലി, മാരപ്പുലി, കാളപ്പുലി, പുലിയൂർ കണ്ണൻ, പുലിയൂർകാളി എന്നീ അഞ്ച് പുലിക്കുട്ടികൾ പിറന്നു. പുലിക്കുട്ടികളെ അനുഗ്രഹിച്ച പാർവ്വതീപരമേശ്വരന്മാർ തിരിച്ചു പോയി. കാട്ടിൽ കളിച്ചു നടന്ന പുലികൾ നാളുകൾ പിന്നിട്ടപ്പോൾ നാട്ടിലേക്കിറങ്ങി, നാട്ടി

ലെത്തിയ പുലികൾ ഒരു രാത്രിയിൽ കുറുമ്പ്രാന്തിരി വാഴുന്നോരുടെ പശുക്കളെ മുഴുവൻ തിന്നു. വാഴുന്നോരുടെ കോപം കണ്ട് കാര്യസ്ഥ നായ കരിന്തിരിനായർ അമ്പും വില്ലുമെടുത്ത് പുലികളെ വേട്ടയാടാൻ തുളൂർ വനത്തിലെത്തി. എന്നാൽ പുലികൾ അഞ്ചും ചേർന്നു കരിന്തി രി നായരെ വലിച്ചു കീറി കൊന്നുകളഞ്ഞു. കരിന്തിരിനായരെ അന്വേ ഷിച്ചിറങ്ങിയ വാഴുന്നോർ ഇരുന്ന പല്ലക്കുവയ്പ്പിച്ചപ്പോൾ അവ പുലി ദൈവങ്ങളാണെന്നും കരിന്തിരിനായർ ദൈവരൂപമായി പുലിദേവങ്ങളോ ടൊത്തു ആണെന്നും മനസ്സിലായി. വെള്ളപ്പനാട്ട് പട്ടേരിയാണ് പുലി തെയ്യങ്ങൾക്ക് ആദ്യമായി പൂവും നീരും നൽകിയത്. ഈ തെയ്യങ്ങൾ ക്ക് ഗുരുസിയോ, കോഴിയോ, കലശമോ വേണ്ട. തെയ്യം തോറ്റത്തിൽ തുളുർ വനത്തെ കുറിച്ച് പറയുന്നുണ്ട്. പുലിദൈവങ്ങൾ തുളൂർ വന ത്ത് ഭഗവതിയെ തങ്ങളുടെ നായനാരായി സ്വീകരിച്ച് വാഴുന്ന കാലം. തുളൂർവനത്ത് കളിയാട്ടത്തിന് രാമപുരത്തുനിന്ന് കാര്യത്ത് മൂത്തത ണ്ടാൻ എത്തുന്നു. പുലിദൈവങ്ങളുടെ നർത്തനത്തിൽ ആകൃഷ്ടനാ യ കാര്യത്ത് തണ്ടാന്റെ കെട്ടും ചുറ്റും, നെറിയും കുറിയും കണ്ട് കൊ തിച്ച് കയ്യൊഴിച്ച് കൂടാ എന്നവസ്ഥ കരുതി പുലിദൈവങ്ങൾ ആ ഭക്ത ന്റെ വെള്ളോലക്കുടയാധാരമായി രാമപുരത്തെത്തുന്നു. ദേശാധിപനാ യ രാമരത്ത് ദേവനേയും മുതുകാട്ട് ശാസ്താവിനെയും കണ്ട് വന്ദിച്ച് രാമരത്ത് പടിഞ്ഞാറ്റയിൽ കുടിയിരുന്നു. പയ്യന്നൂർ പെരുമാളെ കൈതൊ ഴാൻ എത്തിയപുലിദൈവങ്ങൾ പെരുമാളുടെ നിർദ്ദേശപ്രകാരം മേ ലേടത്ത് തറവാട്ടിലേക്ക് എഴുന്നള്ളുന്നു. ശ്രീകൂറുംബാക്ഷേത്രം മുൻഹേ തുവായി ശേഷിപ്പെട്ടു. ക്ഷേത്രം കോയിമ്മയായ പനയന്തട്ട അകമ്പടി യുടെ അകത്തൂട് ആധാരമായി കയ്യെഴുത്ത് സാന്നിദ്ധ്യം ചെയ്തു.

പതിനെട്ടുതാനങ്ങളിലും പ്രധാനം ഐവരും വിഷ്ണുമൂർത്തിയുമാണ്. തീയ്യർ പുല്ലിക്കരിങ്കാളിയമ്മയെ ഭക്തിപൂർവ്വം തമ്പുരാട്ടി എന്നു വിളി ക്കുന്നു. പ്രത്യക്ഷാർത്ഥത്തിൽ തന്നെ മാന്ത്രികകർമ്മങ്ങൾക്കുവേണ്ടി നിയോഗിക്കപ്പെട്ട ദേവതയാണ് പഞ്ചുരുളി. തെയ്യാട്ടത്തിന്റെ തുടക്കത്തി ലെ വൃക്ഷത്തിൽ നിന്ന് ഇറക്കലും അവസാനത്തിലെ വൃക്ഷത്തിലേ ക്കു തന്നെ കയറ്റലും പഞ്ചുരുളി ദേവത വൃക്ഷത്തിലാണ് കുടിയിരിക്കു ന്നതെന്ന സത്യത്തിന്റെ സ്ഥിരീകരണമാണ്. മലയൻ കെട്ടു പോലുള്ള മാന്ത്രിക കർമ്മങ്ങളിലാണ് കൂടുതലായും വനദേവത സങ്കൽപ്പത്തിലു ള്ള മൂർത്തികളെ കെട്ടിയാടിക്കുന്നത്. മടിക്കൈ എരിക്കുളം പാടശേഖര ത്തിനു സമീപത്തെ കാവിലാണ് പന്നിത്തെയ്യപ്പുറത്തേറിയ ചാമുണ്ഡി തെയ്യക്കോലം കെട്ടിയാടിക്കുന്നത്. കാർഷിക വിളകൾക്ക് നാശം വിത

യ്ക്കുന്ന പന്നികളെ അമർച്ച ചെയ്യാനെന്നോണം ചാമുണ്ഡിത്തെയ്യം വലതുകൈയ്യിൽ ഓലച്ചൂട്ടും ഇടതുകൈയ്യിൽ പന്നിയുടെ മുഖാവരണവുമെടുത്ത് അട്ടഹാസമായിട്ടാണ് ചാമുണ്ഡിയുടെ പുറപ്പാട്. പഞ്ചുരുളി ദൈവവും ക്ഷേത്രപാലദൈവത്തെ സഹായിക്കുന്നതിനുവേണ്ടി നിലകൊള്ളുന്നു. തുളുനാട്ടിൽ നീതിയും ന്യായവും നടപ്പാക്കുന്നതിനുവേണ്ടി ഓരോ തറവാടുകളിലും ദൈവസ്ഥാനങ്ങളിലും വ്യത്യസ്ത പേരിൽ ആരാധിക്കപ്പെടുന്നു. ഉഡ്പി ജില്ലയിലെ ധർമ്മസ്ഥലത്ത് അണ്ണപ്പ പഞ്ചുരുളി എന്ന പേരിൽ ആരാധിക്കുമ്പോൾ കർണ്ണാടകയിലെ പടിഞ്ഞാറ് ഭാഗങ്ങളിൽ കുപ്പേട്ട് പഞ്ചുരുളി എന്ന പേരിൽ ആരാധിക്കുന്നു. പഞ്ചി എന്നുപറഞ്ഞാൽ പന്നി എന്നും ഉരുളി എന്നു പറഞ്ഞാൽ വെങ്കലത്തിലുണ്ടാക്കുന്ന പാത്രം എന്നും അർത്ഥം വരുന്നു. ഈ പാത്രത്തിലാണ് നിവേദ്യങ്ങൾ നൽകുന്നത്. അതുകൊണ്ടായിരിക്കണം വട്ടത്തിലുള്ള ഉരുളിയിൽ നിന്ന് നിവേദ്യം സ്വീകരിക്കുക എന്നർത്ഥം വരുന്ന പഞ്ചുരുളി എന്ന വാക്ക് ഉണ്ടായത്.

വൃക്ഷാരാധന

വൃക്ഷാരാധനയും അഗ്നിഭഗവാൻ അനുഗ്രഹിക്കുന്ന, താരതമ്യേന മിക്ക അമ്മദൈവങ്ങളും കുടികൊള്ളുന്നത് കാവിലാണ്. കാവിൽ തന്നെ അമ്മയുടെ അധിവാസം പാലുള്ള മരങ്ങളിലാണ്. പാല് മരങ്ങളായ പാല, പ്ലാവ്, ചെമ്പകം തുടങ്ങിയ വൃക്ഷങ്ങൾ ഭഗവതിക്കാവുകളോട് ചേർന്ന കാടുകളിൽ കാണാം. അമ്മയ്ക്ക് കുട്ടിയോടുള്ള സ്നേഹമാണ് രക്തത്തെ മുലപ്പാലാക്കി മാറ്റുന്നതെന്നാണ് പൊതുവെയുള്ള വിശ്വാസം. ജഗത് മാതാവിന്റെ മാതൃസ്നേഹം തുളുമ്പുന്ന പാല് തന്നെയാണ് മരങ്ങളിൽ നിന്നും പൊഴിയുന്ന പാൽ കണങ്ങൾ. പ്രകൃതിയുടെ മാതൃഭാവം പ്രതിബിംബാത്മകമായി കാവിൻ കാടുകളിൽ കുടികൊള്ളുന്നു. തെയ്യത്തിന്റെ തോറ്റത്തിൽ ഗ്രാമ്യമായ ഒരു പ്രപഞ്ച സങ്കൽപം തെളിയുന്നുണ്ട്. ഓരോ മണ്ഡലങ്ങളിലുമായി വിവിധ വൃക്ഷങ്ങളും കണക്കാക്കിയിട്ടുണ്ട്. വേപ്പുമരം കാളിയുടെ ആരൂഢമാണെന്ന വിശ്വാസം പ്രബലമാണ്. പേരാലാണ് കാവുകളിൽ സാധാരണമായ ഒരു ദൈവികവൃക്ഷം. ഗുളികൻ തെയ്യത്തിന്റെ സാന്നിധ്യമുള്ളതിനാൽ ചെമ്പകമരത്തിന് ചില കാവുകളിൽ പ്രത്യേക പ്രാധാന്യമുണ്ട്. പാല മരത്തിലാണ് ഭഗവതി കുടികൊള്ളുന്നത് എന്ന വിശ്വാസം കേരളത്തിൽ പൊതുവായുണ്ട്.

ദേവസ്ഥാന ആരാധന രീതികൾ പോലെ നെല്ലി, പാല, കാഞ്ഞിരം മുതലായ വൃക്ഷങ്ങളെ ആരാധിച്ചിരുന്നതിന്റെ ശേഷിപ്പുകളാണ് നെല്ലി

ത്തറയും പാലത്തറയും മറ്റും. തുറസ്സായ സ്ഥലത്ത് വേൽ, വാൾ എന്നിവ വെച്ച് ആരാധിക്കുന്ന പതിവുണ്ടായിരുന്നു. ഈ വാൾവെച്ച ഊരാണ് ബാലൂർ ദേവസ്ഥാനമായത്. വള്ളി എന്ന ദേവതയെ ആരാധിച്ചിരുന്ന സ്ഥലമാണ് വെള്ളിക്കോത്ത് ദേവസ്ഥാനമായി അറിയപ്പെടുന്നത്. വയനാട് കുലവൻ കെട്ടിയാടുന്ന തറവാടുകളിൽ തെയ്യത്തിന്റെ ചടങ്ങുകൾ നടത്തുന്നതിനായി പാലമരത്തിന്റെ പലകകൊണ്ടും, പച്ചമടൽ ഓലകൊണ്ടും താത്കാലിക പള്ളിയറ പണിയുന്നു. ഈ പള്ളിയറയിലേക്ക് വയനാട്ടുകുലവന്റെ ചൈതന്യം തന്നെ ആവാഹിക്കുന്നു. മറയുണ്ടാക്കുന്നതിന് മൂന്ന് കെട്ടുകളുണ്ട്. കളിയാട്ടക്കാലത്ത് കലവറയും പാത്രങ്ങളും വരെ നിർമ്മിക്കാൻ പാല തന്നെ വേണം. പാല ഒരു തിണയുടെ പേരുകൂടിയാണ്. നാട്ടു സംസ്കൃതിയിൽ പാലയെന്നാൽ ഏഴിലംപാലയാണ്. പൊലിയം തറപ്പാല, ദൈവപ്പാല, യക്ഷിപ്പാല എന്നിങ്ങനെ ദൈവസാന്നിധ്യം വിളംബരപ്പെടുത്തുന്നു. പൂവിന്റെ ഗന്ധർവസ്പർശമുള്ള മദഗന്ധം മഞ്ഞിനൊപ്പം പ്രസരിപ്പിച്ച് പാലമരം കാവുകളിൽ തന്റെ സാന്നിധ്യം വിളംബരപ്പെടുത്തുന്നു. മേലേരി ഉണ്ടാക്കുന്നത് പുതിയ പിലാവിറക് കൊണ്ട് വേണം. പ്രസ്തുത ആവശ്യത്തിലേക്ക് പിലാവിറക് ആചാരപൂർവ്വം മുറിച്ചുകൊണ്ടു വരുന്നു. ഒരു ക്ഷേത്രവൃക്ഷമെന്ന നിലയിൽ എല്ലാ കാവുകളിലും ആൽമരങ്ങൾ സംരക്ഷിച്ചിരിക്കുന്നു. ഭാരതീയസസ്യശാസ്ത്ര പരികല്പനകളിലെ വനസ്പതികളാണ് ആൽ വർഗവൃക്ഷങ്ങൾ. ഒരർഥത്തിൽ പറഞ്ഞാൽ കുളവും വൃക്ഷങ്ങളും സംരക്ഷിക്കുന്നു.

തുളുനാട്ടിലെ പുത്തിഗെ, ബദിയടുക്ക, മീഞ്ച പഞ്ചായത്തുകളിൽ വ്യാപകമായി കാണുന്നതാണ് ബംബരിയൻ തെയ്യത്തിന്റെ കാവ്. ഇവിടെ കാവിലെ ചെടികളും മരങ്ങളും സംരക്ഷിക്കപ്പെടുന്നു. തുളുവർ വർഷത്തിലൊരിക്കൽ ബംബിരിയകല്ലുള്ള കാവിൽ ആരാധന നടത്തുന്നു. മരത്തിന്റെ ശാപം മൂലം കല്ലായി മാറിയതും ആ കല്ല് തെയ്യമായി മാറിയുമാണ് ബംബിരിയൻ തെയ്യത്തിന്റെ പുരാവൃത്തം. ബംബിരിയൻ തെയ്യത്തിന്റെ തോറ്റത്തിൽ കപ്പൽ നിർമ്മാണത്തെക്കുറിച്ച് പറയുന്നുണ്ട്. ഫാത്തിമയുടെയും മുറാവെബ്യാരിയുടെയും മക്കൾ എല്ലാം വിറ്റ കാശുമായി ഗ്രാമത്തിലെത്തി കപ്പലുണ്ടാക്കുന്നതിന് വേണ്ടി പൊന്ന, തേക്ക് തുടങ്ങിയ മരങ്ങൾ സംഘടിപ്പിച്ച് ആശാരിയെ വിളിക്കുകയും തച്ചൻ കുറച്ച് തുമ്പപ്പൂക്കളും അരിയും മരത്തിനുമേൽ വിതറുകയും ചെയ്യുന്നു. അതിനുശേഷമാണ് മരം മുറിക്കുന്നതെന്നും ഈ തോറ്റത്തിൽ പരാമർശിക്കുന്നുണ്ട്. ഏഴിലംപാല എന്ന മരത്തിലാണ് ദേവി കുടികൊള്ളു

ന്നത് എന്ന വിശ്വാസം കേരളത്തിൽ പൊതുവായുണ്ട്. അതുകൊണ്ടാണ് കേരളത്തിലെ ദേവീക്ഷേത്രങ്ങളിലെ ഉത്സവത്തിന് പാലകകൊമ്പെഴുന്നള്ളത്ത് ഒരു പ്രധാന ചടങ്ങാണ്.

നാഗാരാധന

നാഗരാജാവും നാഗകന്നിയും പ്രധാന തെയ്യങ്ങളായി അറിയപ്പെടുന്നു. നാഗകണ്ഠൻ, നാഗകന്നി എന്നീ തെയ്യങ്ങൾ നമ്മുടെ നാട്ടിൽ നിലനിന്നിരുന്ന നാഗാരാധനയുടെ പ്രബല സ്വാധീനത്തെയാണ് വെളിപ്പെടുത്തുന്നത്. തങ്ങൾക്ക് വരുതിയിലാക്കാൻ കഴിയാത്ത ഉപദ്രവകാരികളായ ജീവികളെ ആരാധിച്ച് അവയെ നേരിടാൻ ശക്തിനേടുക എന്ന മനഃശ്ശാസ്ത്രപരമായ സമീപനമാണ് നാഗാരാധനയിൽ നിഴലിച്ചു കാണുന്നത്. തെയ്യത്തിലും അനേകം പുരാവൃത്തങ്ങളിലും അതിശക്തമായ സ്ഥാനം നാഗങ്ങൾക്കുള്ളത് ശ്രദ്ധേയമാണ്. സർപ്പക്കാവുകളും സർപ്പക്കളങ്ങളും സർപ്പപാട്ടുകളും കേരളത്തിൽ സമൃദ്ധമാണ്. നാഗരാജാവും നാഗകന്നിയും പ്രധാന തെയ്യങ്ങളായി അറിയപ്പെടുന്നു. സന്താനലാഭത്തിനും വൈവാഹിക ജീവിതലബ്ധിക്കും എല്ലാ കാലത്തും ഏറെ പേർ ഈ നാഗങ്ങളെ ആരാധിക്കുന്നുണ്ട്. പുരുഷക്കോലമായ നാഗകണ്ഠൻ തെയ്യവും സ്ത്രീവേഷമായ നാഗകന്നിതെയ്യവും ഒന്നിച്ച് പുറപ്പെടുകയും ഒന്നിച്ച് തന്നെ ആട്ടം നടത്തുകയും ചെയ്യുന്നു. വണ്ണാൻമാരാണ് ഈ തെയ്യം കെട്ടിയാടുന്നത്. ധർമ്മടം അണ്ടലൂർ കാവിൽ നാഗകണ്ഠൻ, നാഗകന്നി എന്നീ തെയ്യങ്ങളെ പ്രാധാന്യത്തോടെ കെട്ടി ആടിക്കുന്നു. പുതിയ ഭഗവതി കാവുകളിൽ നാഗകന്നിയെ പ്രത്യേകമായും കെട്ടി ആടാറുണ്ട്. തെയ്യത്തിലും അനേകം പുരാവൃത്തങ്ങളിലും അതിശക്തമായ സ്ഥാനം നാഗങ്ങൾക്കുള്ളത് ശ്രദ്ധേയമാണ്. സർപ്പക്കാവുകളും സർപ്പക്കളങ്ങളും സർപ്പപാട്ടുകളും കേരളത്തിൽ സമൃദ്ധമാണ്. തെയ്യം കെട്ടുന്ന കോലക്കാരൻ മുഖത്തെഴുത്തു കഴിഞ്ഞ് തലച്ചമയങ്ങളണിയാൻ തുടങ്ങുന്നത് മന്ത്രപൂർവ്വം ധ്യാനിച്ച് വെള്ളിത്തലപ്പാളി നെറ്റിയിൽ കെട്ടിക്കൊണ്ടാണ്. നെറ്റിയിലുടനീളം മിന്നിത്തിളങ്ങുന്ന തലപ്പാളി നിരയായുള്ള നാഗഫണങ്ങൾ ചേർത്തുണ്ടാക്കിയതാണ്. ചില തെയ്യങ്ങളുടെ മെയ്യെഴുത്തിൽ (നെഞ്ചിൽ) നാഗഫണങ്ങൾ കാണും. നീളൻമുടിയുള്ള ഭഗവതിമാരുടെ പാർശ്വങ്ങളിൽ ഫണം വിടർത്തിയ പക്കപ്പാമ്പുകളുണ്ട്. സർപ്പബലി പ്രധാനമായും നടത്തുന്നത് തീയ്യഗുരുക്കൻമാരാണ്. നാഗാരാധനയുടെ ഭാഗമായി സർപ്പക്കാവുകളിൽ പാമ്പിന് പാല്, മുട്ട തുടങ്ങിയ നിവേദ്യങ്ങൾ സമർപ്പിച്ചുകൊണ്ട് സർപ്പദോഷം നീക്കുന്നതിൽ പ്രമു

ഖരാണ് തീയ്യസമുദായത്തിലെ പൂജാരിമാർ.

പെരളശ്ശേരിയിലെ പ്രസിദ്ധമായ കാവ് തിയ്യരുടെ പ്രധാന നാഗാരാധനയുള്ള കാവാണ്. തീയ്യരടക്കമുള്ളവർ നാഗാരാധനയുമായി ബന്ധപ്പെട്ടുകിടക്കുന്നു. സർപ്പക്കാവ് പ്രാർത്ഥന സംസ്ക്കാരത്തിന്റെ തിരുശേഷിപ്പായി ഇന്നും തീയ്യരുടെ ഇടയിലുണ്ട്. സർപ്പക്കാവിൽ നിന്ന് ഒരു മരമോ കൊമ്പോ വെട്ടിയെടുത്ത് കൊണ്ടുപോകുന്നത് പാപകർമ്മമാണെന്ന് തീയ്യർ വിശ്വസിക്കുന്നു. സർപ്പത്തിന്റെ സൗന്ദര്യവും ഭയവുമാണ് ഭൂതാരാധനയിലേക്കും സർപ്പാരാധനയിലേക്കും നയിച്ചത്. പിന്നീട് സർപ്പ പ്രതിമകൾ നിർമ്മിച്ചും ആരാധന നടത്തി തുടങ്ങി. സർപ്പങ്ങൾക്ക് മാത്രം ജീവിക്കുവാൻ പ്രത്യേകം സർപ്പക്കാവുകൾ ഉണ്ടായി വന്നു. ഓരോ കുടുംബങ്ങൾക്കും പ്രത്യേക സർപ്പക്കാടുകൾ ഉണ്ടാവും. ഇവ ആ കുടുംബങ്ങളുടെ തറവാടിനോട് ചേർന്നായിരിക്കും സ്ഥിതി ചെയ്യുന്നത്. അപ്രകാരം ഉള്ള സർപ്പക്കാവുകളിൽ ഇപ്പോഴും നാഗപൂജ നടന്നു വരുന്നു. തറവാടുകളിലെ വാർഷിക പൂജാവിധികൾ ആരംഭിക്കുന്നത് ഈ തറവാടിന്റെ കോയ്മയായുള്ള ഇല്ലത്തുനിന്ന് ഭസ്മപ്രസാദം കൊണ്ടുവരുന്നതോടുകൂടിയാണ്. പ്രസാദം ഏറ്റുവാങ്ങുമ്പോൾ ബ്രാഹ്മണർക്ക് കാണിക്ക നൽകുന്ന പതിവുണ്ട്. ഇതിന് സാമ എന്നുപറയുന്നു.

തീയ്യ സമുദായങ്ങളുടെ പ്രധാന ക്ഷേത്രമായ കുമ്പള മോരാപാറയിൽ ക്ഷേത്രം പണിയുന്ന സമയത്ത് കുളത്തിൽ നിന്നും നാഗത്താറുടെ ശില ഉയർന്നു വന്നു. ആയിരം തലയുള്ള സാക്ഷാൽ അനന്തനാണെന്ന് തെളിയുകയുണ്ടായി. അങ്ങനെ നാഗത്താർക്ക് മുമ്പും ഐവർക്ക് പിമ്പും എന്ന രീതിയിൽ നിലകൊണ്ട് ക്ഷേത്രം നിർമ്മിച്ച് ആരാധിച്ച് വരികയും ചെയ്തു. ചന്ദനവൃക്ഷത്തിൽ വസിച്ചവർ എന്ന അർത്ഥത്തിലാണ് നാഗത്തെക്കുറിച്ച് പറയുന്നത്. നാഗാരാധനയുടെ ഭാഗമായി നാഗപ്രതിഷ്ഠ ഉണ്ടായിരുന്ന സ്ഥലം പിന്നീട് നാഗത്തുങ്കാൽ എന്ന പേരിൽ അറിയപ്പെട്ടു. ദൈവങ്ങൾക്കായുള്ള പ്രത്യേകവിളമ്പിൽ പ്രസാദം വിതറുന്നു. നാഗത്തമ്പിലം വിളമ്പിന്റെ ഒരു വകഭേദം തന്നെ. നാഗാരാധനയിൽ ഇതിനാണ് പ്രാധാന്യം. നാഗത്തമ്പിലം നാഗക്കാവിൽ നടക്കുമ്പോൾ മറ്റു ദൈവങ്ങളുടേത് അതാത് സ്ഥാനത്തോ കൊട്ട്യയിലോ നടക്കുന്നു. ലക്കേസരി, ബിർമ്മേര് എന്നീ ദൈവങ്ങൾക്ക് കുരുത്തോല കൊണ്ട് ചന്ദ്രിക ഉണ്ടാക്കി ഇളനീർ, കജ്ജായം, പൂവ്, ചന്ദനം, വെറ്റിലടയ്ക്ക എന്നിവ നിവേദിക്കുന്നു. മലര്, അവൽ, പരിപ്പ്, തേങ്ങ, ശർക്കര ഇവ പൊടിച്ച് കുഴച്ചുണ്ടാക്കുന്ന മധുരപലഹാരമാണ് കജ്ജായം. സർപ്പക്കാവുകളിലെ പാമ്പുകൾക്ക് ദൈവിക പരിവേഷമുണ്ട്. കരിനാഗം, മണി

നാഗം, അഞ്ജനമണിനാഗം തുടങ്ങിയ ദിവ്യസർപ്പങ്ങൾ സർപ്പക്കാവുകളിലെ ചിത്രകൂടക്കല്ലുകളിലധിവസിക്കുന്നുവെന്നാണ് വിശ്വാസം.

ബില്ലവാരാധന

ബില്ലവർ കൊല്ലത്തോട് കൊല്ലം തികയുമ്പോൾ നിശ്ചിത നാളുകളിൽ ഗ്രാമത്തിലോ ഗ്രാമസമൂഹമായ മാഗണയിലോ നടത്തുന്ന ആരാധനയാണ് നേമം. ബില്ലവർ പ്രത്യേക കാവിൽ നിന്നോ തറവാട്ടിൽ നിന്നോ അലങ്കരിച്ച കലശകുടവുമായി ആർപ്പുവിളികളോടെ സ്ഥാനത്ത് എത്തിച്ചേരുന്നു. പ്രധാനമായും വെളിച്ചപ്പാടൻമാരുടെ ആരാധനാമൂർത്തി, ഒറ്റക്കോലം, വയനാട്ട് കുലവൻ, കുറഗ തനിയൻ, കുണ്ടോർ ചാമുണ്ഡി എന്നിവരാണ്. ഇതിൽ ഒറ്റക്കോലം നടക്കുന്ന മുണ്ട്യകളിൽ കലശം എത്തിക്കുന്നതും മേലേരി കൈയ്യേൽക്കുന്നതും ഇവരാണ്. തുളുനാട്ടിൽ ചില തറവാടുകളോടു ചേർന്ന് ചില തെയ്യങ്ങളുടെ മുഖം, പള്ളിവാളുകൾ, പരിച എന്നിവ സൂക്ഷിച്ചിരിക്കുന്നത് കാണാം. അതാണ് മഠം എന്ന് പറയുന്നത്. ഈ മഠത്തിൽ നിത്യവും വിളക്ക് വെക്കുകയും വർഷാവർഷം തമ്പിലം ആചരിക്കുകയും ചെയ്യുന്നു. നിയമം എന്ന പദത്തിന്റെ രൂപഭേദമാണ് നേമ സങ്കൽപ്പം. നേമത്തിന് കോലത്തേക്കാൾ വൈഭവമേറും. ഇത് കോലത്തുനാട്ടിലെ കളിയാട്ടത്തിന് സദൃശമായ ഉത്സവം തന്നെ ചിലസ്ഥാനങ്ങളിൽ ചീർമ്പനാൽവരും, പാടാർകുളങ്ങര ഭഗവതി, വയനാട്ട്കുലവൻ തുളുദൈവങ്ങളായ ധൂമാവതി, പഞ്ചുരുളി തുടങ്ങിയ തെയ്യങ്ങളുമുണ്ട്. നേമത്തിന് മിക്ക സ്ഥാനങ്ങളിലും കൊടിയേറ്റം കാണാം. അതിനു മുമ്പാണ് കോഴിക്കുറ്റി. കളിയാട്ടത്തോടനുബന്ധിച്ചുള്ള കോഴിയങ്കത്തിന് തുളുനാട്ടിൽ എത്ര മാത്രം പ്രാധാന്യമുണ്ടെന്ന് സൂചിപ്പിക്കുന്ന ചടങ്ങ്. സ്ഥാനപരിസരത്തെ വിശാലമായ വയലിൽ കുറെ കുറ്റികൾ) വൃത്താകാരമായി തറക്കുന്നു. ഒരു കുറ്റി പാലുള്ള മരത്തിന്റേതായിരിക്കും. രണ്ട് കോഴികളെ കുറ്റികളിൽ കെട്ടി, അഴിച്ച്, മൂന്ന് തവണ മുഖാമുഖം പ്രദർശിപ്പിച്ചു വിട്ടുകളയുന്നു. കോഴിക്കുറ്റിയെന്ന ഈ ചടങ്ങ് കഴിഞ്ഞാൽ ഉത്സവം മുഴുവൻ കഴിയുന്നതുവരെ ആരും ഗ്രാമം വിട്ടു പോകരുത്. കാവിന്റെ മുന്നിൽ വടക്കുഭാഗത്തായി വാഴപ്പോളകൾ കൊണ്ട് കളങ്ങളുണ്ടാക്കി അതിന്റെ സന്ധികളിലൊക്കെ കോത്തിരി (കോൽത്തിരി) കത്തിച്ചുവെയ്ക്കുന്നതാണ് തട്ടുതല.

കാർഷിക വൃത്തി ജീവിതവ്രതമാക്കിയ ഒരു സമൂഹത്തിന്റെ നെഞ്ചിലെ നെരിപ്പോടിലെരിഞ്ഞുയരുന്ന ഒട്ടേറെ തെയ്യങ്ങളുണ്ട്. തുളുനാട്ടിലും കോലത്തുനാട്ടിലുമാണ് ഇത്തരം തെയ്യങ്ങളെ കെട്ടിയാടിച്ചു വരുന്നത്.

കൂട്ടായ്മയുടെ നിറദീപം ഒരുക്കി വിതയുത്സവം, മെതിയുത്സവം, കൊയ്ത്തുത്സവം എന്നിവ നടത്താൻ ജാതിഭേദമില്ലാതെ ഗ്രാമീണരെല്ലാം ഒന്നിക്കുന്ന കാഴ്ചയ്ക്ക് പിറകിൽ വിശ്വാസം നിറഞ്ഞ പുരാവൃത്തമുണ്ട്. കൊറഗ പെൺകുട്ടി തെയ്യമായതാണ് കൊറഗ തനിയെ. കുറവ എന്ന കൊറഗ കോളനിയിലെ ചെറുക്കൻ മൈര എന്ന യുവതിയെ വിവാഹം കഴിച്ച് സന്തോഷത്തോടെ ജീവിക്കുന്നതിനിടയിൽ കുറവനെ കാണാതാവുകയും തുളു തീയ്യരുടെ കൂടെ പോയതിനാൽ കൊറഗ സമുദായം ഇവരെ അയിത്തം കൽപിച്ചു പുറത്താക്കി. പിന്നീട് ഈ കൊറഗ പെൺകുട്ടി മായയാവുകയും തുളുനാട്ടിലെ പ്രസിദ്ധമായ കൊറഗ തനിയെ തെയ്യമാവുകയും ചെയ്തു. കൊറഗ തനയൻ ആൺതെയ്യവും കൊറഗ തനിയെ പെൺതെയ്യവുമാണ്. കളങ്ങളിൽ മുതിർച്ച (നിവേദ്യം) വയ്ക്കും. ദേവതയ്ക്കുവേണ്ടി അരി, മലര്, അവിൽ, ഇളനീർ, തേങ്ങ എന്നിവയാണ് മുതിർച്ച. ഈ കളത്തിന് മുന്നിൽ ദേവതാപ്രീതിക്കായി ചില അനുഷ്ഠാനങ്ങൾ നടക്കും. വടക്കേൻ ഭാഗം എന്ന കുരുതിതർപ്പണം നടക്കുന്നത് ഇവിടെയാണ്. യന്ത്ര സാധനയിലെ തർപ്പണത്തിന് തുല്യമാണ് വടക്കേൻ ഭാഗം. കീഴ്ക്കട നടപടിക്കൊത്ത് കൊല്ലത്തോട് കൊല്ലം തികയുമ്പോൾ നിശ്ചിത നാളുകളിൽ ഗ്രാമത്തിലോ ഗ്രാമസമൂഹമായ മാഗണയിലോ നടക്കുന്ന ആരാധനയാണ് നേമം. നിയമം എന്ന പദത്തിന്റെ രൂപഭേദമാണിതെന്ന് ഗ്രഹിച്ചാൽ നേമ സങ്കൽപ്പനം വ്യക്തമാകും. പടിത്തരമായി നടത്തുന്ന തെയ്യം കെട്ട് എന്നർത്ഥം. നാട്ടിലെ പത്തും ചേർന്ന് നടത്തുന്നതുകൊണ്ട് തന്നെ നേമത്തിന് കോലത്തേക്കാൾ വൈഭവമേറും. ഇത് കോലത്തുനാട്ടിലെ കളിയാട്ടത്തിന് സദൃശമായ ഉത്സവം തന്നെ. നേമത്തിന് മിക്ക സ്ഥാനങ്ങളിലും കൊടിയേറ്റം കാണാം. അതിനു മുമ്പാണ് കോഴിക്കുറ്റി. കളിയാട്ടത്തോടനുബന്ധിച്ചുള്ള കോഴിയങ്കത്തിന് തുളുനാട്ടിൽ എന്തുമാത്രം പ്രാധാന്യമുണ്ടെന്ന് സൂചിപ്പിക്കുന്ന ചടങ്ങ്.

ഇഡുവും തീയരും

ചെറുവത്തൂർ കാഞ്ഞങ്ങാട് ഹൈവേയിൽ ചെറുവത്തൂർ മുച്ചിലോടിനോട് ചേർന്ന് ഒരു മൺകൂന കാണാം. ഒരു ഗുഹയുടെ മുഖമുള്ള ഈ മൺകൂനയാണ് ഇഡു. ഈ ഇഡുവും തീയ്യരും തമ്മിൽ ബന്ധമുണ്ടെന്നാണ് ചരിത്രരേഖകൾ പറയുന്നത്. വില്ലാളി വീരൻമാരായ തീയ്യർ അമ്പെയ്ത്ത് പരിശീലനം നടത്തിയത് ഈ ഇഡു കേന്ദ്രീകരിച്ചായിരുന്നു. കേരളം സന്ദർശിച്ച ഫൗസാറ്റ് ഇഡുവിനെക്കുറിച്ച് പറയുന്നുണ്ട്. അദ്ദേ

ഹം കുറുമ്പ്ര നാടിന്റെ തെക്കൻ ഭാഗത്ത് എത്തിയപ്പോൾ യുദ്ധവീരൻമാർ ചേർന്ന് പ്രത്യേക രീതിയിലുള്ള മണൽതിട്ടയിലേക്ക് അമ്പ് എയ്ത് പരിശീലിക്കുന്നത് കണ്ടെന്ന് തന്റെ യാത്രാവിവരണത്തിൽ വിശദീകരിക്കുന്നുണ്ട്.

തീയ്യരുടെ പ്രമുഖ അധിവാസ മേഖലയായ പഴയങ്ങാടി പുഴ മുതൽ അങ്ങ് സീത നദിവരെ നടത്തിയ അന്വേഷണത്തിൽ അനേകം ഇഡുകളും കളരികളും കണ്ടെത്താൻ കഴിഞ്ഞു. എന്നാൽ ഇന്ന് പല ഇഡുകളും നഷ്ടപ്പെട്ട് പോയതായി കാണുന്നു. പ്രമുഖ തീയ്യ യോദ്ധാക്കളായ കോടി ചെന്നയ്യന്റെ നാടായ ഈശ്വരമംഗലത്ത് അവർ കളിച്ച് വളർന്ന സ്ഥലത്ത് അമ്പെയ്ത്ത് പരിശീലന മൈതാനങ്ങൾ കാണുന്നു. ഇഡുവിന്റെ തുളുഭാഷയിലെ അർത്ഥം ലക്ഷ്യം എന്നാണ്. തുളുനാടൻ കോട്ടകളുടെ ഒരു ഭാഗം തന്നെയാണ് ഇഡു. കമാന ആകൃതിയിലുള്ള ഇഡുക്കൾ എന്ന പേരിൽ അറിയപ്പെടുന്ന മൺതിട്ടകൾ ചെറുവത്തൂർ കൊവ്വൽ, കുട്ടമത്ത്, പിലിക്കോട് രയരമംഗലത്തെ കൊട്ടുമ്പുറം, ചെറുവത്തൂരിനടുത്ത് കാരി, തൃക്കരിപ്പൂർ മാണിക്കനാൽ, കോട്ടച്ചേരി കുന്നുമ്മൽ അടോട്ടിനടുത്ത ഇഡുവിൻകുന്ന്, മേൽ പറമ്പിനടുത്ത ഇഡുവിങ്കാൽ, മാവുങ്കാൽ എന്നിങ്ങനെ പല സ്ഥലങ്ങളിലും കണ്ടുവരുന്നു. ഓണക്കാലത്ത് ഇഡുവിൽ അമ്പെയ്ത്ത് മത്സരം പതിവായി നടത്തിയിരുന്നു. ഇഡുഎന്ന വാക്കിന്റെ അർഥവും ഈ വസ്തുതയിലേക്ക് വിരൽചൂണ്ടുന്നു. പഴമക്കാരുടെ വിവരങ്ങളിൽ നിന്നും ഇഡു കേന്ദ്രീകരിച്ച് അമ്പെയ്ത്ത് വിനോദം നടന്നിരുന്നുവെന്ന് അറിവായിട്ടുണ്ട്. ഇത് ഇഡു പ്രാചീന കാലത്തെ അമ്പെയ്ത്ത് കളരിയാണെന്ന വിശ്വാസത്തിന് ബലമേകുന്നു. ഇഡുക്കളിൽ നരസിംഹ മൂർത്തിയുടെ സാന്നിദ്ധ്യമുള്ളതായി വിശ്വാസമുണ്ട്.

പണ്ട് ഹിരണ്യൻ നരസിംഹാവതാരത്തെ ഭയന്ന് കോട്ടയിൽ ഒളിക്കുകയും കോട്ടയ്ക്ക് അഷ്ടദിക്ക് പാലകരെ കാവൽനിർത്തുകയും ചെയ്തു. നരസിംഹത്തിന്റെ ഭീകരരൂപവും അലർച്ചയും ദർശിച്ച് അഷ്ടദിക് പാലകർ ഓടിയൊളിക്കുകയും കാവൽ നിന്ന അഗ്നിയിൽ പ്രവേശിച്ച് നരസിംഹം ഹിരണ്യനെ കണ്ടെത്തുകയും തുടർന്ന് കവാടത്തിലെ പടിമേൽ വെച്ച് നെഞ്ച് പിളർത്തി വധിക്കുകയും ചെയ്യുന്നു. ഈ അവതാര കഥ ഓർമ്മിപ്പിക്കുന്നതാണ് വിഷ്ണുമൂർത്തി തെയ്യം അരങ്ങിലെത്തിയാൽ ഹിരണ്യവധവും രക്തപാനവും അവതരിപ്പിക്കുന്നത്. വിഷ്ണുമൂർത്തി ഇഡുക്കളുടെ സമീപത്ത്വില്ല് എടുത്തുകൊണ്ട് നർത്തനം ചെയ്യുന്നത് ആ ബന്ധത്തെ ഓർമ്മിപ്പിക്കുന്നു. മേലേരി കൂട്ടി ഒറ്റ

ക്കോലം കളിയാട്ടവും നടന്നുവരുന്നുണ്ട്. ഒറ്റക്കോലം ഹിരണ്യൻ കോട്ട യിലെ നരസിംഹത്തിന്റെ അഗ്നി പ്രവേശന ചടങ്ങാണ് അവതരിപ്പിക്കു ന്നത്. പിൽക്കാലത്താകാം വിഷ്ണുമൂർത്തി എന്ന ആശയം അതിൽ സ ന്നിവേശിപ്പിച്ചത്.

തുളുനാട്ടിൽ നിന്ന് നരസിംഹമൂർത്തി പത്താം നൂറ്റാണ്ടിനു മുമ്പു ത ന്നെ കേരളത്തിൽ എത്തിയിരുന്നു എന്നതിന്റെ തെളിവാണ് രാമന്തളി യിലെ നരയൻ കണ്ണൂരിലെ ശിലാരേഖകൾ. നരയൻ കണ്ണൂർ എന്നാൽ നരസിംഹ വിഷ്ണു ഗൃഹം. നരയൻ കണ്ണൂരിലെ ശ്രീകോവിൽ കരിങ്ക ല്ലിൽ പണിയിച്ചത് തുളുരാജാവായ ശ്രീ കന്താളുവരചൻ എന്നയാളാ ണെന്ന് ഒരു ശിലാരേഖ. തുളുകേരള ബന്ധം സഹസ്രാബ്ദങ്ങളുടെ പ ഴക്കമുള്ളതാണെന്നർത്ഥം. വില്ലാളിവീരനായ തീയ്യരും കർണ്ണാടകയിലെ ഒറ്റക്കോലചടങ്ങുകളും ഏറെ ബന്ധമുള്ളതാണ്. തോറ്റം പാട്ടിൽ മംഗ ലാപുരം ഹിരണ്യൻ കോട്ട ചിത്രസ്തംഭം പൊട്ടിപ്പിളർന്നെത്തിയ നര സിംഹമൂർത്തി എന്നു വിശേഷിപ്പിക്കാറുണ്ട്. ഇന്നും ഈ ഹിരണ്യൻ കോട്ടയുടെ കവാടത്തിൽ അഗ്നി പ്രവേശന ചടങ്ങ് അവതരിപ്പിക്കാറു ണ്ട് തീയ്യരുടെ കഴക പരിധിയിൽ ഉണ്ടാകുന്ന ഇഡുകൾ മണ്ണുകൊണ്ട് ഗുഹയുടെ കവാടം പോലെയാണ് നിർമ്മിക്കുന്നത്. ചെറുവത്തൂർ കൊ വ്വലിൽ സമീപപ്രദേശങ്ങളായ ചന്തേര,പള്ളിക്കര, തൃക്കരിപ്പൂർ . തുട ങ്ങിയ സ്ഥലത്തുനിന്നും വാല്യക്കാർ എയ്ത്തിൽ പങ്കെടുക്കാൻ എത്തി ച്ചേരുന്നു. വിവിധ ജന സമുദായങ്ങളുടെ കൂട്ടായ്മയാണ് ഇതിന്റെ പ്ര ത്യേകത. ഇടുന്നെയ്ത്ത്, നടന്നെയ്ത്ത് എന്നിങ്ങനെ എയ്ത്ത് പല പ്ര കാരം. മത്സരത്തിൽ പങ്കെടുക്കുന്നവർ ഇഡുവിനു മുന്നിൽ മൂന്ന് വരിക ളിലായി നിലകൊള്ളുന്നു. ഇഡുവിന്റെ ഉയരം സാധാരണ ഇരുപത്തി യൊന്ന് ചവിട്ടടിയാണ്. ചിങ്ങമാസത്തിൽ അമ്പെയ്ത്ത് മത്സരങ്ങൾ നട ത്തിയിരുന്നതായി ചരിത്രരേഖകൾ പറയുന്നു. മത്സരാർത്ഥികൾ മൂന്ന് വരിയായി ഇഡുകൾക്ക് മുമ്പിൽ നിൽക്കുകയും നേതാവിന്റെ ആജ്ഞാ നുസരണം മത്സരം തുടങ്ങുകയും ചെയ്യും. ഇത് തുളുനാടൻ ആയോ ധനകലയുടെ മഹത്വം വിളിച്ചോതുന്നവയാണ്.

അധ്യായം - 10

അനുഷ്ഠാനപരമായ തൊഴിലുകൾ

അനുഷ്ഠാനപരമായ ചില തൊഴിലുകളും തീയ്യർ ചെയ്തുവരുന്നുണ്ട്. അതിൽ പ്രധാനപ്പെട്ട ഒന്നാണ് കലശം എഴുന്നള്ളിപ്പ്. തെയ്യാട്ടസമയത്ത് തെയ്യക്കോലം മുന്നോട്ടുവരുമ്പോൾ കലശവും തലയിലേന്തി തെയ്യത്തിന്നഭിമുഖമായി നിന്ന് പിറകോട്ട് നടക്കുന്ന ചടങ്ങ് വളരെ പ്രധാനപ്പെട്ടതാണ്. നേരത്തെ പിശാച് നൃത്തം എന്ന് തെയ്യത്തെ വിശേഷിപ്പിച്ച പാശ്ചാത്യർക്ക് തീയ്യരെക്കുറിച്ചും ചില തെറ്റിദ്ധാരണ വന്നിട്ടുണ്ട്. ടാഡി ഡാൻസർ എന്നാണ് അവർ വിശേഷിപ്പിച്ചത്. അമ്പലങ്ങളിൽ നടക്കുന്ന തിടമ്പ് നൃത്തം പോലെ കലശകുടവുമേന്തി തീയ്യൻ നൃത്തം വയ്ക്കുന്നു എന്നാണ് രേഖപ്പെടുത്തിയിരിക്കുന്നത്. സവർണ്ണക്ഷേത്രങ്ങളിലും തറവാടുകളിലും കലശം എഴുന്നള്ളിക്കേണ്ട കലശക്കാരൻ തീയ്യനാണ്. സവർണ്ണ സമുദായാംഗങ്ങൾ മരിച്ചാൽ ശവദാഹത്തിനാവശ്യമായ മാവ് മുറിക്കേണ്ടതും സംസ്കാര കർമ്മങ്ങൾക്കു വേണ്ടിയുള്ള ഓലയും ഇളനീർകുലയും കണ്ടെത്തേണ്ടതും തീയ്യർതന്നെ. ഒറ്റക്കോലം തെയ്യത്തിനു വീഴാനുള്ള തീക്കുന - മേലേരിക്കാവശ്യമായ പുളി, ചെമ്പകം, എരിഞ്ഞി തുടങ്ങിയ വൃക്ഷങ്ങളുടെ വിറകു ശേഖരിക്കേണ്ടതും, ഇവ കനലാക്കി കൂനകൂട്ടി ചുറ്റും തണുപ്പിച്ച് മേലേരി തയ്യാറാക്കേണ്ടതും തീയരുടെ ചുമതലയാണ്. ഇങ്ങനെ തയ്യാറാക്കിയ മേലേരിയിൽ, കുളിച്ച് ഈറനായി തൊഴുത് വലംവെച്ച് തീയ്യർ ചാടും. തീക്കൂനയിൽ ചാടുന്ന തെയ്യക്കോലത്തെ വലിച്ചുകയറ്റുന്നതും ഈ സമുദായക്കാർ തന്നെ.

തീയ്യർ കാവുകളിൽ ദൈവസങ്കല്പവുമായി ബന്ധപ്പെട്ട് ഒരുക്കുന്ന അഗ്നി കൂമ്പാരമാണ് മേലേരി. മേൽ ജാതിക്കാരുടെ അമ്പലങ്ങളിൽ നിന്നും കൊണ്ടു വരുന്ന തീ ഉപയോഗിച്ചാണ് ആദ്യകാലത്ത് മേലേരികൾ കത്തിച്ചത്. ഉറഞ്ഞാടുന്നതിന്റെ പാരമ്യത്തിൽ തെയ്യക്കോലങ്ങൾ മേലേരിയിൽ വീഴുന്നു. ചെമ്പകവിറക്, പിലാവിറക്, പുളിവിറക്, എന്നിവയിലേതെങ്കിലും കൊണ്ടാണ് സാധാരണ മേലേരി ഒരുക്കുക. മേലേ

രി കത്തിക്കാൻ ചിരട്ടയും ഉപയോഗിക്കാറുണ്ട്. ചെമ്പകവും പുളിയുമാണ് മേലേരിക്ക് സാധാരണയായി ഉപയോഗിക്കാറ്. തെയ്യക്കാരന്റെ ആത്മീയവും ഭൗതികവുമായ സമർപ്പണത്തിന്റെ മൂർത്തിമത്ഭാവമാണ് മേലേരി. ഏറൽ ഏറെ അപകടസാധ്യതയുള്ള ഒരു ചടങ്ങാണ്. ഭക്തന്മാർ നേർച്ചയായി കൊണ്ടുവരുന്ന വിറകാണ് മേലേരിക്കുപയോഗിക്കുക. മേലേരി കയ്യേൽക്കാൻ കുറിഞ്ഞി ക്ഷേത്രത്തിലെ തീച്ചാമുണ്ഡിക്കായി ഒരുക്കുന്ന മേലേരി ഏറെ പ്രസിദ്ധമാണ്. ഇതരകാവുകളിലെല്ലാം പള്ളിയറ മതിലിനു വെളിയിൽ പലപ്പോഴും വിസ്തൃതമായ സ്ഥലങ്ങളിലാണ് മേലേരി ഒരുക്കുന്നതും ഒറ്റക്കോലത്തിന്റെ അഗ്നിപ്രവേശം നടക്കുന്നതും. എന്നാൽ കുറിഞ്ഞി ക്ഷേത്രത്തിൽ മേലേരി ഒരുക്കുന്നത് ക്ഷേത്ര മതിൽക്കെട്ടിനകത്ത് മണിക്കിണറിനോട് ചേർന്നുതന്നെയാണ്.

ചെമ്പകം, പുളി തുടങ്ങി കാരമേറെയുള്ള വൃക്ഷത്തടികളിലൊരുക്കുന്ന മേലേരിക്ക് ആളുയരമുണ്ടായിരിക്കും. ഇതിനായി നിയുക്തമാകുന്ന കൊള്ളിക്കമ്മിറ്റി അംഗങ്ങൾ കളിയാട്ടം ആരംഭിക്കുന്നതിന് ഒരു മാസം മുമ്പുതന്നെ അനുഷ്ഠാനപൂർവ്വം നാൾമരം മുറിച്ചുകൊണ്ട് മേലേരിക്കുള്ള മരം ശേഖരിച്ചു തുടങ്ങും. ആകാശ സീമകളെ അതിലംഘിച്ചുയർന്നു ജ്വലിക്കുന്ന മേലേരി കയ്യേൽക്കൽ ചടങ്ങ് ഈ ക്ഷേത്ര കളിയാട്ടത്തിലെ ഏറ്റവും സുപ്രധാനമായ ചടങ്ങാണ്. പള്ളിയറക്കു മുന്നിൽ വടക്കുകിഴക്കായി ഈശാനകോണിൽ സന്ധ്യയോടെ വിശ്വാസപൂർവ്വം കൊളുത്തുന്ന മേലേരി കത്തിയുയർന്ന് പുലർച്ചയോടെ ചെമ്പഴുക്കാപരുവത്തിലുള്ള അഗ്നികൂമ്പാരമായി മാറും. ആളുയരത്തിൽ ജ്വലിച്ചുനിൽക്കുന്ന ഈ മേലേരിയിൽ ആദ്യം അനുഷ്ഠാനപൂർവ്വം ആചാരക്കാരും പിന്നീട് വാല്യക്കാരും അഗ്നിയാനം നടത്തും. ആർപ്പു വിളികളോടെ നടത്തുന്ന ഈ അഗ്നിയാനത്തിനുശേഷം മാടിയൊതുക്കുന്ന അഗ്നികുണ്ഡത്തിലാണ് വിഷ്ണുമൂർത്തിയുടെ മേലേരി കൈയേൽക്കൽ നടക്കുന്നത്. തീയ്യ സമുദായത്തിൽപ്പെട്ടവരായിരുന്നു തെയ്യത്തിനുവേണ്ട ചൂട്ട് എത്തിച്ചിരുന്നത്. തെങ്ങോല പ്രത്യേക രീതിയിൽ കെട്ടിയാണ് തീയ്യർ ചൂട്ടുണ്ടാക്കുക. പഴയകാലത്ത് രാത്രിസമയം തെയ്യം നടക്കുമ്പോൾ വെളിച്ചത്തിന് ചൂട്ടാണുപയോഗിച്ചിരുന്നത്. വൈദ്യുതി പോലുള്ള സംവിധാനങ്ങൾ ഇല്ലാത്ത കാലത്ത് ചൂട്ടിന് ഏറെ പ്രസക്തിയുണ്ടായിരുന്നു. ഇന്നും തെയ്യക്കോലം കെട്ടിയാടുമ്പോൾ ചൂട്ട് അത്യന്താപേക്ഷിതമാണ്.

കള്ള് ചെത്ത്

തീയ്യരുടെ കുലത്തൊഴിൽ മദ്യോല്പാദനമാണ്. സോമരസം എന്നത്

പുരാതന കാലത്ത് ദേവൻമാർ ഉപയോഗിച്ചിരുന്ന പാനീയമാണ്. അത് ഉണ്ടാക്കുന്ന ദിവ്യനാണ് തീയ്യൻ. ഇവരുടെ മുഖ്യമായ തൊഴിൽ കള്ള് ചെത്തലാണ്. സ്ത്രീകളും പുരുഷൻമാരും ഒരുപോലെ കള്ളുകുടിച്ചിരുന്നു. രാജകീയ സൽക്കാരങ്ങളിൽ കള്ള് ഒരു നിർബന്ധപാനീയമായിരുന്നു. കള്ളുണ്ടാക്കുന്നവരുടെ സംരക്ഷകാ (ചാന്റോർ മെയ്മ്മറൈ) എന്നായിരുന്നു ചേരരാജാക്കൻമാരെ കവികൾ സംബോധന ചെയ്തിരുന്നത്. പ്രാചീന ഇന്ത്യയിൽ വീര്യമേറിയ മദ്യം വ്യാപകമായി ഉപയോഗിച്ചിരുന്നതായി മനുസ്മൃതി സാക്ഷ്യപ്പെടുത്തുന്നു. ഏതാണ്ട് എല്ലാ രാജ്യങ്ങളിലും പുരാതന കാലം മുതൽ ധാന്യങ്ങൾ, പഴങ്ങൾ, പച്ചക്കറികൾ എന്നിവയിൽ നിന്നും മദ്യം ഉണ്ടാക്കുന്ന വിദ്യ കണ്ടുപിടിച്ചിരുന്നു. ഇന്ത്യയുടെ വിവിധ ഭാഗങ്ങളിലുള്ള ആദിമനിവാസികളും വീര്യമേറിയ മദ്യം വാറ്റുകയോ പുളിപ്പിച്ചെടുക്കുകയോ ചെയ്തിരുന്നു. നാളികേരം, ചവ്വരി, ഈന്തപ്പഴം, കരിമ്പനക്കായ, ശർക്കര, നെല്ല് തുടങ്ങിയവയാണ് അതിനായി ഉപയോഗിച്ചിരുന്നത്. പുളിപ്പിച്ച സാധാരണ പാനീയമാണ് കള്ള്. ഈ രാജ്യത്ത് അതിപ്രാചീനകാലം മുതൽ തന്നെ ലഹരിപാനീയങ്ങൾ ഉണ്ടാക്കുകയും ഉപയോഗിക്കുകയും ചെയ്തുപോന്നതിന് തെളിവുകളുണ്ട്. 3000കൊല്ലം മുമ്പ് ഇന്ത്യയിൽ മദ്യം നിർമ്മിച്ചിരുന്നു. സോമസസ്യത്തിന്റെ നീരിൽ നിന്നുണ്ടാകുന്ന ലഹരിയുള്ള നീര് ദൈവങ്ങൾക്കും ആമോദമുളവാക്കുന്നവയാണെന്ന് പ്രാചീന ആര്യൻമാർ കരുതി. വേദകാലഘട്ടത്തിലും അത് സാധാരണ ഉപയോഗത്തിലുണ്ടായിരുന്നു. പുരാണങ്ങളിലും അതിനുശേഷമുണ്ടായ രചനകളിലും ശിവനെ മദ്യപിച്ച ചുവന്ന കണ്ണുകളുള്ളവനും നിയന്ത്രണമില്ലാത്തവനുമായി ചിത്രീകരിച്ചിരിക്കുന്നു.

വടക്കൻ തിരുവിതാംകൂറിൽ തെങ്ങിന്റെ കൂമ്പ് ചെത്തി കള്ളുണ്ടാക്കുന്നത് ചോവരും ഈഴവരുമാണ്. തെക്കൻ തിരുവിതാംകൂറിൽ കരിമ്പന ചെടത്തി ചാന്നാരും കള്ളുണ്ടാക്കുന്നു. മദ്യപാനം അതിപുരാതന കാലം തന്നെ നിലവിലിരുന്നു. പല വിധത്തിലുള്ള മദ്യം കേരളീയരുണ്ടാക്കി ഉപയോഗിച്ചുവരുന്നു. നെങ്കള്ള്, കരിമ്പിൻകള്ള്, പിറമ്പരണ്ടകള്ള്, പൊരിക്കള്ള്, ഈൗള, അക്കാനിക്കള്ള് ഇവ കേരളീയരുടെ ഇഷ്ടപ്പെട്ട പാനീയങ്ങളായിരുന്നു. സോമലതയുടെ ചാറിൽ നിന്നുണ്ടാക്കുന്ന മദ്യമാണ് പിറമ്പരണ്ടകള്ള്. കരിമ്പനയിൽ നിന്നും ചൂണ്ടപ്പനയിൽനിന്നും തെങ്ങിൽനിന്നുമുണ്ടാക്കുന്ന കള്ളാണത്രേ ഈൗള. പൊരിങ്കള്ളാവട്ടെ മലരു പൊടിച്ച് പാളയൻകോടൻ പഴവുമായി കുഴച്ച് ശർക്കരവെള്ളത്തിൽ അടച്ച്കെട്ടിവെച്ചിരുന്ന് കുറച്ചുദിവസം കഴിഞ്ഞെടുത്ത് പൃത്തിമാങ്ങയോ

മാമ്പഴമോ മാതളനാരങ്ങയോചെറുനാരങ്ങയോ വരിക്കച്ചക്കയുടെ പഴുത്ത ചുളയോ ഏതെങ്കിലും കൂടി ചേർത്ത് കുരുമുളക്, ഇഞ്ചി, ഏലം, കരയാമ്പു ഇവ കൂടി ചേർത്ത് ഉപയോഗിച്ചുവന്നിരുന്നതാണ് മധുരക്കള്ള്. നെങ്കള്ളും സാധാരണമായിരുന്നു. മൂക്കാത്ത നെല്ലു കൊണ്ടുവന്ന് ഇടിച്ച് ശുദ്ധജലത്തിൽ മൂന്ന് ദിവസം അടച്ച് സൂക്ഷിക്കും. ഊറ്റിയെടുത്ത് വീണ്ടും 4 ദിവസം കൂടി അടച്ച് വെച്ചാൽ അത് നെങ്കള്ളായി. സാധാരണ കള്ളും ചാരായവും പ്രത്യേകരീതിയിലുള്ള ചില ആസവങ്ങളും കൂടി ആകുമ്പോൾ കേരളീയരുടെ മദ്യപാനാസക്തിക്ക് ശമനമായി.

തീയ്യരുടെ മറ്റൊരു തൊഴിലുല്പന്നമാണ് ചക്കര, ചക്കരവില്പന നടത്താറുണ്ട്. തെങ്ങിൻകള്ളിൽ നിന്നും സ്വാദിഷ്ടമായ ചക്കര. ഉണ്ടാക്കി വിപണനം ചെയ്തവർ ഇവിടെയുണ്ടായിരുന്നു. മധുരക്കള്ളിൽ നിന്നാണ് ചക്കര ഉണ്ടാക്കുന്നത്. ചുണ്ണാമ്പ് പൊടിച്ച് കരട് നീക്കി മുളങ്കൊണ്ടയിൽ ഇട്ട് ചെറിയ കോൽകൊണ്ട് ഇളക്കി അതിനെ പശിമയാക്കി മാറ്റുന്നു. കള്ളിന്റെ അളവിനനുസരിച്ച് ഇത് മൺകുടത്തിൽ ഒഴിച്ചു വെക്കുന്നു. ചുണ്ണാമ്പ് കുറഞ്ഞാൽ കള്ള് പുളിക്കും. കള്ളുമായി വീട്ടിലെത്തി മണിക്കൂറുകൾ കഴിഞ്ഞാലേ ഉപയോഗിക്കാൻ കഴിയൂ. പാനിയിലെ കള്ള് മൺകലത്തിൽ ഒഴിച്ച് അടിയിലെ മാവ് കളഞ്ഞ് അടുപ്പിൽ വെച്ച് കുറുക്കും. 10 ലിറ്റർ കള്ള് കുറുക്കുന്നതിന് ചുരുങ്ങിയത് 5 മണിക്കൂറെങ്കിലും എടുക്കും തിളച്ച് മറിയുമ്പോൾ ചിരകിയ തേങ്ങ തെറിപ്പിച്ചാൽ മതി. കള്ള് കുറുകുന്നതിനനുസരിച്ച് നിറവിത്യാസം വരും. ക്രമേണ ചുവപ്പ് നിറമായി തീരും. പാകമാകുമ്പോൾ അടുപ്പത്ത് നിന്ന് ഇറക്കിവെച്ച് കള്ളാവണക്കിന്റെ തണ്ട് ഉപയോഗിച്ച് ഇതിനെ പാകപ്പെടുത്തും. അതിന്ശേഷം ഓലവളച്ച് ഒരണചക്കര, ഒന്നരണചക്കര എന്നിങ്ങനെ വിവിധ തരത്തിലുള്ള ചക്കരയുണ്ടാക്കുന്നു. കള്ളിന് പകരം നെല്ലുപയോഗിച്ചും ചക്കരയുണ്ടാക്കുന്ന പതിവുണ്ട്. ഇരുനാഴി നെല്ലിന് ഒരിടങ്ങഴി ചക്കര എന്ന കണക്ക് പഴയകാലത്ത് പ്രചാരത്തിലുണ്ടായിരുന്നു. പായവിരിച്ച് വളയാക്കിയ ഓല അതിൽ നിരത്തിവെക്കും. അതിനുശേഷം ചക്കരക്കട്ടി അതിലൊഴിക്കും. അഞ്ച് മിനുട്ടിനകം ഓലക്ക് മേൽ മദ്ധ്യത്തിൽ രണ്ടാമത് ഒഴിക്കും. അതിനെ മേലാട്ടം എന്നാണ് പറയുന്നത്. ഇങ്ങിനെ ഉണ്ടാക്കുന്ന ചക്കര ആവശ്യക്കാർ വീടുകളിൽ വന്ന് വാങ്ങിച്ചു കൊണ്ടുപോകും. സ്ത്രീകളുടെ കലാവിരുത് പ്രകടമാക്കുന്നതാണ് ചക്കര നിർമ്മാണം. മധുരക്കള്ളിൽ വെല്ലമിട്ട് വാറ്റിയെടുക്കുന്ന സമ്പ്രദായവും നിലവിലുണ്ടായിരുന്നു. ആരോഗ്യം പുഷ്ടിപ്പെടുത്തുന്നതിനാൽ പ്രസവിച്ച സ്ത്രീകൾ ഇത് ഉപയോഗിക്കുന്ന ശീലവും അടുത്തകാലം വരെ നില

വിലുണ്ടായിരുന്നു. പ്രസിദ്ധമായ അരിച്ചക്കരയും ഇവിടെയുണ്ടായിരുന്നു. ജന്മിമാർക്ക് കാണിക്ക വെക്കാൻ അരിച്ചക്കരയാണ് ഉപയോഗിച്ചിരുന്നത്. വെള്ളിക്കോത്ത് കുന്നുമ്മൽ മാർക്കറ്റിൽ ചക്കരയുമായി സ്ത്രീകൾ വരും.കാസർകോട് ജില്ലയിലെ പടുവളം, പിലിക്കോട്, പടന്ന ഭാഗങ്ങളിൽ പണ്ടുകാലത്ത് തീയ്യസ്ത്രീകൾ ഉപ്പുവാറ്റിയെടുത്ത് വില്പന നടത്താറുണ്ടായിരുന്നു.

തീയ്യക്കാവിലെ ചടങ്ങുകൾ

തീയ്യരുടെ ആരാധനാകേന്ദ്രങ്ങളിൽ കളിയാട്ടം അനുഷ്ഠാനപ്പൂർവ്വം കെട്ടിയാടിക്കപ്പെട്ടുവരുന്നു. തെയ്യങ്ങളുടെ ആട്ടം, കളിയാട്ടമായി ചുരുങ്ങിയെന്ന് അഭിപ്രായം. കൊല്ലത്തിലൊരിക്കലോ മൂന്നുകൊല്ലത്തിലൊരിക്കലോ ആണ് സാധാരണനിലയിൽ കളിയാട്ടം നടക്കുക.

ക്ഷേത്രക്കോയ്മ : പരമ്പരാഗതമായി ക്ഷേത്രത്തിന്റെ പരമാധികാരിയായി പ്രവർത്തിക്കുന്ന ആൾ.

സ്ഥാനികന്മാർ : അന്തിത്തിരിയൻ, വെളിച്ചപ്പാടൻ, കാരണവന്മാർ മറ്റു പരികർമ്മികൾ തുടങ്ങി അനുഷ്ഠാനപരമായ പലതരം പ്രക്രിയകളിൽ മുഴുകിയിരിക്കുന്നവർ.

കോലക്കാർ : തെയ്യം കെട്ടിയാടുന്ന വണ്ണാൻ, മലയൻ, വേലൻ തുടങ്ങിയ വിഭാഗക്കാർ. പ്രധാന ദൈവങ്ങൾ ഇവരിലെ ആചാരക്കാർക്കു മാത്രമേ കെട്ടാൻ പാടുള്ളു.

കളിയാട്ടം തീരുമാനിക്കൽ: സ്ഥാനികന്മാർ, മേൽക്കോയ്മ, സമുദായാംഗങ്ങൾ ഇവരെല്ലാവരും ചേർന്നഒരു പൊതുയോഗം. ജ്യോത്സ്യന്റെ പ്രശ്ന ചിന്താവിധിയടക്കം മാനിച്ച് കളിയാട്ടം വേണമെന്നു തീരുമാനിക്കുന്നു.

അടയാളം വാങ്ങൽ

കാവിൽ കളിയാട്ടം തീരുമാനിക്കപ്പെട്ടുകഴിഞ്ഞാൽ ജോത്സ്യരെ വരുത്തി പ്രശ്നം വെപ്പിച്ച് പ്രധാനപ്പെട്ട കോലക്കാരനെ നിശ്ചയിക്കുന്നു. ഊരാളന്മാരുടെയും സ്ഥാനികരുടെയും സാന്നിദ്ധ്യത്തിൽ വെറ്റിലയിൽ അടക്കയും പണവും വെച്ച് മുഖ്യാകോലധാരിക്ക് അടയാളം കൊടുക്കുന്നു. നിശ്ചിത ദിവസം സഹായികളോടൊപ്പം എത്തി. കളിയാട്ടം ഭംഗിയായി നിർവ്വഹിച്ചു കൊടുക്കും എന്നു പറഞ്ഞുകൊണ്ടുള്ള കരാറാണ് അടയാളം വാങ്ങൽ എന്ന അനുഷ്ഠാനം. അതിനു ശേഷം പ്രധാനപ്പെട്ട തെയ്യത്തിന്റെ കോലക്കാരൻ വ്രതാനുഷ്ഠാനങ്ങളുമായിക്കഴിയുന്നു. വളരെ ശാ

രീരികാദ്ധ്വാനവും കഴിവും ആവശ്യപ്പെടുന്ന തെയ്യങ്ങളുടെ അവതരണത്തിന് ഭയാശങ്കകൾ ദൂരികരിക്കാനും, ആത്മവിശ്വാസം അങ്കുരിപ്പിക്കുവാനും വ്രതം ആവശ്യമാണെന്ന് കോലക്കാർ പൊതുവെ കരുതി വരുന്നു. താൻ അവതരിപ്പിക്കാൻ പോകുന്ന അലൗകിക സ്വഭാവമുള്ള തെയ്യത്തെ സദസ്യരിലേയ്ക്ക് സംവേദനം ചെയ്യാൻ പറ്റിയ മാനസികമായ ഊർജ്ജം സംഭരിക്കുന്നതിന് ഈ അനുഷ്ഠാനം സഹായിക്കുമെന്നതിൽ സംശയമില്ല.

നാൾമരം മുറിക്കൽ

നാൾമരം മുറിക്കൽ എന്ന മേലേരിക്കുള്ള വിറക് ഒരുക്കലാണ് രണ്ടാമത്തെ ചടങ്ങ്. തീയ്യിൽ വീഴുന്ന തെയ്യങ്ങൾക്കു വേണ്ടിയാണ് തീക്കുന ഒരുക്കാറുള്ളതെങ്കിലും തെയ്യാട്ടത്തിന് അതൊരനുപേക്ഷണീയമായ ഘടകമാണ്. കൊത്തിടുക എന്നു കൂടി അറിയപ്പെടുന്ന ഈ ചടങ്ങിന് നേതൃത്വം വഹിക്കുന്നത് മേലാശാരിയാണ്. കാവും പരിസരവും ചെത്തിക്കോരി വൃത്തിയാക്കി, നിലം കിളച്ച് ചാണകം മെഴുകുകയെന്നതാണ് ഒരുക്കത്തിന്റെ മറ്റൊരു ഘട്ടം. കാവും അതോടനുബന്ധിച്ചുള്ള കെട്ടിടങ്ങൾ, ബലിക്കല്ല്, പീഠക്കല്ല് തുടങ്ങിയവും മോടി പിടിപ്പിക്കുന്നു. ആയുധങ്ങൾ കടയലാണ് അടുത്ത ചടങ്ങ്. കാവിൽ സൂക്ഷിക്കാറുള്ള വാള്, പരിച തുടങ്ങിയവ കൊല്ലൻ വന്ന് കടഞ്ഞ് മൂർച്ച കൂട്ടുന്നു.

കലവറ നിറയ്ക്കൽ കാവിലെ അടിയന്തിരക്കാർക്കുള്ള ഭക്ഷണം, സമൂഹ സദ്യ എന്നിവയ്ക്കുള്ള വിഭവങ്ങൾ ശേഖരിക്കുന്നതാണ് അടുത്ത ചടങ്ങ്. കലവറ നിറയ്ക്കൽ എന്നാണതിനു പേര്. നൂറുകണക്കിനാളുകൾ അരി, നാളികേരം, നേന്ത്രക്കായ, ഇളവൻ, വെള്ളരിക്ക തുടങ്ങിയവ കൊട്ടയിലാക്കി ഘോഷയാത്രയായി കാവിലെത്തിക്കുന്ന അനുഷ്ഠാനമാണിത്. കളിയാട്ട ദിവസം രാവിലെ തന്നെ കോലക്കാർ, വാദ്യക്കാർ, സഹായികൾ തുടങ്ങിയവരുമായി കാവിലെത്തുന്നു. കുടുംബാംഗങ്ങൾ മുഴുവൻ അവരോടൊപ്പമുണ്ടാകും. അവർക്ക് താമസിക്കുന്നതിനായി ഓലക്കീറുകൾ കൊണ്ട് പന്തലുകൾ തീർക്കും. സായാഹ്നത്തിൽ തിടങ്ങൽ (ആരംഭം കുറിക്കൽ)എന്ന പ്രാഥമികാനുഷ്ഠാനം വാദ്യങ്ങളുടെ അകമ്പടിയോടെ നടക്കുന്നു. കളിയാട്ടത്തിന്റെ വിളംബരത്തോടൊപ്പം കാവുണർത്തൽ എന്ന ധർമ്മവും ഇതു കൊണ്ട് നിർവ്വഹിക്കപ്പെടുന്നു. സന്ധ്യവേലയാണ് അടുത്ത അനുഷ്ഠാനം. വാദ്യമേളങ്ങളുടെ അകമ്പടിയോടെ നടക്കുന്ന വിശദമായ ചടങ്ങാണിത്. ചെണ്ട, വീക്കുചെണ്ട, തകിൽ (പെരുമ്പറ) ചീനിക്കുഴൽ (കുറുങ്കുഴൽ) ഇലത്താളം എന്നിവയാ

ണ് തെയ്യത്തിന്റെ വാദ്യങ്ങൾ. തോറ്റം പാട്ടിന്റെ അവസരത്തിൽ തരിപ്പറ (അരച്ചെണ്ട) ചെറുമദ്ദളം (തൊപ്പി മദ്ദളം) എന്നിവയും ഉപയോഗിക്കാറുണ്ട്. കാവുകളിൽ അന്തിത്തിരിയൻ, വെളിച്ചപ്പാടൻ, കുടക്കാരൻ തുടങ്ങിയ അടിയന്തിരക്കാർ വണ്ണാത്തിമാറ്റ് ഉടുത്തേ അനുഷ്ഠാനങ്ങൾ നിർവ്വഹിക്കാൻ പാടുള്ളു.

നിറ

കർക്കിടകവാവു കഴിഞ്ഞ് വരുന്ന നിറ (പതിനൊന്ന് തരം ഇലകൾ ചേർന്ന് നെൽക്കതിരോടുകൂടി ചേർത്ത് തൂണുകളിൽ കെട്ടിയിടുന്നു. വട്ടപ്പലം, ആലില, വെള്ളിയില, സൂത്രവള്ളി, പൊലുവള്ളി, അരയാലില, പ്ലാവില, മാവില, കാഞ്ഞിരത്തില, കായൽ ഇല, നെല്ലിയില - 11 തരം ഇലകൾ) ദിവസത്തിലേക്കായി നിറയ്ക്കാനുള്ള സാധനങ്ങൾ തലേന്നാൾ സന്ധ്യാവിളക്ക് കൊളുത്തുന്നതിനു മുൻപേ തന്നെ, നെൽക്കതിരുകളും ഇലകളും അവിടെ എത്തിക്കുന്നു. പുത്തരിയും, നിറയും തീയ്യ ഉത്സവമായിരുന്നു. കർക്കടകം പതിനെട്ടോടെ നിറയ്ക്കാനുള്ള ഒരുക്കങ്ങൾ ആരംഭിക്കുകയായി. വീട്ടുപരിസരം കാടുംപടലും കളഞ്ഞ് ചെത്തിവൃത്തിയാക്കും. നിറ ദിവസവും മുഹൂർത്തവും ക്ഷേത്രങ്ങളിൽ തീരുമാനിക്കപ്പെടും. പാടങ്ങളിൽ നെൽച്ചെടികൾ പിട്ട്ള് ആയി (പാലുറക്കാറായ നെൽക്കതിരുകൾ) നിൽക്കുകയാവും. വീട്ടിനകത്തും തൊഴുത്തിലും നിറയ്ക്കും. അതിന്ന് വേണ്ട നെറോലം നേരത്തെ തയ്യാറാക്കിയിരിക്കും.

തുലാപ്പത്ത്

തുലാപ്പത്ത് തുലാമാസത്തിലെ പത്താമുദയമാണിത്. ചിങ്ങത്തിനു പുറമേ ഭാവികാല ശുഭസൂചനയുമായി ഉദിച്ചുയരുകയാണ് തുലാപ്പത്ത്. അന്ന് സൂര്യോദയത്തിന് മുമ്പേ കുളിച്ച് കുറിയഞ്ചും വരച്ച് തറവാട്ട് കാരണവരും തറവാട്ടമ്മയും മുറ്റത്ത് നിലവിളക്കും നിറനാഴിയുമായി കാത്തുനിൽക്കും. സൂര്യൻ കിഴക്കു ദിക്കിൽ ഉദിച്ചു പൊങ്ങുമ്പോൾ മന്ത്രമുഖരിതമായ അന്തരീക്ഷത്തിൽ വാൽക്കിണ്ടിയിൽ നിന്ന് വെള്ളം ജപിച്ചെറിഞ്ഞും ഇരു കയ്യിലും ഉണക്കലരി വാരിയെടുത്തെറിഞ്ഞ് അരിയിട്ടെതിരേൽക്കും. പണ്ട് ഇതൊരു നായാട്ടുത്സവമായിരുന്നു. നായാട്ടിന് തുടക്കം കുറിക്കുന്ന ദിനമാണിത്. കൃഷിക്കാർക്കിടയിലും തുലാപ്പത്ത് വിശേഷദിവസമാണ്. കന്നിക്കൊയ്ത്ത് കഴിഞ്ഞ് രണ്ടാം വിള ആരംഭിക്കുന്ന ദിവസം. നേരത്തെ കൊയ്ത്ത് കഴിഞ്ഞാലും തുലാപ്പത്തിൻ നാളിൽ

പുത്തരിയൂണു കഴിഞ്ഞേ ആ നെല്ല് ഉപയോഗിക്കുകയുള്ളൂ. തീയരുടെ പ്രധാനപ്പെട്ട ഒരാഘോഷമായ തുലാപ്പത്ത് കഴിഞ്ഞാൽ പിലാപ്പൊത്തിലും കിടക്കാം എന്ന ഒരു പഴഞ്ചൊല്ലു തന്നെ നിലവിലുണ്ട്. ഇതിന് പുത്തരിയടിയന്തിരമെന്നാണിവർ പറയുന്നത്. ഇതിനോടനുബന്ധിച്ച് വച്ചുകൊടുക്കുകഎന്നൊരു ചടങ്ങുണ്ട്. അതാത് സ്ഥലങ്ങളിൽ പുത്തരി മുഹൂർത്തം കുറിക്കും. ദേവന്മാർക്ക് പുത്തരി കൊടുക്കുക എന്നതാണ് ഇത് അർത്ഥമാക്കുന്നത്. ഇതോടനുബന്ധിച്ച് വിളവെടുപ്പിന്റെ ഫലങ്ങൾ ജന്മിക്കു കൊടുക്കുകയും നേരം പുലരുംവരെ തെയ്യാട്ടം നടത്തുകയും ചെയ്യും.

ആയിരത്തിരി മഹോത്സവം

ആയിരം കാതം നടന്നും ആയിരത്തിരി കാണണമെന്നാണ് പറഞ്ഞ് വരുന്നത്. അതിൽ നിന്നു നമുക്ക് അതിന്റെ പ്രാധാന്യം മനസ്സിലാക്കാം. കേരളത്തിൽ തൃശ്ശൂർ പൂരവും കൊടുങ്ങല്ലൂർ ഭരണിയും കഴിഞ്ഞാൽ ഏറ്റവും പ്രാധാന്യമുള്ള ഉത്സവമാണ് ആയിരത്തിരി. തൃക്കണ്ണ്യാവിൽ ക്ഷേത്രത്തെ ആക്രമിച്ച പാണ്ഡ്യനെ തുരത്തുകയും കപ്പലുകൾ കല്ലുകളാക്കി മാറ്റുകയും അതുകാരണമായി തൃക്കണ്ണ്യാലപ്പന്റെ കൊടിയിറക്കുമ്പോൾ തന്റെ മകൾക്ക് ലഭിക്കുന്ന കമ്പയും കയറും ഓലയും മുളയും ഉപയോഗിച്ച് പിറ്റന്നാൾ ആനപ്പന്തൽ കയറുന്നു. കൊടിയേറിയ ഉത്സവം ദേവീ ദേവന്മാർക്കും ഏറ്റവും ഇളയവനായ കണ്ഠാകർണ്ണനുമുള്ളതാണ്. പിന്നീട് മുപ്പിളമ പോലെ ദണ്ഡർ, ഇളയോതി, മൂത്തഭഗവതി, എന്നിങ്ങനെ ഉത്സവം തുടരുന്നു. കൊടിയേറ്റം കഴിഞ്ഞാൽ പിറ്റേ ദിവസം ദണ്ഡദേവനുള്ള ഉത്സവമാണ്. പിന്നീട് ഇളയ ഭഗവതിക്കുള്ള താലപ്പൊലി ഉത്സവമാണ്. അവസാനം മൂത്ത ഭഗവതിയുടെ ബലി ഉത്സവവുമാണ്.

തേങ്ങയേറും, തേങ്ങപിടിയും

സമുദായ കൂട്ടായ്മയിൽ നടക്കുന്ന അനുഷ്ഠാന ചടങ്ങുകളാണ് തേങ്ങപിടിയും തേങ്ങയേറും. മനുഷ്യ മനസ്സിലെ സംഘർഷങ്ങൾ ഇല്ലാതാക്കാനും അതുവഴി ഊർജ്ജവും ആത്മസംതൃപ്തിയും ലഭ്യമാക്കാനുമാണ് ഈ അനുഷ്ഠാന ചടങ്ങ്. കാസർകോട് ജില്ലയിൽ മയ്യിച്ച - വെങ്ങാട്ട് വയൽക്കര ഭഗവതി ക്ഷേത്രത്തിലെ വാല്യക്കാർ തമ്മിലുള്ള ശക്തി പരീക്ഷണമാണ് തേങ്ങയേറും തേങ്ങപിടിയും മറനീക്കുന്നത്. വഴുക്കിട്ട് മിനുസപ്പെടുത്തിയെടുത്ത തേങ്ങയാണ് ചടങ്ങിന് ഉപയോഗിക്കു

ക. ഇരുകരയിലെയും വ്രതാനുഷ്ഠാനമെടുത്ത വാല്യക്കാർക്ക് ക്ഷേത്രേശന്മാർ തേങ്ങ എറിഞ്ഞു കൊടുക്കുന്നതോടെയാണ് അത്യന്തം ഭക്തി നിറയുന്ന ഈ ചടങ്ങ് നടക്കുക. പരസ്പരം കെട്ടിമറിഞ്ഞും ആർപ്പുവിളിച്ചുമുള്ള തേങ്ങാപിടി മത്സരം കാണാൻ ക്ഷേത്രത്തിനകത്തും പുറത്തും സ്ത്രീകളടക്കം നൂറുകണക്കിന് ഭക്തരെത്തും. തേങ്ങപിടിച്ചതിനുശേഷം ഇരുകരക്കാരും ക്ഷേത്രം വലംവെച്ച് തേങ്ങ ഉടയ്ക്കും. അതിനുശേഷം പൊട്ടിച്ച തേങ്ങാപൂളുകൾ ക്ഷേത്രനടയിൽ സമർപ്പിക്കുന്നു. ആദ്യം തേങ്ങാപൂൾ നടയിൽ സമർപ്പിക്കുന്ന കരക്കാരെ വിജയിയായി പ്രഖ്യാപിക്കും.

കലംകനിപ്പ്

ഭക്തിനിർഭരമായ ചടങ്ങാണ് കലംകനിപ്പ്. നോമ്പുനോറ്റ് കുളിച്ച് വ്രതശുദ്ധി വരുത്തിയ സ്ത്രീകളാണ് ഈ അനുഷ്ഠാനത്തിലെ മുഖ്യ കഥാപാത്രങ്ങൾ. പുതിയ മൺകലം, വ്രതാനുഷ്ഠാനത്തോടെ വീട്ടിൽ തന്നെ കുത്തിയെടുത്ത പച്ചയരി, ശർക്കര, കുരുത്തോല, നാളികേരം, അടക്ക, വെറ്റില എന്നിവയാണ് നൈവേദ്യ സാമഗ്രികൾ. പച്ചയരിയിൽ ഒരു നാഴി പൊടിച്ചിരിക്കണം. ഇത്രയും സാധനങ്ങൾ പുത്തൻ കലത്തിലിട്ട് വാഴയിലകൊണ്ട് മൂടിക്കെട്ടി ഭക്തിപുരസ്സരം തലയിലേറ്റി സ്ത്രീകൾ കൂട്ടംകൂട്ടമായി ക്ഷേത്രത്തിലേക്ക് നീങ്ങുന്നു. ചന്ദ്രഗിരിക്കും ചിത്താരിപ്പുഴയ്ക്കും മദ്ധ്യേയുള്ള തീയ്യസമുദായത്തിൽപ്പെട്ട എല്ലാ വീടുകളിൽ നിന്നും നിവേദ്യ സാമഗ്രികൾ അമ്പലത്തിലെക്കെത്തുന്നു. ധനുമാസത്തിലെ ചെറിയകലം കനിപ്പിനോ മകരമാസത്തിലെ വലിയ കലം കനിപ്പിനോ പങ്കെടുക്കാത്ത സമുദായ കുടുംബങ്ങൾ ഇല്ലെന്നു തന്നെ പറയാം. അസുഖം മൂലമോ, വാർദ്ധക്യം മൂലമോ അങ്ങനെ ചെയ്യാൻ പറ്റാത്തവർ അടുത്ത വീട്ടുകാരെ ഏൽപ്പിക്കുകയാണ് പതിവ്.

ഗുരുതി തർപ്പണം

ഗുരുതിതർപ്പണം ശാക്തേയ വിധിപ്രകാരമുള്ള താന്ത്രിക കർമ്മങ്ങളിൽ പ്രധാനപ്പെട്ട ഒന്നാണ്. ചുണ്ണാമ്പും, മഞ്ഞളും തിരുമ്മിച്ചേർത്തുണ്ടാക്കുന്ന ഗുരുതിയിൽ കോഴിയെ അറുത്ത് ചോര ഒഴിക്കുന്നു. ചെമ്പിലോ, ഉരുളിയിലോ തയ്യാറാക്കുന്ന ഗുരുസി കൈകൊണ്ട് ചില തെയ്യങ്ങൾ അതിവേഗത്തിൽ തർപ്പണം ചെയ്യുന്നു. വെളിച്ചപ്പാടാണ്. ചില കാവുകളിൽ ഗുരുതി തർപ്പണം നിർവ്വഹിക്കാറുള്ളത്. വടക്കേൻ വാതിൽ അല്ലെങ്കിൽ പള്ളിയറയുടെ പുറത്ത് വടക്ക് മാറിയാണ് കലശത്തറയൊ

രുക്കുന്നത്. ഇതിന് കണിയാമ്പള്ളി എന്നും പേരുണ്ട്. കലശം ഊർവ്വരതയുടെ പ്രതീകമാണെന്നും, കലശകുംഭം ഗർഭത്തിന്റെ പ്രതീകമാണെന്നും മറ്റും വിദ്വാൻമാർ അവകാശപ്പെടുന്നുണ്ട്. കണിയാം പള്ളിയിൽ നാലുകളമൊരുക്കി വാഴയില വെച്ച് ഓരോന്നിലും ഉണക്കലരി, അവിൽ, മലര്, പഞ്ചധാന്യങ്ങൾ എന്നിവ നിറച്ചിരിക്കും. തൊട്ടുവെളിയിൽ മൂന്നര ഇടങ്ങഴി വീതം നെല്ലും അരിയും കൂനയാക്കി കൂട്ടി അതിൻമേലെ കലശകുംഭം ഉറപ്പിച്ചു നിർത്തുകയാണ് പതിവ്. വ്രതധാരിയായ കലശക്കാരൻ കുലത്തൊഴിലായി തെങ്ങ് ചെത്ത് വ്യാപാരവും കള്ള് വില്പനയും നടത്തുന്നതിനാലാവാം അത്തരമൊരാൾ കലശക്കാരനാകുന്നത്. മറ്റു സമുദായങ്ങളിലാകട്ടെ അതാത് സമുദായക്കാർ തന്നെ ഈ ആചാരം അനുഷ്ഠിക്കുന്നതായും കാണാം. കലശത്തിനുശേഷം ഗുരുതിയും പാരണയും കണിയാം പള്ളിക്കു മുമ്പിൽ വെച്ച് തന്നെ നടക്കും. പണ്ട് മൃഗബലി കൊടുത്തിരുന്നതിന്റെ പകരമാകാം ഇന്നത്തെ കോഴിയറവ്. അറുത്ത കോഴിയെ കടിച്ച് രക്തം കുടിക്കുന്നതു മാതിരി അഭിനയിക്കുന്നു. ഈ ഗുരുതിയും ബലിയും ചില കാവുകളിൽ തെയ്യം നേരിട്ട് ഗുരുതി തർപ്പണം ചെയ്യുന്നു. മറ്റു ചിലേടങ്ങളിൽ തെയ്യത്തിനു വേണ്ടി അതിന്റെ മുന്നിൽ വെച്ച് സഹായികൾ ഈ ക്രിയചെയ്യുന്നു. അഷ്ടദിക്പാലകന്മാർക്ക് ബലിതർപ്പണം ചെയ്യുന്ന സങ്കല്പവും ഇതിലൂടെ സാധിക്കുന്നു. കോഴിയെ പിളർന്ന് നടത്തേണ്ടുന്ന ബലി മാരിക്കളം വളരെ പ്രധാനപ്പെട്ട ആസുരസേവയാണ്. മഹാമാരി എന്ന അസുഖത്തെ നിർമ്മാർജ്ജനം ചെയ്യുന്നതിന്റെ പ്രതീകാത്മക അനുഷ്ഠാനമായും ഇതിനെ വീക്ഷിക്കാം.

കണ്ണകി പാരമ്പര്യവും കാവുകളും

തീയ്യക്കാവിൽ കെട്ടിയാടുന്ന പല തെയ്യങ്ങളിലും കണ്ണകി പാരമ്പര്യത്തിന്റെ അംശങ്ങൾ കാണുന്നു. നിരപരാധിയായ കോവലനെ കൊന്നതുകൊണ്ട് കോപിച്ച് പാണ്ഡ്യരാജാവിനെ ശപിക്കുകയും മധുരാനഗരിയെ പാതിവ്രത്യശക്തികൊണ്ട് ചുട്ടുകരിക്കുകയും ചെയ്ത തമിഴകത്തിന്റെ ഇതിഹാസനായികയാണ് കണ്ണകി. കണ്ണകിയുടെ മാഹാത്മ്യം മനസ്സിലാക്കിയ ചേരൻ ഭഗവതിയുടെ അവതാരമായ ഈ സ്ത്രീരത്നത്തിന്റെ ക്ഷേത്രം തന്റെ തലസ്ഥാനത്തു സ്ഥാപിക്കാൻ നിശ്ചയിച്ചു. ഹിമാലയം വരെ ദിഗ്വിജയം നടത്തി അവിടെ നിന്നുള്ള കൃഷ്ണശിലയിൽ ദേവീ വിഗ്രഹം കൊത്തിച്ച് ഗംഗയിൽ സ്നാനം ചെയ്യിച്ച് ആര്യരാജാക്കന്മാരുടെ ചുമലിലേറ്റിച്ച് വഞ്ചിയിൽ കൊണ്ടുവന്നു പ്രതിഷ്ഠനടത്തി. അ

ങ്ങനെ കേരള ചരിത്രത്തിലേക്കും അറ്റമില്ലാത്ത നാട്ടുവഴക്കങ്ങളിലേക്കും കൊടുങ്ങല്ലൂർ ഭഗവതി കടന്നു വരുന്നു. കോവലനെ കൊന്ന പാപം പരിഹരിക്കുന്നതിനായി അടുത്ത പാണ്ഡ്യ രാജാവ്, ചിലമ്പ് മോഷ്ടിച്ചത് ഒരു തട്ടാനായിരുന്നുവെങ്കിലും ആയിരം പൊൻതട്ടാന്മാരെ ബലികൊടുക്കാൻ തീരുമാനിച്ചു. ഒടുവിൽ ആ കൊടും ക്രൂരത വേണ്ടെന്നു വെച്ച് ആയിരം അരിമാവുപ്രതിമകൾ കൊണ്ട് കൂട്ടബലിനടത്തുകയായിരുന്നു. ഈ കൂട്ടബലിക്ക് ചിലപ്പതികാരത്തിലുള്ള സംജ്ഞ കളം വേൾവിയെന്നാണ്. ഭദ്രകാളിയെ ഒരിടത്തും കുടിയിരുത്താൻ കഴിയാതിരുന്ന ഒരു കാലഘട്ടത്തിൽ വളരെയധികം താന്ത്രിക വിദ്യകൾ പ്രയോഗിച്ച് ആദ്യമായി കുടിയിരുത്താൻ കഴിഞ്ഞിരുന്നത് കൊടുങ്ങല്ലൂരിലായിരുന്നുവെന്ന് വിലയിരുത്തുന്നുണ്ട്.

മാതൃസത്ഭാവം എന്ന ഗ്രന്ഥത്തിൽ ഭദ്രകാളിയെ ആദ്യം കുടിയിരുത്തിയത് കൊടുങ്ങല്ലൂരിലായിരുന്നു ഈ ക്ഷേത്രത്തിൽ നിന്നും ആവാഹിച്ചു കൊണ്ടു പോയി പ്രതിഷ്ഠിച്ചിട്ടുള്ളതും ഈ ക്ഷേത്രത്തിലെ ഭദ്രകാളിയുടെ ബന്ധുത്വം അവകാശപ്പെടുന്നതോ ആയ നൂറുകണക്കിന് ഭദ്രകാളീ ക്ഷേത്രങ്ങൾ കേരളക്കരയിൽ അങ്ങോളമിങ്ങോളമുണ്ട്. ദാരികവധാനന്തരം മാടായിക്കാവിൽ പ്രതിഷ്ഠിതമായ ദേവിയെക്കുറിച്ച് മാർക്കാണ്ഡേയപുരാണത്തിലെ ഭദ്രകാളി മാഹാത്മ്യം വ്യക്തമായ സൂചന നൽകുന്നു. ടി.എസ് തിരുമുമ്പിന്റെ ഭദ്രകാളി മഹാത്മ്യം പദ്യവിവർത്തനത്തിന്റെ അവതാരികയിൽ പണ്ഡിതാഗ്രേസരനായ കെ.പി നാരായണ പിഷാരടി രേഖപ്പെടുത്തിയത് പ്രഥമവും പ്രധാനവുമായ ഭദ്രകാളിപ്രതിഷ്ഠാസ്ഥാനം ഉത്തരകേരളത്തിൽ ഏഴിമലയ്ക്കടുത്തുള്ള മാടായിക്കാവാണെന്നും അവിടുത്തെ ദേവി പരശുരാമ പ്രതിഷ്ഠയാണെന്നും ബ്രഹ്മാണ്ഡപുരാണത്തിൽ കാണുന്നു. മാടായിക്കാവിൽ കൊടുങ്ങല്ലൂരിലെ രീതിയിലുള്ള പ്രതിഷ്ഠകളും പൂജാവിധികളും കാണാം. ലോകത്ത് അധർമ്മം വർദ്ധിക്കുമ്പോൾ മഹാവിഷ്ണു അവതാരങ്ങളെടുക്കുന്നതു പോലെ ദേവിയും അവതാരങ്ങളെടുക്കുന്നുവെന്നാണ് പുരാണേതിഹാസങ്ങൾ ഉത്ഘോഷിക്കുന്നത്. തീയ്യ കാവിൽ കെട്ടിയാടുന്ന പല തെയ്യങ്ങളിലും മാടായിക്കാവിലെ കണ്ണകീ പാരമ്പര്യത്തിന്റെ അംശങ്ങൾ കാണും. കളിയാമ്പള്ളി എന്ന പേരിൽ തെയ്യങ്ങൾക്കു നൽകുന്ന നിവേദ്യം തന്നെ കണ്ണകി കഥയുമായി ബന്ധപ്പെടുന്നു. തീയ്യക്കാവിൽ വടക്കു ഭാഗത്തു തയ്യാറാക്കിയ ബലിക്കളത്തിൽ ഒരു കൂട്ടബലി നടത്താറുണ്ട്. ഇപ്പോൾ നടക്കുന്ന ബലി കളിയാമ്പള്ളിയാണ്. കളം വേൾവി, തലൈയാലങ്കാനം യുദ്ധത്തിൽ വെച്ച് ചേരന്മാരുടേയും ചോളന്മാരുടെയും സം

യുക്തസൈന്യത്തെ നെടും ചോഴിയൻതോൽപ്പിച്ചു. ആ യുദ്ധക്കളത്തിൽ വെച്ച് നെടുംചോഴിയൻ കളം വേൾവി നടത്തിയതായി പുറനാനൂറിലെ 24, 372 പാട്ടുകളിൽ കാണാം. കളം വേൾവി, കളിയാമ്പള്ളിയായി രൂപാന്തരപ്പെട്ടതാവാം വേൾവി എന്ന തമിഴ്പദത്തിന് ബലി എന്നർത്ഥമുണ്ട്. ഏതായാലും കളംവേൾവിയും കളിയാമ്പള്ളിയും തമ്മിൽ ആശയപരമായി വ്യത്യാസമില്ല ഭഗവതിയുടെ കോലത്തിനു മുന്നിൽ. വളരെ ദുഃഖം വായിച്ചറിയിക്കുന്ന ചീനിയുടെ ശബ്ദം അനുസ്മരിപ്പിക്കുന്നത് മധുരാനഗരിയുടെ പുറഞ്ചേരിയിലെത്തിയ കണ്ണകിയെ ആയ്പടിയിൽ സംരക്ഷണത്തിന്നേൽപ്പിച്ചപ്പോൾ ആപത്തെന്തോ വരുന്നുവെന്നറിഞ്ഞ വൃദ്ധയായ മാതരിയുടെ സങ്കടമാണ്. കൊടുങ്ങല്ലൂരിലെ വാളിന് സമമാണ് ഭഗവതിയുടെ നാന്തക വാൾ. വളഞ്ഞ് പ്രത്യേക രീതിയിലുള്ള ഈ വാൾ ക്ഷേത്രത്തിലെ തീയ്യ ആരാധനാ സമ്പ്രദായമാണ്. കാവിൽ പൂരോത്സവം നാളിൽ വൈകുന്നേരം ഭഗവതി കുളത്തിലിറങ്ങുക എന്നൊരു ചടങ്ങുണ്ട്. വിസ്തരിച്ചുള്ളൊരു കുളിയുടെ എല്ലാ ഘട്ടവും അവിടെ അഭിനയരീത്യാനടക്കുന്നു. പൂരം കുളിക്കുമ്പോൾ സ്ത്രീകൾ കുരവയിടുന്നത്, പണ്ട് ആയ്പാടിയിൽ കോവലൻ കണ്ണകിയെ സംരക്ഷിക്കാൻ അച്ചിമാരെ ഏൽപ്പിച്ചപ്പോൾ കണ്ണകിയെ സന്തോഷിപ്പിക്കാൻ സ്ത്രീകൾ കുരവ ഇട്ടതായി ചെങ്കുട്ടവൻ രേഖപ്പെടുത്തിയിട്ടുണ്ട്. കണ്ണകി കഥ ഇവിടെ വ്യക്തമാണ്.

കോലത്ത് നാട്ടിൽ വസൂരി വന്ന് പോയാൽ മാടായിക്കാവിൽ പോയി തൊഴാറുണ്ട്. അവിടെ മഞ്ഞക്കുറിയാണ് മുഖ്യം. കുറുമ്പ ഭഗവതിയുടെ എഴുന്നള്ളത്തിന് ഭഗവതിമാർ വസൂരി തടവി ഒഴിപ്പിക്കുകയാണ് ചെയ്യുന്നത്. കൊടുങ്ങല്ലൂരിൽ വസൂരിയുടെ നിയന്ത്രണം ചെയ്യുന്ന ദേവിയെ വസൂരിമാല എന്നാണ് വിളിക്കുന്നത്. കാളിയുടെ രൂപമാണ് വസൂരിമാല. ദേവീ വിഗ്രഹം എപ്പോഴും മഞ്ഞൾപ്പൊടിയിൽ കുളിച്ചു നിൽക്കും. ഉത്തരകേരളത്തിലെ തീയ്യക്കാവുകളിലെ കോമരങ്ങളും കൊടുങ്ങല്ലൂരിലെ കോമരങ്ങളുടെ വകഭേദങ്ങളാണ്. കൊടുങ്ങല്ലൂർ പ്രദേശത്ത് കുരുമ്പ പെരിങ്ങലെ എന്ന ചെടിക്കു പറയുന്ന പേരാണ്. കൊടുങ്ങല്ലൂരമ്മ കുരുമ്പക്കാവിലെ കുറുമ്പ എന്ന പേരിൽ അറിയപ്പെട്ടത്. കോലത്തിരിയുടെ കുലദൈവം ശക്തിസ്വരൂപിണിയായ മാടായിക്കാവിലെ തായി പരദേവതയാണ്. ദീർഘമേറിയ തിരുമുടിയും പരിചയോടുകൂടിയ തിരുവായുധവും കമനീയമായ ആടയാഭരണങ്ങളുമായാണ് തായി പരദേവതയെ രൂപകല്പന ചെയ്തിരിക്കുന്നത്. ഈ പരദേവത രണമൂർത്തിയാണ്. കോലസ്വരൂപമെന്ന സാമ്രാജ്യത്തെ കാക്കുന്ന ചേകവൻമാ

രുടെയും വില്ലാളികളുടെയും ആരാധനാമൂർത്തിയാണ്. അന്ന് കോല ത്തരിക്ക് വാളേന്തിയ നായർ പടയാളികളും അമ്പെയ്യുന്ന വില്ലർ പടയാ ളികളും ഉണ്ടായിരുന്നു എന്നും കൃഷ്ണ കുഡുവ രേഖപ്പെടുത്തിയിരി ക്കുന്നു. വിവിധ കാവിലെ കണ്ണമംഗലം ഭഗവതി, കല്ല്യോട്ട് ഭഗവതി, മു ളയന്നൂർ ഭഗവതി എന്നിവർ ശക്തിസ്വരൂപിണിയായ തായി പരദേവത യാണ്. രൂപവും ഭാവവും തോറ്റംപാട്ടുകളും ആചാരാനുഷ്ഠാനങ്ങളും വാചാലുകളും തുടങ്ങിയവയെല്ലാം ഒന്നാണെന്ന് സൂക്ഷ്മമായി ചിന്തി ച്ചാൽ മനസ്സിലാക്കാവുന്നതാണ്. ഓരോ തീയ്യക്കാവും കൊടുങ്ങല്ലൂരി ന്റെ ദൃഷ്ടിയിലാണെന്നാണ് സങ്കല്പം. കാവുകളിലെ പെരുങ്കളിയാട്ട ങ്ങളോടനുബന്ധിച്ച് നടത്തിവരാറുള്ള കൂത്തിനെക്കുറിച്ച് ചിലപ്പതികാ രത്തിൽ പരാമർശമുണ്ട്. ഇടയച്ചേരിയിലെ കുരവൈകൂത്ത് ഇവിടെ വ ണ്ണാൻ കുത്ത് എന്ന അർത്ഥത്തിലും ഉപയോഗിച്ചിരുന്നു. തമിഴ്പ്പടിയാ യുള്ള കഥകളാണ് അക്കാലത്ത് പ്രധാനമായും പറഞ്ഞുവന്നിരുന്നത്. ക്രി. വ 10ാം നൂറ്റാണ്ടിനോടടുത്ത് ഒന്നാം ജയസിംഹവർമ്മനെന്ന രാജാ വ് ഭരിച്ചുകൊണ്ടിരുന്ന കാലം. കാഞ്ഞിരോടു ഭാഗത്തെ ഇടവാഴ്ചക്കാര നായിരുന്നു മഹാലിംഗ് ബല്ലാൾ. തളങ്കര ആസ്ഥാനമാക്കി വാണ ബല്ലാ ളിനു വേണ്ടി കച്ചവടത്തിനായി കൊടുങ്ങല്ലൂരിൽ പോയവരുടെ കൂടെ ഭ ഗവതി എഴുന്നള്ളി എന്നൊരു ഐതിഹ്യമുണ്ട്. മഹാലിംഗബല്ലാളിനു ശേഷം അധികാരത്തിലെത്തിയ നമ്പിബല്ലാൾ കുടുംബത്തിനുണ്ടായ ദു രിതത്തിന്റെ പൊരുളറിയാൻ പ്രശ്നചിന്തനടത്തി കാര്യം ഗ്രഹിച്ച് ഭഗവ തിക്ക് ക്ഷേത്രം നിർമ്മിച്ചു. തുടർന്ന് ഭഗവതി മംഗലാപുരം കുദ്രോളി വ രെയുള്ള പലസ്ഥലങ്ങളിലും സാന്നിധ്യം ചെയ്തു എന്ന് ചരിത്രം.

വെള്ളയും കരിമ്പടവും

വിശേഷാവസരങ്ങളിലും കർമ്മം ചെയ്യുമ്പോഴും വെള്ളയും കരിമ്പ ടവും വിരിച്ചിരിക്കുക എന്നത് തീയ്യരെ സംബന്ധിച്ചിടത്തോളം വളരെ പ്രധാനമാണ്. വളരെ പണ്ടുമുതൽക്കു തന്നെ നിലനിന്നിരുന്ന ഒരു സമ്പ്ര ദായമാണിത്. കേരളോൽപത്തിയിൽ കാണുന്നു, ചേരമാൻ വാളും പിടി ച്ചു സിംഹാസനത്തിന്മേൽ വെള്ളയും കരിമ്പടവും വിരിച്ച് വീര ചങ്ങ ലയും ധരിച്ചു എന്ന പരാമർശം രാജ സിംഹാസനത്തിൽ ചേരന്മാർ അനു വർത്തിച്ച രീതിയുടെ തുടർച്ചയാണിതെന്നു കാണിക്കുന്നു. മുഖ്യ ചട ങ്ങുകൾക്കെല്ലാം തീയ്യർ ഇതുതന്നെയാണ് പിന്തുടരുന്നത്. പുങ്ങന് ഗർ ഭിണിയെ ഇരുത്തുന്ന സന്ദർഭത്തിലും നവരാത്രിക്ക് അരിയിലെഴുതിക്കു ന്ന സന്ദർഭത്തിലും പെൺകുട്ടി ഋതുമതിയാകുന്ന സന്ദർഭത്തിലും മറ്റ

നുഷ്ഠാന വേളകളിലുമെല്ലാം വെള്ളയും കരിമ്പടവും വിരിച്ചിരുന്നാണ് തീയ്യർ കർമ്മം ചെയ്യുന്നത്. വിവാഹത്തിന് വെള്ളയും കരിമ്പടവും വെച്ചിരിക്കുന്നത് പ്രത്യേക ചടങ്ങുതന്നെയാണ്. മനുഷ്യ ശരീരത്തിലെ കർമ്മ ശക്തി ഭൂമിയുടെ ശക്തിയുമായി പ്രതി പ്രവർത്തിക്കാതിരിക്കാനും മനസ്സിന്റെ ഏകാഗ്രത നിലനിർത്താനും വേണ്ടിയാണ് ഹൈന്ദവ തത്വപ്രകാരം കരിമ്പടം പോലുള്ള ആസനം ഉപയോഗിക്കുന്നത്. പ്രപഞ്ച നിയമവുമായി ബന്ധപ്പെട്ട ഇത്തരം ആചാരങ്ങൾക്ക് ശാസ്ത്രീയമായ അടിത്തറയുണ്ട്. ഭൂമിയുടെ കാന്തിക ശക്തി തിരിച്ചറിയുകയും മനുഷ്യ കർമ്മങ്ങളിൽ അവയെ നിയന്ത്രിതമായ രീതിയിൽ ഉപയോഗപ്പെടുത്തുകയും ചെയ്യുന്ന പൗരാണിക ജനതയുടെ നിരീക്ഷണ പാടവം ഇവിടെ വ്യക്തമാകുന്നു. ഹൈന്ദവസമൂഹത്തിലെ ഓരോജാതിയുടെയും ആരാധനാരീതികളിൽ പ്രകടമായ വ്യത്യാസങ്ങൾ ഉണ്ട്. തൊഴിലും ഭൂമിശാസ്ത്രപരമായ കിടപ്പും കാലാവസ്ഥയും ആരാധനയിലും അനുഷ്ഠാനത്തിലും വ്യത്യാസമുണ്ടാക്കും. തീയരുടെ ആരാധനാനുഷ്ഠാനങ്ങളിലും ഇവയുടെ സ്വാധീനം പ്രകടമാണ്. എല്ലാ സമുദായങ്ങളും പലതരത്തിലുള്ള ആരാധനാ വൈവിധ്യങ്ങൾ വെച്ചു പുലർത്തുന്നു. തീയ്യരും ഇതിൽ നിന്നും വ്യത്യസ്തരല്ല.

അധ്യായം - 11

മുത്തപ്പൻ ദൈവത്തിന്റെ തോറ്റം

നായാട്ടു ധർമ്മമുള്ള ഒരു ദേവത അയ്യൻ തന്നെയാണ് മുത്തപ്പൻ എന്നു അയ്യൻ തോറ്റം, അയ്യൻമണ്ട എന്നിവ സൂചിപ്പിക്കുന്നു. കളിക്കപ്പാട്ടിലാണ് ഈ ദേവതയുടെ ശരിയായ പുരാവൃത്തം ആഖ്യാനം ചെയ്യുന്നത്. സന്താനമില്ലാതെ ദു:ഖിക്കുന്ന പാടിക്കുറ്റിയമ്മയ്ക്ക് തിരുവൻകടവിൽ നിന്ന് ലഭിച്ച കുഞ്ഞിനെ അയ്യങ്കരമോലോത്ത് വളർത്തുന്നു. മാതാപിതാക്കൾക്ക് അനിഷ്ടമായ പ്രവർത്തനങ്ങളിൽ ഏർപ്പെടുന്ന അവനെ അവർ ഗുണദോഷിച്ചു. അവൻ അഗ്നിയെരിയുന്ന കണ്ണുകളോടെ പ്രത്യക്ഷനായി. തൃക്കണ്ണ് പൊയ്ക്കണ്ണാകട്ടെ എന്ന് പാടിക്കുറ്റിയമ്മ പ്രാർത്ഥിച്ചു. ഈ ദൈവം മധുപൻ പനയുടെ മുകളേറി കള്ളെടുത്തു കുടിക്കുന്നത് കണ്ട് കല്ലായ്ക്കൊടി ചന്തൻ അമ്പെയ്യുവാൻ ഭാവിച്ചു. ദൈവമൊന്നുനോക്കിയപ്പോൾ അവൻ കൽപ്രതിമയായി മാറി. അവന്റെ ഭാര്യയുടെ പ്രാർത്ഥന കേട്ട് അവനെ ദൈവം മുൻസ്ഥിതിയിലാക്കി.

അയ്യൻ തോറ്റം

ഹരിയേ ഗുരുനാഥാ അഭയം പുക്ക്
മായയായ് വന്നതു നീ അറിഞ്ഞതില്ലേ
എരിപൊരി ചൂടിനാ വനത്തകത്തോ
തേടിച്ചെന്നരിങ്കൊടി തേൻ കണ്ടാരേ...
തേനാലോ ഒഴുകിയതോ തിരുമാർവിലോ
മാനാലേ അഴകിയതോ വളർപുള്ളിയോ
കുന്നത്തുരാകുന്ന മാമലമ്മേൽ
മുറുകിന മാൻകുലം കളിപ്പതുണ്ടോ
മുപ്പത്തൊരഞ്ചുമെയൊരഞ്ചുമുണ്ടോ
തങ്ങളിലെയിണങ്ങിന കലയഞ്ചുണ്ടോ

നിച്ചലും വന്നിവിട കളിക്കും മാനും
അമ്മാനയെയ്തുടനാണ ചൊൽവോർ
അറിയിച്ചാൽ ഹരിയപുരാൻ പെരിങ്കോട്ടക്ക്
അരിയപുരാൻ തിരുവടിയെഴുന്നള്ളീറ്റോ
പള്ളിവേട്ട നായാട്ട് വിലങ്കുറച്ചു.
വേടരോടെല്ലാവരേയും വിളിച്ചരുളി
വേടന്റെ നായ്ക്കെല്ലാം കയറണച്ചു.
അല്ലിയേൻ അരിങ്കൊടി പൂങ്കൊടിയനോ
ചേരട്ടവാലനും ചുരുട്ടവാലനോ
ചെങ്കുന്നിക്കണ്ണൻ ചമ്പരിവാലനോ
മുയലിനെ പിടിക്കുന്ന മുയൽക്കൊടിച്ചി
അല്ലിയെ നരികൊടിയൻ പൂങ്കൊടിയനോ
പന്നീന പിടിക്കുന്ന പാണ്ടിനായോ
ഉടുമ്പിന പിടിക്കുന്നോനുടുമ്പൻ നായോ
ഇച്ചൊന്ന നായ്ക്കെല്ലാം കയറണച്ചു
നായും വലയും ചേകവരും പരിപാലികളോ
ആർത്തു തെളിച്ചുടനെ മലകയറുന്നോ
ദാരികൻകുന്നിനു തൻ കിഴക്കോ
പാറുന്ന കടവിന് വല കെട്ടുന്നോ
ഓടുന്ന കടവിന് ഒളി ചമച്ചോ
കല്ലിട്ടും തടിയാലും തച്ചാടുമ്പോൾ
ഇളകുന്നല്ലോ ചായിവലിയ കിളരൻ പന്നി
എല്ലെ ല്ലാ കടവിനും പാഞ്ഞു പന്നി
വേടന്റെ കടവിനു നേരെ പോയ്ചെല്ലുമ്പോൾ
ഇടത്തുകൈയാൽ പള്ളിയാമ്പൽ തൊടുത്തെയ്യുന്നു.
പന്നിയുടെ വലമാർവ്വിൽ തറച്ചിതമ്പോ
അമ്പേറ്റ പന്നിയുടനെ അലറിപ്പാഞ്ഞോ
വായപ്പടലിലൂടെ പാഞ്ഞു പന്നി
കുവപ്പടലിലൂടെ നൂണു പന്നി.
ആനാച്ചിവീട്ടിലെ ചെന്നു പന്നി
ചേനയും ചേമ്പുമെല്ലാം കുത്തി തിന്നുന്നോ
നല്ലയിനാറ് മാങ്കീലെ ചെന്നു പന്നി
നല്ല നല്ല മാങ്ങയെല്ലാം പെറുക്കി തിന്നു
അമ്പണക്കും പാറമ്മലേ ചെന്നു പന്നി

ഇടങ്കയ്യുന്നി വലംകൈ കൊള്ള ചാരവീണോ
ചോരച്ചുമട്ടും വയ്യെ വേടർ ചെന്നു
ഹരിയപുരാൻ തിരുവടി എഴുന്നള്ളീട്ടോ
പന്നീന വലിച്ചുടനെ വപ്പണച്ചു
വാളമ്പാൽ പന്നിയുടെ കുരലറുത്തോ
കുരമ്പാൽ പന്നിയുടെ ഉപ്പഴിച്ചു
നടനാലും വാർന്നുടനെ വേറെ വെച്ചു
അകഞ്ചായും പറഞ്ചായും നായനാർക്കോ
കൊട്ടും തലയും കൊടിമുക്കും നായികൾക്കും
എല്ലുമെലുമ്പുമെല്ലാം അംശംവെച്ചു.
എല്ലെ വേടർക്കും അംശംവെച്ചോ
എയ്തോരുവേടന് അംശമില്ല
എന്തെന്റെ ഇറച്ചിയംശം കുറഞ്ഞതിപ്പോൾ
ചൊല്ലിയ കടവിനി ഞാൻ നിക്കാഞ്ഞിറ്റോ
ചൂണ്ടിയ മെരുവത്തെ എയ്യാഞ്ഞിറ്റോ
എല്ലാ അംശത്തിനും എടുത്തുകൂട്ടി
എയ്തോരു വേടനന്നു അംശം വെച്ചോ
ഇറച്ചി അംശംതൊഴുതേറ്റു വാങ്ങും ചെയ്തു
നല്ലനല്ല ഇറച്ചിയെല്ലാം എടിപ്പിച്ചിറ്റോ
ഹരിയപുരാൻകോട്ടയ്ക്കോ കടത്തിക്കൊണ്ട്
നിച്ചലും മലയരികെ ആടിവരുമ്പോൾ
ആണ്ടാർമുള വില്ലും മണിക്കൂറ്റമ്പും
ഏർന്ന മലയിലെ മാനുമെയ്തു
താണപുഴയിലെ മീനുമെയ്തു
ആലത്തുംകാട്ടിലെ ഉടുമ്പുമെയ്തൊ
കൊട്ടന എയ്തവരു കുരനെയ്തോ
പന്നീന എയ്തവരു, നരിയുമെയ്തൊ
പുള്ള്ന പ്രാവിനെയെയ്തു കൊണ്ടോ
ആലത്തും കാട്ടിലെ ഉടുമ്പുമെയ്തു
നിച്ചലും ആനിച്ചിവീട്ടിൽപോമ്പോൾ
ചെന്തൊണ്ടിവായ്മലരും വെളുത്ത പല്ലും
ചൊവ്വുള്ള മേനിക്ക് തൊടുകുറിയും
നേരത്തെ കുറികുറികാലമാമ്പോൾ
കാലത്തെ കുളിമുറി കാലമാമ്പോൾ

കുളികുറി മുഖശുദ്ധി വരുത്തിക്കൊണ്ടോ
കാലത്തെ കുളികുറി തേവാരം കഴിച്ചാടി
തുള്ളിത്തിരവരും പോൽ ഹരിയപുരാൻ
നമ്മലമുത്തപ്പൻ അയ്യൻതോറ്റമേ

കളിക്കപ്പൊാട്ട്

താലേലം താലേലം താലേലം പൂവേ
താലേലം ലേലേലം പാടുന്ന പാട്ട്
ഏലാർ പുനലൂടെ തൻപുനലൂടെ
ഏലൊക്ക പോരേണം പാണിമുട്ടേണം
പുതിയ മരത്തിന് ചോറുമതിട്ടിറ്റ്
പുതുമയിൽ കൊട്ടണം വീരിയമദ്ദളം
കളിപ്പാനായ് പോരുനെ നിങ്ങള് ചേകോരേ.
കളിയാട്ടി പെറ്റില്ല കളി പഠിച്ചില്ല
പിന്നെങ്ങനെ ബാലൻ കളിക്കാൻ പോരേണ്ടു
മുണ്ടോവൻകണ്ടത്തിൽ കിളി മണ്ടുംപോലെ
മണ്ടിക്കളിപ്പാനായണയൂൻ ചോകോരേ
നമ്മൾ കുറഞ്ഞുള്ളൊരാളുമേയുള്ളു
ഉള്ളതിനെക്കൊണ്ട് നിറമാക്കിക്കൊള്ളണം
ആന തിരുനെല്ലിപ്പോകുന്നപോലെ
എഴുവരുന്നുടവികളും പാടിക്കുറ്റി
തിരുവൻകടവിലെഴുന്നള്ളുമ്പോൾ
ചിറ്റെള്ളിന്റെണ്ണ തിരിമുടിക്കും
പേരെള്ളിന്റെണ്ണ തിരുമുടിക്കും
പേരെള്ളിന്റെണ്ണ തിരുമെയിക്കും
എണ്ണയും തേച്ചു തലയും കെട്ടി
എണ്ണപ്പുടവ കുടഞ്ഞുടുത്തു
താളിതരിത്തട്ടിൽ താളിയുമായ്
വാകാമണിത്തട്ടിൽ വാകയുമായ്
മഞ്ഞൾ മണിത്തട്ടിൽ മഞ്ഞളുമായ്
തിരുവൻ കടവിലെഴുന്നള്ളീറ്റ്
താളിയും തേച്ചു വഴുക്കിളക്കി
അത്തുമേ തേച്ചു മുടയിളക്കി
മഞ്ഞളും തേച്ചു നിറമെടുത്തു

മുട്ടോളം വെള്ളത്തിൽ മുടിയൊലുമ്പി
മാറോളം വെള്ളത്തിൽ കീഞ്ഞു നിന്നു
ഒന്നേടം മുങ്ങുന്നു പാടിക്കുറ്റി.
മുങ്ങി നിവർന്നവിട നില്ക്കുന്നേരം
കുഞ്ഞൻ കുരലോശ കേൾപ്പാനുണ്ട്
വെള്ളിച്ചിലമ്പോശ കേൾപ്പാനുണ്ട്
നാലുപുറവും തിരിഞ്ഞു നോക്കി
എങ്ങാനൊരേടത്തും കാണ്മാനില്ല
പിന്നേയും മുങ്ങുന്നു പാടിക്കുറ്റി
അല്ലലൊഴിഞ്ഞങ്ങു മുങ്ങുന്നേരം
തിരുനെറ്റിക്കല്ലിന്റെ താഴ്‌വരയിൽ
പൊൻമയിൽ പോലവിടെ കണ്ടു
കൈകാട്ടിയോമനയിലെടുത്തുകൊണ്ട്
അയ്യങ്കരമോലോത്തു കൊണ്ടുച്ചെന്നു
അപ്പോൾ പറയുന്നു അയ്യങ്കര
ഇത്ര നല്ലൊരു പൊന്മകന
എവിടുന്നു കിട്ടി പാടിക്കുറ്റി
തിരുവർ കടവിൽ കുളിക്കുന്നേരം
വീണിറ്റു കാട്ടീനി പൊൻമകന
കണ്ടെടുത്തുള്ളോരു പൊൻമകന്
എന്തോരു പാൽകൊടുത്തു മെയ്‌വളർത്താം
ആനപ്പാൽ കൊണ്ട് കൊടുത്താലല്ലോ
ആനമുഖം വെച്ചും മെയ് വളരും
കുതിരപ്പാൽ കൊണ്ടു കൊടുത്താലല്ലോ
കുതിരമുഖം വെച്ചും മെയ് വളരും
ആനമുഖം വെച്ചും ചന്തം വെച്ചും
കുതിരമുഖം വെച്ചും കുഞ്ഞൻ വെച്ചും
ആടിയോടി ആറ്റലോടെ മെയ് വളർന്നു
അപ്പോൾ പറയുന്നു പൊന്മകന്
എനിക്കൊരു വില്ലും ശരവും വേണം
വില്ലും ശരവും ചമച്ചുകൊണ്ട്
കുന്നും മലയൊക്കെ നായാടുന്നു
കൊട്ടന കുരന എയ്തു കൊന്നു
പുള്ള്ന പ്രാവിന എയ്തുകൊന്നു

അയ്യങ്കര മോലോത്ത കൊണ്ടു ചെന്നു
ചുട്ടുകരിച്ചു മണം പായിച്ചു
അപ്പോൾ പറയുന്നു അയ്യങ്കര
പാടിക്കുറ്റി ഓമന പൊന്മകൻ നിമിത്തം
എനിക്കെന്റെ മോലോത്തിരുതിയില്ല
ഞാനെന്റെ മോലോമൊഴികേയുള്ളു
കദളിക്കുല കൊണ്ടു തൂക്കിയാലോ
കദളിപ്പഴമൊന്നും കാണ്മാനില്ല
ചിങ്ങൻകുല കൊണ്ടു തൂക്കിയാലോ
ചിങ്ങൻ പഴമൊന്നും കാണാനില്ല
കദളിക്കുലയുമിലയും വേണ്ട
ചിങ്ങൻകുലയും തടയും വേണ്ട
കൂകിത്തെളിഞ്ഞോരു കോയി വേണ്ട
തോട്ടിലൊഴുകുന്ന കണ്ണിവേണ്ട
അരിശം ജനിക്കുന്ന പൊന്മകന്
കിഴക്കു പടിഞ്ഞാറായ് തൃക്കൺ പാർത്തു
കല്ലും മലയെല്ലാമുരുകിപ്പോയി
തെക്കുവടക്കായി തൃക്കൺപാർത്തു
മരമോടു മട്ടലെരിഞ്ഞു പോയി
അയ്യങ്കരദേവന്റെ മുമ്പിൽച്ചെന്നു
തൃക്കൺപാർത്തൊന്നങ്ങു നോക്കുന്നേരം
അഗ്നിയെരിഞ്ഞവിട വീണും പോയി
അപ്പോൾ പറയുന്ന് പാടിക്കുറ്റി
ഇത്ര കടിയൊരു പൊന്മകന
എനിക്കൊട്ടും വെച്ചു പൊറുത്തുകൂടാ
എകർന്ന മല നോക്കി പോയിക്കോട്ടെ
തൃക്കണ്ണ് പോയി പൊയ്ക്കണ്ണാകട്ടെ
തൃക്കണ്ണുപോയി പൊയ്ക്കണ്ണുമായി
നീലക്കരിമ്പട്ടു ചേല ചുറ്റി
ഇയ്യോക്കരിമ്പന വിൽ പിടിച്ചു
മകുടം കടഞ്ഞ മുടി കമിച്ചു
കൊമ്പൻ ചുരിക വലത്തണച്ചു
കാളിനായ്ക്കെല്ലാം കയറണച്ചു
നാടുവളർമ്മക്കായ് അടിവരുത്തി

തിരുവൻകടവാലെ നീരുമാടി
തിരുനെറ്റിക്കല്ലിന്മേൽ പൂവുമിട്ടു
അരക്കൻ പനയൊടു വില്ലും ചാരി
മൂർഖൻപനയുടെ മുകളിൽ കയറി
മേൽക്കുംഭം കീഴ്ക്കുംഭം കള്ളെടുത്തു
നന്നായ്ത്തെറി വട്ടം കുടിച്ചു ദൈവം
കുടിച്ചു മദിച്ചവിട ഇരിക്കുന്നേരം
കല്ലായ്ക്കൊടി നല്ല ചന്തനല്ലോ
പനയരിവാൻ വന്നൊരു ചന്തനല്ലോ
മധുപൻപനയുടെ കീഴിൽചെന്നു
മധുപൻ പനയിലെ നോക്കുന്നേരം
മധുപൻപനമ്മിലൊരാളെക്കണ്ടു
ആരാണ് എന്റെ പനമ്മലേറി
ആരെന്റെ പനയുടെ കള്ളെടുത്തു
ആളയുമിപ്പോൾ പറഞ്ഞില്ലെങ്കിൽ
എന്റെ ശരത്തിന്നിരയാക്കും ഞാൻ
അരിശം ജനിക്കുന്നു ചന്തനല്ലോ
വില്ലും ചവിട്ടിക്കുല കയറ്റി
അമ്പും കടുങ്ങനെ തൊടുത്തു ചന്തൻ
മാറാൽ വലിച്ചെയ്യാൻ തുനിയുന്നേരം
തൃക്കൺപാർത്തൊന്നങ്ങു നോക്കി ദൈവം
ചന്തനും കല്ലായ് മറഞ്ഞു പോയി
അന്നന്തിയവിട പുലന്നങ്ങിനെ
പിറ്റന്നാൾ നേരം പുലരുന്ന കാലം
കല്ലായ്ക്കൊടി നല്ലാ മാതൃചക്കി
പനയെയ്‌വാൻ പോയോരു ചന്തനല്ലോ
ഉച്ചക്കരിയാനായ് പോയ ചന്തൻ
അന്തിക്കരിഞ്ഞിട്ടും വന്നില്ലല്ലോ
എന്തെന്റെ ചന്തൻ വരാഞ്ഞു ദൈവേ!
കല്ലായ്ക്കൊടി നല്ല അടിയാത്തിയോ
മധുപൻപനയുടെ കീഴിൽച്ചെന്നു
ചന്തന, കല്ലായ് മറഞ്ഞതു കണ്ടു
മധുപൻപനമ്മേലെ നോക്കുന്നേരം
മധുപൻപനമ്മിലൊരാളെക്കണ്ടു

വാഴ്ക പൊലി പൊലി പൊൻമുത്തപ്പാ!
അറിയാതെ ചന്തൻ പിഴച്ചിതെങ്കിൽ
അറിവിൻ പിഴദണ്ഡം ഞാൻ ചെയ്തോളാം
ചന്തനെ പണ്ടേപ്പോൽ കണ്ടുവെന്നാൽ
അകത്തോരറപൂജ ഞാൻ തരുവാൻ
പുറത്തോരു വെള്ളാട്ടം തിരുവൊപ്പന
മറയൂട്ട് മധുക്കലശം ഞാൻ തരുവാൻ
വെച്ചൂട്ട് എടങ്ങനാഴി വെച്ചു കാണിപ്പാൻ
നിച്ചൽ പൈങ്കുറ്റി വെപ്പിച്ചോളാം
ദൈവം ശരിയായ് പറഞ്ഞിണക്കി
ആതിപുരളിമലമുത്തപ്പനോ
മായത്താലല്ലോ മറച്ചിങ്ങിട്ടു
ചന്തനപ്പണ്ടേപ്പോൽ ആക്കുന്നല്ലോ
മധുപൻപനയുടെ മുകളിൽക്കേറ്റി
മേൽകുംഭം കീഴ്കുംഭം കള്ളെടുത്തു
കുന്നത്തൂരാകും മലമ്മൽച്ചെന്നു
നിച്ചൽ പൈങ്കുറ്റി വെപ്പിക്കുന്നു
അകത്തോരറപൂജ കഴിപ്പിക്കുന്നു
പുറത്തൊരു വെള്ളാട്ടം തിരുവൊപ്പന
അവിടുന്നും മെല്ലൊന്ന് അടി വരുത്തി
മാണിപ്പറമ്പേറ്റം കണ്ടു ദൈവം
ഓണപ്പമ്പേറ്റം കണ്ടു ദൈവം
പുന്നാട്ടിടം പാണ്ടിശാല കണ്ടു ദൈവം
മുരിങ്ങോടി മലഭാരതം കണ്ടും ദൈവം
വെല്ലത്തൂരാകും പൊടിക്കളവും
ആമ്പിലാട്ടാകുന്ന മുറ്റം കണ്ടു
പടന്നോട്ട് മാടവും കണ്ടു ദൈവം
മുഴക്കുന്നത്തു പെരുന്തളി കണ്ടു ദൈവം
മയിലാടും പാറയും കണ്ടു ദൈവം
കൊട്ടനാടിയേറ്റവും കണ്ടു ദൈവം
കൂവക്കരയാലെ നീരുമാടി
ആയിരക്കൊമ്പൻ കോളിയും കണ്ടു ദൈവം
ഏഴുമല പുരളിമല കണ്ടു ദൈവം
പുരളിമല ചിത്തിര പീഠം കണ്ടു

പുരളിമല ചിത്തിര പീഠത്തിന്മേൽ
പൊൻപട്ടം കെട്ടീറ്റും വാണു ദൈവം
പൊൻമുടി ചൂടീറ്റും വാണു ദൈവം
നാട്ടിൽ പ്രഭുവായും വാണു ദൈവം

പൊലിച്ചുപാട്ട്

വാഴ്ക പൊലിക ദൈവമേ വർദ്ധിപ്പാരിവരോ
ചേല പുറവടി ചൊൽവളർമ്മ കേൾക്കുവാരിവരോ
നാൽപുരയും പൊടിക്കളവും പൊലിച്ചു ഞാൻ പാടുമ്പോൾ
കേട്ടുവരിക പൊടിക്കളംവാഴും മുത്തപ്പൻ
ആരറിവാർ ദൈവമേ വർദ്ധിപ്പാരിവരോ
പേരെന്തുന്നോർ ദൈവത്തിന്റെ തമ്മരവി
കാനൽ വാഴും കരികുറത്തിയായവർക്കാരിവരോ
ഓമനമകനല്ലേ പൊൻമുത്തപ്പൻ
പാടിക്കുറ്റി നല്ലമ്മ ആയവരോയിവരെ
കണ്ടെടുത്ത മകനല്ലേ പൊൻമുത്തപ്പൻ
ഏതുദേശം ദൈവമേ പിറന്നുകൊണ്ടാരിവരോ
എത്രദേശം ദൈവമേ മെയ്വളരുവോരിവരോ
പിറന്നു വളർന്നിട്ടേകപ്രായം നാൾ കഴിവോരിവരോ
പിറന്നു വളർന്നു മൂവാണ്ടിലെ മുടി പൊലിപ്പോരാരിവരോ
ഐയ്യാണ്ടിൽ കൈയെഴുതി മെയ്തെളിവോരിവരോ
ഒരു പത്തും പന്തീരാണ്ടും നാൾകഴിവാരിവരോ
നാടുവളർമ്മ കാണ്മാനായി അടിവരുത്തുവാരിവരോ
എന്തെല്ലാം മെയ്യാഭരണം എടുത്തണിവാരിവരോ
കാക്കുപാടകം കൈയ്ക്കു ചൂഡകം എടുത്തണിഞ്ഞാരിവരോ
കാതിൽ കമ്പി കനകവള എടുത്തണിവോരിവരോ
മാല നല്ലൊരു മാലയോ എടുത്തണിവോരിവരോ
ചേല നല്ലൊരു ചേലയോ എടുത്തണിവോരിവരോ
കാങ്കിക്കച്ചില കനകവള എടുത്തണിവോരിവരോ
വീരചങ്ങല വിരൽക്കു മോതിരം എടുത്താനാരിവരോ
വില്ലും ചുരിക സർവ്വായുധവും തൊഴുതെടുപ്പാരിവരോ
കാളികനായിക്കെല്ലാമേ കയറണപ്പാരിവരോ
കാളിനായും താനുമായി പുറപ്പെടുവോരിവരോ
തിരുവൻകടവിലെ നീരാടുവരാരിവരോ

തിരുനെറ്റിക്കല്ലിന്മേ പൂവിടുവാരിവരോ
അരക്കൻപനയാലെ നായ്തളപ്പാരിവരോ
മൂർഖൻ പനയിലെ വിൽചാരുവാരിവരോ
മധുപൻപനയിലെ മുകൾവരുവാരിവരോ
മേൽകുംഭം കീഴ്കുംഭം കള്ളെടുപ്പാരിവരോ
കുടിച്ചു മദിച്ചല്ലോ പുറപ്പെടുവാരിവരോ
വില്ലും ചുരിക സർവ്വായുധവും തൊഴുതെടുപ്പാരിവരോ
അള്ളവനാട്ടു പെരിന്തളിയോ കാണവൽവാരിവരോ
പയ്യാവൂർ പെരുന്തളിയോ കാൺ വെൽവോരിവരോ
കുന്നത്തൂർ പാടിയോ കാൺക വെൽവോരിവരോ
നായനാരെ നായനാരെ കാൺക വെൽവോരിവരോ
നായനാരെ ഹോമധൂമം കാണ്ക വെൽവോരിവരോ
നായനാരെ ബ്രഹ്മകലശം കാണ്ക വെൽവോരിവരോ
ആളടിയാൻ കുടീപതീന കാണ്ക വെൽവോരിവരോ
കുന്നത്തൂർ കുടിപതീന കാണ്ക വെൽവോരിവരോ
പറച്ചിനി മഠപ്പുര കാണ്ക വെൽവോരിവാരിവരോ
പടവിൻ വളപ്പിൻ അറപ്പുരസ്ഥാനം കാണ്ക വെൽവോരിവരോ
പാറിക്കണ്ടിമഠപ്പുര കാണ്ക വെൽവോരിവരോ
നിച്ചൽ പൈങ്കുറ്റി കൈയേൽപ്പാരിവരോ
ഏഴിമല പുരളിമല കാണ വെൽവാരിവരോ
പുരളിമലച്ചിത്രപീഠം കാണ്ക വെൽവോരിവരോ
നായനാരേ നായനാരേ കാണ്ക വോൽവോരിവരോ
നായനാരെ വില്ലും ചുരികയും കൈപകരുവരാരിവരോ
വാഴ്ക വർദ്ധിക്ക നാടും വാഴും നാട്ടുസ്വാമിക്കും
ഇടവാഴും കർത്താവിനും മലക്കും മല മുന്നൂറ്റാനും
നൂറൈവർക്കും ചിറ്റികുറ്റം വരുത്താതെ
നായനാരെ വലഭാഗത്തുന്നു വെള്ളിപ്പാടകവും
വില്ലും ചുരികയും കൊടുമുടി വെള്ളാട്ടവും
വാങ്ങിത്തെളിഞ്ഞു കൈയേല്പാൻ
ആസ്ഥാനത്തുനിന്നീസ്ഥാനത്തേക്ക്
ആടി അടി വരുത്തി കൊൾവാൻ
ഹരിയപുരാൻ നമ്മലമുത്തപ്പൻ

അയ്യൻമണ്ട

വാഴ്ക മാതാവും പിതാവും
വാഴ്ക മാതാവിന്റെ മാതാവിനെയും
പിതാവുതന്റെ പിതാവിനെയും
ഗുരുവിനെയും ഗുരുക്കന്മാരെയും
ആദരാൽ വന്ദിച്ചിതാ
മൂത്തോടു ശക്തി മുലക്കണ്ണിൽ നിറംവകെ
എത്രയും നിറമൊത്തനിറത്തോടും
കൂട്ടിവെച്ചിതൊരു ഹോമധൂമം പോലെയും
തയച്ചുവെച്ചിതോരു ചാന്തൊടു ചന്ദനം പോലെയും
തിളക്കിവെച്ചിതോരു കാളവജ്രം പോലെയും
അതിനോടടുത്ത് അങ്കുരം പാർത്തു ശകുനം തൊഴുന്നിതാ
എഴുന്നള്ളിയിരിപ്പതുണ്ടല്ലോ
ദേവിതാൻ പർവ്വതത്തിന്മൽ
മധു കൊണ്ടുവായേ സ്വാമി
മാംസം ഭക്ഷിപ്പാൻ അണിയാറമ്പത്തു ശാലയിൽ
ശാസ്താവിരിപ്പതുണ്ടല്ലോ
ഇന്നേക്കും നല്ലൊരു പത്തുപന്തീരാണ്ടെക്കാലമായല്ലോ
അയ്യപുരാൻ തിരുവടി മീനും ഇറച്ചിയും കൂട്ടാതെ
മനസ്സാലെ മനമാരാഞ്ഞു ഊൺ പിഴച്ചിരിക്കുന്നു
എന്തിനാലെ അയ്യപുരാൻ തിരുവടി മനസാലെ
മനമാരാഞ്ഞു ഊൺ പിഴച്ചിരിക്കുന്നു
നായിക്കിടാങ്ങളും പറക്കൊട്ടും ശാംഭുവാനും
ഇല്ലായ്മകൊണ്ടോ വല്ലായ്മകൊണ്ടോ
ചൂണ്ടേൻ ചൂണ്ടേൻ അകവില്ലായ്മകൊണ്ടോ
ഈ ദൈവത്തിന്റെ പള്ളിവേട്ട നായാട്ടിന്നു
വിലം കുറഞ്ഞു കണാകുന്നു
അപ്പഴും താൻ പറയുന്നല്ലോ ഹരിയപുരാൻ തിരുവടി
ഒരു പത്തു പന്തീരാണ്ടെക്കാലമായല്ലോ
ഹരിയപുരാൻ തിരുവടി നായി പോറ്റുന്നാ-
ഉടിയാൻ പക്കൽ നായി പോറ്റുവാൻ കൊടുത്തിട്ട്
പോറ്റിയോ, നായി പോയി മെരുവത്തോടണഞ്ഞുവോ
എന്നറിഞ്ഞു വരുവിനെടാ
എല്ലായിലും മുതൽക്കാരന കുറ്റി നായാടിനായി

പോറും നാലടിയാന്റെ പുരക്കലെ ചെല്ലുന്നു
ഇളമരം തണൽ കൊണ്ടിരിക്കുന്നു
നായി പോറ്റുന്നാളടിയാനെയെന്നു
പേർചൊല്ലി വിളിക്കുന്നു
ഓന്ന് വിളികേട്ട് മുറ്റത്ത് കീയുന്നല്ലോ
നായി പോറ്റുന്നാളടിയാൻ
എന്തിനാലെ പോന്നുവന്നു തമ്പുരാനെ
ഇന്നേക്കും നല്ലൊരു പത്തു പന്തിരാണ്ടേക്കാലമായല്ലോ
അയ്യൻപുരാൻതിരുവടി നായി പോറ്റുവാൻ തന്നിറ്റ്
നായി പോറ്റിയോ
നായി പോയി മെരുവത്തോടണഞ്ഞു തമ്പുരാനേ..
എന്തെല്ലാം നായ്ക്കളുടെ പേര് കേൾക്കെട്ടെടാ
കറുത്തതോ, നാഗരാജാവാകും നായ്യല്ലോ
വെളുത്തതോ ബ്രാഹ്മനാകും നായല്ലോ
ചുകന്നതോ ശൂദ്രനാകും നായ്യല്ലോ
ചേരട്ടവാലൻ ചുരുട്ടവാലൻ
ചെങ്കന്നിക്കണ്ണൻ ചവരിവാലൻ
ചങ്കെ പിടിക്കും കിളരവൻ
പന്നിപിടിക്കും പരവനായി ഇവരല്ലോ
ഇന്നുമെരുവത്തിന്റെ ചുമടു കണ്ടു വരുവാനും
തേടുവാനും തെളിപ്പാനും
വെള്ളായലും പൊന്നാലും താരണച്ചു
കാണാകുന്നിതാ
അന്ന് നായ്ക്കളെയെല്ലാം തട്ടിത്തെളിച്ചു
പേരാറ്റിൻ കരമ്മലെ പോയിച്ചെല്ലുന്നു
നായ്ക്കളെ തേച്ചു കുളിപ്പിക്കുന്നു
നായിടെ മേത്തെ ചെള്ളുണ്ണിയെല്ലാം പറച്ചു കളയുന്നു
നായ്ക്കൾക്കു നല്ല നെയ്യോടു പശുവിൻ നെയ്യൊടു
നല്ല പഴത്തൊടു കദളിപ്പഴത്തോട്
ഊണമൃതേത്തും ചാലേ കൊടുക്കുന്നു
വെള്ളിയാലും പൊന്നാലും താരണക്കുന്നു
നായ്ക്കളെയെല്ലാം കൂട്ടി
അയ്യപുരാൻ പെരുമ്പള്ളികോട്ടക്കെ ചെല്ലുന്നു. ചുമടു
കണ്ടു വരും നായി പോയി

മെരുവത്തോടഞ്ഞു തമ്പുരാനെ
എനിയോരു മെരുവത്തിനുടെ ചുവടു കണ്ടു പോരൂനെടോ
മെരുവത്തിൽ ചുവടു കണ്ടു പോന്നു തമ്പുരാനെ
നീ പോയ കാട്ടകത്തു എന്തെല്ലാം മെരുവം
തകർക്കക്കണ്ടുവെടാ?
അടിയൻ വിടകൊണ്ട കാട്ടകത്തോ തമ്പുരാനേ
നല്ല കരിമ്പുണ്ട് നീലക്കരിമ്പുണ്ട്
നീലക്കരിമ്പോടു വേലപ്രയോഗങ്ങൾ ചെയ്തനടിയനിതാ
നീ പോയ കാട്ടകത്ത് എന്തെല്ലാം മെരുവം
തകർക്കക്കണ്ടുവെടാ?
അടിയൻ വിടകൊണ്ടാ കാട്ടകത്തോ തമ്പുരാനേ
ഓടുന്നോരുടുമ്പിനെക്കണ്ടു
പാറുന്നൊരു മയിലിലെക്കണ്ടു
മറ്റും രണ്ടിളമാൻകൂട്ടം കണ്ടേനടിയനിതാ
എല്ലായിലും ഇളയ കുറ്റിക്കാരനായ
നായടീന വിളിക്കുന്നു
നീപോയ കാട്ടകത്ത് എന്തെല്ലാംമെരുവം
തകർക്കക്കണ്ടുവെടാ?
അടിയൻ വിടകൊണ്ട കാട്ടകത്ത്
ഒരു ആക്കമുള്ള പന്നിയുണ്ട്
ഇരുത്തൂക്കമുള്ള പന്നിയുണ്ട്
അതിലും വിശേഷിച്ചിതോരു പന്നിയുണ്ടു തമ്പുരാനേ
കിഴക്കുദയകുലപർവ്വതത്തിന്മേൽ തലയും വെച്ച്
ആകാശത്തോടു മുതുകം ചേർത്തു
ഭൂമിയോടു വട്ടിയും താത്തു
അടിയനും അടിയന്റെ അച്ചിതള്ളയാർകാലത്തും
കാണാത്തോരു വൻകൂറ്റൻ കിളരൻ
കാളകൂടം പെരുപന്നീന കണ്ടേനടിയനിതാ
അന്നവരെല്ലാം നായ്യഴിക്കും കൊട്ടുന്ന് നായ്യഴിക്കുന്നു
വലയെടുക്കും കൊട്ട്ന്ന് വലയെടുക്കുന്ന്
മുരിക്കിൻതുത്തൽപോലെ അമ്പെടുക്കുന്നു
കായക്കൊടി പോലെ വിൽ കുലയ്ക്കുന്നു
പിള്ളരും നായയും പാങ്ങരും
പരിപാലികളുമായി ആർത്തു തെളിച്ചു മല കയറുന്നു

ഏകർന്നോരു കുന്നിന് വില്ലു നീക്കുന്നു
താണോരു തടവിനു വലകെട്ടുന്നു
തണ്ടിട്ടും തടിയാലും നായാടുമ്പോൾ
ഇളകുന്നല്ലോ അമ്മലമ്മിലെ പന്നി, മാൻ കൂട്ടമെല്ലാം
പെരുമ്പന്നിയപ്പോൾ കിഴക്കുദയകുലപർവ്വതത്തിന്മേൽ
നിന്നിളകിതോരു പന്നി, മാൻകൂട്ടമെല്ലാം
പടിഞ്ഞാറസ്തകൂലപർവ്വതം നോക്കി പായുന്നു
പടിഞ്ഞാറസ്തകുലപർവ്വതത്തുമ്മ്നിളകിതോരു
പന്നി, മാൻകൂട്ടമെല്ലാം
ഉദയകുലപർവ്വതം നോക്കി പായുന്നു
ഹരിയപുരാൻതിരുവടിയുടെ
കടവിനു നേരെ പോയി ചെല്ലുവോരു നേരത്ത്
അന്നു ഹരിയപുരാൻതിരുവടി
ഇടതുകൈയാൽ ഞാണില്ലാത്തോരുവില്ലെടുക്കുന്നു
വലത്തെ കൈയാൽ മുനയില്ലാത്തോരമ്പെടുക്കുന്നു
പന്നിയുടെ വലമാർവ്വിലും കൂട്ടുന്നമ്പ്
വലമാർവ്വിലും അമ്പു പിഴച്ചുപോകുന്നിതാ
അമ്പുപിഴച്ചുപോയിതോരു പന്നി, മാനെല്ലാം
അടിയത്തിന്റെ കടവിൻന്നേരെ ആക്കിത്തരണമിതാ
അന്ന് അമ്പു പിഴച്ചിതോരു പന്നി, മാനെല്ലാം
അയ്യപുരാൻതിരുവടിയുടെ കടവിനു നേരെ
പോയിത്തുടങ്ങുവോരു നേരത്ത്
മാറാൽ വലിച്ചു പന്നിയുടെ
ശിരസ്സറുത്തു പോയിനാരേ പള്ളിയമ്പാൽ
അമ്പേറ്റിതോരു പന്നി, മാനെല്ലാം
വായപ്പടലൂടെ പായുന്നു
കൂവപ്പടലൂടെ നൂവുന്നു
ആനാച്ചിവീട്ടിലെ പോകുന്നു
ചേനയും ചേമ്പുമെല്ലാം കുത്തി തിന്നുന്നു
നല്ലേനാർപുഴ കടക്കുന്നു
നല്ലേനാർ മാക്കീലെ ചെല്ലുന്നു
നല്ല നല്ല മാങ്ങെയല്ലാം പറക്കി തിന്നുന്നു
അമ്പുണക്കും പാറമ്മലെ പോയിച്ചെല്ലുന്നു
കിടുകിടുക്കൻ പാറകേറി മുട്ടും കുത്തി

കണ്ണടച്ചു തപം ചെയ്യുവോരുനേരത്തിങ്കൽ
ചോരച്ചുവട്ടിൽ പയ്യെ പരിപാലികളും
പോന്നു വരത്തുടങ്ങാകുന്നിതാ
അപ്പഴുതാൻ പറയപ്പെടുന്നല്ലോ
അയ്യപുരാൻ തിരുവടി
പന്നീന വലിച്ചുടനെ വപ്പിനിടുനെടാ
ആദിത്യചന്ദ്രനും കാണും മുമ്പേ
തോലൊടിച്ചു പൊത്തൂനെടാ
കാൽവെട്ടിക്കളയുനെടാ
കൈ വെട്ടിപ്പള്ളിവില്ലിനോടു തൂക്കുവിനെടാ
അന്ന് ആദിത്യനും ചന്ദ്രനും
കാണുംമുമ്പേ കാൽവെട്ടിക്കളയുന്നു
കൈവെട്ടി പള്ളിവില്ലിനോടു തൂക്കുന്നു
അകഞ്ചായും പുറഞ്ചായും വേറെ വെക്കുന്നു
കുറ്റിയെല്ലാം കൂരെല്ലും വേറെ വെക്കുന്നു
കൊട്ടത്തലയും കൊടിമുക്കും നായ്ക്കൾക്കു കൊടുക്കുന്നു
പറകൊട്ടും ശാംഭുവാനും
കുണ്ടിയും കുടലും വാരി
അംശംവെച്ചു കൊടുക്കുവോരുനേരത്ത്
എന്തിനാലെ തമ്പുരാനെ അടിയനു
കുണ്ടിയും കുടലും വാരി അംശംവെച്ചു തരുന്നു
അടിയൻ കല്ലിനും കടവിനും ചോരക്കും ചുമട്ടിനും
തക്കതായിട്ടടിയൻ പറ കൊട്ടായ്കകൊണ്ടോ
ഇല്ലായ്മകൊണ്ടോ വല്ലായ്മകൊണ്ടോ
അന്ന് അകഞ്ചായുന്നുപാതി കൂട്ടി
പുറഞ്ചായുന്നും പാതി കൂട്ടി
പറകെട്ടും ശംഭുവാനും
അംശം വെച്ചു കൊടുക്കുവോരു നേരത്തിങ്കൽ
അംശംവെച്ചു തൊഴുതേറ്റു
വാങ്ങിക്കൊണ്ടേനടിയനിതാ
നല്ല നല്ല ഇറച്ചിയെല്ലമെടുപ്പിച്ചിട്ട്
അയ്യപുരാൻ പെരുമ്പള്ളിക്കോട്ടക്കെ
കടത്തി പോവുന്നു
അപ്പഴും പോന്നുവരുന്നു

വെള്ളപ്പനാട്ടു കോട്ടയിന്നു
എഴുവരെല്ലാം ഇളം കന്യാക്കന്മാർ
പന്നി മുറിച്ചിതോരു പടുവളത്തിലെ പോന്നുവരുന്നു
നിങ്ങളെല്ലാം അയ്യപുരാൻതിരുവടിയുടെ
തിരുമുമ്പില് പോയി ചെല്ലുവോരുനേരം
എന്തിനായിട്ടിതിലെ പോന്നു
ഇളം കന്യാക്കന്മാരെ?
എല്ലായിലും ഇളയിതോരു ഇളം കന്യാവിന്നു
നാലും മൂന്നും ഏഴുമാസം
തൃഗ്ഗർഭം പോന്നു പതം തികഞ്ഞു
കുന്നിയോളം പന്നിയിറച്ചി തിന്നാൻ
കൊതി, കൊതിച്ചിന്
ഉയ്യയ്യോ, ഇന്നിവിടെ പള്ളിവേട്ട നായാട്ടും കഴിഞ്ഞു
ഇറച്ചി മുറിച്ചംശംവെച്ചുപോയല്ലോ
ഇളംകന്യാക്കന്മാരേ
അതിനൊ ഇന്നു നല്ലനല്ല ഇറച്ചിയെല്ലാം
അയ്യപുരാൻ പെരുമ്പള്ളിക്കോട്ടക്കെ പോയല്ലോ
ഇന്നു കഴിഞ്ഞു ഏഴാം ദിവസം നാളിൽ
ഇരുണ്ടിതോരു കാട്ടകത്തു
നിടിയിതോരു വൃക്ഷത്തിൽ കീഴിൽ
പള്ളിവേട്ടനായാട്ടുണ്ടെന്നു ചൊല്ലിക്കൊണ്ട്
ഇളംകന്യാക്കന്മാരേയും കുറികുറിച്ചയക്കും ചെയ്തു
അന്നേക്കും ഏഴാം ദിവസം നാളിൽ
അന്ന് അവരെല്ലാം നായ്യഴിക്കും കൊട്ട്ന്ന് നായ്യഴിക്കുന്ന്
വലയെടുക്കും കൊട്ടന്ന് വലയെടുക്കുന്ന്
പിള്ളരും നായും പാങ്ങരും പരിപാലികളും
അയ്യരും കാളിയും ശാസ്താവും ആട്ടിത്തെളിച്ച്
അയ്യമ്മലയിലെ കൊണ്ടകപ്പെടുത്തുന്നിത
തിരുവൻകടവെ തിരുനെറ്റിക്കല്ലെ
നാട്ടിൽക്കല്ലെ വീട്ടിൽക്കല്ലെ
നന്മേനാർപാടിയേ, പാടി മലംകുറ്റിയെ
മുവർമലക്കുന്നെ, മുക്കുടംപനയെ
പാമ്പാടി കൊഴുവലെ
ചെക്കിമന്നൻകടവേ

ചെക്കിമന്നൻ കടവേ
ചേരമന്നൻ കടവെ
മന്നൻകടവേ, കാലിക്കടവേ,
വാഴ്ക, വാഴ്കെന്റെ കുന്നത്തൂർ പാടിയെ
ശിരസ്സിരിപ്പൻ കോട്ടയെ വിൽചാരി മരമേ
ആനേടിപറമ്പേ മാണിപ്പറമ്പേ
ചതുരക്കുളമേ, വാഴ്കവാഴ്കെന്റെ
നെച്ചിയാട്ട് പെരുന്തളിയേ
തളിക്കണ്ടി മഠപ്പുരയെ
തേങ്ങയുടുക്കും പാറയേ
ആലാടും തറയെ
വാഴ്കവാഴ്കയെന്റെ
കീഴുരെടും പാട്ട് കൊട്ടിലെ
വൈരജാതകൻ മാടമേ
അതിയേരി മഠപ്പുരയേ
കൂവക്കരയേ, കൊട്ടനാടിയേറ്റമേ
മുതൽ നെച്ചിക്കല്ലേ, അനങ്ങൻ പറമ്പേ
വാഴ്ക, വാഴ്കയെന്റെ
മുഴക്കുന്നത്തു പെരുന്തളിയേ
മൈലാടും പാറയേ
ആയിരക്കൊമ്പൻ കോളിയേ
മുഴക്ക വള്ളിക്കോട്ടയേ, കൂവക്കരയായെ
ഏഴുമലയെ, പിരളിമലയേ
വാഴ്ക വാഴ്കെന്റെ
പിരളിമല ചിത്രപീഠമേ
പിരളിമല തങ്കയം മുമ്പായി
നാലായിക്കുട്ടിയാനും നാല്പത്ത് രണ്ടില്ലവും
മാവിലാ കുടകനോട്
രണ്ടില്ലം തായിസൊരൂപവും
പുറാട്ടുകരനാടു വാഴും നാട്ടിൽ സ്വാമിയും
ഉറപ്പ് നില വിശ്വാസം കരുതി
അന്നെന്നു ഹരിചന്ദ്രൻ കോട്ടമുമ്പായി കൈയെടുത്തു
ഹരിച്ചന്ദ്രൻ കോട്ടയിൽ പൊൻപട്ടം കെട്ടി
പൊൻമുടി ചൂടി, ഹരിചന്ദ്രൻ വാഴ്ച വാണു

ഈശ്വരൻ പിരളിയെ മുത്തപ്പൻ
വിശേഷിച്ചു വേണ്ടും പ്രകാരം
തൃച്ചരുകുന്നത്തു ശ്രീപോർക്കൊല്ലീനക്കൊണ്ടും
കാലിയാറക്കൊണ്ടും മരുമകനെക്കൊണ്ടും
ആനഞ്ചേരി ഗുരിക്കളെക്കൊണ്ടും
കുണ്ടംകുഴിദൈവരെക്കൊണ്ടും
വിശേഷിച്ചിസ്ഥലം കൊണ്ടും
മേലാളീനക്കൊണ്ടും മേൽക്കോയ്മേനക്കൊണ്ടും
കഴകക്കാരനക്കൊണ്ടും
കലശക്കാരനക്കൊണ്ടും
കനലാടീനക്കൊണ്ടും
വിശേഷിച്ചു മടയനക്കൊണ്ടും
എന്നെക്കൊണ്ടും ചെറുക്കനെക്കൊണ്ടും
ഊഹിച്ചും ഭാവിച്ചും
ഒന്നു ഉരിയാട്ടാട്ടെ മടയാ

കലശം പാടി പൊലിക്കൽ

കലശം പൊലി പൊലി പൊലി ഭാരതമാല
കലശം പൊലിച്ചാലോ എന്തെല്ലാം കിട്ടും
ചിറ്റാട കിട്ടും ചെറുപുട കിട്ടും
കലശത്തിൻ കീഴിലെ കിണ്ണാക്കൾ കിട്ടും
കളിയോടോൻ കല്ലിന്റെ ചോടെ ചുവട്ടിൽ
പോന്നു പൊടിച്ചിനൊരിയ്യോക്കരിമ്പന
അക്കര നല്ല പനയും വളർന്നു
ഇക്കര നല്ലൊരു പന്തൽ വളർന്നു
അപ്പനയേറി കുടിക്കണം തോഴാ
കരുവാൻ മകനൊരു കത്തി കൊടുത്തു
തച്ചൻ മകനൊരു പിട്ടൽ കൊടുത്തു
ഒണ്ടയും കത്തിയും പിട്ടലുമായ്
ഒന്നു കുതിച്ചവൻ നടുവോടടുത്തു
രണ്ടു കുതിച്ചവൻ മട്ടലോടെത്തി
മൂന്നു കുതിച്ചവൻ കുലയോടടുത്തു
പണിയോല മാറ്റീറ്റു തുളിയോല വെച്ചു
തുളിയോല വെച്ചവൻ പണിയോല മുറുക്കി

ചുണ്ടു മുറിച്ചവൻ എടയല്ലി മേടി
പൊതിയോലെ വെച്ചവൻ പാനി കമിച്ചു
പാനി കമിച്ചവൻ കുത്തന കീഞ്ഞു
പിറ്റന്നാൾ നേരം പുലരുന്ന കാലം
കള്ളല്ലേ മുക്കുടം പൊഴിയുന്നു തോഴാ
ആർക്കെല്ലാമാർക്കെല്ലാം വേണം കലശം
കളരിയിൽ ഭഗവതി വേണം കലശം
തിരുവർകാട്ടു ഭഗവതിക്കും വേണം കലശം
വേട്ടയ്ക്കൊരുമകനും വേണം കലശം
പാടിക്കുറ്റിയമ്മയ്ക്കും വേണം കലശം
മുത്തപ്പനൈവർക്കും വേണം കലശം
നമ്മുടെ തമ്പുരാൻ പുരളിമല മുത്തപ്പൻ
ദൈവം താനിസ്ഥാനത്തടി വരുത്തുന്നേരം
കുഞ്ഞിങ്കുറങ്കാക്ക് ചേലയും താത്തു
ഓരോ കാക്കെട്ട് പതിനാറ് പുള്ളി
വട്ടകപ്പുള്ളി വളർന്നുള്ള മേനി
ഓരകത്താടി കൺമലരുമായി,
തൃക്കയ്യിൽ കണ്ണാടിപ്പള്ളിവില്ലുമായി
മുത്തപ്പനൊപ്പിച്ച പീഠക്കല്ലേറി
തട്ടൊത്ത മുറ്റത്തു തട്ടും പടുത്തു
അതിനകത്തരിങ്ങാട് വെച്ചൂട്ടും വെച്ച്
നാലു മൂലയ്ക്ക് നാല് പൈങ്കുറ്റി വെച്ചു
ചൊല്ലി വിളിക്കുന്നാ കുഞ്ഞൻ മടയൻ
വാ ദൈവേ! വാ ദൈവേ! മൂന്നു വിളിച്ചു
മൂന്നിലൊരു വിളി കേട്ടോളിൻ ദൈവം
ഇവിടെ പൊലികയീസ്ഥാനം പൊലിക
സ്ഥാനമുടയ മടയൻ പൊലിക
മേലാളി പൊലിക മേൽക്കോയ്മ പൊലിക
കളിയാട്ടം കഴിപ്പിച്ചോർതാനും പൊലിക
കലശം നിറച്ചവർതാനും പൊലിക
കലശമെടുത്തവർതാനും പൊലിക
നമ്മുടെ തമ്പുരാൻ പുരളിമലമുത്തപ്പൻ
വെള്ളിച്ചിലമ്പിട്ടാടിയ കുറ്റം
ആടീട്ടും പാടീട്ടും പൊടിക്കളം വാഴ്ത്തുവോരെ

പുറങ്കാലൻ പട്ടോല
വിശേഷാലുരിയാട്ടു നായനാരോടുരിയാട്ടു
ആണ്ട നായനാരോടുരിയാട്ടു
കരുമകനോടുരിയാട്ടു
കരുമകന്റെ ചങ്ങാതിയോടുരിയാട്ടു
വിശേഷാൽ കല്ലും കാവേരിയും
പുല്ലും ഭൂമിയും നാഗം ഭൂതം
ഇരുളും വെളിയും തോന്നപ്പെട്ട
കാലങ്ങളിലെ തോന്നപ്പെട്ടു
അമ്പിലോടു മുറ്റം
തച്ചൻ തീണ്ടാപടി കരിമ്പനയാം
ഗോപുരം മുമ്പായി
പുറങ്കാലനെ ആടിച്ചു
പട്ടോല ശീർ പിഴച്ചൽ കൂടാതെ
നോക്കും കാലങ്ങളിൽ
തൃശ്ശുരുകുന്നത്ത് ശ്രീപോർകോല്ലീനയും
വാഴും പെരുമാളയും
പട്ടോല എളന്തലക്ക് കാണ്മാനുണ്ട്
എന്നെയും എന്റെ നായനാരേയും
പട്ടോലമുതുതലയ്ക്കും കാണ്മാനുണ്ട്
ഇത്ര അഭിമാന്യമുള്ള മുത്തപ്പന്റെ
അച്ചുമരിയും കൂലിശ്ശേഷവും
അളപ്പിക്കേണ്ടും എന്നവസ്ഥ കരുതി
പാറടവിയിൽ പുല്ലായ്ക്കൊടിനമ്പിയാരെക്കൊണ്ട്
മടിപിടിച്ചു എടങ്ങിന നായും
അച്ചുമരിയും കുലിശ്ശേഷം അളപ്പിച്ചു
പാറടവിൽ പടിഞ്ഞാറ്റ മുമ്പായി കൊണ്ടു സൂക്ഷിച്ചു
ഒരു വ്യാഴവട്ടം എന്റെ ഇച്ചയും കോലം സഹിക്കരുതാഞ്ഞിട്ട്
കുന്നത്തൂരാളടിയാൻ പക്കൽ സമ്മതിച്ചു
കുന്നത്തൂര് ആളടിയാൻ കുടിപതിക്ക് സമ്മതിച്ചു
എക്യന്നോരു മല കുന്നത്തൂർപാടി മുമ്പേതുവായ്
എന്റെ നായനാരെ കൊടുമുടിയും
മനോവതക്കാരന്റെ കൊടുമുടിയാലംശവും
വാങ്ങിത്തെളിഞ്ഞു കൈയേറ്റു

ആയതുപ്രകാരം ആറിന്റെ കര
പറച്ചിനി മടപ്പുര മുമ്പായിട്ടും
കുപ്പത്തുപടവിൽ മടപ്പുരമുമ്പായീട്ടും
പാറിക്കണ്ടി മടപ്പുര മുമ്പായും
വാങ്ങിത്തെളിഞ്ഞു കൈയേറ്റു
വരാനുള്ള കാര്യം വരുത്തിക്കണം നായനാരേ
പോരാനുള്ള കാര്യം പോരിപ്പിക്കണം നായനാരേ
നിന്ന കുന്ന് കെളക്കണ്ട നായനാരെ
തളച്ച വൃക്ഷം പൊരിക്കണ്ട നായനാരെ
മാറിയവര തേടേണ്ട നായനാരേ
തേടിയവര മാറേണ്ട നായനാരേ
കുളുപ്പുണ്ടായിരിക്കണം നായനാരു മന്നൻപുറങ്കാലാ
വാഴ്ക വാഴ്ക തിരുവൻകടവേ തിരുനെറ്റിക്കല്ലേ
നന്മേനാർ പടിയെ പാടി മലക്കുറ്റിയേ
മുവർമലക്കു നിന്ന മുക്കുടം പനയേ
പാമ്പാട്ടി കൊടുമലയേ
കുന്നത്തൂരെന്ന മാമലമ്മേൽ ചെന്നു
പട്ടംകെട്ടി മുടി കമിച്ചു കുത്താടിവരവേർ
ഹരിതമ്പുരാൻ നമ്മല മുത്തപ്പനയ്യം തോറ്റമ്മ
വിശേഷാൽ ഉരിയാട്ടുമടയാ
മടയാ, വിശേഷാൽ ഉരിയാട്ടു
കുളിച്ചുവോ മടയാ,
കുറികൂട്ടിയോ മടയാ
കിണ്ടീൽ വെള്ളം വെച്ചുവോ മടയാ
ഇലവെച്ചുവോ മടയാ
അകഞ്ചായും പുറഞ്ചായും ചുട്ടുവെച്ചുവോ
ഒരു തട്ടിൽ വെച്ചുവോ, രണ്ടു തട്ടിൽ വെച്ചുവോ
കോൽപ്പാടും പൈങ്കുറ്റിയും അഞ്ചിലും
പിഴയാതീട്ടു തക്കവണ്ണം കൊണ്ട കൂട്ടിട്ടൂണ്ട്
അല്ലേ മടയാ
ഞാൻ നായനാരെ തൃക്കാലിനു
നീരു ചാർത്തി വിളിക്കട്ടെ
നായനാരു നായിനാരും നായിനാരേ
കേട്ടില്ല നമ്മുടെ നായനാരു

ആറുശ്ശേരി അറുപത്താറായിരം തന്ത്രിമാര് കണ്ടുവോ
തൊള്ളായിരത്തു നാല്പത്ത് നാലില്ലം
മുന്നൂറായിരത്തയിമ്പതിനായിരം
അകമ്പടിമാര കണ്ടുവോ
കനലാടിയും മടയനും കുളിപ്പാൻ പോയപ്പോൾ
കണ്ടുവോ എന്റെ നായനാര്
നിങ്ങളാരും കണ്ടില്ല എന്റെ നായനാര
ഞാൻ തൃക്ക്ക്ക് നീരു ചാർത്തി വിളിക്കട്ടെ
നായനാരു നായനാരു നായനാരേ
കേട്ടുവല്ലൊ പുത്തറക്ക് കുത്ത് കൊണ്ട പ്രകാരത്തിങ്കൽ
ഓശ കേട്ട് പൊരിഞ്ഞു വരുന്നെന്റെ നായനാരു
മശിപ്പലിശക്ക് വെള്ളിക്കോള തറച്ചപ്രകാരം
കണ്ണുമായിട്ട് വരുന്നെന്റെ നായനാരു
മേൽപ്പോട്ടൊന്നു കാണ്മാനില്ല നായനാരേ
കീഴ്പ്പോട്ടൊന്നും കാണ്മാനില്ല നായനാരേ
മാല കെട്ടിയ അറയുണ്ടു നായനാരേ
ചെമ്മാനം പൂത്ത വെറ്റിലയുണ്ട് നായനാരെ
തോട്ടിൽ പഴയ അടക്കയുണ്ടു നായനാരെ
കുത്തൻ നിറഞ്ഞ പഞ്ചയുണ്ടു നായനാരെ
തലയിപ്പൂത്ത കോൽപാട്
കണ്ണുപഴയ ഇറച്ചിയുണ്ടു നായനാരെ
മന്നൻ പുറങ്കാലാ.

ശ്രീ മുത്തപ്പൻ തെയ്യത്തിന്റെ തോറ്റം പാട്ട് മറ്റുള്ളവയിൽ നിന്നും വ്യത്യസ്തവും ശ്രദ്ധേയവുമാണ്. എത്രയോ കാലമായി വാമൊഴിയായി പ്രചരിക്കപ്പെട്ട ഒരുപക്ഷേ ഇപ്പോഴും പ്രചരിക്കപ്പെടുന്ന ശ്രീ മുത്തപ്പന്റെ തോറ്റംപാട്ടിന്റെ വാക്രൂപമാണിത്.

മുഴൽകണ്ട് നായാടിയിന്നരങ്ങൾ പുക്കതേടുവാനും
തെളിപ്പാതെരുവരങ്ങൾ വല കെട്ടുവാനും
ഓടും പായും വന്മരുഭത്തെയെല്ലാമിന്ന്
അങ്കത്താൽ കുത്തികോമത്താൽ കുലയറുപ്പോരല്ലോ,
ഇന്നു കാട്ടിൽ പിറന്നൊരു പന്നിക്കും കരടിക്കും
രണ്ടേരണ്ട് അമ്പേറ്റി വട്ടവെക്കാട്ടി
കുന്നത്തുരെന്നും മാമ്മൻ ചെന്ന്

പട്ടംകെട്ടി മുടി കരിച്ച കുത്താടി വാഴും
പുരളിമല മുത്തപ്പൻ തോറ്റമിതാ
ഹരിവാഴ്ക മാതാവും വാഴ്ക പിതാവും വാഴ്ക
മാതാവു തന്റെ മാതാവിനേയും
പിതാവു തന്റെ പിതാവിനേയും
ഗുരുവിനേയും ഗുരുക്കന്മാരെയും ആദരാൽ വന്ദിച്ച്
അറിയുന്നവർക്കനന്തരം അറിയാത്തദൈവത്തെ
അഴകിനാൽ വന്ദിച്ച് ഞാനുമിതാ കൈതൊഴുന്നേ
മുത്തേടു ശക്തി മുതൽ മുമ്പായി
എത്രയും നല്ല നിറത്തിൽ കൂട്ടി
വെച്ചൊരു ഹോമധൂമം പോലെയും
എടുത്തുവെച്ചോരു വെള്ളി ശ്രീപീഠം പോലെയും
മടിയിലിട്ടൊർ പുള്ളിപ്പൂവാട പോലെയും
കടഞ്ഞ് വെച്ചൊര് ചാന്തൊട് ചന്ദനം പോലെയും
പറച്ച് വെച്ചൊര് പൂവൊട് പുഷ്പം
അതിനോടേയ്ത്ത് തൻ കരം ചേർത്തും
ശമനം തൊഴുതേനിതാ
വാഴ്ക വാഴ്ക തിരുവൻ കടവ്
തിരുനെറ്റിക്കല്ല് നാട്ടിൽ കല്ല് വീട്ടിൽകല്ല്
മന്ദനാർ പാടി, പാടി മലക്കുറ്റി
ചെക്കി മന്ദനേ, ചേരമന്ദനേ,
മന്നൻ കടവ് വാതിൽ കോട്ടയേ
ശിരസി വസിപ്പൻ കോട്ടയേ
കണ്ണാടി മലയേ,
ഏഴിമലയും പുരളിമലയും
എഴുപത്തി രണ്ടു ചടുമലയും
പേർ ചൊല്ലിത്തരുന്നിതാ
ഇന്നണിയാറമ്പത്തൊര്
ചാലിയത്ത് ശാസ്താവായിരിപ്പതും
നമ്മുടെ ജാതിയിൽ ഗുരുനാഥനായവരല്ലേ?
ഇന്നെഴുന്നള്ളി വസിച്ചിരിപ്പുതല്ലോ
ദേവത്താർ പാർവതത്തിനു മേലെ
മധുകൊണ്ടുവാ, മാംസം ഭക്ഷിപ്പാനും
നീലക്കരിമ്പൊടു വെലപ്രയോഗം ചെയ്താൻ

മേലിലുണ്ടന്തരം, കീഴിലുണ്ടന്തരം
ഇന്നേക്കും നല്ലൊരു പത്തുപന്തീരാണ്ട് കാലമായല്ലോ
അയ്യപിരാൻ തിരുവടി മീനുമിറച്ചിയും കൂടാതെ
മായാതെ കുറയാതെ ഊണ് പിഴച്ചിരിക്കുന്നു
എന്തിനാലേ ദൈവത്തിന്റെ പള്ളിവേട്ട നായാട്ട്
മുടങ്ങി കാണാകുന്നു
നാല് നായും ചേകവരും ഇല്ലായ്കകൊണ്ടോ
ഒറ്റക്കടവ് കുറിക്കടവ് ഇല്ലായ്കകൊണ്ടോ
എന്തീറ്റടിയന്റെ പള്ളിവേട്ട നായാട്ട്
മുടങ്ങി കാണാകുന്നു
അന്നേരം താൻ പറയത്തിടങ്ങാകുന്നല്ലോ
അയ്യ പുരാൻ തിരുവടി
തങ്ങൾ കേൾപ്പതുണ്ടോ കാട്ടുനായടികളേ
ഇന്നേക്കും നല്ലൊരു പത്തുപന്തീരാണ്ടും
ഇരിപത്രണ്ടേക്കാലമായല്ലോ
ആളടിയാൻ കയ്യിൽ നായെ പോറ്റുവാൻ കൊടുത്തിട്ട്
നായെ പോറ്റി മെരുദത്തൊടു കൂടിയോ
എന്നറിഞ്ഞ് വരുവിനെടാ കാട്ടുനായാടികളെ
നായി പോറ്റും ആളടിയാൻ പുൽപുരക്കലെ
പോയിച്ചെല്ല്ന്ന്.
നായി പോറ്റി മാളടിയാനേ എന്നു വിളിക്കുന്നോര്
സമയത്തിങ്കൽ ഓ എന്ന് വിളികേട്ട്
ഓടിക്കൂടി മുമ്പിലെ വന്ന് നില്ക്കുന്നു
ആ നായി പോറ്റും മാളടിയാനതാ
അന്നേരം താൻ പറയത്തിടങ്ങാകുന്നല്ലോ
നായി പോറ്റും ആളടിയാൻ
എന്തിനാലേയിവിടത്തോളം
പോന്ന് വന്നതിന് തമ്പുരാനേ
ഇന്നേക്ക് നല്ലോര് പത്ത് പന്തീരാണ്ടും
ഇരുപത്തിരണ്ട് കാലമായല്ലോ
അയ്യപിതൻ തിരുവടിയെൻ പക്കൽ
നായി പോറ്റുവാൻ തന്നിട്ട്
നായി പോറ്റി മെരുക്കത്തോട് കൂടിയെ
എന്ന് പറയ്ന്ന് നായി പോറ്റുമാളടിയാനോ

എങ്കിലോ നായ്ക്കളുടെ പേര് കേൾക്കട്ടെടാ
വെളുത്തതോ ബ്രാഹ്മണനാകും നായയല്ലോ
കറുത്തതൊരംശം രാജാവാം നായയല്ലോ
പലനിറം പുള്ളികളുള്ളതോ വൈശ്യനാം നായയല്ലോ
ചൊകന്നതോ ശുദ്രനാകും നായയല്ലോ
പള്ളയേറിക്കടിക്കും ഭൈരവനല്ലോ
ചങ്കേടിപ്പിടിക്കും കിളരവൻ മറ്റവനല്ലോ
ഇന്നുമെരുഭത്തിൽ വഴിയെ തേടുവാനും
തെളിപ്പാനുമോടനുമൊളിപ്പാനും
അവക്കല്ലോ വെള്ളിയാലും പൊന്നാലും
രണ്ടേ രണ്ട് തൊടരണച്ച് കണുന്നതാ
ഇന്നല്ലോ നായ്ക്കൾക്ക് ഊണമൃത്
ചാലേക്കുട്ടിക്കാണണമെന്ന്
പറയത്തിടങ്ങാകുന്നത്
നായ്ക്കളെയെല്ലാം കൂട്ടി പേരാറ്റിൻ
തങ്കരമ്മൽകൊണ്ട് നിർത്ത്ന്ന്
നായ്ക്കളെ തേച്ച് കുളിപ്പിക്ക്ന്ന്
നായ്ക്കളെ മേലെ ഉണ്ണിയും ചെള്ളു-
മെല്ലാം ചീകി കളയ്ന്ന്
അയ്യ പുരൻ തിരുവടീടെ മുമ്പിൽ
കൊണ്ടു നിർത്തുന്നല്ലോ
നല്ല പഴത്തോട് നറുകദളിപ്പഴത്തോട്
അങ്ങനെയെല്ലാം നായ്ക്കൾക്കുണമൃത്
ചാലക്കുട്ടിക്കൊടുത്തു കാണുന്നിതാ
അന്നെക്കുനാല്ലോരേഴാം ദിവസം
പള്ളിവേട്ട നായാട്ട് ബലം കുറിക്ക്ന്ന്
വലയടുക്കും കോട്ടയിന്ന്
വലയടക്ക്ന്ന്
നായയെ അഴിക്കും കോട്ടയിന്ന്
നായയെ അഴിക്ക്ന്ന്
നായും വലയും ചേകവരും
പരിപാലികളുമായ്
ഏതൊരുക്കുന്നിന്ന് തേട്ടവും വിളിയും
ചെയ്തത്തിടങ്ങാകുമെന്ന്

പറയുന്നേരത്ത്
ദാരിക്കൽ കുന്നിന് തൻ കെഴക്
അമ്പായക്കുന്നിന് വലം ചെരുവിൽ
താണോര് കാവിൽ വല വെക്ക്ന്ന്
എകർന്നോര് മലച്ചാൽ ഒളികെട്ട്ന്ന്
കല്ലിടും തടയിലും തേട്ടവും വിളിയും
തേട്ടി വിളിക്കുന്നോര് സമയത്തിങ്കൽ
ഇളകുന്നല്ലോ ആ മലക്കഴകിതൊര്
മാമ്മലക്കിളരൻ പന്നിയതാ
അന്നി പന്നിവരുന്ന വരവ്
കാണ്ന്ന സമയത്തുങ്കൽ
എടത്ത് കയ്യിൽ ഞാണില്ലാത്ത വില്ലെട്ക്ക്ന്ന്
വലത്ത് കയ്യാൽ തൂവലില്ലാത്ത ഒരമ്പെടുക്ക്ന്ന്
അമ്പാലൊന്നെടുത്ത് വില്ലിന്റെ വളവും ഞെക്കി
പന്നിയുടെ വലന്തോൾകൊണ്ട് കുടുന്നമ്പ്
പന്നിയുടെ എടന്തോൾകൊണ്ട് കുടുന്നമ്പ്
മാറാൽ വലിച്ച് മണ്ഡലം
തോളപ്പിക്കുന്ന സമയത്തുങ്കൽ
പന്നിയുടെ വലന്തോൾ കൊണ്ടും കൊള്ളുന്നില്ല
ഇടന്തോൾകൊണ്ടും കൊള്ളുന്നില്ലമ്പ്,
മൂർത്ത് കുത്തിപ്പോകുന്നിപ്പള്ളയിമ്പിതാ
അന്നേരം താൻ പറയണ്ടിടണ്ടാകുന്നല്ലോ
അയ്യപുരാൻ തിരുവാടി
ഞങ്ങളിന്നമ്പ് പെഴച്ച് പോയോര് പന്നിമാന
ഇപ്പള്ളിവേട്ടക്ക് വരുത്തിത്തന്നുവെങ്കിൽ
നാടാലും പാതി തര്ന്ന്ണ്ട്
വീടാലും പാതി തര്ന്ന്ണ്ട്
നഗരത്തിലും പാതി തര്ന്ന്ണ്ട്
കോട്ടയാലും ഗോപുരത്താലും പാതി തര്ന്ന്ണ്ട്
ഓർക്കരിയാലും ഗോപുരത്താലും പാതി തര്ന്ന്ണ്ട്
ഓർക്കരിയാലും പാതി തര്ന്ന്ണ്ട്
മൂലഭണ്ഡാരത്താലും പാതി തര്ന്ന്ണ്ട്
യെങ്ങൾ വാഴ്ചയാലും പാതി തര്ന്ന്ണ്ട്
അമ്പ് പെഴച്ച് പോയോര് പന്നിമാന

ഇപ്പള്ളിവേട്ടക്കു വരുത്തിത്തന്നാൻ
നാടാലും പാതിവേണ്ട വീടാലും പാതിവേണ്ട
നഗരത്താലും കോട്ടയാലും ഗോപുരത്താലും
പാതി വേണ്ട
മൂലഭണ്ഡാരത്താലും പാതിവേണ്ട
നിങ്ങൾ വാഴുന്ന വാഴ്ച്ചയാലും പാതിവേണ്ട
അമ്പു പെഴച്ചോര് പന്നിമാന
ഇപ്പള്ളിവേട്ടക്ക് വര്ത്തിത്തര്ണ്ടിതാ
പതിനെട്ടല്ലോ പുരളിമല മുത്തപ്പന്റെ
പള്ളിവേട്ട നായാട്ടിന്നാചാരം കുറിച്ചത്
ആയതാവിന് കുന്നാചാരവും വീടരാചാരവും
ആളടിയാനാചാരവും വില്ലാചാരവും
വേട്ടക്കുറിയാചാരവും വില്ലാചാരവും
വലിയാചാരവും മെരുഭാചാരവും ഒളിയമ്പാചാരവും
അയലൊടിയാചാരവും ഊർപ്പള്ളിയാചാരവും
ഊപ്പുരയാചാരവും മണ്ഡലാചാരവും
മണിയാചാരവും കൊറ്റുങ്കോളാചാരവും
ഈ പതിനെട്ടാചാരാവും നേർനെറിയോടെ
കൈക്കൊള്ളുവതേ നായാടുവോർക്കു തെളിവു
അപ്പോലെ പത്തവസ്ഥകളേതെന്നു
കേട്ടതിനെ ചൊല്ലുന്നാകിൽ
ആണപ്പടി കേൾക്കാനും പൂരപ്പടി കാക്കാനുമല്ലോ
നായ്ക്കൾക്കറി വേറ്റുവതു
അമ്പൊട് വില്ലൊട് നായാടിമ്മൂവരുമല്ലോ
കൈക്കാർക്കെഴും ചങ്ങാതികൾ
വാതിലും ചോലയും പതിനെട്ട് ചീതായ കുന്നിന്റെ
കിഴക്കെവാതിലൂടയല്ലോ നായിനക്കേറ്റേണ്ടത്
അയ്യപ്പനേം പരദേവതമാരോം
കുമ്പിട്ട് വേണമല്ലോ നായാട്ടുകുന്നേറാൻ
നായ്ക്കും വലക്കും ചേകവർക്കും പരിപാലിക്കും
തനിക്കും ദോഷമേതും വരുത്തരുതേ
ഓർത്തറിഞ്ഞുവെന്നോരുകിലേ
കുന്നിന്റെ വാതിലിൽ നായയെ കേറ്റാവൂ
അറിഞ്ഞറിയിക്കയല്ലോ വേണ്ടൂ

നടന്ന് നടത്തിക്കയല്ലോ വേണ്ടൂ
കൊടുത്ത് കൊടുപ്പിക്കയല്ലോ ഞായം
കൊന്ന് കൊല്ലിക്കയല്ലോ ചെതം
തിരുവനൻകടവ്, തിരുനെറ്റിക്കല്ല്
നാട്ടിൻകല്ല്, വീട്ടിൻകല്ല്
നമ്മനാർപാടി, പാടിമലക്കുറ്റി
നായർകടവ്, മൂവർ മലക്കുന്ന്
മുക്കുടൻ പനചെക്കമന്നന ചേരമന്നന
മന്നൻ കടവ് കണ്ണാടി മല
പാമ്പാടിക്കൊവ്വല് കുന്നത്തൂരിൽ പടി
ശിരസ്സിപ്പങ്കോലം വീർചാരി മരം
ആനടിൽ പറമ്പ്, മട്ടാമ്മൽ പറമ്പ്
കേഴാപറമ്പുടസ്ഥാനം, മണിപ്പറമ്പ്
ചതുരക്കുളം, ഓണപ്പറമ്പ്
ചുമടുവെപ്പാൻപാറ, കാലിക്കടവ്
വാഴ്കയെന്റെ പത്തു പതിനഞ്ചും
ഇര്പത്തഞ്ച് പടിയും
നുച്ചിയാട്ട് പെരുന്തളിയും
തളിയില്കണ്ടി മടപ്പുരയും
കരക്കാട്ടിടം പാണ്ടികശാലയും
കാരിയാർ തെരുവും കാഞ്ഞിരത്തറയും
തവിടൂർ കല്ലറയും നെല്ലിക്കാമ്പൊയിലും
നിടുമ്പൊയിലും തറക്കാലിക്കടവും
നേരം പോക്കിച്ചാലും കീഴുരിടാം പാട്ടുകൊട്ടിലും
കേടണിക്കുന്നും കൊടുവേരിത്തോടും
അനങ്ങൻ പറമ്പും നുലമാവ് തണ്ണീർ പന്തലും
കൂവേരിക്കൊട്ടിലും കോട്ടവാതിൽ നടുങ്ങാടിയും
കീച്ചേരിയെടം പാട്ടുകൊട്ടിലും
പുതിയയിടം ചിറ്റങ്ങാടിയും
പുന്നാട്ടിടം പാണ്ടികശാലയും
ഗണപതി മണ്ഡപവും കാവൂട്ട് മണ്ഡപും
ഊട്ട് പന്തൽ പാട്ട് കൊട്ടിലും കാവും പടിക്കലും
എന്റെ മുഴക്കുന്നത്ത് പെരുന്തളിയും
മുരിങ്ങോടി മലയും മുടക്കോഴി മാവും

അരികച്ചേരി മഠവും അരിച്ചാൻ മിറ്റവും
പൂന്തിലോട്ട്പ്പടപ്പുരയും പതിനാറാം പന്തലും
മാലൂർ പെരുന്തളിയും ആദിയേരി മടപ്പുരയും
കോട്ടനടയും കൂവക്കരയും മയിലാട്ട് പാറയും
ചെറുവായ് മുറ്റവും മുതലേച്ചിക്കല്ലും
കോട്ടക്കോളവും ആയിരം കൊമ്പങ്കാളിയും
ഏഴിമലയും പൊരളിമലയും എകിളിമല ചിത്രപീഠവും
വാഴ്കയെന്റെയിച്ചൊന്നോര് സ്ഥാനങ്ങളെപ്പോകും
പൊരളിമല തങ്കയത്തിനകത്ത്
നാലായ കുടുപതീനക്കൊണ്ടും
നാല്പത്തി രണ്ടിലും പെരിഞ്ചേരി
മുടക്കോവി രണ്ടിലും കർത്താവിനെക്കൊണ്ടും
ആണ്ട് നായനാറക്കൊണ്ടും
എന്നെക്കൊണ്ടും ചെറുക്കനെക്കൊണ്ടും
ഊഹിച്ചും ഭാവിച്ചും ഉരിയാട്ടോട്ടേ....
തൃശ്ശോര് കുന്ന് ശീപോർക്കലീനക്കൊണ്ടും
പെരുമാളെക്കൊണ്ടും മലമൽ ദൈവത്തെക്കൊണ്ടും
പുത്രാടിച്ചേകോരെക്കൊണ്ടും പുറങ്കാലനക്കൊണ്ടും
എന്നെക്കൊണ്ടും ചെറുക്കനെക്കൊണ്ടും
ഊഹിച്ചും ഭാവിച്ചും ഉരിയാട്ടോട്ടേ.....
എടവക്ക് മുമ്പ് വായൊരടവ്
എടവയലുരെടവക്കത്ത്
മുക്കാതം നാട്ടിനകത്ത്
വായൊരടവ സ്വരൂപം വാണ
കർത്താക്കന്മാരെക്കൊണ്ടും
ശാസ്തമംഗല്യം മാണിക്കോത്ത്
രണ്ടെടത്ത് കർത്താവിനെക്കൊണ്ടും
കൊട്ടിയൂർ ചേക്കുറക്കർത്താവിനെക്കൊണ്ടും
എടവയിലായിരത്ത്മുന്നുറകമ്പടീനക്കൊണ്ടും
എന്നെക്കൊണ്ടും ചെറുക്കനെക്കൊണ്ടും
ഊഹിച്ചും ഭാവിച്ചും ഉരിയാട്ടോട്ടേ...
ഊർപ്പള്ളിയിൽ പ്രധാനം
പറങ്ങാട്ടൂർ ഊർപ്പള്ളിക്കകത്ത്
പാലേരി ഗണപതീനക്കൊണ്ടും

കാവുമ്പടിക്കൽ ചങ്ങാതീനെക്കൊണ്ടും
ആലയാട്ടും ചെമ്പുങ്കീലും
രണ്ടേടത്ത് കർത്താവിനെകൊണ്ടും
ആലയാടൻ തണ്ടയാനക്കൊണ്ടും
പുരിയിൽ തണ്ടയാനക്കൊണ്ടും
എന്നെക്കൊണ്ടും ചെറുക്കനെക്കൊണ്ടും
ഊഹിച്ചും ഭാവിച്ചും ഉരിയാട്ടോട്ടേ.....
മാലൂർ നാല് തോരണത്തിനകത്ത്
തൊടീക്കൊളത്ത് മഹാദേവരെക്കൊണ്ടും
പനക്കളത്ത് അയ്യപ്പനക്കൊണ്ടും
തൊടീക്കൊളത്ത് മഹാദേവരെ
പടക്കെട്ടിൽ വിധിക്കൊട്ടിലിരുന്ന്
ദേവകാരിയും പറഞ്ഞു പോരുന്ന
ആറാളുംനാല്പ്പത്രണ്ടിലും
അകമ്പാടി കർത്താക്കന്മാരെക്കൊണ്ടും
അകക്കോയിമ്മ പുറക്കോയിമ്മ ചെങ്കോയിമ്മ
തളിവാഴ്ചേനക്കൊണ്ടും
എന്നെക്കൊണ്ടും ചെറുക്കനെക്കൊണ്ടും
ഊഹിച്ചും ഭാവിച്ചും ഉരിയാട്ടോട്ടേ...
ഇരിവനാട് കടത്തനാട്
രണ്ട് തായി സ്വരൂപം മുമ്പായിട്ട്
കിഴക്കെതിരിക്ക് ഉളവനാർ കാവിൽ ഭഗവതി
പടിഞ്ഞാറെ തിരിക്ക് തിരുവങ്ങാട് പെരുമാളക്കൊണ്ടും
അച്ചാറമ്പൻ അണിയേരി പാലയാടൻ കോയിലോടൻ
എന്നീ നാലു വീട്ടിൽ കർത്താക്കളോടും
തെക്കൊടിയും വടക്കൊടിയും വയ്യനന്തരവരെക്കൊണ്ടും
മേൽഭാരം കുറ്റേര കേളോത്ത് കർത്താവിനെക്കൊണ്ടും
എന്നെക്കൊണ്ടും ചെറുക്കനെക്കൊണ്ടും
ഊഹിച്ചും ഭാവിച്ചും ഉരിയാട്ടോട്ടേ...
പടുവില്ലാന്നൂർപ്പള്ളി മുക്കാതം നാട്ടിനകത്ത്
പടുവിലാച്ചേകോൻ മരുമകനും
ആറും രണ്ടും ഇരിക്കൂർ വാഴ്ച അറുവരും മൂവരും
ഒമ്പത് വീട്ടിൽ കർത്താക്കന്മാരെക്കൊണ്ടും
എന്നെക്കൊണ്ടും ചെറുക്കനെക്കൊണ്ടും

ഊഹിച്ചും ഭാവിച്ചും ഉരിയാട്ടോട്ടേ....
വിശേഷിപ്പിച്ച് കോലസ്വരൂപം മുമ്പായിട്ടും
നാടുവാഴുമുടയവരെക്കൊണ്ടും
തൊള്ളായിരത്തി നാല്പത്തി നാലില്ലം
മുന്നൂറായിരത്തമ്പതിനായിരം
അകമ്പടീനക്കൊണ്ടും
നൂറുശ്ശേരി അറുപത്തി നാലില്ലം
പതിനേഴും മൂന്നും ഇരുപതില്ലം
മൂന്നു മഠത്തിൽ പെരിഞ്ചെല്ലൂർ
ഗ്രാമത്തെക്കൊണ്ടും
ആറും നാലും പത്തെടത്തിൽ
വാഴുന്ന വാണവരെക്കൊണ്ടും
എന്നെക്കൊണ്ടും ചെറുക്കനെക്കൊണ്ടും
ഊഹിച്ചും ഭാവിച്ചും ഉരിയാട്ടോട്ടേ....
ചിറക്കൽ ശാസ്താവിനെക്കൊണ്ടും
മുപ്പത്തെവരെക്കൊണ്ടും
കുന്നാവിൻ ഗണപതിയാറെക്കൊണ്ടും
കടലായി കൃഷ്ണനെക്കൊണ്ടും
പള്ളിക്കുന്നത്ത് ഭഗവതീനെക്കൊണ്ടും
എന്നെക്കൊണ്ടും ചെറുക്കനെക്കൊണ്ടും
ഊഹിച്ചും ഭാവിച്ചും ഉരിയാട്ടോട്ടേ....
വിശേഷിപ്പിച്ച് മേലാളീ മേല്ക്കൊയ്മോനെക്കൊണ്ടും
മടയനക്കൊണ്ടുമാൾമടയനെക്കൊണ്ടും
കഴകക്കാരെക്കൊണ്ടും കലശക്കാരെക്കൊണ്ടും
കനലാടിനക്കൊണ്ടും കലശക്കാരക്കൊണ്ടും
എന്നെക്കൊണ്ടും ചെറുക്കനെക്കൊണ്ടും
ഊഹിച്ചും ഭാവിച്ചും ഉരിയാട്ടോട്ടേ.....

ഗ്രന്ഥസൂചി

1. ശ്രീ. എ രാജശേഖര പണിക്കർ സാന്ത്വനമായി ശ്രീമുത്തപ്പൻ 1948
2. ശ്രീമുത്തപ്പനും പറശ്ശിനി മടപ്പുരയും പുറം (235 256) 1988
3. കണ്ണൻ വൈ.വി, മുത്തപ്പൻ പുരാവൃത്തം
4. ബാലകൃഷ്ണൻ നായർ, ടി. ചിറയ്ക്കൽ, തെരഞ്ഞെടുത്ത പ്രബന്ധങ്ങൾ, തൃശൂർ കേരള സാഹിത്യ അക്കാദമി 1981.
5. കോഴിക്കോട് സർവ്വകലാശാല; ആധുനിക ഗദ്യമാതൃകകൾ; കോഴിക്കോട് - 1982
6. വിഷ്ണുനമ്പൂതിരി, എം.വി.ഡോ. വണ്ണാനും കെന്ത്രോൻ പാട്ടും, കോട്ടയം, നാഷണൽ ബുക്ക് സ്റ്റാൾ, 1982
7. ബാലകൃഷ്ണൻ പി.കെ; ജാതി വ്യവസ്ഥിതിയും കേരള ചരിത്രവും; നാഷണൽ ബുക്ക് സ്റ്റാൾ കോട്ടയം - 1983
8. പ്രിയദർശൻലാൽ ശ്രീ മുത്തപ്പൻ പുരാവൃത്തവും ചരിത്രവും1985
9. കൊസംബി ഡി.ഡി മിത്തും യാഥാർത്ഥ്യവും; കൃതികളുടെ പ്രസിദ്ധീകരണസമിതി തിരുവനന്തപുരം - 1986
10. വിഷ്ണു നമ്പൂതിരി എം.വി(ഡോ) കേരളത്തിലെ തോറ്റം പാട്ടുകൾ, സാഹിത്യ അക്കാദമി തൃശ്ശൂർ1992
11. വിഷ്ണുനമ്പൂതിരി, എം.വി ഡോ, കാക്കവിളക്കിന്റെ വെളിച്ചത്തിൽ, നാഷണൽ ബുക്ക് സ്റ്റാൾ, കോട്ടയം 1992
12. രാഘവവാരിയർ, രാജൻ ഗുരുക്കൾ, മിത്തും സമൂഹവും, കോഴിക്കോട്, ജാലകം പബ്ലിക്കേഷൻസ്, 1994
13. പൊതുവാൾ ടി.കെ.കെ, ഏഴിൽ മലയും പയ്യന്നൂർ പാട്ടും, ഹാർവെസ്റ്റ് മീഡിയ സർവ്വീസസ്, കോഴിക്കോട് 2002
14. കണ്ണൻ വൈ.വി, ബാലീ ദ്വീപും ശൗണ്ഡികോൽപ്പത്തിയും, തിരുവനന്തപുരം, വിജ്ഞാനകൈരളി, ഡിസംബർ 2002.
15. രാഘവൻ സി., പട്ടോലപ്പഴമ, കറന്റ് ബുക്സ്, 2002.
16. ബാലകൃഷ്ണൻ പി.കെ, ജാതിവ്യവസ്ഥിതിയും കേരള ചരിത്രവും കറന്റ് ബുക്സ്, തൃശ്ശൂർ 2003.
17. കരിപ്പത്ത്, ആർ.സി പത്ത് നാടൻ പാട്ടുകൾ, പൂർണാ പബ്ലിക്കേഷൻസ്, കോഴിക്കോട് 2004.
18. കുറുപ്പ് കെ.കെ.എൻ. ഡോ. വില്യംലോഗൻ - മലബാറിലെ കാർഷിക ബന്ധങ്ങളിൽ ഒരു പഠനം.
19. കേരളം ഇരുപതാം നൂറ്റാണ്ടിന്റെ ആരംഭത്തിൽ- പി.ഭാസ്ക്കരുണ്ണി- കേരളസാഹിത്യ അക്കാദമി ഒന്നാം പതിപ്പ്.

20. ബുദ്ധന്റെ കാൽപ്പാടുകൾ- പ്രൊഫസർ പി. പുരുഷോത്തമൻ-
21. കേരളചരിത്രത്തിലെ ഇരുളടഞ്ഞ ഏടുകൾ- ഇളംകുളം കുഞ്ഞൻപിള്ള- നാഷണൽ ബുക്ക്സ്റ്റാൾ, 1989
22. ഞാൻ കണ്ട കേരളം- സാമൂവൽ മെറ്റീർ- വിവ എ. എൻ.സത്യദാസ്- ആരോ ബുക്സ്, ധനുവച്ചപുരം, തിരുവനന്തപുരം
23. അഗ്രഹാരവും തീയ്യഡോക്ടറും- ടി.ബി ബുക്സ്, സെല്ലുരാജ്- മാതൃഭൂമി ദിനപത്രം.
24. ഉഷാ നമ്പൂതിരിപ്പാട് Kunnathurpadi. Gods own (Mith & History
25. കുമാരൻ വയലേരി ഡോ, ആദിവാസിപുരാവൃത്തം. ഡി.സി ബുക്സ്, കോട്ടയം 2007.
26. തുളു സംസ്കൃതിയും കോപ്പാളരും - ഡോ. പി. രാജൻ 2014 പുസ്തകഭവൻ.
27. വടക്കൻഐതിഹ്യമാല- ശ്രീ വാണീദാസ് എളയാവൂർ 2003
28. ഒറ്റക്കോലം -ഡോ.വിജയകുമാരൻ
29. തെയ്യങ്ങളും അനുഷ്ഠാനങ്ങളും-ഡോ. വൈ.വി.കണ്ണൻ - കേരളഭാഷാ ഇൻസ്റ്റിറ്റ്യൂട്ട്
30. ചിലമ്പിട്ട ഓർമ്മകൾ - കൊടക്കാട് കണ്ണൻ പെരുവണ്ണാൻ- 1992 കുരുക്ഷേത്രപ്രകാശൻ
31. കേരള ഭാഷാ ഗാനങ്ങൾ-ചിറക്കൽ ടി. ബാലകൃഷ്ണൻ
32. അയ്യൻ എന്ന പുരളിമല മുത്തപ്പൻ-പഠന ഗവേഷണകേന്ദ്രം.
33. തെയ്യപ്രപഞ്ചം - ഡോ.ആർ.സി. കരിപ്പത്ത് -കൈരളി ബുക്സ്
34. മുന്നാറ്റുമാരുടെ തെയ്യങ്ങൾ നാട്ടറിവുകൾ - ഡോ.സത്യനാരായണൻ എ.- പുസ്തകഭവൻ പയ്യന്നൂർ 2012

www.ingramcontent.com/pod-product-compliance
Lightning Source LLC
LaVergne TN
LVHW100231051026
849517LV00006B/1856
* 9 7 8 9 3 9 3 3 9 7 2 5 6 *